पाककलेवरील अभिनव ग्रंथ

# रुचिरा

भाग १



**कमलाबाई ओगले**

मेहता पब्लिशिंग हाऊस

■ **रुचिरा : भाग १** :
श्रीमती कमलाबाई ओगले

■ या आधीच्या आवृत्त्यांचा प्रकाशनकाल :
मार्च १९७० । मे १९७० । ऑक्टोबर १९७० । एप्रिल १९७१ ।
डिसेंबर १९७१ । मार्च १९७३ । डिसेंबर १९७३ । एप्रिल १९७५ ।
नोव्हेंबर १९७५ । नोव्हेंबर १९७६ । मार्च १९७८ । डिसेंबर १९७८ ।
जानेवारी १९८० । मार्च १९८१ । नोव्हेंबर १९८१ । एप्रिल १९८२ ।
जुलै १९८३ । जून १९८४ । मार्च १९८५ । फेब्रुवारी १९८७ ।
मार्च १९८७ । डिसेंबर १९८८ । सप्टेंबर १९९० । जानेवारी १९९१ ।
सप्टेंबर १९९१ । ऑगस्ट १९९२ । एप्रिल १९९३ । फेब्रुवारी १९९४ ।
ऑक्टोबर १९९४ । सप्टेंबर १९९५ । मे १९९६ । मार्च १९९७ ।
फेब्रुवारी १९९८ । नोव्हेंबर १९९८ । ऑगस्ट १९९९ । एप्रिल २००० ।
जानेवारी २००१ । ऑक्टोबर २००१ । सप्टेंबर २००२ । मे २००३ ।
फेब्रुवारी २००४ । जानेवारी २००५ । जानेवारी २००६ । डिसेंबर २००६
डिसेंबर २००७ । जानेवारी २००९ । एप्रिल २०१० । जून २०११ ।
जुलै २०१२ । सप्टेंबर २०१३ । ऑक्टोबर २०१४ । मे २०१६ ।
डिसेंबर, २०१९ । जून, २०२३ ।

■ पंचावन्नावी आवृत्ती : मार्च, २०२६



■ संस्थापक
सुनील अनिल मेहता

■ प्रकाशक
मेहता पब्लिशिंग हाऊस प्रा. लि.,
१९४१, सदाशिव पेठ, पुणे ३०.
✆ ०२०-२४४७६९२४
E-mail :
production@mehtapublishinghouse.com
Website:
www.mehtapublishinghouse.com

■ मुखपृष्ठावरील व आतील सर्व छायाचित्रे
उदय बांदिवडेकर

■ मुखपृष्ठ-मांडणी
चंद्रमोहन कुलकर्णी

■ मुद्रक
श्री मुद्रा

■ मुद्रित-संस्करण
मोहन वेल्हाळ

■ किंमत : ₹ ४४०

■ P Book ISBN
9788177666434
E Book ISBN
9789386175953
E Books available on :
amazonkindle
Apple Books Google Play Books

माझ्या सासूबाई कै. ती. सौ. आनंदीबाई यांना-

त्यांनी दिलेल्या शिक्षणाचे
व आशीर्वादाचे
हे श्रीफल सादर अर्पण !

# नै वे द्य

समाधानाचा जन्म स्वयंपाकघरात होतो. गृहस्वामिनीने आपल्या घरातील सर्वांच्या आवडीनिवडी सांभाळून सुग्रास पाकसिद्धी करून घालणे व सर्वांना संतुष्ट करणे हा सुखी व समाधानी संसाराचा कानमंत्र. भावी संसाराच्या सुखस्वप्नाची मनोराज्ये रचणाऱ्या तरुणी, संसारात नुकतेच पदार्पण केलेल्या नवपरिणीता किंवा संसाराची धुरा सांभाळणाऱ्या अनुभवी महिला या सर्वांना हा कानमंत्र माहीत असतो. पण मंत्र माहीत असूनही, तो प्रत्यक्ष आचरणात आणण्यास मात्र पुष्कळ वेळा अवघड जाते. विशेष अवघड होते किशोरींना व संसारसन्मुख तरुणींना. कारण स्वयंपाकामध्ये त्या बह्वंशी अनभिज्ञच असतात. कर्त्या गृहिणींना वाटत असतं नित्य नवं नवं करायचं तरी काय? अशा वेळी गरज भासते गुरूची अथवा अनुभवावर आधारलेल्या मार्गदर्शनाची. ही गरज भागविण्यास पाककलेवरील पुस्तकांची पुष्कळ अंशी मदत होऊ शकते. पाककला हा गृहिणींचा खास विषय. खाद्यपदार्थ शिकण्याची व नवीन काहीतरी करून पाहण्याची त्यांना उत्सुकता असते. त्याला पोषक म्हणून पाककलेवरील पुस्तके उपयोगी पडू शकतात. अशाच विचाराने व माझ्या गाठी पडलेल्या अनुभवांची शिदोरी संपादित करावी, म्हणून या पुस्तकाचा प्रपंच आहे.

कधीकाळी मी पाककलेवर एखादे पुस्तक लिहीन, असे माझ्या ध्यानीमनीही नव्हते; पण ते आज शक्यतेत उतरले आहे. त्याचा थोडासा इतिहास असा :

माझ्या सासूबाई कै. ती. सौ. आनंदीबाई पाककलेत निपुण होत्या. त्यांनीच मला पाककलेचे पहिले धडे दिले. पूर्वीच्या एकत्र कुटुंबपद्धतीत मनावर संस्कार व गृहोपयोगी शिक्षण आपोआपच व नकळत होत असे. सासूबाईंच्या हाताखाली जे पाककलेचे शिक्षण मला मिळाले व मार्गदर्शन झाले, त्यामुळे नवीन नवीन शिकावे, नवीन काही पाहिले, की ते करून पाहावे, अशी आवड उत्पन्न झाली व विविध प्रकारच्या खाद्य-पदार्थांची मला माहिती झाली. आजच्या माझ्या प्रगतीला सासूबाईंनी दिलेले शिक्षण व प्रोत्साहन, तसेच, माझे मामंजी व चुलत मामंजी यांनी वेळोवेळी केलेले कौतुक व या सर्वांचे आशीर्वाद कारणीभूत आहेत, असे मी मानते व त्याबद्दलची कृतज्ञता व ऋणनिर्देश मी आदराने येथे व्यक्त करते.

सांगलीस असताना व त्यानंतर जळगाव, बेळगावसारख्या ठिकाणी माझ्या यजमानांची बदली झाली. त्या ठिकाणी खाद्यपदार्थांच्या, हलव्याच्या आणि इतर स्पर्धांत मला पहिली बक्षिसे मिळाली व आत्मविश्वास उत्पन्न झाला. पुढे मुंबईस बदली झाली. मुंबईसारख्या सुधारलेल्या अवाढव्य शहरातील महिलांपुढे मी एक लहान-सहान व्यक्ती म्हणून प्रथम मला संकोच वाटला. पुढे वनिता समाज या संस्थेत जाऊ लागले. थोडा धीर आला. थोड्या ओळखीही झाल्या. पुढे मुंबईतील महिलांकरिता खाद्यपदार्थांची खुली स्पर्धा झाली. तीत मी भाग घेतला व ट्रॉफी मिळाली. आत्मविश्वास वाढला व पुढील दोन्ही वर्षे याच स्पर्धेत भाग घेतला व पुन्हा ट्रॉफी मिळाली. याप्रमाणे ओळीने तीन वर्षे ट्रॉफी मिळाली. त्यानंतर मुंबईत ठिकठिकाणी खाद्यपदार्थांच्या अनेक स्पर्धा झाल्या व त्यांतही मला पहिल्या क्रमांकाची बक्षिसे मिळाली.

वनिता समाजात, कार्यकारी मंडळात प्रत्यक्ष काम करू लागल्यामुळे खाद्यपदार्थांशी संबंधित म्हणून सजावटीबद्दलही (Decoration) निरनिराळ्या कल्पना वेळोवेळी सुचत जाऊन निरनिराळ्या प्रकारची टेबल डेकोरेशन्स केली व त्यांतही प्रगती झाली. सजावटीच्या (भाज्यांच्या) खुल्या स्पर्धेत पहिले बक्षिस मिळाले. पुष्कळ ठिकाणी आग्रहावरून प्रात्यक्षिकेही करून दाखविली. परीक्षक म्हणूनही जावे लागले. भगिनींनी शिकण्याची इच्छा दर्शविल्यावरून क्लासेस्ही घेऊन खाद्यपदार्थांची माहिती दिली.

हे सर्व लिहिण्याचा उद्देश आत्मप्रौढी करण्याचा नसून, माझा आत्मविश्वास कसा कसा वाढीस लागला, त्यामुळे प्रगती कशी कशी होत गेली, त्यास प्रोत्साहक कोण कोण झाले व या सर्वांमुळे पुस्तक लिहिण्याच्या कल्पनेने कसा आकार घेतला, हे सांगण्याचा आहे.

मुंबईत मला भरपूर वाव मिळाला व प्रगतीही खुप झाली. या सर्वाला बहुतांशी कारणीभूत आहे वनिता समाज ही संस्था व त्यातील भगिनी. त्यांनी मला वेळोवेळी प्रोत्साहन दिले, कौतुक केले, सहकार्य दिले व मुंबईसारखया ठिकाणी प्रकाशात येण्यास मदत केली. याबद्दल वनिता समाज ही संस्था आणि त्यातील प्रेमळ भगिनी यांची मी कृतज्ञ आहे.

इतके झाले, तरी पाककलेवर पुस्तक लिहावे, असा विचार माझ्या मनात कधी आला नाही. समाजातील व इतर काही भगिनींनी मी पाककलेवर पुस्तक लिहावे, असे बऱ्याच वेळा सुचविले. त्याला दुजोरा दिला माझी कन्या व सून यांनी. पुस्तक लिहिण्याबद्दल त्यांनी आग्रह धरला. नुसता आग्रहच धरला नाही, तर मला बसवून पाककृती सांगावयास लावून त्यांनी लिहून काढल्या. अशा तऱ्हेने पुस्तकाचे कच्चे हस्तलिखित तयार झाले व पुढे पुस्तक प्रसिद्ध होत आहे. असा हा या पुस्तकाच्या

जन्माचा इतिहास आहे.

पाककलेवर पुष्कळ पुस्तके प्रसिद्ध झाली आहेत. तथापि, काही विशेष कल्पना व वैशिष्ट्ये डोळ्यांपुढे ठेवून हे पुस्तक लिहिले आहे. त्यांतील काही कल्पना व वैशिष्ट्ये अशी :

(१) शाळा-कॉलेजांतून जाणाऱ्या मुलींना अलीकडे स्वयंपाकाची फारशी तोंडओळख असत नाही. लहानपणापासून शाळेत जावे लागल्यामुळे अभ्यासातच त्यांचा सारा वेळ जातो व लग्न होईपर्यंत त्यांचा स्वयंपाकघराशी यावा तसा संबंध येत नाही. अर्थात संसारात पडल्यावर इच्छा असूनही मनासारखा स्वयंपाक जमत नाही. तेव्हा अशा होतकरू मुलींना व नवविवाहितांना विशेष उपयोगी पडावे, अशी दृष्टी हे पुस्तक लिहिण्यामध्ये ठेविली आहे; म्हणूनच रोजच्या जेवणातले तसेच, इतरही साधे व करण्याला सुलभ असे पुष्कळ पदार्थ या पुस्तकात दिले आहेत.

याचप्रमाणे कर्त्या गृहिणींनासुद्धा उपयोगी पडू शकतील, या दृष्टीने पूर्वीच्या परंपरेतील पदार्थ, त्याचप्रमाणे कित्येक नावीन्यपूर्ण पदार्थ व विशेष कौशल्याचे पदार्थही या पुस्तकात दिले आहेत.

याप्रमाणे सर्व स्तरांतील महिलांना उपयोगी पडावेत, असे विविध पदार्थ देऊन पुस्तकाला सर्वसंग्राहक स्वरूप आणण्याचा प्रयत्न केला आहे.

(२) या पुस्तकात पदार्थ देताना खाद्यपदार्थांची योग्य ती निवड करून वेचक असे पदार्थ दिले आहेत. तसेच, खाद्यपदार्थांची कृती सुटसुटीत, सुस्पष्ट व सोप्या भाषेत दिली आहे.

(३) तसेच, या पुस्तकाची रचना व आखणी एका विशिष्ट पद्धतीने करून– म्हणजे निरनिराळ्या पाककृतींचे व इतर संबंधित विषयांचे योग्य वर्गीकरण करून व त्या त्या प्रमाणे पुस्तकाचे भाग पाडून हे पुस्तक लिहिले आहे. त्यामुळे पदार्थांचा संदर्भ चटकन लक्षात येण्यास मदत होईल.

(४) प्रत्येक पदार्थ देताना प्रथम त्यास लागणारे साहित्य तपशीलवार व प्रमाणासह द्यावयाचे व नंतर त्याची कृती द्यावयाची, असा क्रम ठेवला आहे.

(५) पुस्तकाचे आणखी एक वैशिष्ट्य असे आहे की, या पुस्तकात साहित्यांचे जे प्रमाण दिले आहे, ते किलो, ग्रॅम, औंस, लिटर वगैरे पारिभाषिक वजनांत व मापांत न देता 'वाटी व चमचा' या सुटसुटीत अशा प्रमाणात रूपांतर करून दिलेले आहे. प्रत्येक वेळी तराजू, वजने व मापे घेऊन साहित्य तोलून व मोजून घेणे अर्थातच

त्रासाचे होते. हा त्रास पडू नये व साहित्य घेणे सुलभ व्हावे, म्हणून नेहमी हाताशी असलेली साधने– 'वाटी' व 'चमचा' या हिशेबात साहित्यांची प्रमाणे दिली आहेत. अर्थात ब्रेड, केक वगैरे पदार्थांसाठी साहित्य काटेकोरपणे घ्यावे लागते, म्हणून त्यांना लागणारे साहित्य अनिवार्यपणे किलो, ग्रॅम वगैरे वजनांत दिले आहे. पुस्तकाच्या शेवटी 'वजने-मापे' हा भाग घालून, त्यात वाटी व चमचा यांचे इतर पारिभाषिक वजनांच्या आणि मापांच्या बरोबरीने तौलनिक प्रमाणही दिले आहे.

**(६)** पुस्तकात 'सजावट' (Decoration) हाही स्वतंत्र भाग घातला असून, त्यामुळे गृहिणींच्या कौशल्याला व कल्पकतेला वाव मिळू शकेल. त्यात भाज्यांची आकर्षक मांडणी करून व भाज्यांची चित्रे, देखावे वगैरे करून शोभा कशी वाढविता येईल व जेवणाच्या पंगतीला अगर पार्टीला जास्त आकर्षकपणा कसा आणता येईल, वगैरे स्वरूपाची माहिती दिली आहे.

**(७)** मुलांना गंमत वाटेल, करमणूक होईल व ती रमत-गमत खातील, असे पदार्थ कोणत्या स्वरूपात करता येतील व त्यांची मांडणी कशी करता येईल, याविषयी माहिती व मुलांच्यासाठी करता येण्यासारखे काही नाविन्यपूर्ण पदार्थ 'सजावट' या भागातच स्वतंत्रपणे दिले आहेत.

**(८)** महाराष्ट्राबाहेर इतर प्रांतांतही त्या त्या प्रांतातील काही विशेष व खास असे खाद्यपदार्थ असतात. म्हणून मद्रासी, गुजराती, बंगाली व पंजाबी अशा काही प्रांतांतील विशेष चांगले व रुचकर वाटले, असे काही पदार्थ निवडून ते या पुस्तकात त्या त्या स्वतंत्र विभागात दिले आहेत.

**(९)** पानसुपारीची व विड्यांचीही माहिती स्वतंत्र विभागात दिली असून, निरनिराळ्या प्रकारची सुपारी, कातगोळ्या व निरनिराळे विड्यांचे प्रकार यांचीही माहिती दिली आहे.

**(१०)** यांखेरीज 'स्वयंपाकाला सुरुवात करण्यापूर्वी' असा पुस्तकाच्या सुरुवातीस स्वतंत्र भाग घालून, त्यात गृहिणींना विशेषत: होतकरू मुलींना व तरुणींना उपयोगी पडेल, अशी प्राथमिक स्वरूपाची माहिती दिली आहे. त्यात निरनिराळ्या मसाल्यांची कृती, साखरेचा वेगवेगळ्या प्रकारचा पाक, फोडणी, कॉर्नफ्लोअर व बेकिंग पावडर यांचा उपयोग, निरनिराळ्या जिनसांची पूड, पनीर करण्याची कृती वगैरे माहिती दिली आहे. तसेच, आधुनिक साधनांची व उपकरणांची तोंडओळखही करून दिली आहे.

**(११)** पुस्तकांच्या अखेरीस एका स्वतंत्र भागात संसारोपयोगी आणि व्यावहारिक

उपयुक्त सूचना (Tips) दिल्या आहेत. स्वयंपाकासंबंधी ज्या सर्वसाधारण अडचणी येतात, त्या कशा सोडवाव्या, काही गोष्टी कशा सोप्या व अधिक सुलभ रीतीने कराव्या, काही टाकाऊ वाटणाऱ्या पदार्थांचा उपयोग कसा करावा, वगैरे गोष्टींसंबंधी उपयुक्त सूचना दिल्या आहेत.

**(१२)** काही पदार्थांची सविस्तर कृती दिली, तरी ती कृती अगर तो पदार्थ प्रत्यक्ष पाहिल्याशिवाय नीट कल्पना येत नाही. तशी कल्पना यावी व कृती समजण्यास मदत व्हावी, म्हणून या पुस्तकात अनेक रंगीत छायाचित्रे आणि रेखाचित्रेही घातली आहेत.

वरीलप्रमाणे या पुस्तकाची आखणी आणि त्यातील काही वैशिष्ट्ये आहेत. याप्रमाणे पुस्तक सर्वांगीण स्वरूपाचे करण्याचा प्रयत्न केला आहे.

वर म्हटल्याप्रमाणे हस्तलिखित लिहून झाले होते व ते तसेच काही दिवस पडून होते. अर्थात ते तसे अपुरेच होते व थोडेफार टाचणवजाच होते. पुढे काही दिवसांनी ते हस्तलिखित तशाच स्थितीत सहज किर्लोस्कर प्रकाशन संस्थेकडे दिले. तेथे कोणाशी परिचयही नव्हता व अशा स्थितीत त्यांच्याकडे जाणे म्हणजे एक धाडसच होते. सुदैवाची गोष्ट अशी, की त्यांनी ते हस्तलिखित वाचून व त्याचे स्वरूप पाहून पसंत असल्याचे व प्रकाशनासाठी घेण्यास तयार असल्याचे कळविले. हा एक अपूर्व योगायोगच होता. किर्लोस्करसारख्या नामवंत संस्थेने माझ्यासारख्या अप्रसिद्ध लेखिकेचे पुस्तक प्रकाशनासाठी स्वीकारावे, यातच मला अपार धन्यता वाटली. किर्लोस्करांचे प्रकाशन म्हणजे अंतर्बाह्य सुंदर, शोभिवंत आणि आकर्षक स्वरूपाचेच असणार, याची खात्री असल्यामुळे मी अगदी निःशंक आणि निश्चिंत होते. त्यांच्या कीर्तीला व परंपरेला साजेल, असेच हे पुस्तक सर्वांगसुंदर झाले आहे. पुस्तकाची छपाईच्या दृष्टीने मांडणी (LAY-OUT) आकर्षक करून, तसेच, पुस्तकात भरपूर रेखाचित्रे, साधी व रंगीत छायाचित्रे घालून त्यांनी हे पुस्तक सजविले आहे.

किर्लोस्कर संस्थेचे संचालक श्री. मुकुंदराव किर्लोस्कर यांचा नव्यानेच परिचय झाला. त्यांनी फार सौजन्यपूर्ण आणि आपुलकीची वागणूक दिली. जातीने व आस्थापूर्वक पुस्तकाच्या कामी लक्ष घातले व पुस्तक आकर्षक होण्यासाठी मौलिक सूचनाही केल्या.

प्रकाशन-संस्थेतील इतर अधिकारी आणि इतर संबंधित व्यक्ती यांनीही आत्मीयतेने व कळकळीने हे पुस्तक सुबक, उठावदार व आकर्षक करण्यासाठी फार परिश्रम घेतले, बहुमोल मदत केली व वेळोवेळी उपयुक्त सूचना करून सहकार्यही दिले. याबद्दल त्या सर्वांचे व श्रीयुत मुकुंदराव किर्लोस्कर यांचे आभार मानावे तेवढे थोडे आहेत.

माझ्या मैत्रिणींनी, परिचित भगिनींनी व हितचिंतकांनी नेहमी प्रोत्साहन दिले, याबद्दल मी त्यांची आभारी आहे. माझ्या नातेवाईक मंडळींनीही नेहमी उत्तेजन देऊन वेळोवेळी कौतुक केले. माझ्या वन्सं मंगला करंदीकर यांनी अनेक मौलिक सूचना केल्या, तसेच, हस्तलिखित व मुद्रिते तपासण्याच्या कामी निरलसपणे श्रम घेऊन पुष्कळ मदत केली. या सर्वांचे आभार मानणे औपचारिक व परकेपणाचे वाटेल, म्हणून मी ते करीत नाही. केवळ कृतज्ञतेची भावना व्यक्त करते.

माझ्या घरच्या मंडळींनी तर पुष्कळच मेहनत घेतली. मुलगे, कन्या व सुना यांनी पुस्तकाच्या कामी सतत हातभार लावला. विशेषत:, माझ्या पतींनी तर फारच मेहनत घेतली. माझ्या पाककलेच्या छंदाला ते नेहमीच प्रोत्साहन देत आले आहेत. तसेच, मी मांडलेल्या कल्पनांत स्वत:च्याही कल्पनांची भर त्यांनी घातल्यामुळे त्या अधिकच यशस्वी झाल्या आहेत. यामुळेच पाककलेवरील पुस्तक लिहिण्याच्या प्रगतीपर्यंत मी पोचले. हे पुस्तक सर्वांगीण स्वरूपाचे कसे व्हावे, याच्या काही रूपरेषा त्यांनी दिल्या. या पुस्तकाचे अर्धवट स्थितीत असलेले हस्तलिखित त्यांनीच प्रथम पुरे करून, नंतर ते पुन्हा स्वच्छ लिहून मुद्रणप्रत तयार केली. कधी कधी मलाच कंटाळा येई; पण त्यांची चिकाटी व उत्साह अमाप. पुस्तकाचे जे सुंदर व बाळसेदार स्वरूप दिसत आहे, त्यासाठी त्यांनीच पुष्कळ कल्पना दिल्या व स्वत: त्या कामी पुष्कळ परिश्रमही घेतले. घरच्या मंडळींनी, पतींनी जे परिश्रम घेतले, ते सर्व प्रेमाच्या पोटी असल्यामुळे याबाबतीत मी केवळ माझ्या जाणिवेच्या भावना व्यक्त करण्यापलीकडे जास्त काही लिहीत नाही.

शेवटी, ज्याच्या कृपेने हे पुस्तक लिहिले गेले व पुरे होऊन प्रकाशित होत आहे, त्या जगन्नियंत्याला नतमस्तक वंदन!

या संग्रहातील पंचपक्वान्नासहित सर्वच पदार्थांचा हा 'नैवेद्य' जनताजनार्दनापुढे ठेवीत आहे व जनताजनार्दन तो स्वीकारून गोड व रुचकर मानून घेईल, अशी आशा करते.

रथसप्तमी, दि. १२ फेब्रुवारी, १९७० **सौ. कमलाबाई ओगले**

# कमलाबाई ओगले

महाराष्ट्राच्या
तमाम गृहिणीवर्गाच्या
हाताला 'चव' बहाल
करणारा
बहुमोल ठेवा.

# रुचिरा

भाग २

रुचिरा भाग-२ मध्ये आहे अनेक
नाविन्यपूर्ण पदार्थांची रेलचेल.
स्वीडिश ॲपल पुडींग,
स्वीस फिंगर्स, नटी ब्रिझल्स,
ब्लॅक फॉरेस्ट केक, धानसाक
चीज मिरची भात,
हुसेनी कबाब करी, ब्राऊन स्ट्यू अशा
नावांनीच तोंडाला पाणी सुटावे!

## आणखी काही खास पदार्थ

व्हेजीटेबल कोफ्ता पुलाव, चायनीज फ्राइड राइस,
स्वीट - सोअर व्हेजीटेबल, नवरत्न कुर्मा,
मिंट सॉस, ऑरेंज रस्सम्, अननसाची कढी,
भुसरी रोटी, पिझ्झा, खुरचंदवडी,
लबाड बटाटे, टोमॅटो बॉल्स,
भगरीची इडली, कदंबम्,
व्हिक्टोरिया स्पॉंज केक,
चॉकलेट पुडिंग,

## बाविसाव्या आवृत्तीची प्रस्तावना

१९७० मध्ये ‘रु चि रा’ ची पहिली आवृत्ती प्रसिद्ध झाली आणि ‘रु चि रा’ ची जी विलक्षण घोडदौड सुरू झाली ती आजवरच्या २१ आवृत्त्यांमधून या ग्रंथाच्या १,५०,००० प्रती निघूनही तशीच विलक्षण वेगाने सुरू आहे, म्हणूनच या बाविसाव्या आवृत्तीचा योग येतो आहे.

या उदंड आणि विक्रमी यशाचे मानकरी आहेत ‘रु चि रा’ वर प्रेम करणारे ग्राहक आणि ‘रु चि रा’ आजवर प्रकाशित करीत आलेले किर्लोस्कर प्रकाशन. खंत वाटावी, अशी गोष्ट, म्हणजे किर्लोस्कर ब्रदर्सनी ‘किर्लोस्कर प्रकाशन’ हा आपला व्यवसाय पूर्णपणे बंद करायचा निर्णय घेतला. साहजिक ‘आता ‘रु चि रा’चे प्रकाशन कोण करणार?’ हा प्रश्न आम्हांला पडला. कारण गेल्या २० आवृत्त्या प्रकाशित होताना अडचण म्हणून कशी ती आली नव्हती. बाजारातील आवृत्ती संपत येतानाच पुढील आवृत्तीच्या प्रकाशनाची व्यवस्था व्हायची आणि ग्राहकांना वाट पाहावी न लागता विनाविलंब ‘रु चि रा’ मिळत राहायचे. शिवाय किर्लोस्करांचा प्रकाशन हा जरी व्यवसाय असला, तरी लेखिकेचे नि त्यांचे संबंध केवळ व्यावसायिक राहिले नव्हते.

अशा निश्चिंततेत दिवस जात असताना नवीन प्रकाशक शोधण्याची, नवीन घडी बसविण्याची आणि नवेच संबंध जोडण्याची वेळ आली. २० व्या आवृत्तीनंतर ‘रु चि रा’ मिळेनासे झाले आणि वाचक-ग्राहकांच्या असंख्य पत्रांचा पाऊस पडू लागला. म्हणून २१ वी आवृत्ती एका प्रकाशन-संस्थेकडून काढून घेतली. या संक्रमण-काळात ‘रु चि रा’ मिळायला जो विलंब लागला, त्याबद्दल लेखिका दिलगीर आहे.

तथापि, ‘रु चि रा’ प्रमाणेच माझे भाग्य थोर, म्हणून ‘मेहता पब्लिशिंग हाऊस’

हे 'किर्लोस्कर प्रकाशनाच्या' तोडीचे प्रकाशक मला लाभले. मेहतांनी संक्रमणकाळातली ही निराशा पार पुसून टाकायचे ठरवले. 'रु चि रा' चा यशोदीप पूर्वीसारखाच पुनरपि तेवत ठेवण्याचे ध्येय नजरेसमोर ठेवले. त्यासाठीच त्यांनी मोहोरदार छपाई, आकर्षक छायाचित्रे, मजकुरात आवश्यक तेथे सुधारणा, फेरजुळणी नि पुनर्मांडणी यांची जोड देऊन सुबक व देखणी आवृत्ती वाचकांच्या हाती देण्याचे ठरविले आणि आपण हे पाहतो आहोतच, की 'मेहता पब्लिशिंग हाऊस'च्या श्री. अनिल मेहता यांनी आवश्यक ते सर्व प्रकारचे श्रम घेऊन 'रु चि रा' ची ही २२ वी आवृत्ती सुबक, देखण्या नि आकर्षक स्वरूपात वाचकांच्या हाती दिली आहे. याबद्दल त्यांच्याविषयी कृतज्ञता कशी व्यक्त करावी, तेच कळत नाही. कारण भाषेलाही अखेर मर्यादा असतात. संक्रमणकाळात झालेली अडचण व त्रास वाचकांच्या मनातून पुसून जावा, इतके लोभस रूप मेहतांनी या आवृत्तीला दिले आहे.

त्यांच्या या कार्यात त्यांना सहाय्यभूत झालेल्या — श्री. चंद्रमोहन कुलकर्णी, श्री. मोहन वेल्हाळ, श्री. उदय बांदिवडेकर आणि मुद्रक श्री. चिं. स. लाटकर या सर्वांची लेखिका मनापासून आभारी आहे.

जाता-जाता 'रु चि रा' वर प्रेम करणाऱ्या आमच्या सर्व भगिनींना (आणि थोड्या बंधूंनाही) अशी विनंती करते, की 'रु चि रा'चे मार्गदर्शन जरूर घ्या; पण स्वयंपाकघर ही एक प्रयोगशाळा मानून, आपण स्वत: पाकक्रियेत मनापासून रममाण व्हा, पाकशास्त्रात निष्णात व्हा. तुमच्या ह्या यशात माझा आनंद सामावलेला आहे.

२९ सप्टेंबर, १९९० **सौ. कमलाबाई ओगले**

तुम्ही स्वयंपाक कराल, तेव्हा

**तराजूची गरज नाही !**

कारण

तुमच्या हाताशी असणारी

**वाटी आणि चमचा**

यांमध्येच या पुस्तकातील
पदार्थांची प्रमाणे दिली आहेत.

आणि

वाटीचे प्रमाण म्हणजे मध्यम आकाराची
नेहमीच्या जेवणातील आमटीची वाटी;
व चमचा म्हणजे चहाचा चमचा,
असे या पुस्तकात गृहीत धरले आहे.

# अ नु क्र म

भाग १

# स्वयंपाकास सुरुवात करण्यापूर्वी

# भाग १ स्वयंपाकास सुरुवात करण्यापूर्वी

## प्राथमिक माहिती व सर्वसाधारण सूचना

या पुस्तकात निरनिराळ्या पदार्थांना लागणारे साहित्य व ते ते पदार्थ तयार करण्याची कृती दिली आहे. तथापि, हे पदार्थ तयार करण्याकरिता पूर्वतयारी म्हणून 'साहित्यात' दिलेले काही जिन्नस आधी तयार करून घ्यावे लागतात. तसेच, काही साहित्य अथवा जिन्नस बऱ्याच पदार्थांत सर्वसमान असतात व ते मोठ्या प्रमाणावर एकदम तयार करून ठेवल्यास आयत्या वेळी वापरता येतात. त्यामुळे काटकसरही होते व प्रत्येक वेळी ते तयार करून घेण्याचा त्रासही वाचतो. अशा जिनसांची माहिती व ते तयार करण्याची कृती माहीत असावी व सुगरणीला ते करून ठेवण्याची इच्छा असल्यास करता यावेत, म्हणून त्यांची माहिती येथे दिली आहे. असेच काही जिन्नस व त्यांची नावे सर्वांनाच परिचित नसतात, म्हणून त्यांचीही माहिती दिली आहे.

काही जिन्नस बाजारात तयारही मिळतात; पण ते घरी करणे शक्य असते. माल स्वच्छ होतो व फार कमी खर्चात होतो, म्हणून त्यांचीही माहिती दिली आहे. या दृष्टीने निरनिराळे मसाले कसे तयार करावेत, मिरची, हळद, धने, जिरे वगैरे मसाल्याच्या जिनसांची पूड कशी तयार करावी, साखरेचा पाक किती प्रकारचा व तो कसा तयार करावा, फोडणी कशी करावी, निरनिराळ्या जिनसांचे काप कसे करावेत, शिळ्या भाज्यांना ताजेपणा कसा आणावा, कॉर्नफ्लोअर व बेकिंग पावडर यांची व ते तयार करण्याची माहिती, काही विशेष भाज्यांची साले काढण्याची कृती, पनीर तयार करण्याची कृती, चेरी, अनारदाणे, ग्लूकोज् वगैरे थोडे-फार अपरिचित असलेले जिन्नस म्हणजे काय व ते कसे वापरावेत वगैरे विषयांवर माहिती देणे उचित व उपयुक्त वाटल्यामुळे ती माहिती प्रथम स्वयंपाकास सुरुवात करण्यापूर्वी दिली आहे.

काही पदार्थ करताना विशेष काळजी घ्यावी लागते.काही कृती विशेष तऱ्हेने केल्यास ते सुलभ तर होतेच, पण पाकसिद्धीसुद्धा चांगल्या प्रकारची होऊन, काटकसरही होते. अशाही काही व्यावहारिक सूचना या भागात दिल्या आहेत. विशेषतः, होतकरू मुलींना व नवीन गृहिणींना अशा माहितीचा विशेष उपयोग होईल, म्हणून ही माहिती प्रथम दिली आहे.

तसेच, स्वयंपाकघरात वापरल्या जाणाऱ्या साधनांमध्ये व उपकरणांमध्ये दिवसेंदिवस बदल होत आहेत व त्यांत सुधारणा होत आहेत. म्हणून पूर्वीपासून वापरात असलेल्या व नवनवीन सुधारणा होत गेलेल्या साधनांची व उपकरणांची तोंडओळख होणे जरूर वाटल्यावरून तीही माहिती पुढे दिली आहे.

## १. फोडणी

**तेलाची फोडणी : साहित्य :** तेल, मोहरी, हिंग व हळद. (यांशिवाय सुक्या मिरच्या, ओल्या मिरच्या, कुटाची मिरची, उडदाची डाळ, जिरे, मेथी, ओवा, कांदा, लसूण, कढीलिंब वगैरे साहित्य फोडणीमध्ये जास्तीचे घालावयाचे, ते त्या त्या पदार्थांच्या कृतीमध्ये दिल्याप्रमाणे घालावे.)

**तुपाची फोडणी : साहित्य :** तूप व जिरे (यांशिवाय ओल्या मिरच्यांचे तुकडे घालावयाचे, ते त्या त्या पदार्थांच्या कृतीमध्ये दिल्याप्रमाणे घालावेत.)

## २. मसाले

**गोडा मसाला :** (यालाच काळा मसाला म्हणतात) :

**साहित्य :** चार वाट्या धने, एक वाटी खोबऱ्याचे तुकडे, अर्धी वाटी तीळ, पाव वाटी जिरे, तीन चमचे शहाजिरे, दोन चमचे भरून (किंवा पाच ग्रॅम) लवंगा, दालचिनीचे बोटभर लांबीचे चार-पाच तुकडे, दोन चमचे भरून पूड होईल, एवढा हिंगाचा खडा (अंदाजे दहा ग्रॅम), तमालपत्राची पाच ते सहा पाने, दोन-तीन दगडफुले, एक चमचा भरून हळदपूड, अर्धी वाटी तिखट, पाव वाटी मीठ व तेल, आवडत असल्यास, एक चमचा मोहरी व अर्धा चमचा मेथी.

**कृती :** तीळ भाजून घ्यावेत. तेलावर हिंग तळून घ्यावा. त्याच तेलात खोबरे तांबूस रंगावर तळावे. नंतर त्या तेलात लवंगा, दालचिनी, जिरे, शहाजिरे, तमालपत्र, दगडफूल, मेथी, मोहरी व धने क्रमाक्रमाने तळून घ्यावे. नंतर तीळ व खोबरे व हिंग निरनिराळे कुटून घ्यावे. मग तळून घेतलेले बाकीचे सर्व जिन्नस कुटून, चाळणीने चाळून घ्यावेत. नंतर कुटलेले सर्व जिन्नस एकत्र करून, त्यांत हळद, तिखट व मीठ मिसळून, पुन्हा एकदा बारीक कुटावे. हळद-पुडीच्या ऐवजी हळकुंडे तेलात तळून व कुटून ती पूड मसाल्यात घालावी. त्यामुळे मसाल्याला

जास्त खमंगपणा येतो. अर्थात हळकुंडे कुटावयास जरा जड जाते. मसाला तयार झाल्यावर बरणीत भरून घट्ट झाकण लावून ठेवावा. मसाला जास्त केला असल्यास, तो जास्त दिवस टिकण्याच्या दृष्टीने बरणीत मसाला भरल्यावर त्यावर थोडे मीठ पसरावे.

### गरम मसाला :

**साहित्य :** अर्धी वाटी धने, दहा पंधरा लवंगा, बोटभर लांबीचे दालचिनीचे चार-पाच तुकडे, दोन चमचे जिरे, दोन चमचे शहाजिरे, सहा मसाल्याच्या वेलच्या (वेलदोडे), एक चमचा मोहरी, एक चमचा मेथी, तमालपत्राची सहा ते सात पाने, दोन ते तीन दगडफुले, एक चमचा नागकेशर, दहा-पंधरा मिरे, तेल.

**कृती :** अगदी थोड्याशा तेलावर लवंगा, मिरे व मेथी भाजून घ्यावी. नंतर राहिलेल्या तेलात बाकीचे सर्व जिन्नस क्रमाक्रमाने भाजून घ्यावेत. नंतर सर्व जिन्नस निरनिराळे कुटून, बारीक चाळणीने चाळून घेऊन एकत्र मिसळावेत व पुन्हा कुटून, चाळणीने चाळून, मसाला बरणीत भरून ठेवावा. याप्रमाणे मसाला तयार करून ठेवून जरुरीच्या वेळी उपयोगात आणावा.

### कच्चा मसाला :

**साहित्य :** अर्धी वाटी धने, पाव वाटी जिरे, दोन चमचे शहाजिरे, दहा ते बारा लवंगा, दालचिनीचे बोटभर लांबीचे दोन-तीन तुकडे.

**कृती :** हे सर्व जिन्नस उन्हात ठेवून चांगले वाळल्यावर बारीक कुटावेत व मिसळून मसाला तयार करावा. हा मसाला आयत्या वेळीच तयार करून घ्यावा. ह्या मसाल्यामुळे एक वेगळा स्वाद येतो व तो विशेषतः खिचडी, मसालेभात, रस्सा वगैरे पदार्थांकरिता वापरतात.

### कांद्याचा मसाला :

**साहित्य :** गोड्या मसाल्याकरिता दिलेले सर्व साहित्य व त्याशिवाय आणखी एक वाटीभर खोबऱ्याचे तुकडे, अर्धा किलो कांदे, लसणीचे दोन मोठे गड्डे, एक वाटी लाल तिखट, एक वाटी कोथिंबीर व तीन वाट्या तेल.

**कृती :** गोड्या मसाल्याच्या कृतीप्रमाणे मसाला तयार करावा. कांदे चिरून उन्हात सुकवावेत. सुकल्यावर कांदा, खोबऱ्याचे तुकडे व लसणीच्या पाकळ्या तेलात तांबूस रंगावर तळून घेऊन नंतर हे जिन्नस निरनिराळे कुटावेत व हे कुटलेले जिन्नस गोड्या मसाल्यात घालावेत. नंतर लाल तिखटावर कोथिंबीर पसरून त्यावर तळून राहिलेले गरम तेल ओतावे व तेल तिखटात मिसळून घेऊन, ते तिखटही वरील मसाल्यात घालावे. नंतर सर्व एकत्र करून मसाला बरणीत भरून ठेवावा.

**सांबाराचा मसाला :**

**साहित्य :** दोन वाट्या धने, दोन वाट्या भरून सुक्या मिरच्या (डेख काढलेल्या), दोन चमचे हिंगाची पूड, दोन चमचे हळद, दोन चमचे मिरे, दोन चमचे मोहरी, पाव वाटी जिरे, अर्धी वाटी उडदाची डाळ, अर्धी वाटी गहू, अर्धी वाटी चण्याची डाळ, एक चमचा मेथी.

**कृती :** हे सर्व जिन्नस किंचित गरम करून व कुटून मसाला तयार करावा व बरणीत भरून ठेवावा. जिन्नस भाजू नयेत. भाजल्यास मसाल्याला भाजका वास लागतो.

**धने-जिऱ्याची पूड :**

**साहित्य :** दोन वाट्या धने व एक वाटी जिरे.

**कृती :** धने व जिरे नीट स्वच्छ करून व एकत्र करून बारीक कुटावेत व पूड बरणीत भरून ठेवावी. ही पूड उसळी, वांग्याची भाजी, खिचडी वगैरे पदार्थांत घालावी. त्याचा स्वाद चांगला लागतो. ताकातही घातल्यास ताकाला रुचकरपणा येतो व स्वादही चांगला लागतो. या धन्या-जिऱ्याच्या पुडीत थोड्या प्रमाणात दालचिनी, लवंग व वेलचीही घालतात.

## ३. पुडी

मिरचीची पूड व हळद पूड बाजारात तयार मिळते. पण अशी तयार पूड सहसा घेऊ नये. कारण त्यात हलका माल घातला असण्याचा, तसेच, इतर जिनसांची भेसळ केलेली असण्याचा संभव असतो. शिवाय घरी पूड केल्यास पुष्कळ काटकसरीचेही होते.

**मिरची-पूड :** सुक्या मिरच्यांची डेखे काढावीत व मिरच्यांना तेलाचा हात लावून, त्या उन्हात तापत ठेवून, नंतर बारीक कुटाव्यात. तेल लावल्यामुळे कुटताना खाट सुटत नाही. कुटून झाल्यावर खाली बी राहते. त्यात थोडे मीठ घालून कुटावे, म्हणजे बी कुटले जाईल. सर्व कुटल्यावर तिखट बरणीत भरावे. तिखट बरणीत भरण्यापूर्वी एक किलो तिखटास अर्धी वाटी रिफाईंड तेल घालून चांगले कालवावे व बरणीत भरावे. तसेच, तिखट भरून झाल्यावर त्याच्यावर मीठ पसरावे व हिंगाचे खडे ठेवावेत. त्यामुळे तिखट जास्त दिवस टिकते.

**हळद-पूड :** चांगली हळकुंडे घेऊन, ती गार पाण्याने स्वच्छ धुऊन, सावलीत वाळवावीत. नंतर फोडून, तेलाचा हात लावून, बारीक दळावीत व डब्यात किंवा बरणीत घट्ट भरून, वर घट्ट झाकण लावावे. पूड भरून झाल्यावर वर दोन-तीन बिब्बे ठेवावेत, म्हणजे पुडीमध्ये भुंगा होत नाही व पूड जास्त दिवस टिकते.

## ४. साखरेचा पाक

पाकाला शक्यतो स्टेनलेस स्टीलच्या भांड्यापेक्षा कल्हईचे भांडे घ्यावे.

**कच्चा पाक :** चार वाट्या साखरेला दोन वाट्या पाणी घेऊन, त्यात साखर घालून, विस्तवावर ठेवावे. साखर विरघळून उकळी आल्यावर ताटात थेंब टाकून पाहावा. तो थेंब बोटाला चिकटता उपयोगी नाही, इतपत पाक झाला, म्हणजे तो कच्चा पाक झाला.

**एकतारी पाक :** वरील पाक तसाच पुढे उकळत ठेवावा. ताटात थेंब टाकून तो दोन बोटांमध्ये धरावा व बोटे अलग केल्यावर बारीक तार आल्यास तो एक-तारी पाक झाला, असे समजावे.

**दोनतारी पाक :** वरील पाक तसाच पुढे शिजत ठेवावा. ताटात थेंब टाकून तो दोन बोटांमध्ये धरल्यास तो बोटाला जास्त चिकट लागला व बोटे अलग केल्यास दोन-तीन तारा आल्या, तर दोनतारी पाक झाला, असे समजावे.

**पक्का पाक :** वरील पाक तसाच पुढे शिजत ठेवावा. बुडबुडे येऊ लागल्यावर ताटात थेंब टाकून पाहावा. त्याची टणक गोळी बनली, म्हणजे पक्का पाक तयार झाला, असे समजावे.

**हलव्याचा पाक :**

**साहित्य :** चार वाट्या साखर, एक वाटी दूध, अर्धी वाटी ताक, दोन वाट्या पाणी.

**कृती :** दूध तापवून साय काढून घ्यावी व त्या दुधात साखर पाच-सहा तास भिजत घालावी. नंतर त्यात पाणी घालून विस्तवावर ठेवावे व त्यात अर्धी वाटी ताक घालावे व चांगले ढवळावे. उकळी आल्यावर मळी म्हणजे साखरेतील घाण वर येईल. ती मळी झाऱ्याने काढून टाकावी. मळी काढून टाकल्यावर एक चांगली उकळी आणावी. नंतर एक अगदी स्वच्छ पांढरे फडके घेऊन, ते चार पदरी करून, त्यातून तयार केलेला पाक चांगल्या कल्हईच्या भांड्यात गाळावा. सर्व घाण निघून गेल्यामुळे हा पाक पांढरा स्वच्छ होतो व त्यामुळे हलवाही पांढरा शुभ्र होतो.

(टीप : वरील पाकाकरिता पातेले, भांडे व झारा हे सर्व चांगल्या कल्हईचे घेऊन, साबणाने व पाण्याने स्वच्छ धुऊन कोरडे करून घ्यावे.)

## ५. शेंगदाण्याचे कूट

दाण्याचे कूट, खलबत्त्यात दाणे कुटून किंवा दाण्याची पूड करण्याच्या यंत्राने किंवा विजेवर चालणाऱ्या यंत्राने (इलेक्ट्रिक ग्राइंडर) होते. खलबत्त्यात केलेल्या कुटाला थोडे-फार तेल सुटून ते चिकटसर होते. ग्राइंडरमधील कूट थोडे-फार तसेच

होते. हाताने फिरविण्याच्या यंत्रातील कूट मोकळे होते. चवीच्या दृष्टीने व जिनसांत वापरण्याच्या दृष्टीने खलबत्त्यात अगर ग्राइंडरने केलेले कूट चांगले; कारण ते खमंग लागते व त्यामुळे जिन्नसही खमंग होतो. ग्राइंडरमध्ये कूट फार झटकन होते व कूट करावयास फारच सोपे जाते.

शेंगदाण्याचा म्हैसूर पाक करण्याकरिता कूट मोकळे असलेले चांगले असल्यामुळे त्याकरिता कूट करण्याच्या यंत्रातून करून घेतलेले कूट जास्त चांगले.

## ६. तिळाचे कूट

तिळाचे कूट करावयाचे, ते तीळ प्रथम खमंग भाजून घेऊन, नंतर कुटून तयार करावे. नंतर कूट बाटलीत भरून ठेवावे व जरुरीप्रमाणे काढून घ्यावे.

## ७. हिंगाची पूड

हिंगाची तयार पूड मिळते, ती शक्यतो घेऊ नये. कारण तीत इतर भेसळ असण्याचा संभव असतो व हिंगाचा स्वादही कमी झालेला असण्याचा अगर होत जाण्याचा संभव असतो. हिंगाचा खडा घेऊन मग पूड करून वापरणे जास्त चांगले.

## ८. पिठी

पिठी म्हणजे तांदळाची पिठी, तांदूळ स्वच्छ धुऊन, कपड्यावर पसरून ठेवावेत व कोरडे झाल्यावर बारीक दळून पिठी करावी. ही पिठी सर्व तऱ्हेच्या पोळ्या, चिरोटे वगैरे पदार्थ लाटण्याकरिता उपयोगी पडते.

यांखेरीज कचोरी, पॅटीस, चिरोट्याचा साटा, खाज्याच्या करंज्या वगैरे पदार्थ करण्याकरिता लागणारी पिठी पुढीलप्रमाणे तयार करावी. तांदूळ तीन दिवस भिजत घालून, नंतर फडक्यावर पसरून, चांगले सुकवावेत. नंतर बारीक दळून, ती पिठी काचेच्या बरणीत घट्ट भरून, झाकण लावून ठेवावी. पिठी पुष्कळ दिवस टिकते व जरुरीप्रमाणे उपयोगात आणता येते.

## ९. मेथ्या तळणे

मेथ्या तळून घ्यावयाच्या, त्या नेहमी बदामी रंगावर तळून घ्याव्यात.

## १०. गव्हाचे सत्त्व

गहू कमीत कमी तीन दिवस भिजत घालावेत. नंतर उपसून पाट्यावर अगर इलेक्ट्रिक मिक्सरमध्ये वाटावेत. नंतर वाटलेला गोळा पाण्यात कालवून, ते पाणी

फडक्याने कल्हईच्या पातेल्यात गाळावे व गाळलेले पाणी तसेच तीन-चार तास न हलवता ठेवून द्यावे, म्हणजे खाली जो साका राहील, तेच गव्हाचे सत्त्व. पातेले वाकडे करून वरचे पाणी काढून टाकावे व खालचा साका काढून घेऊन लगेच उपयोगात आणावयाचा असल्यास आणावा, नाहीतर चांगला वाळवून, बाटलीत भरून ठेवावा. त्याचा केव्हाही उपयोग करता येतो.

## ११. बटाटा अगर रताळी यांचे सत्त्व

बटाटे अगर रताळी स्वच्छ धुऊन किसावीत व तो कीस पाण्यात घालून चांगला कालवावा व कीस पिळून निघालेले पाणी कल्हईच्या पातेल्यात तसेच ठेवून द्यावे, म्हणजे तळाला साका राहील. हा साका म्हणजेच बटाटे अगर रताळी यांचे सत्त्व. हे सत्त्व, लगेच उपयोगात आणावयाचे असल्यास आणावे, अगर उन्हात चांगले वाळवून, बाटलीत भरून ठेवावे.

## १२. पनीर तयार करण्याची कृती

एक वाटी दूध घेऊन उकळू लागल्यावर त्यात लिंबू पिळून ते दूध नासवावे. नंतर गार झाल्यावर, त्यातील पाणी गाळून घेऊन, ते पाणी एका बाटलीत भरून ठेवावे व बूच लावावे. हे पाणी सात-आठ दिवस टिकते. चोथा राहतो, ते पनीर. पण या पनीरला थोडा तरी लिंबाचा वास येतो, म्हणून पदार्थांत उपयोगात आणण्याकरिता पनीर करावयाचे, ते वर तयार करून ठेवलेले पाणी वापरून पुढील पद्धतीप्रमाणे करावे.

पनीर करावयाचे असेल, त्या वेळी पाहिजे असेल, तेवढे दूध घेऊन, त्याला उकळी आणावी व त्यात वर दिलेल्या पद्धतीप्रमाणे तयार करून ठेवलेले पाणी दूध नासण्यापुरते घालावे. दूध नासून फुटल्यावर ते गाळून पाणी काढून टाकावे व राहिलेला चोथा म्हणजेच पनीर उपयोगात आणावे.

## १३. नारळाचे दूध

नारळ खोवून कीस पाट्यावर वाटावा व हाताने घट्ट पिळून रस काढावा. हे नारळाचे दूध दाट निघते. पुन्हा त्या चोथ्यात गरम पाणी अगर गरम दूध घालून चोथा वाटावा व पिळून रस काढावा. दूध दाट पाहिजे असल्यास, दुसऱ्यांदा काढलेले दूध पहिल्या दुधात मिसळू नये. पण दूध पातळ हवे असल्यास, दोन्ही एकत्र करावीत.

## १४. ब्रेडचा चुरा

उरलेला शिळा ब्रेड (तुकडे करून), आणि, तसेच, सँडविच करताना ब्रेडचा चकत्यांचा (स्लाइस) जो कडेचा भाग आपण काढून टाकतो, तो असे दोन्ही उन्हात

वाळवावे. चांगले वाळल्यावर कुटून पूड करावी व ती चाळणीतून चाळून घेऊन, बारीक पूड बाटलीत भरून ठेवावी. अशी तयार पूड बाजारात मिळते. पण घरी तयार करून ठेवलेली चांगली. कारण आपल्या मनाप्रमाणे ती स्वच्छ होते व स्वस्तही पडते.

## १५. भाज्यांचा हिरवा रंग

भाज्यांचा हिरवा रंग टिकवण्यासाठी थोडासा खाण्याचा सोडा घालून भाज्या शिजवाव्यात. त्यामुळे हिरवा रंग टिकून राहतो.

मटार, फरसबी व गवार यांचा हिरवा रंग टिकून राहण्याकरिता उकळत्या पाण्यात चिमूटभर सोडा टाकून त्यात मटारचे दाणे अगर फरसबी अगर गवार घालावी व भाज्या वाफवाव्यात. वरती झाकण ठेवू नये.

## १६. बटाटे, बीट व गाजर यांच्या फोडी

बटाटे, बीट व गाजर शिजवून मग फोडी करण्यापेक्षा आधी फोडी करून मग त्या शिजवाव्यात. त्यामुळे फोडीचा चौरसपणा व आकार कायम राहतो. सजावटीच्या (डेकोरेशन) दृष्टीने अशा फोडी विशेष चांगल्या दिसतात.

## १७. जीवनसत्त्वे व क्षार टिकविण्याकरिता

फळभाज्यांच्या सालीच्या अंतर्भागाला जीवनसत्त्वे व क्षार असतात, म्हणून भाज्या शक्यतोवर सोलू नयेत. साल काढावयाचीच झाली, तर प्रथम भाज्या धुऊन, घट्ट झाकणाच्या भांड्यात वाफेवर शिजवाव्यात व नंतर साल काढून टाकावी.

कोबी व फ्लॉवर यांच्या बाहेरील काळसर पानांत मोठ्या प्रमाणात कॅल्शियम, लोह व 'ए' जीवनसत्त्व असते. म्हणून ती पाने टाकून देऊ नयेत.

भेंड्या, घेवडा, पापडी, वांगी, कोबी, फ्लॉवर वगैरे भाज्या चिरल्या किंवा त्यांचे तुकडे केले, की लगेच शिजवाव्यात. चिरल्यावर त्यांतील एन्झाइम् हे रासायनिक द्रव्य सुटे होऊन हवेतील ऑक्सिजनशी मिळून जाऊन जीवनसत्त्व नष्ट होते.

शिजवताना भाज्यांत शक्यतो मीठ घालू नये. शिजल्यावर घालावे. शिजविताना घातले, तर भाज्यांतील अल्कलीचे रूपांतर ॲसिडमध्ये होते.

## १८. वांगी व टोमॅटो सोलणे

वांगी निखाऱ्यांवर अगर गॅसवर भाजावयास ठेवण्याच्या आधी त्यांचे देठ काढून टाकावे व त्यांना सर्व बाजूंनी तेलाचा हात लावून व देठाकडील बाजू खाली करून वांगे भाजावयास ठेवावे व भाजून झाल्यावर खाली काढून, त्यावर पातेले अगर भांडे

पालथे घालून ठेवावे, म्हणजे थोड्याच वेळात त्याची साल सहज सुटून येते. नंतर वांगे पाण्याखाली धरावे, म्हणजे करपलेल्या सालीमुळे आलेला काळेपणा धुऊन जाईल.

टोमॅटो उकळत्या पाण्यात दोन-तीन मिनिटे बुडवून ठेवून बाहेर काढावा. काही वेळाने साल सहज रीतीने काढता येते किंवा उकळत्या पाण्यातून टोमॅटो बाहेर काढल्यावर त्यावर लगेच गार पाणी ओतावे. त्यामुळे साल निघणे आणखी सोपे जाते.

## १९. पालक, लेट्यूस, सॅलड

पालक, लेट्यूस व सॅलड या पालेभाज्यांच्या वर्गातील निरनिराळ्या भाज्या आहेत. लेट्यूस व सॅलड या भाज्या विशेषत: मोठ्या शहरात मिळतात. सजावट (डेकोरेशन) करण्याच्या दृष्टीने त्या भाज्या विशेष उपयोगी पडतात.

## २०. फरसबी, शिराळी

मुंबईबाहेर इतर ठिकाणी ज्यांना श्रावणघेवडा व दोडका म्हणतात, त्यांनाच मुंबईकडे अनुक्रमे फरसबी व शिराळी म्हणतात.

## २१. गाजरे

गाजरे लाल रंगाची (याला दिल्लीची गाजरे म्हणतात), ओल्या हळदीसारख्या पिवळ्या रंगाची, फिक्या गुलाबी रंगाची अगर फिकट रंगाची वगैरे निरनिराळ्या रंगांची बाजारात मिळतात. सजावटीकरिता लाल अगर पिवळ्या रंगाची गाजरे घ्यावीत.

## २२. ओली मिरी

ओल्या मिरीचे लोंगर भाजी-बाजारात मिळतात. विशेषत: मुंबईसारख्या मोठ्या शहरांत अगर मिरी जेथे तयार होते, त्या भागात अशी ओली मिरी मिळते. त्यांचे लोणचे अगर खारवलेली मिरी करताना अगर इतर लोणच्यांत ही ओली मिरी घालतात.

## २३. बदामाचे व पिस्त्याचे काप

बदामाचे काप करावयाचे असल्यास बदाम उकळत्या पाण्यात दोन-तीन मिनिटे ठेवून बाहेर काढावेत. थोड्या वेळाने त्यांची साले मोकळी होतील. किंवा बदाम उकळत्या पाण्यात घालून, बाहेर काढून लगेच थंड पाण्यात टाकावेत, म्हणजे त्याची

साले लवकर सुटतील. साले काढून मग सुरीने अगर चाकूने लांबट काप करावेत.

पिस्त्याचे काप अगदी पातळ करावेत. पिस्त्याच्या हिरव्या-जांभळ्या अशा संमिश्र रंगामुळे मिठाई आकर्षक दिसते. म्हणून पातळ काप करावेत.

## २४. खोबऱ्याचे काप

सुके खोबरे एक तास पाण्यात भिजत घालावे व नंतर काप काढावेत, म्हणजे काप काढावयास सोपे जाते. साल काढण्याचे जे यंत्र असते, त्याने काप काढावेत, म्हणजे काप लांब, पातळ व अगदी सारख्या जाडीचे व सुलभ रीतीने निघतात.

## २५. चेरी

चेरी हे एक फळ असून, ते गोल व लाल रंगाचे असते. त्याचा लाल रंग फारच आकर्षक असतो. चेरीची फळे ओली व सुकी मिळतात. सुकी फळे सुक्या फळांच्या दुकानात व प्रोव्हिजन स्टोअर्समध्ये मिळतात. मिठाईमध्ये सजावट (डेकोरेशन) करण्याच्या दृष्टीने ही सुकी फळे फार उपयोगी पडतात. निरनिराळ्या खिरी, फ्रूटसॅलड, आइस्क्रीम, बासुंदी, दुधी हलवा व इतर निरनिराळे हलवे, बर्फी, वड्या व केक यांमध्ये ही चेरीची फळे घातल्यास अगर त्यांची कलात्मक मांडणी केल्यास पदार्थ आकर्षक दिसतात. फळे अर्धी चिरून अगर त्यांचे लहान लहान तुकडे अगर काप करून अगर ती सबंधही वरील पदार्थांत घालतात.

## २६. अनारदाणे

अनारदाणे म्हणजे डाळिंबाचे दाणे. सुकवून ठेवलेले डाळिंबाचे दाणे मोठ्या शहरांत बाजारात मिळतात. हे चवीला आंबट असतात. चटणी, सामोसा, कचोरी वगैरे पदार्थांत आंबटपणाकरिता घालावेत. त्यांच्या आंबटपणाची एक निराळीच चव असते व पदार्थाला रंगाची छटाही निराळी येते. हे दाणे विशेषतः पंजाबी लोक फार वापरतात. रोजच्या स्वयंपाकातही वापरतात.

## २७. ओट

ओट म्हणजे आंबट जातीच्या फळांच्या चकत्या. ह्या मुंबईसारख्या मोठ्या शहरात मिळतात. त्या पांढरट रंगाच्या असतात. विशेषतः, गुजराती लोकांमध्ये अमसुले अगर चिंच यांच्याऐवजी आंबटपणाकरिता हे ओट वापरतात. अमसुले, चिंच वगैरे आंबट जिनसांचा रंग पदार्थाला नको असेल व पांढरा रंग राहावा, असे वाटत असेल, तर हे ओट घालावेत.

## २८. वर्ख

चांदीच्या वर्खाची पाने विकत मिळतात. वड्या अगर बर्फी आकर्षक दिसण्याकरिता हे वर्ख लावतात. पानाच्या विड्यालाही असा वर्ख लावतात.

## २९. वर्ख लावलेले वेलचीचे दाणे

असे दाणे बाजारात तयार मिळतात. सजावटीकरिता हे उपयोगी पडतात. सुतरफेणी, वड्या, बर्फी, दुधी हलवा अगर गाजराचा हलवा वगैरे पदार्थांवर हे दाणे पसरावेत अगर त्यांची कलात्मक रचना करावी. पदार्थ एकदम आकर्षक व उठून दिसतो.

## ३०. लिक्विड ग्लूकोज्

हा एक मधासारखा पांढरा पातळ पदार्थ आहे. विशेषतः, मक्यापासून हा तयार करतात व तो केमिस्टच्या दुकानात मिळतो. त्याची चव गोडसर असते. साखरेचा पाक केल्यावर पुन्हा साखरेचे कण बनू न देणे हा त्याचा गुणधर्म आहे. म्हणून काही मिठायांमध्ये व कन्फेक्शनरीमध्ये लिक्विड ग्लूकोज् वापरतात. ग्लूकोजमुळे पदार्थाला चकाकीही येते.

## ३१. कॉर्न फ्लोअर

कॉर्न फ्लोअर म्हणजे मक्याचे पीठ. काही मोठ्या कंपन्या हे तयार करतात. यंत्राच्या साहाय्याने तयार केल्यामुळे ते बारीक व गुळगुळीत असते. निरनिराळे सूप, फ्रूटसॅलड व जिथे पाण्याला व दुधाला दाटपणा आणावयाचा असेल, तिथे कॉर्न फ्लोअर वापरतात.

## ३२. यीस्ट

पदार्थ आंबविणारे हे एक द्रव्य असून त्यामुळे पदार्थ फुगून व फुलून येतो. पिठामध्ये यीस्ट घालून पीठ भिजविल्यास पीठ फुगविण्याची क्रिया त्यामुळे होते. म्हणून ब्रेड व काही प्रकारचे केक करण्याकरिता ते वापरतात. यीस्ट बाजारात मिळते.

## ३३. बेकिंग पावडर

बेकिंग पावडरमुळे पदार्थ फुगून येतो व हरवाळ होतो. ही पावडर बाजारात तयार मिळते. घरीही करता येईल. त्याची कृती पुढीलप्रमाणे आहे :

| | | |
|---|---|---|
| तांदळाचे पीठ अगर कॉर्न फ्लोअर | ४ औंस | (अंदाजे १२ चमचे भरून) |
| बायकॉर्बोनेट ऑफ सोडा | ४ औंस | (अंदाजे १० चमचे भरून) |
| टार्टारिक ॲसिड | ३ औंस | (अंदाजे ७ चमचे भरून) |
| क्रीम ऑफ टार्टर | २ औंस | (अंदाजे ५ चमचे भरून) |

हे सर्व जिन्नस (त्यांतले जे बारीक करावयाचे असतील, ते बारीक करून) एकत्र मिसळून व चाळणीतून चाळून, घट्ट बुचाच्या बाटलीत भरून ठेवावे.

## ३४. खाण्याचे रंग व अर्क

खाण्याच्या जिनसांत घालण्याकरिता रंग व अर्क बाजारात मिळतात. आरोग्याच्या दृष्टीने कोणते रंग व अर्क निरुपद्रवी आहेत, हे सरकार पाहते, म्हणून सरकारने मान्यता दिलेले असेच रंग व अर्क घ्यावेत. रंग पातळ अगर पूड या स्वरूपात मिळतात. विशेषकरून लागणारे मुख्य रंग म्हणजे केशरी, लेमन, हिरवा, तांबडा व गुलाबी. यांच्या मिश्रणातूनही निरनिराळ्या छटा तयार करता येतात. तळल्यावर रंग जरा गडद व काळसर होतो, म्हणून प्रथमच जरा बेताने रंग घालावा. अर्कामध्ये गुलाब, अननस, संत्रे, केळे, बदाम, वेलदोडा, कच्ची कैरी, ओवा, केशर वगैरे प्रकारचे अर्क मिळतात.

## ३५. धुण्यासाठी रोळी

रोळी पत्र्याची अगर बांबूच्या पातळ बारीक पट्ट्यांची विणलेली असते. विशेषत:, तांदूळ व चिरलेल्या भाज्या धुऊन स्वच्छ करण्याकरिता रोळी फार उपयोगी पडते.

## ३६. स्वयंपाकघरासाठी आधुनिक साधने व उपकरणे

रेफ्रिजरेटर अथवा शीतकपाट

**रेफ्रिजरेटर** : रेफ्रिजरेटर म्हणजे शीत कपाट. जिन्नस थंड करण्याचे व थंड तापमानात कायम ठेवण्याचे हे एक आधुनिक काळातील साधन आहे. ते विजेवर व क्वचित रॉकेल अगर गॅसवरही चालते. यात ताक, दूध, दही, लोणी, चक्का, चीझ, अंडी, भाजी-पाला, सरबते, लोणची, जॅम, जेली, मुरांबे वगैरे पदार्थ, तसेच निरनिराळ्या प्रकारची फळे ठेवली असता पुष्कळ दिवस टिकतात व त्यांचा ताजेपणा तसाच राहतो. बुरशी येत नाही. रेफ्रिजरेटरमध्ये बर्फही तयार होतो व

पाहिजे तेव्हा काढून त्याचा उपयोग करता येतो. आइस्क्रीम बनविण्याचे लहान विजेचे उपकरण निघाले आहे. ते रेफ्रिजरेटरमध्ये ठेवल्यास आईस्क्रीमही तयार होते.

**गॅसची शेगडी, कुकिंग रेंज, ओव्हन :**

अन्न शिजविण्यासाठी जुन्या काळापासून साधने उपलब्ध आहेत व त्यांत परिस्थिती अनुसार व संशोधनाच्या साहाय्याने पुष्कळ सुधारणा होत जाऊन आता

गॅसची शेगडी

वातीचा स्टोव्ह

निरनिराळ्या प्रकारच्या साधनांची भर पडली आहे. मातीच्या चुलीनंतर कोळशाची शेगडी आली. रॉकेलवर चालणार प्रेशर स्टोव्हही आला. मध्यंतरी भुशाची शेगडीही निघाली. अगदी अलीकडच्या काळात आपल्याकडे गॅसवर चालणाऱ्या शेगड्या आल्या आणि सध्या बऱ्याच गावांमध्ये त्या पुष्कळच प्रचारात आहेत. हे फार सोयीचे साधन आहे. रॉकेल अगर कोळसे यांच्या खर्चाच्या मानाने ही शेगडी विशेष खर्चाचीही नाही. धुराचा त्रास नाही अगर स्टोव्ह पेटविण्याची अगर पिन करीत बसण्याची जिकीरही नाही, अगर सारखा कानांत भरणारा आवाजही नाही. स्वयंपाकही फार झटपट होतो. त्या दृष्टीने गॅसची शेगडी हे एक गृहिणींना वरदानच आहे. अर्थात गॅस उघडा राहिल्यास तो चटकन पेट घेणारा असल्यामुळे गॅसच्या शेगडीविषयी काळजीही फार घेतली पाहिजे. विशेषत: काम झाल्यावर गॅस पूर्ण बंद झाला आहे, हे प्रत्येक वेळी पाहिले पाहिजे.

याखेरीज आधुनिक काळातील विजेवर चालणारी सुधारलेली साधने म्हणजे कुकिंग रेंज व ओव्हन. कुकिंग रेंज विजेवर अथवा गॅसवर चालते. त्याला वरच्या बाजूस दोन ते चार तवे असतात. त्यांवर पदार्थ शिजविण्याची अगर दूध वगैरे तापविण्याची भांडी ठेवावयाची. त्यावर पोळ्याही करता येतात. बटन दाबले, की कुकिंग रेंज तापावयास सुरुवात होते. तसेच, पाहिजे तेवढीच उष्णता निर्माण करण्याकरिता अगर राखण्याकरिता निराळी स्वयंचलित सोय केलेली असते. कुकिंग रेंजमध्ये ग्रिल व ओव्हनही (भट्टी) असते. ओव्हनमध्ये ब्रेड व केक उत्तम प्रकारे होतो. अर्थात कुकिंग रेंजची किंमत फार असते व श्रीमंत लोकांनाच परवडणारे हे साधन आहे.

कुकिंग रेंज

ओव्हन

नुसता ओव्हनही मिळतो. विजेवर तो चालतो. ब्रेड, केक, बिस्किटे वगैरेंसारखे पदार्थ ह्यात भाजून निघतात. शेंगदाणे, रताळी, वांगी, बटाटे वगैरे भाज्याही भाजून होतात. नुसत्या उष्णतेवरच भाजून निघाल्यामुळे त्यातील पाण्याचा अंश कमी होऊन भाजलेले जिन्नस जास्त चवदार लागतात. ओव्हनला काच असल्यामुळे पदार्थ कितपत भाजून झाला आहे, हेही बाहेरून समजते.

**मिक्सर अथवा लिक्विडायझर व कॉफी ग्राइंडर :**

मिक्सर

डाळी वगैरे पदार्थ वाटावयाचे काम पाट्यावर अगर रगड्यामध्ये होते. पण तेच मिक्सरमध्ये अतिशय उत्तम तऱ्हेने व अगदी झटपट होते. त्याला काही श्रमही पडत नाहीत. पाट्यावर वाटावयाला दहा-पंधरा मिनिटे लागतील; तर तेच काम मिक्सरमध्ये अर्ध्या ते एक मिनिटात होते व वाटूनही अगदी बारीक व एकसारख्या जाडीचे होते. वाटण्याखेरीज यात फळांचे रस काढता येतात, ताक करून लोणी काढता येते, निरनिराळी पेये बनविता येतात, चटणी वाटून होते. अशा प्रकारे पुष्कळ प्रकारची कामे मिक्सरमुळे होतात. या मिक्सरला जोड-साधनेही पुष्कळ प्रकारची असतात. भाजी चिरण्याचे, कोचण्याचे, चकत्या करण्याचे, पीठ मळण्याचे, अंडी फेसण्याचे, फळांचे रस काढण्याचे, इतकेच काय, पण आइस्क्रीम करण्याचे — अशी जवळ जवळ वीस-पंचवीस जोड-साधने असतात व ती मुख्य मिक्सरला बसविली, की ते ते काम होते. यातच कॉफी ग्राइंडर हे एक जोड-साधन आहे. यामुळे कॉफीच्या बिया, शेंगदाणे, वेलदोडे, जिरे, साखर, मिरे वगैरे जिनसांची अगदी बारीक

पूड बघता- बघता होते. रोजचा मसाला तयार करता येतो. त्या दृष्टीने हे फार उपयुक्त साधन आहे. परवडेल त्याने मिक्सर व ग्राइंडर अवश्य घ्यावे, असे हे साधन आहे.

**हातयंत्र**

**खलबत्ता शेंगदाण्याचे कूट करण्यासाठी**

**इलेक्ट्रिक ग्राइंडर**

**डाळ वाटण्यासाठी दगडाचा रगडा**

**दगडी खलबत्ता**

**लोखंडी खलबत्ता**

## पुरणाचे यंत्र :

डाळीचे पुरण पाट्यावर वाटून होते; पण पुरण वाटावयाच्या यंत्रातून ते उत्तम वाटून होते व सोपेही जाते. यातून श्रीखंडही चांगले गाळून होते.

**पुरणाचे आणि श्रीखंडाचे यंत्र**

**कुकर :**

**प्रेशर कुकर**

अन्न शिजविण्याकरिता भांडी पहिल्यापासून आपण वापरतो. अन्न त्यातल्या त्यात लवकर शिजावे व एकाच वेळी दोन-तीन पदार्थ शिजून निघावेत, म्हणून डब्याचा कुकर लावण्याची पद्धत बऱ्याच दिवसांपासून आहे. अलीकडे प्रेशर कुकर निघाले आहेत. त्यांत पदार्थ आणखी लवकर शिजतात. वाफेवर शिजत असल्यामुळे पदार्थात पाण्याचा अंश कमी जातो, त्यामुळे शिजविलेला पदार्थ अधिक रुचकर होतो व जीवनसत्त्वे टिकण्यास मदत होते. थोड्याच वेळात शिजून होत असल्यामुळे काटकसरही होते.

**आधुनिक भांडी :**

साध्या भांड्यात जिन्नस करपत असल्यामुळे अगर बुडाला लागत असल्यामुळे जिन्नस थोडा-फार वाया जातो व करपट वासही येण्याचा संभव असतो. आता नवीन तऱ्हेची भांडी निघाली असून त्यांना, बाहेरून तांब्याचा जोड दिलेला असतो अथवा आतून टेफ्लॉनचे अस्तर दिलेले असते किंवा विशिष्ट धातूचे मिश्रण करून भांडी बनविलेली असतात. त्यामुळे पदार्थ शिजताना तळाला लागत नाही व भांडीही थोड्याशा धुण्याने स्वच्छ निघतात. अशी भांडी आता बाजारात मिळू लागली आहेत. परदेशांत आता एक प्रकारचा फवारा निघाला आहे. तो प्रथम मारला, म्हणजे पदार्थ तळाला चिकटत नाही.

**वाढप-काटा व वाढप-चमचा :**

स्वयंपाक करण्याबरोबर पदार्थ वाढण्याची साधनेही आता निघू लागली आहेत. पदार्थ वाढताना आपण साधा चिमटा अगर चमचा वापरतो. ओसॉन्स इंडस्ट्रीज् यांनी आता स्प्रिंगचा काटा व चमचा काढला आहे. स्प्रिंगचा काटा पदार्थात टोचावयाचा व उचलून घेऊन बटण दाबले, की पदार्थ आपोआप जेथे वाढावयाचा असेल, त्या ठिकाणीच अलगद पडतो. या काट्याने पाव, सँडविच, सामोसा, वडे, फळे, फळांच्या चकत्या व इतर मिठाई हस्तस्पर्श न होता मोठ्या आकर्षक पद्धतीने व अगदी सुलभ रीतीने वाढता येते. लोणी, जीझ, जॅम, जेली वगैरे पदार्थ आपण साध्या चमच्याने वाढतो, त्यावेळी चमचा आपटावा लागतो व आपटूनही सगळा पदार्थ न निघता चिकटून राहतो. स्प्रिंगच्या चमच्याने बटण दाबले, की पदार्थ निपटून निघतो.

स्वयंपाकघर व डायनिंग टेबल या दृष्टीने या दोन उपयुक्त वस्तू आहेत.

पुलाव

# भाग २

## जेवणात येणारे विविध पदार्थ

तेलपोळी

संत्राभ

रसगुल

# भाग २ जेवणात येणारे विविध पदार्थ

आहारपद्धतीप्रमाणे आहारात भोजनालाच प्राधान्य व प्रमुख स्थान आहे. सात्त्विक व रुचकर जेवणानंतर तृप्तीची ढेकर येते. म्हणून जेवणात समावेश होणाऱ्या विविध पदार्थांचा विचार सुरुवातीलाच केला आहे. या विभागात रोजचे साधे जेवण व त्यात करता येणारे निरनिराळे प्रकार, विशेष बदल, तसेच विशेष प्रसंगी म्हणजे सणासुदीच्या दिवशी अगर पाहुणेमंडळी येतील, त्या वेळी, अगर लहानमोठ्या मेजवानीच्या वेळी भोजनाकरिता जे विविध प्रकारचे पदार्थ बनविता येतील, त्यांचा विचार केला आहे. आपल्या भारतीय पद्धतीतील जेवणात सर्वसाधारणपणे भात, पोळ्या, लाडू, खिरी व इतर तऱ्हतऱ्हेची पक्वान्ने व मिष्टान्ने यांचा समावेश होतो. त्याचबरोबर डावीकडील बाजू म्हणजे कोशिंबीर, लोणची, भरीत, चटणी, पापड वगैरे तोंडीलावणी व तसेच, उजवीकडील बाजू म्हणजे भाजी, आमटी, उसळ, कढी वगैरे तोंडीलावणी या पदार्थांचाही समावेश होतो. म्हणून या विभागात अशा तऱ्हेचे सर्व पदार्थ व त्यांचे निरनिराळे प्रकार यांचा विस्ताराने विचार केला आहे.

## १. विविध प्रकारचा भात

### १. भात

**साहित्य :** तांदूळ, पाणी.

**कृती :** भात चुलीवर, शेगडीवर, स्टोव्हवर अगर गॅसवर करता येतो; पण तांब्याच्या जाड पातेल्यात चुलीवर भात केल्यास तो जास्त चांगला होतो व पुष्कळ वेळ गरमही राहतो. वासाचे तांदूळ असल्यास त्यांचा भात तपेल्यात केल्यास वास उडून न जाता तो मुरतो व खुलतो. आरोग्यदृष्ट्याही तांब्याचे भांडे चांगले असते.

तांदूळ धुऊन घ्यावेत. भांड्यात साधारणपणे तांदळाच्या अडीचपट पाणी घालून त्यात तांदूळ वैरावेत. कढ येऊन गेल्यावर, निखारे बाहेर काढून, त्यांवर भांडे ठेवून झाकण घालावे. भात छान होतो. भातात चवीला थोडे मीठही घालतात. म्हणून आवडत असल्यास भात शिजतानाच थोडे मीठ घालावे. प्रेशर कुकरमध्ये भात करावयाचा झाल्यास तांदळाच्या दुप्पट पाणी घालावे.

## २. वरण (भातावर घालण्यासाठी)

**साहित्य :** एक वाटी तुरीची डाळ, एक चमचा मीठ, अर्धा चमचा हळद, पाव चमचा हिंग, किंचित गूळ.

**कृती :** डाळीच्या पाठी काढून टाकून डाळ स्वच्छ करावी व शिजत टाकावी. चांगली शिजल्यावर रवीने चांगली घुसळावी. पाहिजे असेल, तेवढे पाणी घालावे व हिंग, हळद, मीठ व किंचित गूळ घालून एक उकळी आणावी.

हे वरण गरम भातावर घालतात व त्यावर तूप लिंबू पिळतात; वरणामुळे भाताला जास्त रुची येते. पोळीबरोबरही हे वरण खावयास घेतात.

## ३. सोजी

**साहित्य :** दोन वाट्या तांदूळ, एक चमचा जिरे, दोन चमचे तूप, थोडी हळद, थोडे मीठ, पाणी.

**कृती :** तुपावर जिरे व हळद टाकून तांदूळ जरा परतावेत व नंतर पाणी घालून चवीला थोडे मीठ घालावे आणि वरीलप्रमाणे भात करावा.

## ४. खिचडी

**साहित्य :** चार वाट्या तांदूळ, दीड वाटी मुगाची डाळ, चार चमचे धने, दोन चमचे जिरे, एक चमचा शहाजिरे, अर्धी वाटी किसलेले सुके खोबरे, दोन-तीन चमचे मीठ, चार चमचे साखर अथवा त्या मानाने गूळ, अर्धी वाटी खोवलेले खोबरे, काजूगर, कोथिंबीर, कढीलिंब, एक वाटी तेल व फोडणीचे साहित्य.

**कृती :** खिचडी करण्याआधी एक तास डाळ व तांदूळ धुऊन ठेवावेत. फोडणी करून त्यात कढीलिंब घालावा व मग त्यावर तांदूळ व डाळ लालसर परतावेत. त्यावर डाळ व तांदूळ यांच्या दुप्पट आधणाचे पाणी घालावे. धने, जिरे, शहाजिरे, किसलेले सुके खोबरे हे सर्व जिन्नस भाजून, कुटून घ्यावेत व तो मसाला डाळ व तांदूळ अर्धवट शिजत आल्यावर त्यात घालावा. मीठ व साखर अगर गूळ

घालावा व थोडे साजूक तूपही सोडावे. तसेच, काजूगरही घालावा. वर झाकण ठेवावे आणि मंदाग्नी ठेवून चांगली वाफ आणावी. खिचडी वाढताना ओले खोबरे व कोथिंबीर घालून वाढावी. आवडत असल्यास थोडी सुकी मिरचीही फोडणीत टाकावी.

## ५. मसाले-भात (वांग्याचा भात)

**साहित्य :** चार वाट्या तांदूळ, पाव किलो वांगी, एक वाटी तेल, जिरे एक ते दीड चमचा, तितकेच धने, दोन चमचे गोडा (काळा) मसाला, पाव वाटी सुके खोबरे, दोन सुक्या मिरच्या, तीन-चार चमचे मीठ, दोन-तीन चमचे साखर अथवा गूळ, दहा-पंधरा काजू, एक वाटी खोवलेले खोबरे, एक वाटी सायीचे दही, कढीलिंब, कोथिंबीर व फोडणीचे साहित्य.

**कृती :** तांदूळ एक तासभर आधी धुऊन ठेवावेत. वांग्याच्या फोडी करून अगर बारीक व लहान वांगी असल्यास भरल्या वांग्याप्रमाणे चिरून, पाण्यात थोडे मीठ घालून त्यांत टाकून ठेवावीत. मिठामुळे वांग्याचा काळा राप निघून जातो. कढीलिंब घालून नेहमीप्रमाणे फोडणी करावी. तांदूळ फोडणीला टाकून चांगले परतावेत. तांदळाबरोबरच वांग्याच्या फोडी अगर वांगी परतावीत. तांदळाच्या दुप्पट पाणी घेऊन त्यास उकळी आणावी व ते पाणी तांदळावर ओतावे. धने, जिरे, सुक्या मिरच्या व सुके खोबरे भाजून घेऊन कुटावे व भात शिजत आल्यावर त्यात हा मसाला, मीठ, साखर अथवा गूळ, काळा मसाला व काजूगर घालावे. दोन चांगल्या वाफा द्याव्या. एक वाफ येण्यापूर्वी त्यात एक वाटी सायीचे दही घालावे. नंतर भात मंद निखाऱ्यावर ठेवावा व वाढतेवेळी त्यावर खोवलेले खोबरे व कोथिंबीर पसरावी.

भरल्या वांग्याच्या भाजीप्रमाणे लहान वांगी मसाला भरून घातल्यासही चांगली लागतात.

वांग्यांप्रमाणेच मटार, फ्लॉवर, कोबी, तोंडली, भोंग्या (भोपळी) मिरच्या, दोडके, कच्चे टोमॅटो वगैरे भाज्या घालूनही हा मसालेभात करावा.

## ६. दोडके-भात (एक निराळा प्रकार)

**साहित्य :** दोन वाट्या तांदूळ, अर्धा किलो कोवळे दोडके, सहा हिरव्या मिरच्या, आल्याचे एक बोट लांबीचे दोन तुकडे, दोन चमचे धन्याची पूड, एक चमचा जिऱ्याची पूड, मीठ, एक वाटी ताक, कोथिंबीर, ओले खोबरे, फोडणीचे साहित्य.

**कृती :** प्रथम तांदूळ भाजून चार तास गरम पाण्यात भिजत घालावेत. नंतर उपसून ठेवावेत. दोडके जून असल्यास, त्यांच्या शिरा काढून टाकून ते किसणीने किसून घ्यावेत. एका पातेल्यात फोडणी करून त्यात हिरव्या मिरच्यांचे तुकडे (चवीप्रमाणे), आल्याचा कीस व दोडक्याचा कीस घालून चांगले हलवावे. नंतर त्यात तांदूळ घालून परतावेत व एक वाफ आणावी. नंतर त्यात धन्या-जिऱ्याची पूड व चवीप्रमाणे मीठ घालावे व मंद विस्तवावर भात शिजत ठेवावा. थोड्या वेळाने त्यावर थोडे ताक शिंपडावे व झाकण ठेवावे. भात झाल्यावर वाढावयाच्या वेळी त्यावर खोबरे व कोथिंबीर घालून वाढावे.

हा भात शिजण्याकरिता वेगळे पाणी घालावे लागत नाही. दोडक्यातल्याच पाण्यावर व वाफेवरच शिजल्यामुळे त्याला एक निराळाच रुचकरपणा येतो व या भाताला रंगही चांगला येतो.

मिरच्यांचे तुकडे घालण्याऐवजी मिरच्या वाटून घातल्यासही चालते व त्यामुळे रंगही आणखी चांगला येतो.

## ७. डाळिंब्यांचा भात

**साहित्य :** दोन वाट्या तांदूळ, दोन वाट्या सोललेल्या डाळिंब्या, एक चमचा गोडा (काळा) मसाला, मीठ, लिंबाएवढा गूळ, दोन चमचे धन्याची पूड, एक चमचा जिऱ्याची पूड, ओले खोबरे, कोथिंबीर, लाल तिखट, फोडणीचे साहित्य.

**कृती :** तांदूळ स्वच्छ धुवून घ्यावेत. वालाच्या बिरड्या काढून घ्याव्यात. नंतर अर्धी वाटी तेलाची खमंग फोडणी करून घ्यावी व तीत तांदूळ घालून जरा परतावेत. नंतर त्यात आधणाचे पाणी घालून नंतर वालाच्या डाळिंब्या घालाव्या. भात अर्धवट शिजवून झाल्यावर त्यात गूळ, धन्याची व जिऱ्याची पूड, काळा मसाला व चवीप्रमाणे तिखट व मीठ घालावे. थोडी हळदही घालावी. भात चांगला शिजवून घ्यावा व वाढावयाच्या वेळी त्यावर खोबरे व कोथिंबीर घालून वाढावे.

(**टीप :** या भातात काळा मसाला नको असल्यास चार-पाच ओल्या मिरच्या, एक वाटी चिरलेला कांदा व चार-पाच लसणीच्या कुड्या वाटून घालाव्यात. वाटीभर नारळाचे दूध घालावे.)

## ८. गोळ्यांचा भात

**साहित्य :** चार वाट्या चांगले तांदूळ, दोन वाट्या चण्याच्या डाळीचे जाडसर पीठ, अर्धी वाटी दाण्याचे कूट, पाव वाटी सुक्या खोबऱ्याचा कीस, दोन चमचे धन्याची पूड, एक चमचा जिऱ्याची

पूड, तिखट, मीठ, कोथिंबीर, फोडणीचे साहित्य, लिंबू, साखर.

**कृती :** थोडे जास्त तेल घालून फोडणी करावी. त्यात चण्याचे पीठ घालून थोडेसे भाजावे. खाली उतरून त्यात तिखट, मीठ (दोन्ही चवीप्रमाणे), दाण्याचे कूट, खोबऱ्याचा कीस व धन्या-जिऱ्याची पूड घालून व पाणी घालून पीठ भिजवावे व त्या पिठाचे सुपारीएवढे गोळे करावेत. भात करण्यापूर्वी अर्धा तास तांदूळ धुऊन ठेवावेत. थोड्या तेलावर तांदूळ परतून, पाणी घालून, भात शिजावयास ठेवावा. भात शिजत असताना त्यात चवीला थोडे मीठ, थोडे तिखट, थोडी साखर व लिंबाचा रस घालावा. भात अर्धवट शिजल्यावर तयार केलेले गोळे त्यात घालून हलक्या हाताने भात ढवळावा व झाकण ठेवून मंद विस्तवावर भात पूर्ण शिजवावा. बरेचसे तेल घालून फोडणी करावी. फोडणीत हळद घालू नये. भात वाढावयास घेतेवेळी वर कोथिंबीर पसरावी. पानात भात वाढल्यावर वरील तयार केलेली फोडणी भातावर (जरा जास्तच) वाढावी.

## ९. चित्रान्ना

**साहित्य :** चार वाट्या तांदूळ, पाव वाटी चण्याची डाळ, अर्धी वाटी काजू, पाव वाटी वाटाणे, पाच-सहा सुक्या मिरच्या, दोन चमचे लोणच्याची लाल मोहोरी, दोन चमचे मीठ, दोन चमचे उडीद-डाळ, आंबटपणासाठी कैरीचा कीस व कैरी नसल्यास लिंबू, कढीलिंब, एक लहानसा नारळ, कोथिंबीर, एक वाटी तेल व फोडणीचे साहित्य.

**कृती :** वाटाणे व चण्याची डाळ २-३ तास आधी पाण्यात भिजत ठेवावी व नंतर तेलात तळून घ्यावी. थोड्या तेलावर तांदूळ परतून अगदी चांगला मोकळा भात तयार करून घ्यावा. नंतर तो परातीत अगदी मोकळा व गार करावा. मोहरी पाण्यात चांगली बारीक वाटावी. गार झालेल्या भातावर तळलेली डाळ व वाटाणे, काजू, खोबरे, कैरीचा कीस अगर लिंबाचा रस, मीठ व कोथिंबीर घालून वाटलेली मोहरी लावावी. नंतर सुक्या मिरच्या, कढीलिंब, उडीद-डाळ घालून, नेहमीप्रमाणे फोडणी तयार करून ती भातास वरून द्यावी. भात चांगला कालवून गारच वाढावा.

## १०. रावण भात

**साहित्य :** दोन वाट्या तांदूळ, पाऊण वाटी तीळ, पाव वाटी चण्याची डाळ, दीड चमचा मेथी, लिंबाएवढी चिंच, चार-पाच लाल सुक्या मिरच्या, अर्धा चमचा हळद, दीड चमचा मीठ, अर्धी वाटी आंबट ताक, दोन चमचे उडदाची डाळ, पाऊण वाटी तेल, कढीलिंब.

**कृती :** चण्याची डाळ भिजत घालावी. तीळ भाजून, कुटून घ्यावेत. चिंच कोळून घ्यावी. तांदूळ धुऊन घ्यावेत. जरा जास्त हिंग घालून व कडिलिंब घालून फोडणी करावी व त्यावर तांदूळ घालून परतून घ्यावेत. नंतर त्यात तांदळाच्या दुप्पट पाणी घालून भात मोकळा शिजवून घ्यावा व परातीत काढून घ्यावा. चण्याची भिजवलेली डाळ, तेलावर परतून घ्यावी. त्याच तेलात मेथी तांबूस रंगावर परतून घेऊन त्याची पूड करावी. तसेच, त्याच तेलात उडदाची डाळ तांबूस रंगावर परतून घ्यावी. नंतर चण्याची डाळ, मेथीची पूड, उडदाची डाळ, तिळाचे कूट, मीठ व चिंचेचा कोळ वरील भातात घालावा. तेलाची फोडणी करून त्यात मिरच्या सबंध टाकून काळसर होऊ द्याव्या व ती फोडणी भातावर घालून, भात सारखा करून घ्यावा.

## ११. पुलाव : प्रकार १

**साहित्य :** चार वाट्या दिल्ली अथवा बासमती तांदूळ, दीड वाटी तूप, पाच-सहा लवंगा, एक चमचा धने, दालचिनीचे बोटाएवढ्या लांबीचे दोन तुकडे, एक चमचा जिरे, एक चमचा शहाजिरे, तमालपत्राची सहा-सात पाने, एक चमचा बारीक जायपत्री, एक चमचा मिरे, दोन चमचे मीठ, पाव वाटी साखर, अर्धी वाटी काजू, पाच-सहा जरदाळू, दोन मोठे कांदे, गाजराचे तुकडे पाव वाटी, मटार पाव वाटी, पाच-सहा चेरी, पाव वाटी बेदाणा, दहा-पंधरा बदाम बी, पाव वाटी चिरलेली फरसबी, एक वाटी फ्लॉवरचे तुकडे, वाटीभर सायीचे दही, एक जायफळ, चिमूटभर सोडा, दीड चमचा आल्याचा रस, अंदाजे सात वाट्या पाणी.

**कृती :** जिरे, शहाजिरे, धने, मिरे, लवंगा, जायपत्री, तमालपत्र व दालचिनी हे जिन्नस थोडेसे भाजून, अर्धवट कुटून, एका फडक्यात सैलसर बांधावे व भाताचे पाणी गरम करायला ठेवल्यावर त्यात ही पुरचुंडी सोडावी. थोड्या तुपावर तांदूळ परतून घ्यावे व त्यावर गरम करत ठेवलेले पाणी पुरचुंडीसह घालून भात शिजत ठेवावा. भात होत आल्यावर पुरचुंडी काढून घ्यावी. भात अर्धवट शिजत आल्यावर त्यात मीठ, साखर, सायीचे दही व आल्याचा रस घालावा. भात झाल्यावर तो परातीत घालून मोकळा करावा. पातेल्यात तूप गरम करून त्यात काजू, सोललेल्या बदामाचे काप, जरदाळूचे तुकडे, बेदाणा व २-३ लवंगा तळून घ्याव्या. कांदा उभा चिरून तोही तुपात तळून घ्यावा व हे तळलेले सर्व जिन्नस तुपातून बाजूला काढून त्या तुपावर भात टाकावा. गाजराचे तुकडे, फ्लॉवर, मटार, फरसबी ह्या भाज्या वाफवून घ्याव्या व थोडे मटार वगळून त्या भाज्या भातावर घालाव्या व भात चांगला

हलवून एक वाफ द्यावी. वाढावयाच्या वेळी भात डिशमध्ये काढून घेऊन त्यावर थोडे वाफवलेले मटार, कांद्याचे तळलेले काप व तळलेले जरदाळू, बदाम वगैरे जिनसांचे काप व तसेच चेरी (सबंध अथवा काप करून) हे सर्व साहित्य कलात्मक रीतीने पसरावे.

## १२. पुलाव : प्रकार २ (रंगीत)

**साहित्य :** वरील प्रकार एक प्रमाणेच, शिवाय दोन हिरव्या मिरच्या, दोन सुक्या मिरच्या, दोन-तीन पाकळ्या लसूण, एक ग्रॅम केशर.

**कृती :** तांदूळ तुपावर परतून भात करून घ्यावा. भात शिजताना त्यात मीठ व साखर घालावी. भात झाल्यावर तो ताटात मोकळा करावा. एक वाटी तूप गरम करून, त्या भातावर घालून, भात सारखा करावा. नंतर त्या भाताचे चार भाग करावे. एका भागाला हिरवी मिरची व कोथिंबीर वाटून घालावी. किंचित खाण्याचा हिरवा रंग घालावा. दुसऱ्या भागाला लाल मिरची व लसूण वाटून लावावी. तिसऱ्या भागात केशर घालून कालवावे. चौथा भाग तसाच पांढरा ठेवावा. नंतर एक पातेले घेऊन त्यात प्रथम हिरव्या रंगाच्या भाताचा थर घालावा व त्यावर वाफवलेल्या गाजराचा कीस घालावा. नंतर लाल रंगाच्या भाताचा थर घालावा व त्यावर वाफवलेल्या फरसबीचे तुकडे पसरावे. नंतर पांढऱ्या रंगाच्या भाताचा थर घालावा व त्यावर वाफवलेले मटार व राहिलेल्या भाज्या (वाफवलेल्या) घालाव्या. शेवटी वर केशरी रंगाच्या भाताचा थर घालून, त्यावर जरदाळूचे तुकडे, बदामाचे काप, कांद्याचे काप, लवंगा (हे सर्व जिन्नस तळून घेऊन) आणि बेदाणा घालावा. चारी रंगांच्या भाताचा क्रम पातेल्यात थर घालताना कसाही बदलावयास हरकत नाही. याप्रमाणे सर्व थर घातल्यावर हाताने भात सारखा घट्ट दाबून, कुकरमध्ये ठेवून वाफ येऊ द्यावी. वाढण्याच्या वेळी अथवा डिशमध्ये काढून घेताना झारा अथवा उलथने उभे आत घालून भात काढून घ्यावा व तसाच वाढावा, म्हणजे निरनिराळ्या रंगांमुळे भाताची आकर्षक सजावट दिसेल.

## १३. पुलाव : प्रकार ३

**साहित्य :** चार वाट्या जुने बासमती अगर बारीक लांब तांदूळ, फरसबी, गाजर, फ्लॉवर व बटाटे या भाज्यांचे प्रत्येकी पाव वाटी तुकडे, मटार-दाणे पाव वाटी, दहा-बारा मिरे, एक इंच लांबीच्या दालचिनीचे बारीक दोन-तीन तुकडे, एक चमचा जिरे, एक चमचा शहाजिरे, एक चमचा धने, तमालपत्र पाच-सहा पाने, चार-पाच लवंगा, एक चमचा बडीशेप, एक जायफळ, पाच-सहा वेलदोडे,

अर्धी वाटी बेदाणा, दहा-पंधरा बदाम, दहा-पंधरा काजू, दोन कांदे, एक वाटी सायीचे दही, एक ग्रॅम केशर, पाव चमचा खाण्याचा सोडा, दोन वाट्या कणीक, दोनशे ग्रॅम मावा, एक चमचे मैदा, दीड चमचा आल्याचा रस, अंदाजे सात वाट्या पाणी.

**कृती :** तांदूळ एक तास आधी धुऊन ठेवावेत. जिरे, शहाजिरे, बडीशेप व धने भाजून पूड करून ठेवावी. लवंगा, ५-६ मिरे व दालचिनीचे तुकडे हे जिन्नस अर्धी वाटी तुपात परतून त्यांची जाडसर पूड करावी. भाज्यांना २ चमचे दही व चिमूटभर सोडा लावून १५ मिनिटे ठेवाव्यात. कांदा उभा चिरून, काजू व बदाम (सोलून) तुपात तळून घ्यावेत. त्याच तुपात तमालपत्र टाकून, त्यावर तांदूळ परतावेत व अर्धवट भात करून घ्यावा. या भातावर मीठ, साखर, उरलेले दही, सोडा, आल्याचा रस व वरील कुटलेल्या सर्व मसाल्याच्या पुडी, उरलेले मिरे हे सर्व घालून, भात सारखा करून घ्यावा. दुसऱ्या एका पातेल्यात २-३ चमचे तूप घालून, वरील भातापैकी निम्म्या भाताचा थर घालून, त्यावर सर्व भाज्या पसराव्या. राहिलेल्या भातापैकी पुन्हा निम्म्या भाताचा थर पहिल्या थरावर घालून, त्यावर बेदाणा, जायफळाची भरड पूड, बदाम (सोललेले), काजू व तळलेला कांदा पसरावा. त्यावर राहिलेला भाताचा थर घालावा. नंतर उलथन्याच्या टोकाने ५-६ ठिकाणी तळापर्यंत भातात भोके पाडावीत. प्रत्येक भोकावर केशराच्या काड्या व उरलेले तूप घालावे. नंतर त्या पातेल्याच्या तोंडावर बरोबर बसेल, अशी झाकणी अथवा जाड तवा घेऊन तो पातेल्यावर बसवावा. ती पातेली व झाकण यांच्या जोडावर भिजलेली कणीक लावून सर्व बाजूंनी तोंड बंद करावे. नंतर ते पातेले मंद विस्तवावर ठेवून, वरही मंद निखारे घालून १५ मिनिटे ठेवावे. मावा व मैदा मिसळून व चांगले मळून त्याचे लहान सुपारीएवढे गोळे तयार करावेत व तुपात बदामी रंगावर तळून घ्यावेत. भात तयार झाल्यावर वाढावयाच्या वेळी भातात उभे उलथने किंवा झारा घालून पुलाव काढून घ्यावा, म्हणजे त्यातल्या भाज्या व मसाला यांमुळे निरनिराळ्या रंगांचा भात आकर्षक दिसेल.

हा पुलाव वाढताना त्यावर माव्याचे गोळे पसरून वाढावे.

## १४. पुलाव : प्रकार ४

**साहित्य :** चार वाट्या बासमती अगर बारीक लांब तांदूळ, एक वाटी चण्याचे पीठ, एक वाटी बटाट्याच्या फोडी, एक वाटी कांदा उभा चिरून केलेल्या फोडी, दोन चमचे मीठ, चार चमचे साखर, दीड चमचा आल्याचा रस, एक ते दोन चमचे जिरे, एक नारळ, एक वाटी तूप, पाच-सहा लवंगा, दालचिनिचे बोटाएवढ्या

लांबीचे दोन तुकडे, अर्धी वाटी काजू, अर्धी वाटी बेदाणा, अर्धी वाटी बदाम, भजी तळण्यासाठी तेल, अंदाजे सात वाट्या पाणी.

**कृती :** तांदूळ तासभर आधी धुऊन ठेवावेत. नंतर तुपावर दालचिनी व लवंगा घालून व त्यावर तांदूळ घालून परतून घेऊन मोकळा भात करून घ्यावा. चण्याच्या पिठात तिखट, मीठ व जिरे घालून व पाणी घालून, सर्व कालवून अगदी लहान आकराची भजी तेलात तळून घ्यावी. तसेच, कांद्याच्या फोडी बदामी रंगावर तळून घ्याव्या. बटाट्याच्या फोडीही तळून घ्याव्या. नारळ खोवून घ्यावा. काजू, बेदाणा व बदाम (सोलून) तुपात तळून घ्यावेत. नंतर वर तयार झालेला भात ताटात काढून घ्यावा. त्यात मीठ, साखर व आल्याचा रस घालून तो सारखा करावा. नंतर एका पातेल्यात चार चमचे तूप घालून त्यावर वरील भातापैकी थोड्या भाताचा थर घालावा. त्याच्यावर कांद्याच्या व बटाट्याच्या फोडी मिसळून त्या पसराव्या. त्यावर भाताचा पुन्हा एक थर घालावा व त्याच्यावर ओले खोबरे व भजी मिसळून ती पसरावीत. त्याच्यावर उरलेल्या भाताचा थर द्यावा व उरलेले तूप त्यावर घालून पातेले पंधरा मिनिटे मंद विस्तवावर अगर कुकरमध्ये ठेवून चांगली दणदणीत वाफ आणावी. वाढावयाच्या वेळी काजू, बदाम व बेदाणा व पाहिजे असल्यास कोथिंबीर पातेल्यातील भातावर पसरावी. वाढताना उलथने अथवा झारा पातेल्यात उभा घालून उभाच्या उभा भात काढून डिशमध्ये अथवा ताटात वाढावा. असा भात काढून घेतल्यामुळे निरनिराळे रंग व जिन्नस एकत्र येऊन पदार्थ आकर्षक दिसेल.

## १५. बेसन भात

**साहित्य :** दोन वाट्या बारीक चांगले तांदूळ, दोन वाट्या दही, एक वाटी चण्याच्या डाळीचे पीठ, अर्धी वाटी शेंगदाणे, अर्धा नारळ, चार-पाच ओल्या मिरच्या, चार-पाच लसणीच्या पाकळ्या, अर्धा चमचा मोहरी, कोथिंबीर, फोडणीचे साहित्य, हळद, मीठ.

**कृती :** तांदूळ धुऊन घ्यावेत. तेलात बेसन चांगले भाजून घ्यावे. नंतर फोडणी करून त्यात लसणीच्या पाकळ्या व मिरच्यांचे तुकडे टाकावेत. नंतर त्यावर तांदूळ घालून ते तांबूस होईपर्यंत परतून घ्यावेत. नंतर त्यात हळद, चवीप्रमाणे मीठ व हवे असल्यास आणखी थोडे लाल तिखट घालावे व गरम पाणी ओतावे. भात बोटचेपा होत आला, की त्यात भाजून घेतलेले बेसन, नारळाचे खोवलेले खोबरे, दही, शेंगदाणे व कोथिंबीर घालून भात झाऱ्याने चांगला हलवून घ्यावा. नंतर तो मंद विस्तवावर ठेवून वर झाकणी ठेवावी व झाकणीवर निखारे घालून चांगली वाफ येऊ द्यावी.

## १६. दही बुत्ती

**साहित्य :** चार वाट्या तांदूळ, चार वाट्या गोड दही, दोन वाट्या दूध, दोन चमचे मीठ, कुटाच्या दोन-तीन मिरच्या, दोन चमचे तूप, अर्धा चमचा जिरे, कढीलिंब.

**कृती :** भात चांगला मोकळा शिजवून घ्यावा. थंड झाल्यावर गोड दही, मीठ व आवडत असल्यास अगदी थोडी साखर घालावी. तुपात जिरे व कुटाच्या मिरच्या व कढीलिंब घालून, खमंग फोडणी करून, ती त्या भातावर घालावी. वर दूध घालून भात चांगला कालवावा. थोडा वेळ ठेवून मग वाढण्यास घ्यावा.

हा भात प्रवासात नेण्यासही चांगला.

**टीप :** हा भात आयत्या वेळेस करावयाचा असल्यास वरीलप्रमाणे करावा. प्रवासाला जाताना हा भात करून न्यावयाचा असल्यास, शिजवून, थंड करून घेतलेल्या भातात दोन वाट्या दूध व थोडेसे दही घालून ठेवून द्यावा. म्हणजे आंबट होणार नाही.

## १७. नारळी भात

**साहित्य :** चार वाट्या जुने तांदूळ, एक नारळ, सहा वाट्या चांगला पिवळ्या रंगाचा चिरलेला गूळ, दहा-बारा लवंगा, दहा-बारा वेलदोडे, अर्धी वाटी बेदाणे, एक वाटी तूप, भिजवलेल्या दाण्यांचे काप.

**कृती :** तांदूळ धुऊन तासभर ठेवावेत. दोन चमचे तूप तापवून त्यात लवंगा टाकाव्या व त्यावर तांदूळ घालून परतावे. नंतर त्यात तांदळाच्या दुप्पट आधणाचे पाणी घालून मोकळा भात करून घ्यावा. नंतर नारळाचे खोवलेले खोबरे व गूळ एकत्र शिजवून घ्यावे व त्यावर वरील भात घालून भात सारखा करावा. नंतर त्यात वेलदोडे, दाण्याचे काप व बेदाणे घालून, वर तूप घालून भाताला चांगली वाफ आणावी.

**टीप :** नारळाचे दूध घालून हा भात शिजविल्यास जास्त चवदार होतो. नारळाचे दूध २ वाट्या व १ वाटी पाणी घालून भात शिजवावा.

## १८. साखरभात

**साहित्य :** चार वाट्या चांगले जुने आंबेमोहोर तांदूळ, सहा वाट्या साखर, एक वाटी तूप, दहा लवंगा, दहा-बारा बदाम-बी, दहा-पंधरा वेलदोडे, अर्धी वाटी बेदाणे, एक ग्रॅम केशर किंवा

केशराच्या अभावी खाण्याचा केशरी रंग, एक लिंबू, एक लहान नारळ. (दोन्ही ऐच्छिक)

**कृती :** तांदूळ तासभर आधी धुवून ठेवावे. थोडेसे तूप टाकून गरम तुपावर प्रथम लवंगा परताव्या व नंतर त्यावर तांदूळ परतावेत. तांदळाच्या दुप्पट गरम पाणी त्यावर घालावे. चवीला मीठ व किंचित हळद घालून तो भात मोकळा शिजवावा. शिजल्यावर तो परातीत पसरून मोकळा करावा. एका पातेल्यात साखरेचा गोळीबंद पाक करून घ्यावा. आवडत असल्यास त्यात एका लिंबाचा रस घालावा. तसेच, आवडत असल्यास एका लहान नारळाचे खोवलेले खोबरे घालावे. केशर अगर रंग घालावा. मग त्यात भात घालून मंद निखाऱ्यांवर चांगली वाफ आणून मोकळा होऊ द्यावा. नंतर त्यात बदामाचे काप, बेदाणा, वेलची-पूड टाकावी. वर एक वाटी चांगले तूप सोडावे व एक केळीचे पान वर ठेवून, त्यावर ताट झाकण ठेवावे. त्या ताटावर थोडे मंद निखारे घालावेत व पातेले मंद विस्तवावर ठेवावे.

## १९. आंब्याचा भात

**साहित्य :** वरील साखरभाताच्या साहित्याप्रमाणे. शिवाय घट्ट आटवलेल्या हापूस आंब्याचा गोळा एक वाटी, एक लहान नारळ व वरील साखरभाताकरिता घेतलेल्या साखरेपेक्षा अधिक एक वाटी साखर.

**कृती :** साखरभाताच्या कृतीप्रमाणेच भात करून घ्यावा. खोवलेले खोबरे, आंब्याचा गोळा व साखर एकत्र एकजीव होईपर्यंत शिजवावे. नंतर साखरभाताप्रमाणेच बाकी सर्व कृती करावी.

## २०. अननसाचा भात

**साहित्य :** सर्व साहित्य साखरभाताप्रमाणेच. शिवाय एक नारळ, केशराऐवजी थोडासा खाण्याचा लेमन कलर, अर्धा किलो चांगला अननस, अगर अननस न मिळाल्यास बाजारात मिळणारा अननसाचा अर्ध्या किलोचा डबा, दहा-बारा पिस्ते व सहा चेरी (बाजारात चेरीची सुकी फळे मिळतात, ती).

**कृती :** अननस असेल, तर त्याची साल काढून, फोडी करून, त्या प्रथम नुसत्या शिजवून घ्याव्या. फोडी बाजूला काढून पाणी तसेच ठेवावे. नंतर तांदूळ तुपावर परतून घ्यावेत व त्यात अननसाचे शिजवलेले पाणी घालून साखरभाताप्रमाणे भात करून घ्यावा. डब्यातील अननस घेतल्यास त्यातील पाणी प्रथमच न घालता

भात अर्धवट शिजल्यावर मग घालावे. कारण त्या पाण्यात थोडी साखर असल्याने आधी घातल्यास भात चांगला शिजणार नाही. भात करून घेतल्यावर मग साखर व खोवलेले खोबरे शिजवून घेऊन, त्यात लेमन कलर टाकून, त्यात शिजवलेला भात अननसाच्या निम्म्या फोडी घालून साखरभाताप्रमाणेच बाकीची कृती करावी. वाढताना ताटामध्ये अगर डिशमध्ये भात काढून घेतल्यावर उरलेल्या अननसाच्या फोडी, पिस्त्याचे काप व चेरी अर्धी कापून केलेले काप आकर्षक रीतीने ठेवून सजावटही करावी.

अननस वापरल्यास भातात थोडा अननसाचा इसेन्सही घालावा.

## २१. संत्र्याचा भात : १

**साहित्य :** साहित्य साखरभाताप्रमाणेच. शिवाय चार मोठी रसरशीत संत्री, एक लहानसा नारळ, केशराऐवजी खाण्याचा ऑरेंज कलर, थोड्या केशराच्या काड्या व वर्ख लावलेले वेलचीचे दाणे.

**कृती :** संत्री सोलून त्यांच्या कळ्या काढाव्या, खोवलेले खोबरे साखरेबरोबर शिजवून, त्यात एका संत्र्याच्या सालीचे लहान लहान तुकडे टाकावेत व पाक तयार करून घ्यावा. साखरभाताप्रमाणेच भात तयार करून घ्यावा व तयार केलेल्या पाकात तो भात, संत्र्याच्या कळ्या व ऑरेंज कलर टाकावा. थोडा संत्र्याचा इसेन्स घालावा. केशराच्या नुसत्याच काड्याही घालाव्या. बाकी सर्व कृती साखरभाताप्रमाणेच. वाढताना अगर डिशमध्ये काढून घेतल्यावर बदामाचे काप आणि वर्ख लावलेले वेलचीचे दाणे सजावटीकरता घालावे.

## २२. कोबी डोलमा

**साहित्य :** एक किलो कोबी, एक वाटी तांदूळ, पाव किलो कांदे, बेदाणा व काजूचे काप प्रत्येकी पाव वाटी, एक चमचा मिरे, अर्धा चमचा बडीशेप, एक चमचा गरम मसाला, एक वाटी तेल मीठ.

**कृती :** तांदूळ धुऊन ठेवावेत. कांदे चिरावेत. पाव वाटी तेलावर चिरलेला कांदा व मिरे टाकून परतून घ्यावे व त्यावर तांदूळ घालावेत. थोडे परतल्यावर काजूचे काप, बेदाणा, बडीशेप, गरम मसाला व चवीप्रमाणे मीठ घालून, प्रमाणात पाणी घालून भात शिजण्यास ठेवावा. भात तयार झाल्यावर बाजूला काढून ठेवावा. उकळत्या पाण्यात कोबीचा गड्डा घालून १५ मिनिटे उकळत ठेवावा. नंतर बाहेर काढून, थोडा थंड झाल्यावर कोबीची पाने सुटी करून घ्यावी. या पानांची मधली शीर तासून काढावी. अशा प्रत्येक पानावर शिजवून ठेवलेल्या भातापैकी थोडा भात

घालून, पानाची गुंडाळी करावी. सर्व गुंडाळ्या झाल्यावर त्या एका भांड्यात उभ्या लावून, त्यावर पाव वाटी तेल पसरून घालावे. भांडे नंतर मंद आचेवर ठेवून चांगली वाफ आणावी.

या गुंडाळ्या म्हणजेच डोलमा होय, डोलमा खावयास देण्यापूर्वी त्यावर अर्धी वाटी तेलाची फोडणी करून घालावी.

**टीप :** कोबीच्या पानांच्या गुंडाळ्या करण्याऐवजी उकडून घेतलेल्या पानांवर भात घालून त्यांच्या आकर्षक आकाराच्या पुड्या केल्या, तर सजावटीस चांगले दिसते.

## २३. संत्र्याचा भात : २

**साहित्य :** सहा मोठी चांगल्या रंगाची संत्री, तीन वाट्या साखर, दोन वाट्या तांदूळ, तूप, मीठ, काजू किंवा बदाम, ऑरेंज कलर, ऑरेंज इसेन्स, ओले खोबरे.

**कृती :** सर्व संत्री मधोमध आडवी कापावी. संत्र्याच्या आतील फोडी, साल मोडणार नाही, याची काळजी घेऊन बाहेर काढाव्या. संत्र्याच्या साली बाजूला ठेवून द्याव्यात. त्यांचा उपयोग सजावटीसाठी नंतर करावयाचा आहे. काढलेल्या फोडींपैकी काही फोडी दाबून रस काढावा. असा रस एक वाटीभर होईल, इतक्याच फोडींचा रस काढावा. बाकीच्या फोडींच्या पाकळ्या हलक्या हाताने काढून घ्याव्यात. संत्र्याच्या रसात ३ वाट्या पाणी घालावे. या रसात ४ चमचे साजूक तूप व चव मोडण्यापुरते मीठ घालावे. तांदूळ धुवून, कोरडे करून ठेवावेत. संत्र्याच्या रसाच्या पाण्याचे मिश्रण उकळण्यास ठेवावे. त्यात तांदूळ घालून मऊ मोकळा भात शिजवून घ्यावा. भात फार मोकळा झाल्यास थोडे पाणी शिंपडून २-३ मिनिटे मंद आचेवर ठेवावा. तयार भात ताटात पसरून गार करावा. साखरेत अर्धी वाटी पाणी घालून पाक करावा. पाकामध्ये ऑरेंज कलर व इसेन्स घालावा. गार झालेला भात पाकात घालून मंद आचेवर ठेवावा. ४ चमचे साजूक तूप घालून चांगली वाफ आणावी. भातास संत्र्याच्या फोडींप्रमाणे रंग यावयास हवा. वाटल्यास थोडा ऑरेंज रंग टाकावा. भाताला शेवटी वाफ येताना त्यात संत्र्याच्या साली ठेवल्यास संत्र्याचा चांगला वास येतो.

**सजावट :** खोबरे खोवून घ्यावे, काजूचे लांबट तुकडे करावेत. सत्यनारायणाच्या प्रसादासाठी वापरतात, तसे लहान करमरे असलेले ओगराळे घ्यावे. करमऱ्याचे ओगराळे नसलेच, तर साधे घ्यावे. ओगराळ्यास आतून तुपाचा हात फिरवावा. ओगराळ्यात थोडेसे ओले खोबरे पसरून आतील बाजूस लावावे. थोडा भात घेऊन, त्यात संत्र्याच्या थोड्या सोललेल्या पाकळ्या घालून दोन मुदा पाडाव्यात. एक मूद घेऊन, ती उलटी करून, तीवर ४-५ काजूचे किंवा बदामाचे काप मधोमध

पसरून ठेवावे, म्हणजे ते संत्र्याच्या बियांप्रमाणे दिसतील. त्यावर दुसरी मूद ठेवावी म्हणजे सोललेल्या संत्र्याप्रमाणे दिसेल. अशा प्रकारे केलेल्या मुदा संत्र्याच्या एका सालीत ठेवाव्यात. वर एक साल झाकणासारखी ठेवावी. अशा प्रमारे आत भात असलेले संत्रे दिसेल. ही संत्री खावयास देण्यापूर्वी, ताटात ठेवून, ते ताट मोठ्या परातीत पाणी घालून, दहा-पंधरा मिनिटे मंद आचेवर ठेवावे म्हणजे आतला भात गरम होईल व संत्र्याच्या सालीचा वासही येईल. प्रत्येक संत्र्यावर कोणत्याही वेलाची पाने वरच्या बाजूस खोचून ठेवावी, म्हणजे संत्रे खावयास दिल्याचा भास होईल.

### २४. गव्हले भात

**साहित्य :** चार वाट्या चांगले गव्हले, एक वाटी तूप, एक नारळ, दहा ते पंधरा लवंगा, पाच वाट्या साखर, दहा-पंधरा वेलदोडे, अर्धी वाटी बेदाणे, दहा-पंधरा बदाम, एक ग्रॅम केशर अथवा खाण्याचा केशरी रंग.

**कृती :** तूप तापल्यावर प्रथम लवंगा टाकून, गव्हले थोडेसे परतून घ्यावेत. गव्हल्यांच्या दुप्पट पाणी घेऊन, उकळी आणून ते त्या गव्हल्यांवर घालून गव्हले शिजवावेत. जाड अगर बारीक गव्हले असतील, त्याप्रमाणे पाणी कमी-जास्त करावे. गव्हले फार मोकळे शिजवून घेऊ नयेत, कारण हा भात जरा मऊसरच चांगला लागतो. खोबरे व साखर शिजवून घेऊन त्यात वरीलप्रमाणे शिजवून घेतलेले गव्हले घालावे. बाकी कृती साखरभाताप्रमाणेच.

---

## २. आमटी

### १. तुरीच्या डाळीची आमटी

**साहित्य :** एक वाटी तुरीची डाळ, मीठ, मोठ्या लिंबाएवढा गूळ, गुळाच्या अर्धी चिंच, दीड चमचा लाल तिखट अगर ओल्या मिरच्या, दीड ते दोन चमचे काळा (गोड) मसाला, फोडणीचे साहित्य, कढीलिंब, ओले खोबरे, कोथिंबीर.

**कृती :** डाळ शिजत घालावी. डाळ शिजल्यावर तेलाची फोडणी करून शिजलेली डाळ घोटून फोडणीत घालावी. नंतर त्यात चिंच (कोळून), मीठ, मसाला, लाल तिखट अगर ओल्या मिरच्या तुकडे करून, कढीलिंब, ओले खोबरे व कोथिंबीर हे सर्व साहित्य घालावे व आपल्याला हवे असेल, तेवढे पाणी घालून

आमटी चांगली शिजवावी.

तयार आमटी सात-आठ वाट्या होईल.

(**टीप :** याप्रमाणेच मुगाची डाळ किंवा मसुराची डाळ यांचीही आमटी करावी. वरील कोणत्याही आमटीत कोणत्याही भाजीच्या फोडी व लसूणही घालतात.)

## २. डाळवांगे

**साहित्य :** एक वाटी तुरीची डाळ, एक वाटी वांग्याच्या फोडी, दोन चमचे तिखट, दोन ते अडीच चमचे मीठ, पाव वाटी गूळ, लहान लिंबाएवढी चिंच, दोन चमचे काळा (गोडा) मसाला, एक चमचा जिरे, पाव वाटी सुके खोबरे, दोन चमचे धने, कोथिंबीर, कढीलिंब व फोडणीचे साहित्य. तिखट व मीठ आवडीप्रमाणे थोडे कमी अगर जास्त घेतले, तरी चालेल.

**कृती :** डाळ शिजवून घ्यावी. फोडणीत कढीलिंब घालून वांग्याच्या फोडी घालाव्या. एक वाफ आणून घ्यावी व त्यात डाळ घालावी. नंतर तिखट, मीठ, गूळ व चिंच घालावी. धने, जिरे व खोबरे भाजून, कुटून घालावे व कोथिंबीर घालावी व डाळवांगे चांगले उकळू द्यावे. हे डाळवांगे आपल्या आवडीप्रमाणे दाट अगर पातळ करावे.

## ३. डाळमेथीचे वरण

**साहित्य :** दोन वाट्या तुरीची डाळ, तीन चमचे भरून मेथ्या, चवीप्रमाणे मीठ, पाव वाटी गूळ, पाच-सहा ओल्या मिरच्या, दोन अमसुले, लसणीच्या दहा पाकळ्या, थोडे ओले खोबरे, कोथिंबीर, एक चमचा जिरे, पाव वाटी सुक्या खोबऱ्याचा कीस, फोडणीचे साहित्य.

**कृती :** थोड्याशा तेलात तांबूस होइपर्यंत मेथी परतावी. नंतर डाळीच्याबरोबरच मेथी शिजत टाकावी. डाळ शिजल्यावर त्यात ओल्या मिरचीचे तुकडे, किंचित ठेचलेली लसूण, गूळ, मीठ व अमसुले घालावी. सुके खोबरे व जिरे भाजून, कुटून घालावे. नंतर खमंग फोडणी करून घालावी. वर ओले खोबरे व कोथिंबीर घालावी व वरण चांगले शिजवावे. हे वरण नेहमीच्या आमटीप्रमाणे पातळ न ठेवता जरा दाटसर ठेवावे.

## ४. पडवळाची आमटी

**साहित्य :** पाऊण वाटी तुरीची डाळ, तीन वाट्या बारीक चिरलेले पडवळ, चार ओल्या मिरच्या, चार सुक्या मिरच्या, एक

वाटी खोवलेले खोबरे, एक चमचा धने, एक चमचा जिरे, दोन चमचे चण्याचे पीठ, पाव वाटी दाण्याचे कूट, दोन अमसुले, चवीपुरते मीठ व गूळ, कढीलिंब, फोडणीचे साहित्य.

**कृती :** प्रथम डाळ शिजवावी. फोडणी करून त्यात पडवळाच्या फोडी, सुक्या मिरच्या व कढीलिंब टाकून वाफ आणावी व नंतर त्यात शिजलेली डाळ घालावी. त्यात, हवे असेल, तेवढे पाणी घालून उकळी आणावी. धने, जिरे, ओले खोबरे व ओल्या मिरच्या वाटून घ्याव्या. हा वाटलेला गोळा व अंदाजाने मीठ, गूळ व अमसुले उकळत असलेल्या आमटीत टाकावी. नंतर दाण्याचे कूट व चण्याचे पीठ पाण्यात कालवून आमटीला लावावे, म्हणजे आमटी मिळून येते.

(**टीप :** पडवळाऐवजी कोबी, दूधभोपळा अथवा काकडी घालूनही ही आमटी करता येते. त्या त्या भाज्यांप्रमाणे निरनिराळा स्वाद येतो व चवही निराळी लागते.)

## ५. लाल भोपळ्याची आमटी

**साहित्य :** अर्धा किलो लाल भोपळा, पाव वाटी तुरीची डाळ, पाच-सहा ओल्या मिरच्या, अर्धी वाटी खोवलेले खोबरे, एक चमचा जिरे, तीन-चार सुक्या मिरच्या, चार चमचे साखर अगर गूळ, चवीप्रमाणे मीठ, एक वाटी आंबट ताक, दोन चमचे डाळीचे पीठ, पाव वाटी दाण्याचे कूट, पाव चमचा मेथी.

**कृती :** ही आमटी वरील पडवळाच्या आमटीप्रमाणे करावी. फक्त फोडणी केल्यावर त्यात मेथी घालावी व चण्याचे पीठ पाण्याऐवजी ताकात कालवून घालावे.

## ६. पंचरस आमटी

**साहित्य :** एक वाटी तुरीची डाळ, चार कच्ची केळी, एक लहान वांगे, एक बटाटा, एक लहान मुळा, एक वाटी काजू, ओल्या खोबऱ्याचे एक वाटी काप, एक कांदा, दोन चमचे धने, एक चमचा जिरे, लहान लिंबाएवडी चिंच, थोडा गूळ, मीठ चवीप्रमाणे, ओले खोवलेले खोबरे एक वाटी, फोडणीचे साहित्य, एक-दोन सुक्या मिरच्या, पाच-सहा ओल्या मिरच्यांचे तुकडे, एक चमचा गोडा मसाला.

**कृती :** डाळ शिजवून घ्यावी. केळी, बटाटा, वांगे आणि मुळा ह्यांच्या फोडी करून सर्व शिजवून घ्याव्यात. नंतर फोडणी करून, त्यात चिरलेला कांदा टाकून, लालसर परतावा. त्यावरच काजू व खोबऱ्याचे काप घालावे. नंतर त्यावर शिजवलेली डाळ व शिजविलेल्या भाज्या टाकून, हवे असेल, तेवढे पाणी घालावे. ओले

खोवलेले खोबरे, जिरे, सुकी मिरची, चिंच हे सर्व वाटून आमटीत घालावे. चवीप्रमाणे मीठ व गूळ घालावा. ओल्या मिरच्यांचे तुकडे व गोडा मसाला घालावा व उकळी आणावी.

## ७. कारल्याचे वरण

**साहित्य :** मध्यम आकाराची तीन कारली, एक वाटी तूरडाळ, सुपारीएवढी चिंच, चिंचेच्या दुप्पट गूळ, अर्धा चमचा लाल तिखट, चवीप्रमाणे मीठ, अर्धी वाटी सुक्या खोबऱ्याचा कीस, एक चमचा जिरे, कोथिंबीर व फोडणीचे साहित्य.

**कृती :** प्रथम कारल्यांच्या चकत्या करून, त्यांतील बिया काढून टाकाव्या व चकत्या धुऊन डाळीबरोबर शिजत घालाव्या व वर झाकण ठेवावे. शिजून होईपर्यंत झाकण काढू नये. शिजवल्यावर डाळवांग्याप्रमाणेच हे कारल्याचे वरण करावे.

(**टीप :** कारली वास्तविक कडू असतात. पण वरील पद्धतीने वरण केल्यास ते कडू लागत नाही.)

## ८. कटाची आमटी

**साहित्य :** चण्याच्या डाळीचा कट, साधारण आठ वाट्या कट असल्यास एका लिंबाएवढी चिंच, अर्धी वाटी गूळ, दोन चमचे लाल तिखट, चवीप्रमाणे मीठ, एक चमचा काळा (गोडा) मसाला, एक चमचा जिरे, पाव वाटी सुके खोबरे, चार लवंगा, तमालपत्राची चार पाने, दालचिनीचे बोटाएवढे चार-पाच तुकडे, शेवग्याच्या शेंगा, फोडणीचे साहित्य व कढीलिंब.

**कृती :** चण्याची डाळ जास्त पाणी घालून शिजवावी. पूर्ण शिजल्यानंतर ती चाळणीत ओतावी. खाली निथळलेले पाणी म्हणजे कट. हा कट घेऊन, तो शिजावयास ठेवून, त्यात चिंच कोळून त्याचे पाणी घालावे. नंतर शेवग्याच्या शेंगांचे तुकडे त्यात शिजत टाकावे व अर्धवट शिजल्यावर त्यात वर लिहिलेल्या प्रमाणानुसार तिखट, मीठ व गूळ घालावा. जिरे व सुके खोबरे भाजून व कुटून घालावे. काळा मसाला घालावा. लवंगा, तमालपत्र, दालचिनी व कढीलिंब घालून नेहमीप्रमाणे फोडणी करावी व ती वरून घालावी व आमटी चांगली उकळावी.

(**टीप :** ज्या वेळी आपण पुरणपोळी करतो, त्या वेळी ही कटाची आमटी करणे चांगले, कारण त्या वेळी डाळ पुष्कळ असल्यामुळे कटही दाट व भरपूर निघतो.)

## ९. सांबार

**साहित्य :** एक वाटी तुरीची डाळ, पाव किलो कोहाळा, चार सुक्या मिरच्या, एक चमचा उडीद-डाळ, एक चमचा चण्याची डाळ, एक चमचा जिरे, एक चमचा धने, दोन-तीन लवंगा, दोन-तीन मिरे, दालचिनीचा तुकडा, अर्धी वाटी खोवलेले खोबरे, चार ओल्या मिरच्या, कोथिंबीर, कढीलिंब, चिंच, गूळ, मीठ व लाल तिखट (हे सर्व आवडीप्रमाणे), मेथ्या सात-आठ, फोडणीचे साहित्य.

**कृती :** प्रथम तुरीची डाळ शिजत टाकावी. अर्धवट शिजल्यावर कोहाळ्याच्या फोडी करून त्यात घालाव्या व डाळ पूर्ण शिजवावी. मेथी तेलावर बदामी रंगावर परतून घ्यावी. नंतर उरलेल्या त्याच तेलात उडीद-डाळ, चण्याची डाळ, जिरे, धने, दोन सुक्या मिरच्या, लवंगा, दालचिनी व मिरे हे सर्व खमंग भाजून घेऊन, त्यात मेथी घालून, सर्व जिन्नस एकत्र वाटावेत. ओल्या मिरच्या व ओले खोबरे निराळे वाटावे. वाटलेले हे सर्व साहित्य डाळ शिजल्यावर त्यात घालावे. आवडीप्रमाणे चिंच, गूळ व मीठ घालावे. नंतर तेलाची खमंग फोडणी करून त्यात उरलेल्या दोन सुक्या मिरच्या व कढीलिंब टाकावा व ती फोडणी सांबाराला देऊन सांबार खूप उकळावे. हे सांबार आपल्या आवडीप्रमाणे दाट अथवा पातळ करावे.

मद्रासी पद्धतीप्रमाणे या सांबारात गूळ अजिबात घालत नाहीत. आवडत असल्यास, वर लिहिले आहे त्याप्रमाणे गूळ घालावा.

(**टीप :** कोहाळ्याच्याऐवजी वांगी, कांदा, दोडके अथवा काकडी यांच्यापैकी कोणत्याही एका अगर सर्वच भाज्यांच्या फोडी घातल्या, तरी चालतात. त्या त्या भाज्यांमुळे सांबाऱ्याची चव निरनिराळी लागते.)

## १०. गोळ्यांची आमटी (गोळ्यांचे सांबार) : प्रकार १

**साहित्य :** दोन वाट्या मसुराची डाळ, दोन चमचे जिरे, तीन चमचे धने, चार-पाच ओल्या मिरच्या, एक चमचा तिखट, चवीप्रमाणे मीठ, किसलेले सुके खोबरे पाव वाटी, दोन अमसुले, चवीपुरता (अंदाजे सुपारीएवढा) गूळ, कोथिंबीर, फोडणीचे साहित्य, तेल (तळण्याकरिता.)

**कृती :** मसुराची डाळ दोन तास भिजत घालावी. नंतर ती वाटावी. थोडे धने, थोडे जिरे, मीठ व मिरच्या वाटून तो वाटलेला गोळा, वाटलेल्या डाळीच्या गोळ्यात घालावा व चांगले कालवून, पिठाचे सुपारीएवढे गोळे करून, तेलात तळून काढावेत. मग पाणी फोडणीस टाकून त्यात चवीप्रमाणे मीठ, तिखट, गूळ

व अमसुले घालावीत. राहिलेले धने व खोबरे वाटून त्या पाण्यात घालावे व पाण्याला उकळी आल्यावर तयार करून घेतलेले गोळे त्यात सोडून चांगली उकळी आणावी. उकळल्यानंतर, फार पातळ वाटल्यास, एक-दोन चमचे डाळीचे पीठ घालावे.

या सांबारात, आवडत असल्यास, कांदा बारीक चिरून व लसूण तेलावर तांबूस परतून घालावे.

## ११. गोळ्यांची आमटी : प्रकार २

वरील साहित्यात मसुराच्या डाळीऐवजी एक वाटी उडदाची डाळ आणि एक वाटी चण्याची डाळ घ्यावी व वरीलप्रमाणे बाकीचे साहित्य घेऊन वरील सर्व कृतीप्रमाणेच गोळ्यांची आमटी करावी.

## १२. गोळ्यांची आमटी : प्रकार ३

**साहित्य :** चण्याचे पीठ एक वाटी, चण्याची डाळ दोन चमचे, सुक्या लाल मिरच्या दोन-तीन, लसणीच्या पाकळ्या पाच-सहा, गोडा मसाला दोन चमचे, सुक्या खोबऱ्याचा कीस अर्धी वाटी, दोन मोठे कांदे, आले, मीठ, हळद, फोडणीचे साहित्य, धन्याची पूड दोन चमचे, जिऱ्याची पूड एक चमचा, जाडसर दाण्याचे कूट अर्धी वाटी, कोथिंबीर.

**कृती :** चण्याच्या पिठात थोडे तिखट, मीठ, दाण्याचे कूट व धन्याजिऱ्याची पूड व पाणी घालून पीठ घट्ट भिजवावे व त्याच्या शेंगाच्या दाण्याएवढ्या गोळ्या कराव्या. तव्यावर तेल घालून त्यात एक कांदा (बारीक चिरून), चण्याची डाळ व खोबऱ्याचा कीस, हे जिन्नस तांबूस परतून घ्यावेत. नंतर हे परतलेले जिन्नस, गोडा मसाला, मिरच्या, लसणीच्या पाकळ्या, आले (अंदाजाने व चवीप्रमाणे) व मीठ (चवीप्रमाणे) असे सर्व जिन्नस एकत्र करून, अगदी बारीक वाटून गोळा तयार करावा. नंतर एका पातेल्यात फोडणी करून त्यात एक कांदा (भाजून घेऊन) फोडी करून घालावा. आपल्याला सांबार दाट अगर पातळ पाहिजे असेल, त्या मानाने पाणी घालावे. उकळी आल्यावर त्यात वरील तयार केलेल्या गोळ्या सोडाव्यात. पुन्हा चांगली उकळी आल्यावर वाटून घेतलेल्या मसाल्याचा गोळा घालून पुन्हा उकळी आणावी. शिजल्यानंतर खाली उतरवून कोथिंबीर घालावी.

हे सांबार शक्यतो गरमगरम वाढण्यास घ्यावे.

(**टीप :** हवे असल्यास सांबारात चवीकरिता अमसूल व थोडा गूळही घालावयास हरकत नाही.)

## १३. भज्यांची आमटी

**साहित्य :** दोन वाट्या डाळीचे पीठ, एक नारळ, अमसुले, लवंगा, कोथिंबीर, फोडणीचे साहित्य, तूप, तिखट, मीठ व गूळ.

**कृती :** नारळ खोवून घेऊन खोबऱ्याचे दूध काढावे. नंतर डाळीचे पीठ घेऊन त्यात नारळाचा चव घालून मिसळावे. चवीपुरते तिखट व मीठ घालून व भज्याच्या पिठाइतपत पातळ होईल, इतके पाणी घालून पीठ भिजवावे व त्याची लहान लहान भजी तुपात अगर तेलात तळून घ्यावी. नंतर एका पातेल्यात तुपाची फोडणी करून चार-पाच लवंगा टाकाव्यात व नारळाचे काढून घेतलेले दूध फोडणीस टाकावे. नंतर बेताचे पाणी घालून थोडेसे डाळीचे पीठ लावावे. तसेच चवीप्रमाणे तिखट, मीठ व गूळ घालावा. तीन-चार अमसुले व कोथिंबीर घालावी व उकळी आल्यानंतर वरील तळून घेतलेली भजी टाकावीत. एक उकळी आणून पातेले खाली उतरवावे. आवडत असल्यास डाळीच्या पिठाऐवजी उडदाची डाळ भिजत घालून व वाटून त्याची भजी करावी.

## १४. कोफ्ता करी

**साहित्य :** दुधी भोपळ्याचा कीस दोन वाट्या, चण्याचे पीठ अर्धी वाटी, दोन कांदे, लसणीच्या चार-पाच पाकळ्या, दोन टोमॅटो, आठ-दहा ओल्या मिरच्या, मीठ, हळद, कोथिंबीर, पाव वाटी कच्चा मसाला, पाव वाटी खसखस, पाव वाटी तीळ, पाव वाटी भाजलेल्या शेंगदाण्याचे कूट, आल्याचा एक बोट लांबीचा तुकडा, ओले खोबरे एक वाटी, तळण्यासाठी तेल अगर तूप.

**कृती :** दुधी भोपळ्याच्या किसाला जास्त पाणी सुटल्यास कीस जरा पिळून काढावा. नंतर दुधी भोपळ्याचा कीस, चण्याचे पीठ, चवीप्रमाणे लाल तिखट अगर ओल्या मिरच्यांचा ठेचा, थोडेसे मोहनास तेल, चवीप्रमाणे मीठ, थोडी हळद व थोडी चिरलेली कोथिंबीर असे सर्व साहित्य एकत्र करून मळावे व त्याची तेलात अगर डालडा तुपात भजी (कोफ्ते) तळून घ्यावीत. नंतर एका पातेल्यात चार चमचे तेल अगर डालडा घालून ते पातेले चुलीवर ठेवावे व कांदे चिरून, त्यात घालून तांबूस रंगावर परतून घ्यावेत. नंतर त्यात पाऊण चमचा हळद, ओल्या मिरच्या (वाटून) आणि टोमॅटो (बारीक चिरून) घालावेत. टोमॅटो शिजल्यावर, आपल्याला दाट अगर पातळ पाहिजे असेल, त्या प्रमाणात पाणी घालून उकळी आणावी. खसखस व तीळ भाजून घ्यावे. भाजलेले तीळ आणि खसखस, भाजलेल्या शेंगदाण्याचे कूट, आले, खोबऱ्याचा कीस आणि लसणीच्या पाकळ्या असे सर्व

एकत्र करून वाटावे व तो वाटलेला गोळा वरील उकळत्या पाण्यात घालावा. तसेच, कच्चा मसाला व चवीप्रमाणे मीठ घालावे. पुन्हा उकळी आणावी. खाली उतरवून कोथिंबीर घालावी.

ही करी विशेषत: पुलाव्याबरोबर देतात.

(टीप : कोणास कांदा, लसूण व आले यांचा उग्र वास आवडत नाही. आवडत नसल्यास, हे जिन्नस अगर त्यांतील नको असेल, तो जिन्नस घातला नाही, तरी चालेल. कोणास हवे असल्यास रुचीकरिता साखर अगर गूळ घालावा.)

# ३. सार, कळण व कढी

## १. टोमॅटो सार

**साहित्य :** अर्धा किलो पिकलेले लाल टोमॅटो, एक नारळ, दोन चमचे मीठ, अर्धी वाटी साखर अगर चिरलेला गूळ, पाच-सहा ओल्या मिरच्या, आल्याचा तुकडा एक इंच, लाल बीटचे तुकडे पाव वाटी, एक-दोन लसणीच्या पाकळ्या.

**कृती :** टोमॅटो शिजवावेत. टोमॅटो शिजतानाच त्यांत लाल बीटचे तुकडे घालावेत. बीटमुळे साराला रंग चांगला येतो. नारळाचे दूध काढून घ्यावे. शिजवलेले टोमॅटो गाळून घेऊन नारळाचे दूध घालावे. ओल्या मिरच्या, आले, जिरे व लसणीच्या पाकळ्या वाटून घेऊन तो गोळा त्यात घालावा. तसेच मीठ, साखर अथवा गूळ व कोथिंबीर बारीक चिरून घालावी व सार चांगले उकळू द्यावे.

## २. आमसुलाचे सार : प्रकार १

**साहित्य :** पाच-सहा अमसुले, एका नारळाचे दूध, दोन ओल्या मिरच्या, अर्धा चमचा जिरे, साखर अथवा गूळ, चवीपुरते मीठ, कोथिंबीर.

**कृती :** सार करण्यापूर्वी अमसुले अर्धा तास गरम पाण्यात भिजत ठेवावीत. भिजल्यावर चांगला गुलाबी रंग येतो. नंतर ते पाणी काढून घेऊन त्यात नारळाचे दूध घालावे. गोड अगर आंबट– जशी व जितपत आवड असेल, त्या प्रमाणात साखर अथवा गूळ घालावा आणि मीठ, मिरच्या, जिरे हे सर्व वाटून लावावे. चिरलेली कोथिंबीर वर घालावी.

हे सार आवडीप्रमाणे गार अगर गरम घेतात.

**टीप :** आवडत असल्यास चार-पाच लसूण-पाकळ्या वाटून घालाव्यात.

## ३. अमसुलाचे सार : प्रकार २

**साहित्य :** पाच-सहा अमसुले, साखर अथवा गूळ, चवीपुरते मीठ, पाव चमचा जिरे, अर्धा चमचा तूप.

**कृती :** तूप व जिरे यांची फोडणी करून, पाणी घालून, त्यात अमसुले घालून उकळी आणावी. चांगली उकळल्यानंतर त्यात मीठ घालावे व नंतर आंबट अगर गोड– जशी जितपत आवड असेल, त्या प्रमाणात साखर अथवा गूळ घालून पुन्हा उकळी आणावी.

हे सार फार रुचकर लागते.

## ४. कैरीचे सार

**साहित्य :** कैरीच्या फोडी अर्धी वाटी, गूळ एक वाटी, चवीपुरते मीठ व तिखट, अर्धा चमचा मेथ्या, दोन चमचे चण्याचे पीठ, दोन सुक्या मिरच्या, कढीलिंब, फोडणीचे साहित्य.

**कृती :** तेलाची फोडणी करून त्यात मेथ्या तांबूस होईपर्यंत तळाव्यात. नंतर सुक्या मिरच्या व कढीलिंब घालावा. नंतर त्यात कैरीच्या फोडी घालून चार ते सहा वाट्या पाणी घालावे. फोडी चांगल्या शिजू द्याव्यात. फोडी शिजल्यावर त्यांत चवीप्रमाणे मीठ, तिखट आणि गूळ घालावा, चण्याचे पीठ पाण्यात कालवून लावावे. सार जास्त दाट वाटल्यास आणखी थोडे पाणी घालून चांगली उकळी आणावी.

## ५. उसाच्या रसाचे सार

**साहित्य :** आठ वाट्या उसाचा रस, मोठ्या लिंबाएवढी चिंच, मीठ, पाच-सहा सुक्या मिरच्या, अर्धा चमचा जिरे, कढीलिंब, डाळीचे पीठ, सुक्या खोबऱ्याचा कीस पाव वाटी, फोडणीचे साहित्य.

**कृती :** उसाचा रस उकळत ठेवावा. चिंच कोळून त्याचे पाणी त्यात घालावे. जिरे व खोबरे भाजून वाटून घालावे. नंतर खमंग फोडणी करून त्यात सुक्या मिरच्या व कढीलिंब घालावा व ती फोडणी त्या रसात घालावी व रस पुन्हा उकळावा. सार दाट पाहिजे असल्यास त्याला एक-दोन चमचे चण्याचे पीठ लावावे.

## ६. चिंचेचे सार

**साहित्य :** अर्धी वाटी नवी चिंच, दीड वाटी गूळ, चवीप्रमाणे मीठ, अर्धा चमचा तिखट, तीन-चार सुक्या मिरच्या, कढीलिंब, फोडणीचे साहित्य.

**कृती :** चिंच धुऊन गरम पाण्यात भिजत टाकावी. नंतर ती कोळून सहा ते आठ वाट्या पाणी तयार करावे. नंतर त्यात चवीप्रमाणे तिखट-मीठ घालावे आणि आंबट अगर गोड ज्या प्रमाणात पाहिजे असेल, त्या प्रमाणात गूळ घालावा. नंतर फोडणी करून त्यात सुक्या मिरच्यांचे तुकडे व कढलिंब घालून ती फोडणी चिंचेच्या पाण्याला द्यावी व सार चांगले उकळावे.

## ७. कळण

**साहित्य :** दोन वाट्या मूग, दोन-तीन ओल्या मिरच्या, अर्धा चमचा जिरे, चवीपुरते मीठ, साखर किंवा गूळ, नारळाची अर्धी वाटी, ताक अर्धी वाटी, कोथिंबीर.

**कृती :** मूग भाजून अगर आधी भिजत घालून शिजत लावावेत. शिजवताना पाणी जरा जास्तच घालावे. मग शिजल्यानंतर पातेले वाकडे करून पाणी काढून घ्यावे. नारळाचे दूध काढून ते त्या पाण्यात घालावे. ओल्या मिरच्या, मीठ व जिरे वाटून घेऊन तेही त्यात घालावे. चवीप्रमाणे साखर (अगर गूळ) घालावा व चांगले ढवळावे.

कळण उपयोगात आणावयाच्या वेळी चांगले गरम करावे व त्यात ताक व कोथिंबीर घालून वाढावे.

ताक घालताना पळीने ढवळत राहावे, नाही तर ताक फुटते.

ह्याचप्रमाणे हुलगे (कुळीथ), मटकी, चवळी व वाटाणे ह्यांचेही कळण चांगले होते. कृती वरीलप्रमाणेच.

**(टीप :** मुद्दाम वरील धान्ये घेऊन, शिजवून कळण करण्यापेक्षा. ज्या वेळी मूग, हुलगे, मटकी, चवळी अगर वाटाणे यांची उसळ करावयाची असते, त्या वेळी त्यांचे पाणी निघत असल्यामुळे त्याच वेळी हे कळण करणे चांगले.)

## ८. कढी : प्रकार १

**साहित्य :** चार वाट्या गोड ताक, दोन हिरव्या मिरच्या, बोटाएवढे आले, दोन चमचे तूप, अर्धा चमचा जिरे, पाव चमचा हिंगाची पूड, पाव चमचा हळद, मीठ, कढीलिंब, कोथिंबीर.

**कृती :** हिंग, जिरे व हळद घालून तुपाची फोडणी करावी. त्यात कढीलिंब घालावा व ती फोडणी ताकाला द्यावी. नंतर त्यात ओल्या मिरच्या व आले (दोन्ही वाटून) आणि चवीप्रमाणे मीठ व साखर घालावी व कढीला उकळी आणावी. उकळी आल्यावर थोडे चण्याचे पीठ पाण्यात कालवून लावावे. मात्र ताक ताजे असल्यास कढी उकळण्यास ठेवण्यापूर्वी चण्याचे पीठ ताकाला लावून घ्यावे व नंतर उकळी येईपर्यंत ढवळत राहावे.

(**टीप :** वरील कढीत काकडीच्या फोडी, पडवळाच्या फोडी अगर शेवग्याच्या शेंगा अगर फणसाचे गरे अगर उसाचे करवे अगर बारीक भजीही तळून घालतात. त्यामुळे कढीला त्या त्या जिनसांचा चांगला स्वाद येतो व कढीला एक निराळीच चव येते. आवडत असल्यास व आवडेल ते यांपैकी काहीही घालावे. कढीत अननसाच्या फोडीही घालतात. त्यामुळे कडीला अननसाचा स्वाद लागून ती जास्त चवदार लागते.)

## ९. कढी : प्रकार २

**साहित्य :** चार वाट्या गोड ताक, तीन चमचे चण्याचे पीठ, पाव चमचा मेथी, पाव चमचा जिरे, दालचिनीचा एक इंच तुकडा, सहा लवंगा, चार चमचे साखर, दोन-तीन ओल्या मिरच्या, चवीप्रमाणे मीठ, दोन चमचे तूप, चिमूटभर हळद, आल्याचा एक इंच तुकडा, कढीलिंब, कोथिंबीर. हळद आवडत नसल्यास घालू नये.

**कृती :** चण्याचे पीठ घालून ताक चांगले घुसळून घ्यावे. तुपावर हळद, मेथी, जिरे, दालचिनी, लवंगा, कढीलिंब टाकून फोडणी करावी व ती फोडणी ताकात घालावी. ताकात साखर, मीठ, ओल्या मिरच्यांचे लांब तुकडे व बारीक चिरलेले आले घालावे. फोडणीत कढीलिंब जरा जास्त घालावा. कढी चांगली उकळून घ्यावी. त्यावर बारीक चिरलेली कोथिंबीर घालावी.

ताक घ्यावयाचे, ते सायीसकट असलेल्या दह्याचे घेतल्यास कढी जास्त रुचकर होते. नेहमीच्या कढीपेक्षा या कढीला चव चव स्वाद चांगला येतो.

## १०. नारळाची कढी

**साहित्य :** एक मोठा नारळ, अर्धा चमचा धने, एक चमचा जिरे, चार-पाच सुक्या मिरच्या, तीन-चार मिरे, तीन वाट्या गोड ताक, कोथिंबीर, एक चमचा डाळीचे पीठ.

**कृती :** नारळ खोवून घेऊन त्याचे दूध काढावे. त्यात ताक घालावे. धने, जिरे

व मिरे थोड्या तेलावर परतून घेऊन एकत्र वाटावेत. नारळाचे दूध, ताक व डाळीचे पीठ विस्तवावर ठेवून उकळी आल्यावर धन्या-जिऱ्याची वरीलप्रमाणे वाटून घेतलेली पूड घालावी व कढीला चांगली उकळी येऊ द्यावी. नंतर सुक्या मिरच्यांची फोडणी करून ती कढीत घालावी व कढी खाली उतरवून घ्यावी. नंतर त्यात चवीप्रमाणे मीठ व चवीपुरती थोडीशी साखर व कोथिंबीर घालावी.

## ११. मठ्ठा

**साहित्य :** गोड दही, ओल्या मिरच्या, कोथिंबीर, आले, मीठ, साखर.

**कृती :** मठ्ठा दाट अगर पातळ पाहिजे असेल, त्या मानाने दह्यात पाणी घालावे. मठ्ठा साधारणपणे फार पातळ नसतो. पाणी घालून दही घुसळून घ्यावे. नंतर आले, मिरच्या व कोथिंबीर ही सर्व वाटून घुसळलेल्या ताकाला लावावी व त्यात चवीप्रमाणे मीठ व साखर घालावी.

(**टीप :** ह्या मठ्ठ्यातच नारळाचे दूध काढून घालावे. त्यामुळे मठ्ठ्याला जास्त चांगली चव येते. असा मठ्ठा विशेषत: कोकणात करण्याची पद्धत आहे.)

## १२. ताकतव

**साहित्य :** गोड ताक, कोथिंबीर, मीठ, साखर, हिंग, जिरे, तूप.

**कृती :** तुपात हिंग व जिरे घालून, फोडणी करून, ती ताकात घालावी. त्यात साखर व मीठ चवीप्रमाणे घालावे व कोथिंबीर चिरून घालावी. नेहमीच्या जेवणात मधूनमधून हे ताकतव करता येण्यासारखे आहे.

# ४. पिठले

## १. पिठले

**साहित्य :** अर्धी वाटी चण्याच्या डाळीचे पीठ, चार ओल्या मिरच्या, जिरे, मीठ, आले खोबरे, कोथिंबीर, फोडणीचे साहित्य.

**कृती :** तेलाची खमंग फोडणी करून, त्यात मिरच्यांचे तुकडे घालावेत. नंतर त्यात चार वाट्या पाणी घालून मीठ टाकावे. जिरे कुटून घालावे. पाण्याला उकळी

आल्यावर थोडे-थोडे चण्याचे पीठ पसरून घालत-घालत पळीने ढवळावे, म्हणजे गोळी होणार नाही. पिठले शिजल्यावर खोबरे व कोथिंबीर घालावी. आवडत असल्यास ओल्या खोबऱ्याऐवजी सुके खोबरे व जिरे भाजून घेऊन, कुटून घालावे. पिठले पातळ अगर घट्ट ज्या मानाने पाहिजे असेल, त्या मानाने पाणी अगर पीठ कमी-जास्त करावे.

आवडत असेल, तर एखादे अमसूलही पिठल्यात घालावे.

(**टीप** : १. याच पिठल्यात कांदा, लसूण, मुळा व शेवग्याच्या शेंगाही घालतात. घालावयाचे असल्यास फोडणीतही घालावे. २. पिठले शक्यतो लोखंडाच्या कढईत करावे. जास्त खमंग होते.)

## २. कुळथाचे पिठले

**साहित्य** : वरील साध्या पिठल्याच्या साहित्याप्रमाणेच. फक्त चण्याच्या पिठाऐवजी कुळथाचे पीठ घ्यावे. शिवाय लसणीच्या सात-आठ पाकळ्या.

**कृती** : कुळीथ भाजून, दळून त्याचे पीठ करावे. फोडणीत लसूण घालावी. बाकी कृती वरील साध्या पिठल्याप्रमाणेच. हे पिठले पातळच करावे. गरम असतानाच खावयास चांगले लागते.

## ३. ओतलेले पिठले

**साहित्य** : दोन वाट्या चण्याचे पीठ, दोन वाट्या पाणी, जिरे, मीठ, हळद, ओल्या मिरच्यांचे तुकडे, ओले खोबरे किंवा किसलेले सुके खोबरे, फोडणीचे साहित्य.

**कृती** : अर्धी वाटी तेलाची खमंग फोडणी करून घ्यावी. चण्याच्या पिठात मिरच्यांचे तुकडे, मीठ, जिरे व ओले खोबरे अथवा खोबऱ्याचा कीस, थोडी हळद व पाणी घालून पीठ कालवावे व ते तयार केलेल्या फोडणीवर ओतावे व वर झाकण ठेवावे. चांगली वाफ आल्यावर परतावे व पुन्हा झाकण ठेवावे व पिठले पूर्ण शिजू द्यावे. हे पिठले चांगले खमंग लागते. प्रवासात बरोबर नेण्यास उपयोगी आहे.

## ४. रावण पिठले

**साहित्य** : एक वाटी चण्याचे पीठ, एक वाटी तेल, एक वाटी पाणी, एक वाटी लाल तिखट, एक वाटी सुक्या खोबऱ्याचा कीस, हिंग, मोहरी, हळद, मीठ.

**कृती :** एक वाटी तेलाची खमंग फोडणी करावी. एक वाटी पाण्यात पीठ व इतर सर्व साहित्य घालून मिसळावे व फोडणीस टाकून चांगली वाफ आणावी. हे पिठले तिखट लागते; पण रुचीला ते फार खमंग लागते.

## ५. दुधाचे पिठले

**साहित्य :** चार वाट्या दूध, अर्धी वाटी चण्याचे पीठ, चार ओल्या मिरच्या, ओले खोबरे, जिरे, मीठ, कोथिंबीर, फोडणीचे साहित्य.

**कृती :** फोडणी करून त्यात मिरच्यांचे तुकडे व जिरे (कुटून) घालावे. नंतर त्यात दूध घालून, दुधाला उकळी आल्यावर चण्याचे पीठ लावावे. नंतर चवीप्रमाणे मीठ घालावे. चांगले शिजल्यावर खोबरे व कोथिंबीर घालावी.

हे पिठले चवीला फार चांगले लागते.

## ६. दह्याचे पिठले

**साहित्य :** दोन वाट्या गोड दही, बाकी साहित्य दुधाखेरीज वरील दुधाच्या पिठल्याप्रमाणेच.

**कृती :** दह्यात थोडे पाणी घालून, जरा घुसळून व सारखे करून घ्यावे. दुधाऐवजी हे घुसळलेले दही घेऊन त्यात चण्याचे पीठ कालवावे व बाकीची सर्व कृती वरील दुधाच्या पिठल्याप्रमाणे करावी.

## ७. तयार पिठले

**साहित्य :** चण्याच्या डाळीचे पीठ, ओल्या मिरच्या, मीठ, सुके खोबरे, जिऱ्याची पूड, कोथिंबीर, फोडणीचे साहित्य.

**कृती :** जरा जास्त तेल घालून खमंग फोडणी करावी. त्यात मिरच्यांचे तुकडे, खोबऱ्याचा कीस व कोथिंबीर (चिरून) टाकावी व थोडेसे परतून घेऊन नंतर डाळीचे पीठ घालावे व पीठ थोडेसे परतावे. नंतर मीठ व जिऱ्याची पूड घालावी व पीठ चांगले मिसळावे.

हे तयार केलेल्या पिठल्याचे पीठ प्रवासात नेण्यास उपयोगी आहे. कोठेही पाणी उकळत ठेवून उकळत्या पाण्यात हे पीठ घातले, की पिठले तयार होते. तयार केलेले पीठ पंधरा-वीस दिवसही टिकते. हवे असल्यास कांदा अगर लसूणही घालावी. वरीलप्रमाणे पीठ तयार करताना फोडणीतच कांदा अगर लसूणही घालावी. वरीलप्रमाणे पीठ तयार करताना फोडणीतच कांदा अगर लसूण प्रथम तांबूस रंगावर परतून घ्यावी व नंतर बाकीचे साहित्य वर दिल्याप्रमाणे परतावे.

# ५. भाज्या

## १. लाल भोपळ्याची (डांगराची) भाजी

**साहित्य :** अर्धा किलो लाल भोपळा, पाव वाटी खसखस, पाव वाटी तीळ, सुक्या खोबऱ्याचा कीस पाव वाटी, पाव वाटी चारोळी, एक चमचा मेथी, अर्धा चमचा हिंगाची पूड, तीन चमचे काळा (गोडा) मसाला, अर्धी वाटी तेल, लाल तिखट व मीठ, गूळ अंदाजे चवीप्रमाणे, सुपारीएवढी चिंच.

**कृती :** थोडीशी साल ठेवून भोपळ्याच्या मोठ्या मोठ्या फोडी कराव्यात. अजिबात साल न काढताही फोडी केल्या, तरी चालेल, त्यामुळे फोडी फुटत नाहीत. फोडणी करून त्यात मेथी टाकावी आणि मेथ्या बदामी रंगावर आल्यावर त्यात भोपळ्याच्या फोडी टाकून एक वाफ आणावी व नंतर एक वाटी पाणी घालावे. खसखस, खोबरे, चारोळी व तीळ हे जिन्नस भाजून घेऊन, कुटावेत व फोडी चांगल्या शिजल्यावर त्यात ती पूड घालावी. आपल्या आवडीप्रमाणे मीठ, गूळ, लाल तिखट व चिंच कोळून त्याचे पाणी घालावे. काळा मसाला घालावा व एक वाफ द्यावी. ही भाजी फार खमंग व चवदार लागते. या भाजीला रस जास्तच ठेवावा.

या भाजीप्रमाणेच ढेमसी म्हणून फळभाजी मिळते, तिचीही भाजी अशीच करावी.

## २. पडवळाची भाजी

**साहित्य :** अर्धा किलो कोवळी पडवळे, दोन वाट्या चण्याचे जाडसर पीठ, सुके किसलेले खोबरे पाव वाटी, दाण्याचे कूट पाव वाटी, एक चमचा धने, एक चमचा जिऱ्याची पूड, तिखट, मीठ व साखर अंदाजे, कोथिंबीर व फोडणीचे साहित्य, लिंबू.

**कृती :** चण्याचे पीठ तेलावर तांबूस होईपर्यंत भाजून घ्यावे. पडवळाचे दीड इंच लांबीचे गोल तुकडे करावे व बिया कोवळ्या असल्या, तर तशाच ठेवाव्या, नाहीतर काढून टाकाव्या. तेलात थोडेसे म्हणजे आपल्या आवडीप्रमाणे तिखट, मीठ, साखर व हळद घालून व आवडत असल्यास लिंबू पिळून व सर्व जिन्नस कालवून ते तेल पडवळाच्या तुकड्यास आतून व बाहेरून चोळावे. धने, जिरे व खोबरे भाजून, त्यांचे जाडसर कूट करून ते व दाण्याचे कूट चण्याच्या पिठात घालावे. तसेच, त्या पिठात आपल्या आवडीप्रमाणे तिखट, मीठ व साखर घालावी.

कोथिंबीर बारीक चिरून घालावी. नंतर हे पीठ चांगले कालवून पडवळाच्या तुकड्यांत घट्ट भरावे व नंतर ते तुकडे वाफवून घ्यावेत आणि वर फोडणी घालावी.

या भाजीप्रमाणेच भोंग्या (भोपळी) मिरच्यांचीही पीठ भरून भाजी करतात. चांगली होते.

## ३. केळफुलाची भाजी

**साहित्य :** एक केळफूल (राजेळी केळ्याचे असल्यास, चांगले), अर्धी वाटी मुगाची डाळ, एक चमचा जिरे, तिखट, मीठ, गूळ, खोबरे, कोथिंबीर व फोडणीचे साहित्य.

**कृती :** केळफुलावरील तांबडी पाने काढून टाकून आतील फुलाच्या फण्या व पांढरे केळफूल घ्यावे. फुलाच्या फण्यातील फुलाप्रमाणे असलेल्या भागात मध्ये एक बारीक दांडा (केसर) असतो. तो काढून व त्याच्याबरोबरच त्याच्याखाली असलेला एक वाटीसारखा भाग निघून येतो, तोही काढून टाकावा. हे भाग ठेवल्यास ते शिजत नाहीत. नंतर फण्या आणि पांढरे केळफूल बारीक चिरून, आंबट ताक अगर चिंचेच्या पाण्यात पाच ते सहा तास घालून ठेवावे. मुगाची डाळ भिजत घालावी. चिरलेले केळफूल उकडून, त्याचे पाणी काढून टाकावे. फोडणी करून त्यात मुगाची डाळ घालावी. डाळ शिजल्यावर त्यात उकडलेले केळफूल घालून त्यात आपल्या चवीप्रमाणे मीठ, गूळ, जिऱ्याची पूड आणि किसलेले अगर खोवलेले खोबरे घालावे. कोथिंबीर घालावी. मुगाची डाळ नको असल्यास तुरीची डाळ अगर दाण्याचे कूट घालूनही ही भाजी चांगली होते.

**टीप :** मुगाची अथया तुरीची डाळ न घालता दाण्याचे कूट घातल्यास उपवासालाही ही भाजी चालते.

## ४. कारल्याची भाजी : प्रकार १

**साहित्य :** अर्धा किलो बारीक कोवळी कारली, एक ते दीड वाटी चण्याचे पीठ, सुके भाजलेले-किसलेले खोबरे अर्धी वाटी, तीन चमचे धन्याची पूड, दीड चमचा जिऱ्याची पूड, तीन चमचे लाल तिखट, मीठ, साखर तीन चमचे, लिंबू, तेल अंदाजे.

**कृती :** कारली मधोमध एकाच बाजूने उभी चिरावीत, पण संपूर्ण डेखापर्यंत चिरू नयेत. आतील बिया काढून टाकाव्यात. नंतर मिठाच्या पाण्यात ती थोडीशी वाफवून घ्यावी. चण्याचे पीठ थोड्या तेलावर परतून घ्यावे. नंतर त्या पिठात तिखट, चवीप्रमाणे मीठ व साखर घालावी व लिंबू पिळावे. तसेच, त्यात खोबरे,

धने व जिरे हे सर्व कुटून त्यांची पूठ घालावी व सर्व चांगले कालवावे. नंतर हा मसाला कारल्यात भरून, कारल्याला बारीक दोरा सगळीकडून गुंडाळावा व कारली तेलात तळावीत. नंतर त्यांचा दोरा काढून घेऊन वाढावीत.

## ५. कारल्याची भाजी : प्रकार २

**साहित्य :** अर्धा किलो कारली, अर्धी वाटी दाण्याचे कूट, अर्धी वाटी तिळाचे कूट, अर्धी वाटी सुक्या खोबऱ्याचा कीस, दोन चमचे तिखट, मीठ, एक चमचा गोडा मसाला, लहान लिंबाएवढी चिंच, चिंचेच्या दुप्पट गूळ, फोडणीचे साहित्य.

**कृती :** कारल्यांच्या पातळ चकत्या करून, त्यांना मीठ लावून, त्या एका फडक्यात बांधून ठेवाव्यात व वर वजन ठेवावे. अर्धा तास ठेवाव्यात, म्हणजे कडू पाणी निघून जाईल. चिंच कोळून पाणी काढून घ्यावे. त्या पाण्यात गूळ, तिखट, मीठ, दाण्याचे कूट, तिळाचे कूट, खोबऱ्याचा कीस (भाजून) व गोडा मसाला घालून पाणी तयार करावे. नंतर जास्त फोडणी करून ती वरील पाण्याला द्यावी. नंतर कारल्याच्या चकत्या त्यात घालाव्यात. चकत्या बुडतील, इतके पाणी असावे व कमी पडल्यास साधे पाणी घालावे. नंतर ती भाजी एका मोठ्या पातेल्यात घालून, मंद विस्तवावर शिजत ठेवावी. भांड्यावर झाकण ठेवावे व भाजी पूर्ण शिजवावी. अंदाजे अर्धा तास शिजावयास लागेल. शिजल्यावर झाकणासह पातेले खाली उतरून ठेवावे. गार झाल्यावरच झाकण काढावे, म्हणजे भाजी कडू होत नाही.

## ६. कारल्याच्या चकत्या

**साहित्य :** कारली, तिखट, मीठ, साखर, लिंबू, सुक्या खोबऱ्याचा कीस, कोथिंबीर, फोडणीचे साहित्य.

**कृती :** कारल्याच्या पातळ चकत्या करून, त्यांना मीठ लावून चकत्या एका फडक्यात बांधून ठेवाव्यात व त्यांवर वजन ठेवावे. चकत्या साधारण अर्धा तास ठेवाव्यात, म्हणजे त्यांचे कडू पाणी निघून जाईल. नंतर जरा जास्त फोडणी करून त्यावर त्या चकत्या टाकून कुरकुरीत होईपर्यंत परताव्यात. नंतर त्यांवर चवीप्रमाणे मीठ, तिखट व साखर घालून, थोडे लिंबू पिळावे. खोबऱ्याचा कीस घालावा. भाजी चांगली मिसळावी व वर कोथिंबीर घालावी. यात काजू व बेदाणाही घालतात.

## ७. वांग्याची भाजी : प्रकार १

**साहित्य :** अर्धा किलो कोवळी वांगी, दोन चमचे तिखट, मीठ,

पाव वाटी चिरलेला गूळ, अर्धी वाटी ओले खोबरे, तीन चमचे काळा (गोडा) मसाला, कोथिंबीर, अर्धी वाटी दाण्याचे कूट, फोडणीचे साहित्य.

**कृती :** पाण्यात थोडे मीठ घालून, त्यात वांग्याच्या फोडी करून घालाव्यात. या पाण्यामुळे वांग्याचा राप जातो. फोडणी करून त्यात वांग्याच्या फोडी घालाव्यात व एक-दान वाफा येऊ द्याव्या. फोडी कोरड्या वाटल्यास, थोडे पाणी घालावे व फोडी अर्धवट शिजल्यावर त्यांत तिखट, चवीप्रमाणे मीठ, गूळ व काळा मसाला घालून भाजी पूर्ण शिजवावी. आवडत असल्यास थोडे चिंचेचे पाणी शिजण्यापूर्वी घालावे. नंतर भाजी शिजल्यावर ओले खोबरे, कोथिंबीर व हवे असल्यास दाण्याचे कूटही घालावे व भाजी सारखी करावी. या भाजीत तिळाचे कूटही घालतात. घालावयाचे झाल्यास पाव वाटी घालावे.

## ८. वांग्याची भाजी : प्रकार २

**साहित्य :** सर्व साहित्य वरील प्रकार १ प्रमाणेच. शिवाय चण्याचे पीठ अर्धी ते पाऊण वाटी.

**कृती :** वांग्याचे पातळ काप करून मिठाच्या पाण्यात टाकावेत. नंतर वरील प्रकार १ प्रमाणेच, पण फोडणीचे तेल थोडे जास्त घालून भाजी करून घ्यावी. भाजी चांगली शिजल्यावर चण्याच्या डाळीचे पीठ त्यावर घालून, भाजी ढवळून, एक-दोन वाफा आणाव्यात व मग कोथिंबीर व खोबरे घालावे.

## ९. वांग्याची भाजी : प्रकार ३ (भरल्या वांग्याची)

**साहित्य :** एक किलो चांगली कोवळी व ताजी वांगी, किसलेले सुके खोबरे अर्धी वाटी, तीळ पाव वाटी, अर्धी वाटी दाणे, एक चमचा जिरे, दोन चमचे धने, दोन ते तीन चमचे काळा (गोडा) मसाला, ओले खोबरे, कोथिंबीर, तिखट, मीठ, गूळ, फोडणीचे साहित्य, थोडी चिंच.

**कृती :** वांग्याची डेखे काढून, वांगी उभी चार फाकी होतील, अशी चिरावीत. वांगे तसेच सबंध राहील व चार सुटे तुकडे न होतील, अशी काळजी घ्यावी. वांगी चिरून मिठाच्या पाण्यात टाकावीत. खोबऱ्याचा कीस, तीळ, शेंगाचे दाणे, धने व जिरे हे सर्व भाजून, कुटून घ्यावे. ह्या कुटात चवीप्रमाणे मीठ, तिखट, गूळ, काळा मसाला व एक-दोन चमचे तेल, चिंचेचे पाणी घालून, सर्व कालवून, वाटून घ्यावे. वांगी पाण्यातून काढून वरील तयार केलेला मसाला त्यांत भरावा व फोडणी करून त्यात वांगी टाकावीत व मंद विस्तवावर भाजी शिजवावी. वाटल्यास वर पाण्याचे

झाकण ठेवावे. पाण्याचे झाकण म्हणजे– झाकण ठेवून त्यात पाणी घालावे. भाजी शिजल्यावर कोथिंबीर व खोबरे घालावे.

या वांग्याच्या भाजीतच कांदे व बटाटेही वांग्याप्रमाणेच चिरून व मसाला भरून घालतात. भाजी जास्त चवदार लागते. आवडत असल्यास घालावेत.

या भरल्या वांग्याच्या भाजीप्रमाणेच तोंडल्यांचीही भाजी होते. साहित्य व कृती त्याप्रमाणेच. तोंडली वांग्यांप्रमाणेच चिरावीत व मसाला घालून भरावीत.

## १०. दोडक्याची भाजी : प्रकार १

**साहित्य :** अर्धा किलो दोडके (शिराळी), अर्धी वाटी मुगाची अगर चण्याची डाळ अगर वालाची डाळ, डाळ घालावयाची नसल्यास अर्धी वाटी दाण्याचे कूट, एक चमचा तिखट, चवीप्रमाणे मीठ, लिंबाएवढा गूळ, दीड चमचा काळा मसाला, ओले खोबरे, कोथिंबीर, फोडणीचे साहित्य.

**कृती :** दोडक्यांच्या शिरा काढून फोडी करून घ्याव्यात. वर लिहिलेल्या डाळींपैकी हवी असेल, ती डाळ आधी भिजत घालावी. फोडणी करून त्यात ती भिजवलेली डाळ घालून वाफ आणावी व वाफ आल्यावर दोडक्याच्या फोडी घालाव्यात आणि त्या शिजल्यावर चवीप्रमाणे तिखट, मीठ, गूळ व काळा मसाला घालून पुन्हा वाफ येऊ द्यावी. नंतर ओले खोबरे, कोथिंबीर व डाळ घातलेली नसल्यास दाण्याचे कूट घालून भाजी सारखी करावी. तिखटाऐवजी आवडत असल्यास ओली मिरची वाटून घालावी.

या भाजीप्रमाणेच पडवळ, तोंडली, दूधभोपळा, नवलकोल व मुळा यांचीही भाजी होते. साहित्य व कृती त्याप्रमाणेच. मात्र या भाज्यांना काळा मसाला घालू नये.

## ११. दोडक्याची भाजी : प्रकार २

**साहित्य :** अर्धा किलो दोडके, दोन मोठे बटाटे, चार-पाच ओल्या मिरच्या, ओले खोबरे, मीठ, साखर अगर गूळ, लिंबू, कोथिंबीर, फोडणीचे साहित्य.

**कृती :** दोडक्यांच्या शिरा काढून घ्याव्या. बटाट्यांची साले काढावीत. मिरच्या वाटून घ्याव्या. पाट्यावर दोडके व बटाटे ठेचावे. नंतर फोडणी करून बटाटे फोडणीस टाकावे. बटाट्याला वाफ आल्यानंतर ठेचलेले दोडके घालावे व शिजू द्यावेत. शिजल्यानंतर त्यात चवीप्रमाणे मीठ, साखर अथवा गूळ व वाटलेल्या

ओल्या मिरच्या, थोडा लिंबाचा रस असे घालून, चांगले ढवळून एक वाफ आणावी व वर ओले खोबरे व कोथिंबीर घालावी.

नेहमीच्या पद्धतीपेक्षा ही निराळ्या पद्धतीची भाजी आहे व ती चवीला चांगली लागते.

(**टीप :** दोडक्याच्या निघालेल्या शिरांची चटणीही चांगली होते. कृती 'चटण्या' या विभागात दिली आहे.)

## १२. दोडक्याची भाजी : प्रकार ३

दोडक्याचीही भरलेल्या वांग्यांप्रमाणे भाजी चांगली होते. दोडक्याच्या शिरा काढून टाकाव्या व दोडक्याचे दीड ते दोन इंच लांबीचे तुकडे करावे. भरल्या वांग्याच्या भाजीची कृती मागे दिली आहे. त्याप्रमाणे चिरून व त्याचप्रमाणे मसाला भरून भरल्या दोडक्यांची भाजी करावी.

## १३. भेंडीची भाजी : प्रकार १ (चिंच-गुळाची)

**साहित्य :** अर्धा किलो भेंड्या, लहान लिंबाएवढी चिंच, चिंचेच्या दुप्पट गूळ, एक चमचा तिखट, मीठ, एक चमचा काळा मसाला, ओले खोबरे, कोथिंबीर, फोडणीचे साहित्य.

**कृती :** भेंड्या धुऊन, फडक्याने कोरड्या करून, मग चिरव्यात. फोडणी तयार करून, चिरलेल्या भेंड्या फोडणीस टाकाव्या. चिंच कोळून त्याचे पाणी, तिखट, काळा मसाला, गूळ व चवीप्रमाणे मीठ घालून भाजी शिजवावी. ही भाजी शिजत असताना झाकण ठेवू नये, म्हणजे भाजी चिकट होत नाही. शिजल्यावर खोबरे व कोथिंबीर घालावी.

## १४. भेंडीची भाजी : प्रकार २

**साहित्य :** अर्धा किलो भेंड्या, तीन-चार ओल्या मिरच्या, चार-पाच चमचे साखर, अर्धी वाटी ताक, मीठ, दाण्याचे कूट अर्धी वाटी, फोडणीकरिता चार चमचे तूप, एक चमचा जिरे, ओले खोबरे, कोथिंबीर.

**कृती :** वर प्रकार १ मध्ये लिहिल्याप्रमाणे भेंड्या चिराव्यात. तुपाची फोडणी करून त्यात चिरलेल्या फोडी घालाव्यात व ताक, साखर, चवीप्रमाणे मीठ व ओल्या मिरच्या वाटून व दाण्याचे कूट हे साहित्य घालावे व भाजी शिजवावी. शिजल्यावर खोबरे व कोथिंबीर घालावी. ही भाजी उपवासालाही चालते.

## १५. भेंडीची भाजी : प्रकार ३

**साहित्य :** अर्धा किलो भेंड्या, दोन चमचे साखर, एक चमचा तिखट, मीठ, कोथिंबीर, खोबरे, फोडणीचे साहित्य, अमसुले.

**कृती :** वर लिहिल्याप्रमाणे भेंड्या धुऊन, पुसून घेऊन, त्यांचे पातळ काप करावेत. कढईत जरा जास्त तेल घालून फोडणी करावी व त्यात एक-दोन अमसुलाचे तुकडे घालावेत. त्यांत भेंड्यांचे काप टाकून, खरपूस होईपर्यंत परतून घ्यावेत. नंतर त्यात साखर, तिखट व चवीप्रमाणे मीठ घालून पुन्हा एकदा भाजी परतावी. वाढावयाच्या वेळी खोबरे व कोथिंबीर घालावी. भाजी शिजताना वर झाकण ठेव नये.

यាप्रमाणे तोंडल्यांचीही भाजी करावी. साहित्य व कृती या भाजीप्रमाणेच. मात्र तोंडल्यांची भाजी झाल्यावर पाव वाटी तीळ व पाव वाटी किसलेले खोबरे भाजून त्या भाजीवर घालावे.

## १६. भेंडीची भाजी : प्रकार ४

**साहित्य :** अर्धा किलो भेंड्या, चार चमचे चण्याचे पीठ, अडीच चमचे साखर, तिखट, मीठ, खोबऱ्याचा कीस अर्धी वाटी, एक चमचा जिरे, दोन चमचे धने, तेल.

**कृती :** भेंड्या धुऊन, पुसून त्यांचे ३ ते ४ इंच लांबीचे तुकडे करावे व भरल्या वांग्यांच्या भाजीप्रमाणे चिरावे. खोबरे, धने व जिरे भाजून घेऊन कूट करावे व त्यात चवीप्रमाणे तिखट, मीठ व साखर व डाळीचे पीठ घालून एकत्र कालवावे. तो मसाला भेंड्यांत भरून त्या तुकड्यांना बारीक दोरा गुंडाळावा. नंतर त्या भेंड्या तेलात खमंग तळून काढाव्यात व नंतर दोरा काढून टाकावा. ही भाजी खाण्यास कुरकुरीत लागते.

## १७. कोबीची भाजी

**साहित्य :** अर्धा किलो कोबी, एक चमचा लाल तिखट अथवा तीन-चार ओल्या मिरच्या, दोन चमचे साखर, पाव वाटी चण्याची अगर मुगाची डाळ, मीठ, ओले खोबरे, कोथिंबीर, फोडणीचे साहित्य.

**कृती :** चण्याची अगर मुगाची डाळ आधी एक तास भिजत घालावी. कोबी चिरून, धुऊन घ्यावी. फोडणी करून त्यात भिजलेली डाळ घालावी व एक वाफ आल्यावर कोबी घालावी. भाजी शिजल्यावर त्यात लाल तिखट अथवा ओल्या मिरच्या (वाटून), साखर व चवीप्रमाणे मीठ घालून भाजी पूर्ण शिजवावी. शिजल्यावर

उतरवून त्यावर खोबरे व कोथिंबीर घालावी.

डाळीच्या ऐवजी या भाजीवर चण्याचे पीठ पेरूनही ही भाजी केल्यास चांगली होते.

## १८. फ्लॉवरची भाजी : प्रकार १

**साहित्य :** एक किलो फ्लॉवर, ओल्या मटाराचे दाणे एक वाटी, पाच-सहा ओल्या मिरच्या, तीन चमचे साखर, एक चमचा जिरे, मीठ, खोबरे, कोथिंबीर, फोडणीचे साहित्य.

**कृती :** फ्लॉवर धुऊन, चिरून घ्यावा. फोडणी करून, त्यात मटाराचे दाणे घालून एक वाफ द्यावी. नंतर त्यात चिरलेला फ्लॉवर घालावा व पुन्हा वाफ द्यावी. नंतर त्यात जिरे, ओल्या मिरच्या वाटून व चवीप्रमाणे मीठ घालावे. साखर घालावी व आवडत असल्यास थोडे लिंबू पिळावे. वर कोथिंबीर व ओले खोबरे घालावे. या भाजीला फोडणीत हळद अगदी थोडी घालावी. म्हणजे भाजीचा रंग चांगला दिसतो.

## १९. फ्लॉवरची भाजी : प्रकार २

**साहित्य :** एक किलो फ्लॉवर, ओल्या मटाराचे दाणे एक वाटी, दोन मोठे लाल टोमॅटो, एक लहानसा नारळ, पाच-सहा ओल्या लाल रंगाच्या मिरच्या, एक चमचा जिरे, पाव वाटी साखर, कोथिंबीर, फोडणीचे साहित्य.

**कृती :** फ्लॉवरची मोठी फुले चिरून घ्यावी. नारळ वाटून त्याचे दूध काढून घ्यावे. टोमॅटो वाफवून त्यांचा रस काढून गाळून घ्यावा. हळद न घालता फोडणी करून, त्यात मटाराचे दाणे घालून वाफ द्यावी. नंतर त्यात फ्लॉवर घालून पुन्हा वाफ द्यावी. नंतर चवीप्रमाणे मीठ, ओल्या लाल मिरच्या व जिरे हे सर्व वाटून घेऊन शिजलेल्या भाजीवर घालावे. तसेच, नारळाचे काढलेले दूध व टोमॅटोचा रस घालावा व एक उकळी आणावी. नंतर त्यावर कोथिंबीर घालावी.

ह्या भाजीला नेहमीपेक्षा एक निराळाच चांगला रंग येतो व त्यामुळे ती दिसावयासही चांगली दिसते.

## २०. फ्लॉवरची भाजी : प्रकार ३

आधी दिलेल्या कोबीच्या भाजीप्रमाणेच फ्लॉवरचीही भाजी होते. साहित्य व कृती त्या भाजीप्रमाणेच.

## २१. नवलकोलाची भाजी : प्रकार १

**साहित्य :** दोन कोवळे नवलकोलाचे गड्डे, अर्धी वाटी मुगाची डाळ, एक चमचा तिखट, मीठ, एका लिंबाएवढा गूळ अगर तीन चमचे साखर, कोथिंबीर, ओले खोबरे व फोडणीचे साहित्य.

**कृती :** मुगाची डाळ आधी एक तास भिजत घालावी. नवलकोल मधोमध आडवा चिरून, नारळाच्या वाटीप्रमाणे खोवून घ्यावा. खोवलेला नवलकोल पाण्यात स्वच्छ धुऊन टाकावा, म्हणजे त्याचा उग्र वास कमी होतो. फोडणी करून त्यात नवलकोल व डाळ घालून शिजवावे. शिजल्यानंतर त्यात गूळ अगर साखर, तिखट व चवीप्रमाणे मीठ घालून एक वाफ द्यावी. नंतर वर कोथिंबीर व खोबरे घालावे.

## २२. नवलकोलाची भाजी : प्रकार २

**साहित्य :** एक नवलकोलाचा कोवळा गड्डा, पाव किलो बटाटे, सुपारीएवढी चिंच, चिंचेच्या दुप्पट गूळ, एक चमचा तिखट, एक चमचा धने, अर्धा चमचा जिरे, पाव वाटी दाण्याचे कूट, मीठ, कोथिंबीर, खोबरे, फोडणीचे साहित्य.

**कृती :** नवलकोल व बटाटे यांच्या साली काढून, त्यांच्या फोडी करून घ्याव्यात. धने व जिरे भाजून त्यांची पूड करावी. फोडणी करून त्यात वरील भाज्यांच्या फोडी टाकाव्या व एक वाटी पाणी घालून शिजवावे. अर्धवट शिजल्यावर त्यात चिंचेचे कोळलेले पाणी, गूळ, तिखट, आवडत असल्यास दाण्याचे कूट, चवीप्रमाणे मीठ व धन्याजिऱ्याची पूड घालून भाजी शिजवावी. जास्त रस पाहिजे असल्यास आणखी एक वाटी पाणी घालावे. भाजी शिजल्यावर खोबरे व कोथिंबीर घालावी.

## २३. फरसबीची (श्रावण घेवडा) भाजी

**साहित्य :** अर्धा किलो फरसबी, चार-पाच ओल्या मिरच्या, मीठ, साखर अगर गूळ, कोथिंबीर, ओले खोबरे, फोडणीचे साहित्य.

**कृती :** फरसबीच्या शेंगा नीट करून, धुऊन घेऊन, त्या बारीक चिराव्यात. हळद न घालता (व घातलीच, तर अगदी थोडी घालून) फोडणी करावी व त्यात चिरलेली भाजी घालून चांगली वाफ आणावी. वाटल्यास थोडे पाणी घालावे. भाजी चांगली शिजल्यावर वाटून घेतलेली मिरची व चवीप्रमाणे साखर अथवा गूळ व मीठ घालावे. एक वाफ देऊन वर कोथिंबीर व खोबरे घालावे. भाजीत मोड आलेली मटकीही घालतात. चांगली लागते.

या भाजीप्रमाणेच वालपापडी, उसावरचा घेवडा, बाजीराव घेवडा वगैरे इतर

जातीच्या घेवड्यांची भाजी करावी. मात्र त्या भाज्यांत ओली मिरची न घालता लाल तिखट व काळा मसाला घालावा.

## २४. घेवड्याची (बेसनाची) भाजी

**साहित्य :** घेवड्याच्या शेंगा, ओले खोबरे, चिरलेला कांदा, तिखट, मीठ, हळद, जिऱ्याची पूड, चण्याचे पीठ, तेल. सर्व जिन्नस अंदाजाने.

**कृती :** रुंद व मऊ अशा घेवड्याच्या शेंगा घ्याव्यात. त्यांचा एका बाजूचा दोर काढून त्या बाजूने शेंगा उकलाव्या. नंतर चण्याच्या पिठात ओले खोबरे, कांदा, मीठ, तिखट, गूळ, जिऱ्याची पूड, हळद असे जिन्नस घालून व थोडे पाणी घालून भिजवावे व हे भिजवलेले पीठ शेंगांमध्ये भरावे. नंतर भांड्यात तेल घालून, ते तापवून त्यात शेंगा परताव्या व मंद विस्तवावर तेलावर वाफवाव्या.

## २५. गोवारीची भाजी

**साहित्य :** अर्धा किलो गोवारीच्या शेंगा, एक चमचा लाल तिखट, एक चमचा काळा मसाला, मीठ, गूळ, कोथिंबीर, खोबरे, फोडणीचे साहित्य.

**कृती :** गोवारीच्या शेंगा निवडून व तुकडे करून, धुऊन घ्याव्यात. फोडणी करून तीत नीट केलेल्या शेंगा घालाव्यात व वाफ द्यावी. शिजल्यावर त्यात चवीप्रमाणे मीठ व काळा मसाला, तिखट व गूळ घालावा. तसेच आवडत असल्यास, थोडे दाण्याचे कूट घालावे. भाजी शिजल्यानंतर वर कोथिंबीर व खोबरे घालावे.

या भाजीत लाल-भोपळा अगर बटाटाही घालतात. तसा घालावयाचा असल्यास, त्याच्या फोडी गोवारीच्या शेंगांबरोबरच शिजावयास घालाव्यात.

या भाजीतच ओवा आणि दूध घालून निराळ्या पद्धतीची भाजी करतात. फोडणीतच अर्धा चमचा ओवा घालावा व भाजी शिजताना एक वाटी दूध घालावे. या भाजीची एक निराळीच चांगली चव लागते.

## २६. कच्च्या टोमॅटोची भाजी

**साहित्य :** अर्धा किलो कच्चे टोमॅटो, चार ते पाच भोंग्या (भोपळी) मिरच्या, पाव वाटी दाण्याचे कूट, सुक्या खोबऱ्याचा कीस पाव वाटी, मीठ, अर्धी वाटी गूळ, कोथिंबीर, फोडणीचे साहित्य.

**कृती :** भोंग्या मिरच्या व टोमॅटो धुऊन, चिरून त्यांच्या फोडी कराव्यात.

फोडणी करून तीत ह्या फोडी टाकाव्यात. एक वाफ आणावी. नंतर त्यात चवीप्रमाणे मीठ व गूळ घालून भाजी पूर्ण शिजवावी. शिजल्यावर दाण्याचे कूट घालावे व खोबरे भाजून, कुटून घालावे. सुक्या खोबऱ्याऐवजी ओले खोबरेही चालेल. वर कोथिंबीर घालावी.

या भाजीत बटाटेही (फोडी करून) घालतात. भोंग्या मिरच्या थोड्याशा तिखट असतातच. तथापि, भाजीला जरा जास्त तिखटपणा पाहिजे असल्यास थोडेसे तिखट अगर ओली मिरची वाटून घालावी.

## २७. बटाट्याची भाजी : प्रकार १

**साहित्य :** अर्धा किलो बटाटे, चार-पाच ओल्या मिरच्या, एक चमचा उडदाची डाळ, साखर, मीठ, कढीलिंब, कोथिंबीर, ओले खोबरे, फोडणीचे साहित्य.

**कृती :** बटाटे उकडून, सोलून फोडी कराव्यात. फोडणी करून त्यात उडदाची डाळ तांबूस होईपर्यंत तळावी व त्यातच कढीलिंब घालून, खाली उतरवून ओल्या मिरच्यांचे तुकडे घालावे आणि त्यावर बटाट्याच्या फोडी घालाव्या. नंतर चवीप्रमाणे मीठ व साखर घालावी व भाजी चांगली परतून दोन वाफा आणाव्या. नंतर खाली उतरवून ओले खोबरे व कोथिंबीर घालावी.

या भाजीत ओल्या मिरच्यांऐवजी सुक्या मिरच्याही घालतात.

या भाजीत कांदाही घालतात. कांदा चिरून फोडणीत टाकावा.

## २८. बटाट्याची भाजी : प्रकार २

**साहित्य :** अर्धा किलो बटाटे, ओले अगर सुके खोबरे (किसलेले) पाव वाटी, तिखट, मीठ, साखर, कोथिंबीर, फोडणीचे साहित्य.

**कृती :** बटाटे सोलून, त्यांचे पातळ काप करून घ्यावेत. थोडे जास्त तेल घालून फोडणी करावी व त्यात बटाट्याचे काप टाकून खरपूस परतावेत. त्यावर चवीप्रमाणे साखर, मीठ व तिखट घालून, चांगले ढवळून, वर खोबरे व कोथिंबीर घालावी.

## २९. बटाट्याची भाजी : प्रकार ३ (बटाटयाचा रस्सा)

**साहित्य :** पाव किलो बटाटे, पाव किलो फ्लॉवर, ओल्या मटाराचे दाणे एक वाटी, दोन मोठे कांदे, दोन पिकलेले टोमॅटो, पाव वाटी खसखस, एक चमचा जिरे, दोन चमचे धने, सुक्या खोबऱ्याचा कीस अर्धी वाटी, दोन लवंगा, दोन मिरे, दालचिनीचे

एक इंचाचे दोन तुकडे, एक इंच आल्याचा तुकडा, लसणीच्या पाकळ्या चार-पाच, ओले खोबरे, कोथिंबीर, फोडणीचे साहित्य.

**कृती :** बटाटे उकडून, सोलून फोडी कराव्या. फ्लॉवर चिरून घ्यावा. कांदे बारीक चिरावे. सुके खोबरे, धने, जिरे, लवंगा, दालचिनी, मिरे हे सर्व भाजून घेऊन वाटावे अगर बारीक कुटावे. पाणी घालून खसखस व आले व लसूण निरनिराळी वाटावीत. तेलावर कांदा परतून घ्यावा. फोडणी करून, त्यात मटाराचे दाणे घालून एक वाफ आणावी. नंतर त्यात बटाट्याच्या फोडी, फ्लॉवर व कांदा घालून, रस पाहिजे असेल, त्या प्रमाणात पाणी घालावे व उकळी आणावी. उकळी आल्यानंतर त्यात टोमॅटोच्या फोडी घालाव्या व कुटलेला अगर वाटलेला सर्व मसाला, वाटलेली खसखस, आले व लसूण घालावी व चवीप्रमाणे मीठ व गूळ घालून भाजी चांगली शिजवावी. शिजल्यानंतर वर कोथिंबीर व खोबरे घालावे.

## ३०. शेवग्याच्या शेंगांची भाजी (कोळाच्या शेंगा)

**साहित्य :** शेवग्याच्या बारा मोठ्या शेंगा, एक लहान नारळ, दोन चमचे काळा मसाला, अर्धी वाटी शेंगदाण्याचे कूट, मीठ, तिखट, दोन वाट्या उसाचा रस अगर गूळ, फोडणीचे साहित्य, कोथिंबीर, चिंच, अर्धी वाटी काजूचे तुकडे.

**कृती :** शेंगा धुऊन, त्यांचे तुकडे करून घ्यावे. नारळ खोवून, बारीक वाटून, त्याचे दूध काढून घ्यावे अगर नारळाचा चव नुसता अगदी बारीक वाटून घ्यावा. दाण्याचे कूटही अगदी बारीक वाटून घ्यावे. फोडणी करून, शेंगांचे तुकडे फोडणीत टाकावेत व चांगली वाफ आणावी. शेंगा शिजून मऊ झाल्यावर त्यांत नारळाचे दूध अगर बारीक वाटलेला चव, थोडीशी चिंच, दाण्याचे कूट, काळा मसाला, चवीप्रमाणे मीठ व तिखट, काजूचे तुकडे व उसाचा रस अगर जरूर तेवढा गूळ हे सर्व जिन्नस घालावेत व भाजी चांगली शिजवावी. भाजी शिजून झाल्यावर कोथिंबीर घालावी. ही भाजी फार रुचकर लागते.

## ३१. कांद्याची भाजी : प्रकार १

**साहित्य :** अर्धा किलो कांदे, एक चमचा तिखट, चवीप्रमाणे मीठ, गोडा मसाला, सुपारीएवढी चिंच, मोठ्या लिंबाएवढा गूळ, पाव वाटी शेंगदाण्याचे कूट, सुक्या खोबऱ्याचा कीस अर्धी वाटी, फोडणीचे साहित्य.

**कृती :** कांद्याच्या उभ्या फोडी कराव्या. फोडणी करून, त्यावर कांद्याच्या फोडी

टाकाव्या व चांगली वाफ आणावी. एक वाटी पाणी घालावे. नंतर त्यात तिखट, मीठ, गोडा मसाला, गूळ व चिंचेचे पाणी घालावे व तसेच दाण्याचे कूट, तिळाचे कूट व खोबऱ्याचा कीस (भाजून) घालावा. नंतर भाजी चांगली शिजवावी.

**टीप :** भरल्या वांग्यांप्रमाणे भरल्या कांद्याचीही भाजी वरील मसाला घालूनच चांगली होते. मुंबईकडे मद्रासी कांदे मिळतात. ते आकाराने अगदी लहान असतात व जरा तिखटही असतात. त्या कांद्यांची भाजी वरीलप्रमाणे केल्यास जास्त चांगली लागते.

## ३२. कांद्याची भाजी : प्रकार २ (पीठ पेरून)

**साहित्य :** अर्धा किलो कांदे, एक ते दीड वाटी चण्याचे पीठ, दोन चमचे तिखट, चवीप्रमाणे मीठ, आवडत असल्यास थोडी साखर, फोडणीचे साहित्य.

**कृती :** कांदा बारीक चिरून घ्यावा. जरा जास्त तेल घालून फोडणी करावी. नंतर त्यात चिरलेला कांदा टाकून चांगली वाफ आणावी. नंतर त्यात तिखट, मीठ व आवडत असल्यास साखर घालावी. नंतर भाजी चांगली ढवळून, त्यावर चण्याचे पीठ घालून, भाजी परतावी व चांगली वाफ आणावी.

**टीप :** या कांद्याच्या भाजीप्रमाणेच कोबी, फ्लॉवर, दुधीभोपळा, पडवळ, नवलकोल, भोंग्या मिरच्या, घोसावळे (गिलकी), हदग्याची फुले वगैरे भाज्या पीठ पेरून करतात व त्या चांगल्या होतात.

## ३३. करटोल्याची भाजी

**साहित्य :** करटोली, मीठ, तिखट, साखर, खोबरे, कोथिंबीर, फोडणीचे साहित्य.

**कृती :** करटोली चिरून पातळकाप करावेत. नंतर काप फोडणीस टाकून चांगले परतावेत व त्यात चवीप्रमाणे तिखट, मीठ व साखर घालावी. तसेच खोबरे व कोथिंबीर घालावी.

या भाजीप्रमाणेच लाल बारीक मुळे मिळतात, त्यांची व तोंडल्यांचीही भाजी परतून करावी.

## ३४. फणसाची भाजी

**साहित्य :** कच्चा फणस, वाल, नारळ, कोथिंबीर, तिखट, मीठ, गूळ, सुक्या लाल मिरच्या, फोडणीचे साहित्य.

**कृती :** फणस फार कोवळा असल्यास त्याची साल काढून टाकून तो तसाच वाफवून घ्यावा व पाट्यावर ठेचून बारीक करावा, जून असल्यास, साल काढून टाकून, तो चिरून फोडी कराव्यात. आठळ्या बाजूला काढून, त्यांवरील पांढरा पापुद्रा असतो, तो काढून टाकावा आणि आठळ्या चिराव्या. आदल्या रात्री वाल भिजत घालावेत. दुसऱ्या दिवशी सकाळी फोडणी करून त्यात वाल व ठेचलेला फणस अगर फणसाच्या फोडी व चिरलेल्या आठळ्या घालून शिजावयास ठेवावे. चांगले शिजल्यावर त्यात तिखट, मीठ व गूळ चवीप्रमाणे घालावे. त्यानंतर सुक्या मिरच्या घालून, फोडणी करून, ती फोडून वरील शिजविलेल्या भाजीला द्यावी. नंतर ओले खोबरे घालावे. या भाजीला गूळ व खोबरे जरा जास्तच घालावे लागते.

**टीप :** या भाजीत वालाऐवजी हरभरे, वाटाणे, चवळी ही कडधान्ये किंवा शेंगदाणे घालूनही भाजी चांगली होते.

## ३५. सुरणाची भाजी

**साहित्य :** अर्धा किलो सुरण, एक सपाट वाटीभर भाजलेल्या दाण्याचे कूट, सुपारीएवढी चिंच, चिंचेच्या दुप्पट गूळ, पाच-सहा ओल्या मिरच्या अगर दीड चमचा लाल तिखट, चार चमचे तूप, अर्धा चमचा जिरे, मीठ.

**कृती :** सुरण चिरून, बारीक फोडी कराव्या व पाणी घालून त्या शिजावयास ठेवाव्या. चांगल्या मऊ शिजल्यावर चाळणीत ओताव्या. जिरे घालून तुपाची फोडणी करून, त्यात ओल्या मिरच्यांचे तुकडे घालावेत व सुरणाच्या उकडलेल्या फोडी घालाव्यात. चिंचेचे कोळलेले पाणी, गूळ व मीठही घालावे. तसेच ओली मिरची घालावयाची नसल्यास लाल तिखट घालावे. नंतर भाजी चांगली शिजवावी. शिजल्यावर दाण्याचे कूट, ओले खोबरे आणि कोथिंबीर वर घालावी. ही भाजी उपवासालाही चालते.

## ३६. गोॲनीज पोटॅटो

**साहित्य :** एक किलो बटाटे, चार मोठे टोमॅटो, एक वाटी मटार, दहा चमचे तूप.

**मसाल्याचे साहित्य :** तीन मध्यम आकाराचे कांदे, दहा लसूण-पाकळ्या, अर्ध्या नारळाचे खोवलेले खोबरे, धने, जिरे व खसखस प्रत्येकी दोन चमचे, दालचिनीचे तीन तुकडे, तीन लवंगा, तीन-चार मिरे, दहा ते बारा लाल मिरच्या, चार चमचे तेल, मीठ व साखर.

**कृती :** प्रथम मसाला तयार करून घ्यावा. कांद्याचे साल न काढता ते काळे होईपर्यंत खरपूस भाजून घ्यावेत. दोन चमचे तेल गरम करून खोबरे तांबूस रंगावर भाजून घ्यावे. नंतर दोन चमचे तेलावर मिरे, जिरे, मिरच्या, धने, खसखस, लवंगा व दालचिनी हे जिन्नस परतून घ्यावेत. हे सर्व जिन्नस, कांदे व लसूण एकत्र करून बारीक वाटावेत व मसाला करून घ्यावा.

टोमॅटो आणि चार वाट्या पाणी आचेवर ठेवून उकळी आणावी. पुरण वाटण्याच्या यंत्रातून शिजलेल्या टोमॅटोचा रस गाळून घ्यावा. बटाट्याची साले काढून टाकून बटाट्याच्या मोठ्या फोडी कराव्या. पातेल्यात दहा चमचे तूप घालून गरम करावे व त्यावर बटाट्याच्या फोडी टाकाव्यात व मऊ होईपर्यंत मंद आचेवर वाफ आणावी. नंतर त्यात वाटून घेतलेला मसाला, मटाराचे दाणे व टोमॅटोचा रस घालावा. चवीप्रमाणे मीठ व साखर घालावी व भाजी चांगली शिजवून घ्यावी. ही भाजी परोठ्याबरोबर चांगली लागते.

## ३७. मलई कोफ्ता

**साहित्य :** कोफ्ता करण्यासाठी – अर्धी वाटी पनीर, आठ चमचे मैदा, एक सपाट चमचा बेकिंग पावडर, चार हिरव्या मिरच्या, कोथिंबीर, मीठ व तळण्यासाठी तूप.

**सारासाठी मसाला साहित्य :** एक मोठा कांदा, अर्धी वाटी ओले खोबरे, सात-आठ लसूण-पाकळ्या, दोन हिरव्या मिरच्या, दोन लाल सुक्या मिरच्या, दोन चमचे धने, एक चमचा जिरे, दोन दालचिनीच्या बोटभर लांब कांड्या, पाच चमचे चारोळी, दोन चमचे खसखस, एक इंच आले व कोथिंबीर, तीन टोमॅटो.

**कृती :** मसाल्याचे सर्व जिन्नस एकत्र करून, वाटून गोळी करावी. पनीर, मैदा, बेकिंग पावडर, चिरून घेतलेल्या मिरच्या, चिरलेली कोथिंबीर व चवीप्रमाणे मीठ घालून मिसळावे व चांगले मळावे. या मिश्रणाचे बोराएवढे गोळे तयार करून बदामी रंगावर तळून घ्यावेत.

लसूण, कांदा व टोमॅटो चिरून, चार वाट्या पाणी घालून शिजवावेत. नंतर पुरण वाटण्याच्या यंत्रातून गाळून घ्यावे. पातेल्यात तूप घालून तापल्यावर मसाल्याची गोळी घालून परतून घ्यावी. त्यावर लाल तिखट घालून पुन्हा परतावे व त्यावर टोमॅटो-कांद्याचे गाळून घेतलेले पाणी घालून उकळी आणावी. आवडत असल्यास उकळत असताना दोन चमचे क्रीम किंवा लोणी घालावे. चवीप्रमाणे मीठ घालावे. या सारामध्ये तळून ठेवलेले कोफ्ते सोडावेत. गरम असताना खावयास द्यावे. पाहिजे असल्यास वाफवलेले एक वाटी मटाराचे दाणे सार बनविताना घालावेत.

# ६. पालेभाज्या

## १. अळूची भाजी

**साहित्य :** अळूच्या चार गड्ड्या, चुका एक गड्डी, मुळा, खोबऱ्याचे काप पाव वाटी, काजूचे तुकडे पाव वाटी, शेंगाचे दाणे पाव वाटी, चण्याची डाळ अर्धी मूठ, दहा-बारा ओल्या मिरच्या, सुपारीएवढी चिंच, तीन चमचे काळा (गोडा) मसाला, अर्धी वाटी गूळ, एक चमचा मेथ्या, कोथिंबीर, दोन ते तीन चमचे डाळीचे पीठ, मीठ, फोडणीचे साहित्य, जिरे व सुके खोबरे.

**कृती :** अळू स्वच्छ धुऊन व देठ्या सोलून चिरावे. चुका धुऊन चिरावा. मुळ्याचे काप करावेत. चण्याची डाळ व शेंगाचे दाणे भिजत घालावेत. थोडेसे तेल घालून त्यावर अळू टाकावे. दोन-तीन वाफा आल्यावर अळू घोटावे व त्यात डाळ व दाणे घालावेत. चांगले शिजल्यावर त्यात मुळ्याचे काप घालावेत. चिंच कोळून घालावी. अळू पातळ पाहिजे असेल, त्या मानाने पाणी घालावे. मीठ, गूळ, काळा (गोडा) मसाला, काजूचे तुकडे व खोबऱ्याचे काप घालावेत. नंतर चण्याचे पीठ पाण्यात कालवून लावावे व भाजी चांगली शिजवावी. नंतर मेथ्या, मिरच्यांचे तुकडे व जरा जास्त हिंग घालून फोडणी करावी व ती भाजीला द्यावी. जिरे व सुके खोबरे भाजून, बारीक कुटून घालावे व कोथिंबीर घालावी.

## २. चाकवताची भाजी

**साहित्य :** चाकवताची ताजी भाजी, चण्याची डाळ, शेंगाचे दाणे, ताक, मीठ, साखर, ओल्या मिरच्या, जिरे, खोबरे, हिंग, तूप, डाळीचे पीठ, कोथिंबीर.

**कृती :** चाकवताची भाजी धुऊन, नीट करून घ्यावी. चाकवताची भाजी, डाळ व दाणे शिजत टाकावेत. चांगले शिजल्यावर त्यात चवीला मीठ, साखर व मिरच्यांचे तुकडे करून अगर मिरच्या वाटून घालाव्यात. ताकाला डाळीचे पीठ लावून ते ताक घालावे. कोथिंबीर घालावी. जरुरीप्रमाणे पाणी घालावे व भाजी शिजवावी. नंतर तुपात हिंग व जिरे घालून फोडणी द्यावी व खोबरे भाजून, कुटून घालावे. आवडत असल्यास दाण्याचे कूट घालावे.

याप्रमाणेच पालक, चवळी, घोळू, चंदनबटवा, तांदुळजा, मायाळू वगैरे पालेभाज्या कराव्या.

## ३. मेथीची भाजी : प्रकार १

**साहित्य :** मेथीची भाजी एक जुडी, मुगाची डाळ अर्धी वाटी, ओल्या मिरच्या, मीठ, साखर, तेल.

**कृती :** मेथीच्या भाजीची पाने खुडून घ्यावीत. एका पातेल्यात डावभर तेल घालावे. तेल थोडेसे गरम झाल्यावर त्यात मेथीची भाजी टाकावी व बरीच परतून घ्यावी. चांगली वाफ आल्यावर त्यात बेताचे पाणी घालून उकळी आणावी. मग त्यात मुगाची डाळ धुऊन घालावी. मिरच्यांचे तुकडे करून घालावेत व डाळ शिजत आल्यावर चवीप्रमाणे मीठ घालावे. चवीला थोडी साखरही घालावी. फोडणीचे साहित्य न घालता नुसत्या तेलावरच ही भाजी करावयाची आहे.

## ४. मेथीची भाजी : प्रकार २

**साहित्य :** मेथीची भाजी, तुरीची डाळ, मीठ, तिखट, गूळ, अमसुले, जिरे, खोबरे, चण्याचे पीठ, सुक्या मिरच्या, फोडणीचे साहित्य.

**कृती :** मेथीची भाजी धुऊन चिरावी. तुरीची डाळ शिजत घालावी. भाजी जून असल्यास प्रथम उकडून घ्यावी व मग फोडणीला टाकावी. कोवळी असल्यास एकदम फोडणीला टाकावी. नंतर शिजलेली तुरीची डाळ त्यात घालावी व पाहिजे असेल, तेवढे पाणी घालावे. नंतर त्यात तिखट, मीठ, गूळ व अमसुले (सर्व चवीप्रमाणे) घालावे. पाण्याला थोडेसे डाळीचे पीठ लावून ते पाणी घालावे. नंतर थोड्याशा तेलावर फोडणी करून तीत सुक्या मिरच्या टाकाव्यात व ती फोडणी घालावी. जिरे व खोबरे भाजून, कुटून घालावे. थोडेसे दाण्याचे कूट घालावे व भाजी चांगली उकळावी.

## ५. अंबाडीची भाजी

**साहित्य :** अंबाडीची ताजी भाजी, तांदळाच्या अगर जोंधळ्याच्या कण्या, शेंगदाणे, चण्याची डाळ, मीठ, ओल्या मिरच्या अगर तिखट, लसूण, गूळ, फोडणीचे साहित्य.

**कृती :** भाजी धुऊन, चिरून घ्यावी. जून असल्यास प्रथम उकडून टाकावी. त्यात कण्या, डाळ व शेंगदाणे घालून भाजी दाट अगर पातळ पाहिजे असेल, त्या मानाने पाणी घालून भाजी शिजत ठेवावी. चांगली शिजल्यावर, मीठ, वाटून घेतलेल्या मिरच्या अगर तिखट आणि गूळ (सर्व चवीप्रमाणे) घालून भाजी पुन्हा शिजवावी. शिजल्यावर थोडे चण्याचे पीठ लावावे. नंतर जरा जास्त तेल घेऊन,

हिंग व लसूण घालून फोडणी करावी व ती घालावी. ही भाजी वाढल्यावर खाताना वरूनही फोडणी घेतात. चांगली लागते. आवडत असल्यास फोडणी शिल्लक ठेवावी व खाताना घ्यावी.

आवडत असल्यास फोडणीत कांदाही घालावा. तसेच, आवडत नसेल, तर या भाजीत गूळ घालू नये. कारण कुणाला जास्त आंबटच भाजी आवडते.

या अंबाडीच्या भाजीप्रमाणेच करडईची भाजी करतात. करडईच्या भाजीत, मिळाल्यास थोडी हरभऱ्याची भाजी घालतात.

## ६. माठाची सुकी भाजी

**साहित्य :** माठ, तिखट, मीठ, लसूण, दाण्याचे कूट, चण्याचे पीठ, फोडणीचे साहित्य.

**कृती :** माठाची भाजी धुऊन चिरावी. तेल जास्त घालून फोडणी करावी व त्यावर चिरलेली भाजी टाकून चांगली परतावी. शिजल्यावर तिखट व मीठ घालावे व भाजी पुन्हा शिजवावी. शिजल्यावर थोडे पीठ लावावे व वाफ आणून घ्यावी.

या भाजीत भिजवलेली चण्याची डाळही घालतात. आवडत असल्यास फोडणीत घालावी.

या भाजीप्रमाणेच शेपू, चवळी, तांदुळजा, करडई, मेथी वगैरेही पालेभाज्या कराव्यात.

---

# ७. उसळी

## १. मुगाची उसळ

**साहित्य :** मूग, तिखट, मीठ, काळा मसाला, लसूण, जिरे, खोबरे, फोडणीचे साहित्य.

**कृती :** मूग तेलावर किंचित भाजावेत. नंतर पाणी घालून, ते चांगले मऊ शिजवून घ्यावेत. शिजल्यावर त्यात मिरच्या, लसूण, जिरे व खोबरे हे सर्व वाटून घालावे. काळा मसाला घालावा. मिरच्या न घातल्यास तिखट घालावे. नंतर मीठ व गूळ घालावा व चांगले शिजवून वर खमंग फोडणी द्यावी.

ह्याप्रमाणेच चवळी व मसुरा यांची उसळ करावी. बाकीचे साहित्य व कृती वरीलप्रमाणेच.

## २. मटकीची उसळ

**साहित्य :** मटकी, इतर सर्व साहित्य वरील मुगाच्या उसळीप्रमाणेच.

**कृती :** मटकी सकाळी भिजत घालून संध्याकाळी रोळीत उपसावी व वर फडके घालून त्याच्यावर वजन ठेवावे. मटकीला चांगले मोड आल्यावर त्याची उसळ करावी. साधारणपणे हवामानाच्या फरकाप्रमाणे दुसऱ्या किंवा तिसऱ्या दिवशी मोड येतात. उसळीची कृती वरील मुगाच्या उसळीप्रमाणेच.

ह्याप्रमाणेच चवळी, मूग, वाटाणा, हरबरे, वाल, कुळीथ व मसुरा यांची मोड आणून उसळ करावी.

# ८. चटण्या : ओल्या चटण्या

## १. दाण्याची चटणी : प्रकार १

**साहित्य :** कच्चे शेंगदाणे अर्धी वाटी, ओल्या मिरच्या चार-पाच, चिरलेली कोथिंबीर पाव वाटी, मीठ, साखर, कैरीचा कीस किंवा कच्च्या चिंचा, फोडणीचे साहित्य.

**कृती :** शेंगदाणे दोन तास भिजत घालून, सोलून घ्यावे. दाणे सोलल्यामुळे चटणी दिसायला चांगली दिसते. प्रथम दाणे बारीक वाटून घ्यावे व मग त्यात वरील साहित्यात दिलेले इतर सर्व जिन्नस घालून बारीक वाटावे. उपवासाला हवी असल्यास वाटताना जिरे घालावे व नको असल्यास तेल, हिंग, हळद आणि मोहरी घालून फोडणी द्यावी. आंबटपणाकरिता कैरीचा कीस अगर चिंचा वाटून घालाव्या. लिंबाचा रस घातल्यास तितकी चांगली चव येत नाही.

## २. दाण्याची चटणी : प्रकार २

**साहित्य :** भाजलेल्या शेंगदाण्याचे कूट एक वाटी, ओल्या मिरच्या चार-पाच, गूळ अर्धी वाटी, कैरीचा कीस अर्धी वाटी, एक चमचा जिरे, मीठ, कोथिंबीर (चिरलेली) पाव वाटी व फोडणीचे साहित्य.

**कृती :** सर्व जिन्नस प्रकार १ मध्ये सांगितल्याप्रमाणे वाटून, त्यावर पाव वाटी तेलाची, हिंग थोडा जास्त घालून, खमंग फोडणी करून घालावी. ही चटणी कैरी घालूनच चांगली लागते.

## ३. लसणीची चटणी : प्रकार १

**साहित्य :** लसणीच्या आठ-दहा पाकळ्या, खोवलेले खोबरे एक वाटी, अगदी लाल रंगाच्या चार-पाच ओल्या मिरच्या, मीठ, साखर, लिंबू.

**कृती :** खोबरे, लाल मिरच्या व लसूण तेलावर निरनिराळे खमंग भाजून घ्यावे. नंतर बारीक वाटून, त्यात मीठ घालून लिंबू पिळावे व चवीला साखर घालावी. ही चटणी दिसावयास चांगली दिसते व खाण्यासही खमंग लागते.

**टीप :** लाल मिरच्यांऐवजी हिरव्या मिरच्या घातल्यास ती हिरव्या रंगाची चटणीही दिसावयास चांगली दिसते.

## ४. लसणीची चटणी : प्रकार २

ओली लसूण पातीसकट घेऊन, त्यात आपल्या चवीप्रमाणे ओली मिरची, कोथिंबीर, मीठ व साखर घालून वाटावी. वर लिंबू पिळावे. हिरव्या रंगामुळे ही चटणी दिसावयास चांगली दिसते व चवीलाही चांगली लागते.

**टीप :** वरील दोन्ही प्रकारची लसणीची चटणी ब्रेडच्या सँडविचमध्ये घालावयास उपयोगी पडते.

## ५. खोबऱ्याची चटणी

**साहित्य :** खोवलेले खोबरे एक वाटी, ओल्या मिरच्या चार-पाच, मीठ, साखर चवीपुरती, कैरीचा कीस अगर लिंबू.

**कृती :** खोबरे, मिरच्या, कोथिंबीर, मीठ व साखर एकत्र करून वाटावे. कैरीचा कीस घालावयाचा असल्यास तोही त्याचबरोबर वाटावा. नसल्यास वाटलेल्या चटणीवर लिंबू पिळून चटणी सारखी कालवावी.

**टीप :** १. याच चटणीत पुदिन्याचा पाला घालून वाटल्यास त्या चटणीस एक निराळा स्वाद येतो व चवही निराळी लागते. २. या चटणीत कांदा, लसूण, आले अगर जिरे यांपैकी कोणताही जिन्नस चटणी वाटताना घालतात. आपल्या आवडीप्रमाणे घालावा. त्या त्या जिनसांचा स्वाद चांगला लागतो. ३. एक चमचा उडीद-डाळ व कढीलिंब घालून, फोडणी करून अशी फोडणीही या चटणीत घालतात.

## ६. चण्याच्या डाळीची चटणी

**साहित्य :** अर्धी वाटी चण्याची डाळ, चार-पाच ओल्या मिरच्या,

कैरीचा कीस अंदाजाने (चवीप्रमाणे), मीठ व साखर अगर गूळ चवीपुरते, लसणीच्या पाच-सहा पाकळ्या, कोथिंबीर, फोडणीचे साहित्य व एक-दोन सुक्या मिरच्या.

**कृती :** डाळ आधी दोन तास पाण्यात भिजत घालावी व नंतर वाटून घ्यावी. तसेच मिरच्या, लसूण, कैरीचा कीस, कोथिंबीर, मीठ व साखर अगर गूळ एकत्र करून वाटावे. फोडणी करून त्यात सुक्या मिरच्या टाकाव्यात व ही फोडणी वरील सर्व वाटलेल्या जिनसांवर घालून एकत्र कालवावे. या चटणीला आंबटपणाकरिता लिंबू अगर दही यापेक्षा कैरीचा कीसच चांगला लागतो. अर्थात कैरीचा कीस नसल्यास दही, लिंबू अगर चिंचेचा कोळ घालण्यास हरकत नाही.

## ७. उडदाच्या डाळीची चटणी

**साहित्य :** उडदाची डाळ अर्धी वाटी, बाकीचे सर्व साहित्य चण्याच्या डाळीच्या चटणीप्रमाणेच. फक्त लसूण वगळावी.

**कृती :** उडदाची डाळ तेलावर तांबूस भाजून घेऊन, पाणी घालून बारीक वाटावी. बाकी सर्व कृती वरील चण्याच्या डाळीच्या चटणीप्रमाणेच. कैरीचा कीस नसल्यास त्याऐवजी दही किंवा लिंबाचा रस किंवा चिंचेचा कोळ घालावा.

## ८. अमसुलाची चटणी

**साहित्य :** पाच-सहा अमसुले, गोडी येण्याइतकी साखर अगर गूळ, चवीपुरते मीठ, दोन-तीन वेलदोडे.

**कृती :** अमसुले आधी दोन तास गरम पाण्यात भिजत घालावीत. नंतर हाताने घट्ट पिळून, मीठ व वेलदोड्याचे दाणे घालून, बारीक वाटावीत. नंतर त्यात साखर अथवा गूळ घालून चांगले कालवावे. आंबट-गोड चवीमुळे ही चटणी रुचकर लागते.

## ९. खोबऱ्याची फोडणीची चटणी

**साहित्य :** नारळ, कोथिंबीर, मीठ, ओल्या मिरच्या, साखर, आले, लिंबू, फोडणीचे साहित्य.

**कृती :** नारळ खोवून घ्यावा. नंतर खोबऱ्यात मीठ, मिरची व साखर चुरडून घालावी व त्यावर हिंग, हळद व मोहरी यांची फोडणी घालावी. कोथिंबीर चिरून घालावी. चवीला लिंबू पिळावे. ही चटणी वाटावयाची नाही. नुसतीच कालवून घ्यावी. आवडत असल्यास यात आले किसून अगर त्याचा रस घालावा. आवडत

असल्यास दाण्याचे कूट घालावे. ही चटणी फार मोहक दिसते व फार रुचकर लागते.

## १०. टोमॅटोची चटणी

**साहित्य :** कच्चे ताजे टोमॅटो, पाच-सहा ओल्या मिरच्या, दाण्याचे कूट अर्धी वाटी, कोथिंबीर, गूळ, मीठ व फोडणीचे साहित्य.

**कृती :** टोमॅटोचे अगदी लहान लहान तुकडे एक वाटी घ्यावे. मिरच्यांचे तुकडे करावे. (साधारणपणे एका मिरचीचे दोन तुकडे करावे.) पाव वाटी तेलाची फोडणी करावी. हिंग थोडा जास्त टाकावा. फोडणीवर मिरच्या व टोमॅटोचे तुकडे टाकून चांगली वाफ द्यावी. खाली उतरवून, गार झाल्यावर मिरच्यांचे तुकडे वेचून घ्यावे. ते तुकडे, मीठ व गूळ हाताने कुस्करून घ्यावे व तो गोळा, कोथिंबीर, दाण्याचे कूट हे सर्व टोमॅटोच्या फोडींवर घालून कालवावे.

ही चटणी जरा भरडच खाण्यास चांगली लागते.

## ११. वांग्याची चटणी

टोमॅटोच्या ऐवजी वांगी घ्यावीत. साहित्य व सर्व कृती टोमॅटोच्या चटणीप्रमाणेच. आंबटपणाकरिता लिंबू पिळावे.

## १२. रताळ्याची चटणी

**साहित्य :** रताळी, पाच-सहा ओल्या मिरच्या, कोथिंबीर, अर्धी वाटी दाण्याचे कूट, जिरे, मीठ, साखर व कैरीचा कीस. सर्व जिन्नस चवीपुरते. कीस नसल्यास लिंबू.

**कृती :** रताळ्याच्या साली काढून, त्याच्या जाडसर चकत्या करून, त्या एक वाटीभर घ्याव्यात. चकत्या पाट्यावर ठेचाव्यात. वरील इतर सर्व साहित्य त्यात घालून बारीक वाटावे. ही चटणी चवीला ओल्या खोबऱ्याच्या चटणीसारखी लागते व उपवासालाही चालते.

वरीलप्रमाणे बटाट्याचीही चटणी करावी. रताळ्याऐवजी बटाटा घ्यावा व थोडे ओले खोबरे घालावे. बाकी सर्व साहित्य व कृती वरीलप्रमाणेच.

## १३. पालकाची चटणी

**साहित्य :** पालकाची एक जुडी, पाच-सहा मिरच्या, मीठ, साखर व लिंबू (हे सर्व आपल्या चवीप्रमाणे), एक चमचा शेंगदाण्याचे कूट.

**कृती :** पालक बारीक चिरून, धुऊन घ्यावा. नंतर तो पाट्यावर जरा जाडसर वाटावा. त्यास मीठ लावून तो पिळून टाकावा व नंतर चवीपुरते मीठ, साखर, लिंबाचा रस व इतर साहित्य घालून सर्व एकत्र बारीक करावे.

ही चटणी विशेषतः सँडविचला लावायला चांगली. रंगही चांगला येतो व चवीलाही चांगली लागते. आवडत असल्यास हिंगाची फोडणीही (हळद न घालता) चटणीवर घालावी.

## १४. कच्च्या टोमॅटोची चटणी

**साहित्य :** कच्च्या टोमॅटोच्या फोडी एक वाटी, चार-पाच ओल्या मिरच्या, गूळ अगर साखर (चवीप्रमाणे), मीठ, ओले खोबरे, दाण्याचे कूट, लसणीच्या पाच-सहा पाकळ्या, कोथिंबीर, फोडणीचे साहित्य.

**कृती :** वरील सर्व साहित्य एकत्र करून बारीक चटणी वाटावी. आवडत असल्यास त्यावर फोडणी घालावी.

## १५. दोडक्याच्या शिरांची चटणी : प्रकार १

**साहित्य :** दोडक्याच्या शिरा, ओल्या मिरच्या, कोथिंबीर, आंबटपणाकरिता चिंच, लिंबू अगर कैरीचा कीस, खोवलेले थोडे ओले खोबरे, दाण्याचे कूट अगर भाजलेल्या तिळाचे कूट, गूळ अगर साखर, फोडणीचे साहित्य.

**कृती :** तेलावर दोडक्याच्या शिरा व मिरच्या चांगल्या परतून घ्याव्यात. नंतर त्यात वरील बाकीचे सर्व साहित्य घालून, बारीक चटणी वाटावी व वर हिंगाची फोडणी द्यावी.

**टीप :** या चटणीप्रमाणे पडवळाच्या बियांची, लाल भोपळ्याच्या सालीची अगर दूधभोपळ्याच्या सालीची चटणी होते. साली किसून घ्याव्यात. साहित्य व कृती दोडक्याच्या शिरांच्या चटणीप्रमाणेच.

## १६. दोडक्याच्या शिरांची चटणी : प्रकार २

**साहित्य :** दोडक्याच्या शिरा, लाल तिखट, मीठ, साखर, सुक्या खोबऱ्याचा कीस, तीळ, फोडणीचे साहित्य.

**कृती :** तीळ व खोबरे भाजून घ्यावे. नंतर फोडणी करून, त्यात दोडक्याच्या शिरा फोडणीस टाकाव्या व कुरकुरीत होईपर्यंत मंद अशा परताव्या. नंतर त्यात

मीठ, तिखट व साखर, तसेच भाजलेले तीळ व खोबरे घालून सर्व एकत्र कालवावे. ही चटणी आठ दिवसही टिकते.

**टीप :** १. शिरा वाळवून घेतल्यास त्या लवकर कुरकुरीत होतात. २. वरील दोडक्याच्या शिरांच्या चटणीप्रमाणेच गाजराचा कीस, लाल भोपळ्याची साल, दुधी भोपळ्याची साल यांचीही चटणी चांगली होते. साहित्य व कृती वरीलप्रमाणेच.

## १७. चिंच-गुळाची चटणी

**साहित्य :** लिंबाएवढी चिंच, चिंचेच्या दुप्पट गूळ, अर्धी वाटी भाजलेले शेंगाचे दाणे अथवा तीळ, चार-पाच ओल्या मिरच्या, लसणीच्या सात-आठ पाकळ्या, आल्याचा एक इंच तुकडा, चिरलेली कोथिंबीर पाव वाटी.

**कृती :** चिंच कोळून, कोळलेल्या पाण्यात गूळ घालून विरघळवावा. बाकीचे सर्व साहित्य वाटून, तो गोळा चिंच-गुळाच्या पाण्यात कालवावा. चटणी पातळसर करावी. जेवताना अगर उपाहाराच्या पदार्थाबरोबर ही चटणी चांगली लागते.

## १८. खजुराची चटणी

**साहित्य :** एक वाटी निवडलेला खजूर, पाव वाटी चिंच, पाव वाटी गूळ, दोन चमचे जिरे, तीन चमचे धने, दोन चमचे लाल तिखट व मीठ.

**कृती :** चटणी करण्यापूर्वी खजूर उकळत्या पाण्यात घालून, एक तास भिजत ठेवून, नंतर पाट्यावर बारीक वाटावा. चिंचेमध्ये उकळते पाणी घालून पाच मिनिटे ती तशीच ठेवावी व मग चांगली कुस्करावी. ही चिंच व वाटलेला खजूर, चाळणीतून श्रीखंड गाळतात, त्याप्रमाणे गाळून घ्यावा. धने व जिरे भाजून घेऊन, पूड करून घ्यावी. चिंच व खजुराच्या गाळलेल्या पाण्यामध्ये धन्याजिऱ्याची पूड, गूळ व चवीप्रमाणे तिखट व मीठ घालून सारखे कालवून घ्यावे. ही चटणी सामोसे, पॅटीस, बटाटेवडा, भजी वगैरेंबरोबर खाण्यास चांगली लागते. भेळ करतानाही ही चटणी घालावी. भेळ फार रुचकर होते.

ही चटणी कच्ची टिकत नाही. शिजवल्यास जास्त टिकते.

## १९. पुदिन्याची चटणी

**साहित्य :** पुदिन्याची एक गड्डी, ओल्या मिरच्या, लसूण, मीठ, लिंबू, साखर.

**कृती :** पुदिना निवडून घ्यावा. नंतर पुदिन्याचा पाला, लसणीच्या अंदाजे दहा-बारा पाकळ्या, सहा-सात मिरच्या व चवीप्रमाणे मीठ व साखर असे जिन्नस एकत्र करून बारीक वाटावे. वर लिंबू पिळावे. ही चटणी फार रुचकर लागते. पाच-सहा दिवस टिकते.

## २०. चिंचेचा ठेचा

**साहित्य :** अर्धा किलो ओल्या चिंचा (मध्यम तयार झालेल्या), वीस ते पंचवीस ओल्या मिरच्या, गूळ, मीठ, दोन चमचे मेथ्या, दोन चमचे हिंग, तेल, मोहरी व हळद.

**कृती :** चिंचा साधारण तयार झालेल्या– म्हणजे जास्त जूनही नाहीत व जास्त कोवळ्याही नाहीत अशा घ्याव्यात. चिंचा धुऊन पाट्यावर अगर उखळात चांगल्या बारीक ठेचाव्यात. चिंचोके जून असल्यास काढून टाकावेत. नाहीतर तेही ठेचावेत. मिरच्यांचे तुकडे करावेत. नंतर चिंचेचा ठेचलेला गोळा, मीठ, मिरच्यांचे तुकडे असे एकत्र करून अगदी बारीक वाटावे. वाटून झालेल्या गोळ्याच्या पाऊणपट गूळ घेऊन, तो त्यात घालून, पुन्हा सर्व एकत्र वाटून एकजीव करावे. नंतर त्यात हिंग, हळद, मेथी व मोहरी यांची तेलात खमंग फोडणी करून घालावी.

हा ठेचा फार रुचकर लागतो. तो सात-आठ दिवस टिकतो. ठेचा पुष्कळ दिवस टिकावयास पाहिजे असल्यास चिंचा, मिरच्या, थोडी हळद व मीठ असे वर लिहिल्याप्रमाणे ठेचून, तो गोळा बरणीत भरून, त्यावर थोडे मीठ घालून ठेवावे. हा गोळा पुष्कळ दिवस म्हणजे पाच-सहा महिनेसुद्धा टिकतो. ठेचा वाढावयाचा असेल, त्या वेळी बरणीतील पाहिजे तेवढा गोळा काढून वर लिहिलेल्या पद्धतीप्रमाणे वाटून व फोडणी घालून आयत्या वेळी तयार करावा.

# सुक्या चटण्या

## १. लसणीची चटणी

**साहित्य :** सुक्या खोबऱ्याचा कीस एक वाटी, लसणीच्या आठ-दहा पाकळ्या, दोन चमचे लाल तिखट, मीठ (चवीप्रमाणे).

**कृती :** खोबऱ्याचा कीस थोडासा भाजून घ्यावा. नंतर त्यात तिखट, मीठ व लसणीच्या पाकळ्या (सोलून) घालून, सर्व एकत्र कुटून, चटणी भरून ठेवावी.

ह्याच चटणीत दाण्याचे कूट, डाळे व चिंचही घालतात. आवडत असल्यास

घालावे. चिंच घातल्यास थोडी साखरही घालावी. डाळ्याचे कूट करून घालावे.

## २. शेंगदाण्याची चटणी

**साहित्य :** शेंगदाणे एक वाटी, दोन चमचे तिखट, मीठ चवीप्रमाणे, चिंचेचे एक बुटूक.

**कृती :** दाणे खमंग भाजून, त्यांची साले काढून टाकावीत. नंतर त्यांत तिखट, मीठ व चिंच घालून, एकत्र करून कुटावे.

ह्या चटणीत तिखटाऐवजी ओल्या मिरच्या व कोथिंबीर घालूनही चटणी करतात.

## ३. कारळ्याची चटणी (खुरासणी अगर कोरटे अगर काळे तीळ)

**साहित्य :** एक वाटी कारळे, अर्धी वाटी भाजलेले दाणे, अर्धी वाटी तीळ, सुक्या खोबऱ्याचा पाव वाटी तुकडा, कढीलिंब (साधारण वाटी भरून पाने), दहा ते पंधरा सुक्या मिरच्या, मीठ, हिंग, तेल.

**कृती :** कारळे भाजून घ्यावेत. तेलावर हिंगाचा खडा तळून घ्यावा. नंतर त्याच तेलात खोबरे तांबूस होईपर्यंत तळून घ्यावे. नंतर त्याच तेलात कढीलिंब व मिरच्या परतून घ्याव्यात. नंतर सर्व जिन्नस एकत्र करून चांगले कुटावेत.

ह्या कारळ्याच्या चटणीप्रमाणे तीळ व जवस यांचीही चटणी करावी. कारळ्याऐवजी तीळ एक वाटी घ्यावेत. बाकी सर्व साहित्य व कृती कारळ्याच्या चटणीप्रमाणेच. कारळ्याऐवजी जवस एक वाटी घ्यावेत. बाकी सर्व साहित्य व कृती वरीलप्रमाणेच. मात्र जवस जास्त व खरपूस भाजून घ्यावेत.

## ४. फुटाणा-चटणी : प्रकार १

**साहित्य :** एक वाटी डाळे (फुटाण्याचे), दोन चमचे लाल तिखट, अर्धा चमचा साखर, चवीप्रमाणे मीठ.

**कृती :** डाळे कुटून, पीठ चाळून घ्यावे व नंतर त्यात तिखट, साखर व मीठ मिसळावे.

ही चटणी तशीच अगर दह्यात कालवूनही देतात. विशेषतः, उसाच्या रसाबरोबर ही चटणी खाण्याची पद्धत आहे.

## ५. फुटाणा-चटणी : प्रकार २

**साहित्य :** एक वाटी डाळे, चार-पाच ओल्या मिरच्या, एक

बोटभर लांबीचा आल्याचा तुकडा, कोथिंबीर, मीठ, चिंचेची दोन बुटुके, ओल्या खोबऱ्याचा जरा जाडसर कीस.

**कृती :** डाळे बारीक कुटून, चाळून घ्यावे. मिरच्या, मीठ, आले, कोथिंबीर व चिंच एकत्र कुटावीत व कुटलेला गोळा डाळ्याच्या पिठात घालून चांगले एकत्र करावे. ही चटणी ओलसर होते. ती तशीच चमच्याने वाढावी अगर लाडवांप्रमाणे लहान लहान गोळे करून वाढावेत.

उपाहाराच्या पदार्थांबरोबर ही चटणी देता येईल. बेळगावकडे ही चटणी विशेषत: उसाच्या रसाबरोबर खाण्याची पद्धत आहे.

ह्याच चटणीत ओल्या खोबऱ्याचा जाडसर कीसही घालतात. जर आवडत असेल, तर घालावा.

## ६. डाळ्याची चटणी

**साहित्य :** एक वाटी डाळे, ओल्या मिरच्या, ओले खोबरे, चिंच, हिंग, लाल मिरच्या (सुक्या), कोथिंबीर, कढीलिंब, मीठ, फोडणीचे साहित्य, चवीप्रमाणे साखर.

**कृती :** डाळे पाट्यावर बारीक वाटून घ्यावे. ओल्या मिरच्या तेलावर परतून, वाफवून घ्याव्यात. नंतर या मिरच्या, मीठ, चिंच, ओले खोबरे, कोथिंबीर, चवीपुरती साखर असे सर्व जिन्नस बारीक वाटून, त्यात डाळ्याची पूड घालून पुन्हा एकदा वाटावे. नंतर, चटणी पातळ पाहिजे असेल, तर त्या मानाने त्यात पाणी घालून ती कालवावी. नंतर तेल अगर तूप तापवून त्यात मोहरी, हिंग, सुक्या मिरच्या व कढीलिंब घालून केलेली फोडणी कालवलेल्या चटणीवर वरून घालावी.

ही चटणी खमंग लागते. इडली, डोसा यांबरोबर ही चटणी देतात.

## ७. चटणीपूड

**साहित्य :** एक वाटी चण्याची डाळ, अर्धी वाटी उडदाची डाळ, पाव वाटी तांदूळ, आठ-दहा वाळलेल्या मिरच्या, सुके खोबरे पाव वाटी, चिंच, गूळ (थोडा), दोन चमचे धने, एक चमचा जिरे, मीठ, दोन चमचे तेल व कढीलिंब.

**कृती :** प्रथम दोन्ही डाळी व तांदूळ बदामी रंगावर भाजून खलबत्त्यात अथवा जात्यावर जाडसर पीठ करून घ्यावे. खोबरे किसून किंवा बारीक तुकडे करून– ते, कढीलिंब व मिरच्या तेलावर परतून घ्याव्या. धने व जिरे भाजून घ्यावे. हे सर्व जिन्नस एकत्र करून, कुटून, पूड करून, वरील डाळीच्या व तांदळाच्या पिठात मिसळून,

पुन्हा एकत्र कुटावे. ही चटणी पुष्कळ दिवस टिकते.

**टीप :** ही चटणी फोडणीचा भात, दडपे पोहे यांवर घालण्यास चांगली. त्यामुळे भात अगर पोहे जास्त चवदार लागतात. तसेच, दह्यात ही चटणीपूड घालून कालवून घ्यावी. चांगली चवदार लागते. सँडविचमध्ये घालावयासही ही चटणीपूड उपयोगी असते. तसेच, दह्यात कालवून मेतकूटाप्रमाणे ती आयत्या वेळी केव्हाही वाढण्यास उपयोगी पडते. या चटणीपुडीवर तेल घालून ती डोसे व इडलीबरोबर द्यावी. चवदार लागते.

## ८. मेतकूट

**साहित्य :** दोन वाट्या चण्याची डाळ, एक वाटी उडदाची डाळ, अर्धी वाटी तांदूळ, पाव वाटी गहू, पाव वाटी मोहरी, दोन चमचे जिरे, दोन चमचे हिंगाची पूड, दोन-तीन सुक्या मिरच्या, एक हळकुंड, एक सुंठीचे कुडे, दोन चमचे धने, अर्धे जायफळ.

**कृती :** हिंग, सुंठ व जायफळ यांखेरीज वरील सर्व साहित्य निरनिराळे खमंग भाजावे व एकत्र करून जात्यावर अगदी बारीक दळावे. दळतानाच त्यात हिंग, जायफळ व सुंठ घालावी. याप्रमाणे मेतकूट तयार करून डब्यात अगर बरणीत भरून ठेवावे.

हे मेतकूट भातावर घातल्यास भात जास्त रुचकर लागतो. चिवडा करताना त्यात मेतकूट घालावे. चव चांगली येते. भडंग (कुरमुऱ्याचा चिवडा) करताना मेतकूट घालतात. मेतकूट दह्यात कालवून, त्यात किंचित साखर, मीठ व कोथिंबीर बारीक चिरून घालावी. कोशिंबिरीसारखे एक तोंडीलावणे होते. ज्वारीच्या गरम भाकरीवर अगर दशमीवर तूप घालून, त्यावर मेतकूट व किंचित मीठ घालून पसरावे. भाकरी अगर दशमी जास्त चवदार लागते. ब्रेडच्या (पावाच्या) स्लाइस भाजून, त्यांवर लोणी अगर तूप घालून त्यावर मेतकूट व पाहिजे असल्यास किंचित मीठ टाकावे. असा टोस्ट छान लागतो.

# ९. कोशिंबिरी व भरिते

## कोशिंबिरी

### १. काकडीची कोशिंबीर

**साहित्य :** कोचलेली काकडी एक वाटी, एक सपाट चमचा

मीठ, दोन चमचे साखर, पाव चमचा लाल मोहरी, एक वाटी गोड दही, कोथिंबीर, १ ओली मिरची.

**कृती :** काकडी बारीक कोचून घ्यावी. ती चांगली पिळून, पाणी काढून टाकावे व काकडीला तुपाचा हात लावावा. नंतर त्यात दही, साखर, मीठ व कोथिंबीर घालावी व मीठ, मिरची आणि मोहरी बारीक वाटून लावावी.

**टीप :** मोहरी न घालता खमंग भाजलेल्या दाण्यांचे पाव वाटी कूट घालूनही कोशिंबीर चांगली होते. दाण्याचे कूट व मोहरी दोन्हीही न घालता हिंग-जिऱ्याची फोडणी देऊनही ही कोशिंबीर चांगली होते.

## २. गाजराची कोशिंबीर

गाजराचा कीस एक वाटी घ्यावा. बाकी सर्व साहित्य व कृती काकडीच्या कोशिंबिरीप्रमाणे.

## ३. मुळ्याची कोशिंबीर

मुळ्याचा कीस एक वाटी घ्यावा. तो पाण्यात घालून पिळून काढावा. म्हणजे मुळ्याचा उग्र वास कमी होतो. बाकी सर्व साहित्य व कृती काकडीच्या कोशिंबिरीप्रमाणे. फक्त मोहरी घालू नये.

## ४. कांद्याची कोशिंबीर

कोचलेला कांदा एक वाटी घ्यावा. ही कोशिंबीर काकडीच्या कोशिंबिरीप्रमाणेच करावी. फक्त मोहरी घालू नये व त्याच्याऐवजी पाव वाटी खमंग भाजलेल्या दाण्यांचे कूट घालावे. अथवा हिंग-जिऱ्याची फोडणी द्यावी.

## ५. केळ्याची कोशिंबीर

**साहित्य :** पिकलेल्या केळ्याच्या फोडी एक वाटी, गोड दही एक वाटी, चवीप्रमाणे मीठ, साखर दोन चमचे, अर्धा चमचा मोहरी.

**कृती :** मोहरीखेरीज वरील सर्व साहित्य एकत्र करावे व मोहरी पाण्यात वाटून ती त्यात घालावी व कोशिंबीर चांगली कालवावी. या कोशिंबिरीत ओले खोबरेही घालतात. मात्र खोबरे घातल्यास मोहरी घालू नये.

## ६. पेरूची कोशिंबीर

**साहित्य :** पेरूच्या फोडी एक वाटी, गोड दही एक वाटी, मीठ चवीप्रमाणे, साखर दोन चमचे.

**कृती :** वरील सर्व साहित्य एकत्र करून कालवावे. शक्य असल्यास पेरूमधील बिया प्रथम काढून टाकाव्यात.

## ७. टोमॅटोची कोशिंबीर

**साहित्य :** दोन ते तीन मोठे लाल पिकलेले टोमॅटो, एक वाटी गोड दही, दोन ओल्या मिरच्या, कोथिंबीर, मीठ, साखर, ओले खोबरे, दाण्याचे कूट.

**कृती :** टोमॅटो चिरून बारीक फोडी कराव्यात. नंतर त्यात बाकीचे सर्व साहित्य घालून कालवावे. कोणी याला हिंग-जिऱ्याची तुपावरील फोडणी देतात. आवडत असल्यास, द्यावी.

## ८. फ्लॉवरची कोशिंबीर

**साहित्य :** फ्लॉवर, मीठ, साखर, लिंबू, ओली मिरची, कोथिंबीर व खोवलेले खोबरे अगर दाण्याचे कूट.

**कृती :** फ्लॉवर किसून, अर्धवट वाफ देऊन घ्यावा. ओली मिरची व मीठ असे एकत्र वाटून त्यात घालावे. नंतर त्यावर साखर, लिंबू, खोबरे अगर दाण्याचे कूट व कोथिंबीर घालून कालवावे. लिंबू नको असल्यास, गोड दही घालावे.

## ९. केळफुलाची कोशिंबीर

**साहित्य :** राजेळी केळ्यांचे एक केळफूल, दाण्याचे कूट, दही, मीठ, साखर, ओल्या मिरच्या व फोडणीकरिता तूप, हिंग व जिरे.

**कृती :** प्रथम केळफूल वांग्याप्रमाणे भाजून घ्यावे. नंतर केळफुलाची बाहेरची तांबडी पाने व फण्या काढून टाकून अगदी आतील बाजूचा पांढरा कोका घ्यावा. मग तो पाट्यावर ठेचावा. हा वाटलेला कीस एक वाटी झाला, तर पाव वाटी दाण्याचे कूट व एक-दोन मिरच्या घ्याव्या. मिरच्या (वाटून), दाण्याचे कूट, एक वाटी दही व चवीप्रमाणे मीठ व साखर केळफुलाच्या किसावर घालून एकत्र कालवावे व नंतर हिंग-जिऱ्याची फोडणी द्यावी.

## १०. फरसबीची (श्रावण घेवडा) कोशिंबीर

**साहित्य :** कोवळी फरसबी, ओल्या मिरच्या, मीठ, लिंबू, सोडा, साखर, ओले खोबरे, कोथिंबीर, दाण्याचे कूट, फोडणीचे साहित्य.

**कृती :** फरसबी धुऊन, बारीक चिरून घ्यावी. शक्य असल्यास शंकरपाळ्यासारखी (तिरके तुकडे करून) चिरावी. असे तुकडे दिसावयास चांगले दिसतात. तेलात हिंग व मोहरी घालून फरसबी त्याच्यावर टाकावी व चिमटीभर सोडा घालून बेताची वाफवून घ्यावी. जास्त वाफ दिल्यास हिरवा रंग जातो अगर कमी होतो. फरसबी वाफवून गार झाल्यावर, त्यांत मिरच्या वाटून, मीठ, साखर, ओले खोबरे, कोथिंबीर व दाण्याचे कूट घालावे व लिंबू पिळावे. या कोशिंबिरीत हळद घालावयाची नाही.

ही कोशिंबीर हिरव्या रंगामुळे चांगली दिसते व खावयासही खमंग लागते.

## ११. सॅलडची कोशिंबीर

**साहित्य :** सॅलडच्या भाजीचे दोन गड्डे, एक मध्यम आकाराचा कांदा, अर्धी वाटी क्रीम, एक वाटी गोड दही, मीठ व साखर (चवीपुरते).

**कृती :** कांदा उभा बारीक चिरून पाण्यात धुऊन ठेवावा. सॅलडची पाने जाडसर चिरावीत. त्यांत कांदा व क्रीम घालून त्यावर चवीपुरते मीठ व साखर घालावी आणि त्यावर दही घालून सर्व एकत्र कालवावे.

## १२. पचडी

**साहित्य :** सॅलडची (भाजी) एक जुडी, ओल्या मटाराचे दाणे अर्धी वाटी, लाल गाजर (याला दिल्ली गाजर म्हणतात) व पिवळे गाजर (हळदी रंगाचे) यांचा कीस प्रत्येकी अर्धी वाटी, चिरलेला पांढरा कांदा अर्धी वाटी, खोवलेले खोबरे एक वाटी, कोचलेली काकडी अर्धी वाटी, ओल्या मिरच्या चार-पाच, कोथिंबीर, आंबटपणापुरता कैरीचा कीस (अंदाजे) अगर लिंबू, मीठ आणि साखर चवीपुरते, फोडणीचे साहित्य.

**कृती :** सॅलड बारीक चिरून घ्यावे. मटाराचे दाणे जरा वाफवून घ्यावे. चिरलेले सॅलड व वरील इतर सर्व भाज्या आणि मटाराचे दाणे एकत्र करावे व त्यात बाकीचे सर्व साहित्य घालून, त्याला ओल्या मिरच्या वाटून लावाव्या. त्यावर हळद न घालता हिंग व मोहरी घालून केलेली फोडणी घालावी व सारखे कालवावे.

निरनिराळ्या भाज्यांच्या रंगांमुळे ही कोशिंबीर आकर्षक दिसते व चवीलाही चांगली लागते.

## १३. खमंग काकडी

**साहित्य :** कोचलेली काकडी दोन वाट्या, दाण्याचे कूट अर्धी वाटी, दोन ओल्या मिरच्या, अर्धा चमचा जिरे, मीठ व साखर चवीपुरते, खोवलेले खोबरे अर्धी वाटी, कोथिंबीर, लिंबू.

**कृती :** जिरे, मीठ आणि मिरच्या हे पदार्थ बारीक वाटावे. तो वाटलेला गोळा, कोचलेली काकडी व बाकीचे सर्व साहित्य एकत्र करून, कालवून सारखे करावे व त्यावर लिंबू पिळावे. आवडत असल्यास वर तेलाची फोडणी घालावी.

याप्रमाणेच गाजराची, मुळ्याची, कोबीची व फ्लॉवरची खमंग कोशिंबीर करावी. गाजराचा व मुळ्याचा कीस व किसलेली कोबी व फ्लॉवर प्रत्येकी दोन वाट्या घ्यावे.

## १४. मिश्र कोशिंबीर

**साहित्य :** अर्धी वाटी बारीक चिरलेल्या कोवळ्या मुळ्याच्या शेंगा (मोगरी), अर्धी वाटी कोवळ्या फरसबीच्या बारीक चिरलेल्या शेंगा, लाल व पिवळ्या गाजराचा जाडसर कीस अर्धी वाटी, कोचलेली काकडी अर्धी वाटी, एक मध्यम आकाराचा बारीक चिरलेला पांढरा कांदा, अर्धी वाटी खोवलेले खोबरे, चार-पाच ओल्या मिरच्या, अर्धी वाटी कोथिंबीर, मीठ, साखर व लिंबू चवीप्रमाणे. वर लिहिलेल्या भाज्यांपैकी एखाद-दुसरी मिळाली नाही, तरी चालण्यासारखे आहे.

**कृती :** फरसबी वाफवून घ्यावी. चिरलेल्या मुळ्याच्या शेंगा तासभर पाण्यात ठेवाव्या. काकडीला मीठ लावून पिळून टाकावी. नंतर फरसबी, काकडी, मुळ्याच्या शेंगा, गाजराचा कीस, चिरलेला कांदा, खोबरे व कोथिंबीर एकत्र कालवावे. त्यात मिरची बारीक वाटून घालावी व मीठ व साखर चवीप्रमाणे घालावी. वर लिंबू पिळावे.

ही कोशिंबीर त्यातील विविध रंगांमुळे दिसावयास चांगली दिसते. फार चविष्ट लागते व भाज्या कच्च्या वापरल्यामुळे जीवनसत्त्वयुक्त असते.

## १५. डांगर : प्रकार १

**साहित्य :** एक वाटी चण्याची डाळ, अर्धी वाटी उडीद डाळ, पाव वाटी तांदूळ, अर्धी वाटी धने, दोन चमचे जिरे.

वरील जिन्नस खमंग भाजून जात्यावर भरडसर दळून ठेवावेत. आयत्या वेळी खालील कृतीप्रमाणे कोशिंबीर करता येते.

**कृती :** वरील जाडसर पिठाचे मिश्रण अर्धी वाटी घ्यावे. दही साधारण दोन

वाट्या घेऊन, त्यात एक बारीक चिरलेला कांदा व थोडे दाण्याचे कूट घालावे. जिरे, सुक्या मिरच्या व हिंग घालून तुपाची अथवा तेलाची फोडणी करून त्यावर घालावी व सर्व एकत्र करून त्यात वरील अर्धी वाटी पिठाचे मिश्रण घालावे व चवीपुरते मीठ व साखर घालून एकत्र चांगले कालवावे.

## १६. डांगर : प्रकार २

दह्याऐवजी चिंचेचे पाणी करून त्यात गूळ घालावा. बाकी सर्व साहित्य व कृती वरील प्रकार १ प्रमाणेच.

## १७. बत्ताशाची कोशिंबीर

**साहित्य :** लहान पैशाच्या आकाराचे बारीक बत्तासे एक वाटी, गोड दही दोन वाट्या, खोवलेले खोबरे अर्धी वाटी, एक-दोन ओल्या मिरच्या, कोथिंबीर, मीठ व तूप.

**कृती :** प्रथम दह्यामध्ये ओले खोबरे, चवीपुरते मीठ व कोथिंबीर घालावी. नंतर तूप पातळ करून, गरम तुपात बत्तासे नुसते बुडवून काढावेत व एका डब्यात ठेवावेत. वाढावयाच्या वेळी हे बत्तासे वरील तयार केलेल्या दह्यात घालून ही कोशिंबीर वाढावी.

ही कोशिंबीर चवीला चांगली लागते व तो एक गमतीचा आणि शोभेच्या कोशिंबिरीचाही प्रकार होतो.

# भरिते

## १. वांग्याचे भरीत : प्रकार १

**साहित्य :** दोन मोठी वांगी, लहानसा लसणीचा गड्डा, दोन मध्यम आकाराचे कांदे, आल्याचा दोन इंचाचा तुकडा, दहा-बारा ओल्या मिरच्या, अर्धी ते पाऊण वाटी तेल, मोहरी, हिंग.

**कृती :** प्रथम वांगी भाजून घ्यावी व ती सोलावी. लसूण (सोलून), आले व मिरच्या पाट्यावर वाटून घ्याव्या. नंतर तेलाची फोडणी करून, त्यात बारीक चिरलेला कांदा घालावा व त्यातच आले, लसूण, मिरची यांचा वाटलेला गोळा घालावा. नंतर त्यात भाजलेली वांगी घालून, सर्व एकत्र तेलावर परतावे.

या भरितात लिंबू, चिंच अथवा गूळ घालावयाचा नाही. हे भरीत खानदेशामध्ये

फार प्रसिद्ध आहे.

## २. वांग्याचे भरीत : प्रकार २ (दह्याचे)

**साहित्य :** दोन मोठी वांगी, एक वाटी गोड दही, दोन ओल्या मिरच्यांचे तुकडे, कोथिंबीर, मीठ व साखर (चवीपुरते), तुपाच्या फोडणीचे साहित्य.

**कृती :** वांगी भाजून, सोलून घ्यावी व कुस्करावी. नंतर त्यात वर दिलेले बाकीचे साहित्य घालून, वर हिंग-जिऱ्याची तुपाची फोडणी द्यावी व कालवावे.

वरील भरितात मोहरी वाटून घातल्यासही भरीत चांगले लागते. मोहरी घातल्यास फोडणी घालू नये. लाल मोहरी अर्धा चमचा घ्यावी.

## ३. वांग्याचे भरीत : प्रकार ३ (चिंच-गुळाचे)

**साहित्य :** दोन मोठी वांगी, अर्धी वाटी चिरलेला कांदा, पाव वाटी दाण्याचे कूट, अर्धा चमचा लाल तिखट, एक चमचा गोडा मसाला, मीठ (चवीप्रमाणे), कोथिंबीर, सुपारीएवढी चिंच, चिंचेच्या दुप्पट गूळ, फोडणीचे साहित्य.

**कृती :** वांगी भाजून घेऊन, सोलावी. अर्धी वाटी पाण्यात चिंच कोळून घेऊन त्यात तिखट, मीठ, गोडा मसाला व गूळ (चिरून) घालून त्यावर तेलाची फोडणी घालावी. नंतर त्यात चिरलेला कांदा व वांगी (कुस्करून) घालून कालवावे.

## ४. वांग्याचे भरीत : प्रकार ४ (नारळाच्या दुधाचे)

**साहित्य :** वांग्याचे भरीत : प्रकार २ प्रमाणेच साहित्य घ्यावे. फक्त एक वाटीऐवजी अर्धी वाटी दही अगर दह्याऐवजी सुपारीएवढी चिंच घेऊन त्याचे कोळून घेतलेले पाणी व अर्धी वाटी नारळाचे दूध.

**कृती :** वरील 'वांग्याचे भरीत : प्रकार २' प्रमाणेच करावे. त्यात फक्त जास्तीचे म्हणजे नारळाचे दूध घालावयाचे.

## ५. भोपळ्याचे भरीत

**साहित्य व कृती :** वरील 'वांग्याचे भरीत : प्रकार २' प्रमाणेच. फक्त वांग्याऐवजी भोपळ्याच्या फोडी दोन वाट्या घ्याव्यात. भोपळ्याला वाफ देऊन घ्यावी. फोडणीत हिंग न घातल्यास हे भरीत उपवासालाही चालते.

## ६. गाजराचे भरीत

**साहित्य व कृती :** 'वांग्याचे भरीत : प्रकार २' प्रमाणेच. फक्त वांग्याऐवजी गाजराचा कीस दोन वाट्या घ्यावा. गाजराला वाफ देऊन घ्यावी.

## ७. बटाट्याचे भरीत

**साहित्य व कृती :** बटाट्याच्या फोडी दोन वाट्या, दीड वाटी गोड दही. बाकीचे साहित्य 'वांग्याचे भरीत : प्रकार २' प्रमाणे. बटाटे उकडून घ्यावेत. फोडणीत हिंग न घातल्यास हे भरीत उपवासालाही चालते.

## ८. भेंड्यांचे भरीत

**साहित्य :** भेंड्यांचे पातळ काप दोन वाट्या, एक वाटी गोड ताक, एक वाटी गोड दही, पाव वाटी दाण्याचे कूट, ओले खोबरे, कोथिंबीर, चार-पाच ओल्या मिरच्या, मीठ, साखर, फोडणीचे साहित्य, तूप अगर तेल.

**कृती :** चार चमचे तेलाची अगर तुपाची जिरे व हिंग घालून, फोडणी करून, त्यात भेंड्यांचे काप घालून, काप तांबूस होईपर्यंत परतावेत. नंतर खाली उतरवून थंड झाल्यावर त्यात ताक, दाण्याचे कूट, खोबरे, कोथिंबीर (चिरून), ओल्या मिरच्या (कुस्करून अगर वाटून) व चवीप्रमाणे मीठ, साखर असे सर्व जिन्नस घालून कालवावे. वाढावयाच्या वेळी त्यात दही घालून भरीत सारखे करून वाढावे.

याप्रमाणेच पिकलेल्या लाल ओल्या मिरच्यांचेही भरीत करतात. मिरच्या फोफाट्यात अगर गॅसवर भाजून घेऊन, स्वच्छ करून कुस्कराव्यात व नंतर वरील सर्व साहित्य घालून भरीत करावे.

## ९. घोसाळ्यांचे भरीत

**साहित्य :** घोसाळी, दही, ओली मिरची, मेतकूट, मीठ, साखर, कोथिंबीर, फोडणीचे साहित्य.

**कृती :** घोसाळ्याच्या साली काढून फोडी कराव्यात. फोडी वाफवून घेऊन, नंतर त्या दह्यात कुस्करून, त्यात चवीप्रमारे मीठ, मेतकूट व साखर घालावी व मिरच्या घालून तयार करून घेतलेली फोडणी वर घालावी.

याप्रमाणे पडवळाचेही भरीत करावे.

## १०. अळूच्या देठीचे भरीत

**साहित्य व कृती :** 'वांग्याचे भरीत : प्रकार २' प्रमाणेच. वांग्याच्या ऐवजी अळवाची देठी घ्यावी. देठ्या सोलून, वाफवून घ्याव्यात. फोडणीत हिंग न घातल्यास हे भरीत उपवासालाही चालते.

माठाच्या देठीचे भरीतही अळूच्या देठीप्रमाणेच करावे.

## ११. बीटचे भरीत

**साहित्य व कृती :** 'वांग्याचे भरीत : प्रकार २' प्रमाणेच. वांग्याऐवजी बीटचे तुकडे दोन वाट्या घ्यावेत. बीट वाफवून घ्यावा.

## १२. डाळीचा चटका

**साहित्य :** अर्धी वाटी चण्याची डाळ, एक वाटी गोड दही, दोन-तीन ओल्या मिरच्या, दोन सुक्या मिरच्या, कोथिंबीर, फोडणीचे साहित्य.

**कृती :** चण्याची डाळ दोन तास भिजत घालावी. नंतर ती जाडसर वाटावी. वाटताना त्यातच मिरच्याही वाटाव्या. नंतर त्यात दही घालून मीठ, साखर व कोथिंबीर घालावी व वर सुक्या मिरच्या घालून केलेली फोडणी द्यावी.

**टीप :** ह्याच चटक्यात मुळा अगर लसूण अगर कच्चे कवठही घालतात. घालावयाचे असल्यास मुळा चोचून व लसूण व कवठ वाटून घालावे.

# १०. पंचामृत व कायरस

## १. पंचामृत

**साहित्य :** एक वाटी गूळ, पाऊण वाटी चिंच, मीठ, दोन चमचे काळा (गोडा) मसाला, अर्धी वाटी तीळ, अर्धी वाटी शेंगदाणे, अर्धी वाटी खोबऱ्याचे तुकडे, पाव वाटी ओल्या मिरच्यांचे तुकडे.

**कृती :** तीळ भाजून, कुटून घ्यावे. चिंच कोळून, त्याचे पाणी करून घ्यावे. हिंग घालून, खमंग फोडणी करून घ्यावी व त्यात कुटलेले तीळ, चिंचेचे पाणी व साहित्यातील इतर जिन्नस घालून चांगल्या दोन-तीन उकळ्या आणाव्या.

## २. काकडीचा कायरस

**साहित्य :** दोन वाट्या कोचलेली काकडी, सुपारीएवढी चिंच, अर्धी वाटी गूळ, पाऊण वाटी दाण्याचे कूट, लाल तिखट, मीठ, पाव वाटी तिळाचे कूट, एक चमचा गोडा मसाला, फोडणीचे साहित्य.

**कृती :** प्रथम हिंग घालून, फोडणी करून घ्यावी. त्यात चिंचेचे कोळलेले पाणी, गूळ, मीठ व तिखट (चवीप्रमाणे), दाण्याचे कूट, तिळाचे कूट व गोडा मसाला घालून चांगले उकळून घ्यावे. नंतर गार झाल्यावर त्यात कोचलेली काकडी घालावी, म्हणजे कायरस तयार झाला.

## ३. पेरूचा कायरस

**साहित्य :** एक वाटी पेरूच्या बारीक फोडी, सुपारीएवढी चिंच, अर्धी वाटी गूळ, लाल तिखट, मीठ, मेथ्या, एक चमचा गोडा मसाला व फोडणीचे साहित्य.

**कृती :** प्रथम मेथ्या घालून, फोडणी तयार करून घ्यावी. त्यात चिंचेचे कोळलेले पाणी, गूळ व चवीपुरते तिखट, मीठ व मसाला घालून, चांगली उकळी आणावी. उकळी आल्यावर त्यात पेरूच्या फोडी घालून चांगले शिजवावे.

## ४. कच्च्या करवंदांचा कायरस

**साहित्य व कृती :** कच्ची करवंदे घ्यावीत. साहित्य व कृती पेरूच्या कायरसासारखीच. गूळ मात्र जरा जास्त घालावा. करवंदे मिठाच्या पाण्यात काही वेळ ठेवावीत, म्हणजे चीक निघून येईल. नंतर करवंदे थोडीशी ठेचावी.

## ५. कैरीचा कायरस

**साहित्य :** कैरीच्या फोडी दोन वाट्या, चिरलेला चांगला पिवळा गूळ दोन वाट्या, एक चमचा लाल तिखट, अर्धा चमचा मेथ्या, मीठ, फोडणीचे साहित्य.

**कृती :** कैरीची साल काढून लहान लहान फोडी कराव्या. तेलाची खमंग फोडणी करावी. त्या फोडणीत मेथ्या घालाव्या, त्यात एक वाटी पाणी घालावे व कैरीच्या फोडी टाकून त्यांना वाफ द्यावी. फोडी मऊ झाल्यावर त्यांत गूळ, मीठ (अंदाजाने) व तिखट घालून पुन्हा मंद शिजवाव्या.

# ११. लोणची

## १. लिंबाचे लोणचे : प्रकार १

**साहित्य :** एक डझन मोठी लिंबे, अर्धी वाटी लाल तिखट, एक ते दीड वाटी मीठ, एक चमचा मेथी, एक चमचा हिंगाची पूड, दोन चमचे हळद.

**कृती :** लिंबे स्वच्छ धुऊन, पुसून, भरल्या वांग्यासारखी चिरावी. (चार चिरा पाडाव्यात.) दोन चमचे तेलात मेथी व हिंगाची पूड तळून घेऊन, नंतर त्याच तेलात हळद परतून घ्यावी. मेथीची पूड करून घेऊन ती व तिखट, मीठ, हळद व हिंगाची पूड असे सर्व जिन्नस एकत्र करून तो मसाला लिंबांत भरावा. अशी भरलेली लिंबे बरणीत घट्ट दडपून भरून ठेवावी व त्यांवर थोडे मीठ पसरून ठेवावे. लिंबे चांगली मुरल्यावर खावयास द्यावी. मुरेतोपर्यंत लिंबे मधूनमधून हलवावी. खार जास्त हवा असल्यास, त्या प्रमाणात लिंबाचा रस लोणच्यात घालावा.

## २. लिंबाचे लोणचे : प्रकार २

**साहित्य :** एक डझन मोठी लिंबे, अर्धी वाटी लाल तिखट, एक ते दीड वाटी मीठ, अर्धा किलो साखर अगर गूळ.

**कृती :** एका लिंबाच्या आठ अशा सर्व लिंबांच्या फोडी कराव्यात. तिखट, मीठ, साखर अगर गूळ असे सर्व जिन्नस मिसळून त्यात लिंबाच्या फोडी कालवाव्या. हवे असल्यास रंगाकरिता व स्वादाकरिता केशर घालावे. गूळ घातल्यास केशर घालू नये. साखर अगर गूळ आपल्या आवडीप्रमाणे कमी अथवा जास्त घालण्यास हरकत नाही. हे लोणचे उपवासास चालते.

वरील लोणचे मुरायला वेळ लागतो. लोणचे लगेच उपयोगात आणावयास पाहिजे असल्यास, लिंबाच्या फोडी प्रथम वाफवून घ्याव्या व गार झाल्यावर वरील सर्व साहित्य त्यात कालवून, लोणचे बरणीत भरून ठेवावे. हे लोणचे लगेच आठ दिवसांत उपयोगात आणता येते.

## ३. लिंबाचे लोणचे : प्रकार ३

**साहित्य :** एक डझन लिंबे, पाव किलो मीठ.

**कृती :** एक लहानसा मातीचा माठ अथवा मडके घेऊन, त्यात लिंबे स्वच्छ धुऊन व पुसून घालावी व त्यांवर मीठ घालून व झाकण ठेवून उन्हात ठेवावे. माठ अगर मडके, लिंबे खालीवर होतील, अशा रीतीने रोज हलवावे, म्हणजे लिंबे

घोळली जातील. त्याप्रमाणे अंदाजे दोन महिने करावे. लिंबांना सुरकुत्या पडतील. हे लोणचे औषधीही आहे. पित्तावर ते चांगले आहे.

## ४. लिंबाचे गोड लोणचे

**साहित्य :** पंचवीस लिंबे, एक सपाट वाटी तांबडे लाल तिखट, अंदाजे दोन वाट्या मीठ, एक चमचा मेथी, एक किलो साखर अगर गूळ, हळद दोन चमचे, हिंग दोन चमचे, तेल.

**कृती :** मेथ्या तेलावर तांबूस तळून, पूड करून घ्यावी. लिंबे धुऊन व पुसून त्यांच्या फोडी कराव्या. नंतर फोडींना मीठ व हळद लावून त्या फोडी पाच-सहा दिवस मुरत ठेवाव्या. नंतर साखरेचा अगर गुळाचा गोळीबंद पाक करून, त्यात लिंबाच्या फोडी, लाल तिखट, मेथ्यांची पूड व हिंगाची पूड घालून, कालवून, एक वाफ आणावी. हे लोणचे आंबट-गोड असल्यामुळे मुरंब्याप्रमाणे पोळीबरोबरही खाता येते.

**टीप :** हे लोणचे उपवासाचे करावयाचे असल्यास त्यात हिंग, हळद व मेथी न घालता वरील कृतीप्रमाणेच करावे.

## ५. लिंबाचा ठेचा

**साहित्य :** एक डझन लिंबे, पंधरा ते वीस ओल्या मिरच्या, एक वाटी साखर अगर गूळ, एक वाटी मीठ, एक चमचा हिंगाची पूड, एक ते दीड चमचा हळद-पूड, फोडणीचे साहित्य, एक ते दीड चमचा मेथ्या.

**कृती :** लिंबाच्या अगदी बारीक फोडी कराव्या. मिरच्यांचे तुकडे करावे. मीठ व मिरच्या दगडी उखळात ठेचाव्या. ठेचून झाल्यावर त्यात लिंबाच्या फोडी घालून थोडेसे ठेचावे. नंतर त्यात मीठ घालावे. अर्धा चमचा हिंगाची पूड घालावी, मेथ्या तेलात बदामी रंगावर तळून, त्यांची पूड करून घालावी व सर्व जिन्नस चांगले कालवावे. नंतर उरलेल्या हिंगाची पूड आणि हळदपूड घालून, नेहमीप्रमाणे फोडणी करून, लोणच्यावर घालावी.

## ६. कैरीचे लोणचे : प्रकार १

**साहित्य :** चांगल्या व ताज्या कैरीच्या फोडी एक किलो, दीड वाटी मीठ, एक वाटी मोहरीची डाळ, अर्धी वाटी लाल तिखट, पाव वाटी हळद, हिंग कुटून त्याची केलेली पूड चार चमचे, दोन चमचे

मेथ्या, पाव किलो तेल.

**कृती :** मेथ्या व हिंग तेलात तळून बारीक कुटावे. राहिलेल्या तेलात मोहरी, हळद घालून फोडणी करावी. फोडणी गार झाल्यावर, ती फोडणी व मीठ कैरीच्या फोडींना चोळावे. नंतर लाल तिखट, उरलेले मीठ, हळद, हिंगपूड, मेथी-पूड, मोहरीची डाळ ही सर्व एकत्र करून त्यात कैरीच्या फोडी कालवाव्या. त्यावर उरलेली फोडणी ओतून, लोणचे कालवून बरणीत भरावे. तेल लोणच्याच्या वरपर्यंत न आल्यास आणखी तेल गरम करून गार झाल्यावर ते लोणच्यावर घालावे. साधारणपणे फोडींच्यावर एक बोट राहील, इतके तेल असू द्यावे.

या लोणच्यात बडीशेपेची पूड करून घातल्यास एक निराळीच चांगली चव व स्वाद येतो. बडीशेपेचा वास कोणास आवडतो वा कोणास आवडत नाही. म्हणून आवडत असल्यास, अशी बडीशेप घालावी.

## ७. कैरीचे लाणचे : प्रकार २

**साहित्य :** साल काढलेल्या कैरीच्या फोडी एक किलो, व्हिनिगर एक वाटी, मनुका अर्धी वाटी, खारकांचे तुकडे अर्धी वाटी, लसणीच्या पाकळ्या अर्धी वाटी, साखर पाऊण किलो, खसखस अंदाजाने पाऊण वाटी, मीठ व अर्धी वाटी लाल तिखट.

**कृती :** एक वाटी व्हिनिगरपैकी दोन चमचे राखून, बाकीचे व्हिनिगर एका पातेल्यात घालून, त्यात कैरीच्या फोडी घालाव्या व वाफवून घ्याव्या. फोडी मऊ झाल्यावर मनुका व खारकेचे तुकडे धुऊन व पुसून घालावे व खसखस घालावी. नंतर उरलेल्या दोन चमचे व्हिनिगरमध्ये लसणीच्या सोललेल्या कुड्या घालून वाफ द्यावी व वरील मिश्रणात ह्या कुड्या व साखर घालून चिकट होईपर्यंत सर्व शिजवावे. नंतर खाली उतरवून त्यात तिखट व मीठ घालून चांगले मिसळावे.

## ८. कैरीचे लोणचे : प्रकार ३

**साहित्य :** एक किलो कैऱ्या, मोहरीची डाळ दीड वाटी, लाल तिखट पाव वाटी, तीन चमचे मेथ्या, दोन चमचे हिंग, दोन चमचे हळद, कैरीच्या फोडींइतका गूळ, मीठ, एक वाटी तेल.

**कृती :** कैरीची साल पूर्णपणे काढून बारीक फोडी कराव्या. मोहरी पाणी घालून अगदी बारीक वाटावी व दोन वाट्या पाणी घालून रवीने घुसळावी. मोहरीचा दर्प नाकात चढेपर्यंत घुसळावी. नंतर त्यात हळद, तिखट, मीठ (अंदाजाने), गूळ (बारीक चिरून) व मेथीची (तळून) पूड घालावी व एकत्र कालवून त्यात कैरीच्या

फोडी घालाव्यात. नंतर मोहरी, हळद व हिंग घालून, एक वाटी तेलाची फोडणी करून, ती गार झाल्यावर लोणच्यावर घालावी. हे लोणचे आंबट-गोड चवीमुळे स्वादिष्ट लागते व मोहरीच्या दर्पामुळे सुखद वाटते. हे लोणचे बरेच दिवस टिकते.

## ९. करवंदांचे लोणचे

करवंदांच्या लोणच्याचे साहित्य वरील कैरीच्या मोहरीच्या लोणच्याप्रमाणेच व कृतीही त्या लोणच्याप्रमाणेच. फक्त कैरीऐवजी कच्ची करवंदे घ्यावीत. ती मिठाच्या पाण्यात काही वेळ ठेवावी, म्हणजे चीक निघून येईल. नंतर स्वच्छ करून जरा ठेचावीत.

या लोणच्याला मोहरीच्या लोणच्यापेक्षा गूळ थोडा कमी घालावा.

## १०. भोकरांचे लोणचे

**साहित्य :** कच्ची भोकरे एक किलो, कैरीच्या सालासकट फोडी अर्धा किलो, एक वाटी मेथीचा जाडसर रवा, तीन ते चार चमचे हिंग, अर्धी वाटी मोहरीची डाळ, चार चमचे हळद, एक वाटी लाल तिखट, तेल.

**कृती :** भोकरे जरा ठेचून, त्यांना मीठ लावून, त्यांतील बिया व चिकट पदार्थ असतो, तो काढून टाकावा. मीठ लावल्याने चिकटपणा कमी होतो. कैरीच्या सालीसकट फोडी कराव्या. मेथीचा रवा तेलात बदामी रंगावर करून घ्यावा व मग त्या तेलात हिंग, मोहरी व हळद घालून, फोडणी करून, ती गार झाल्यावर त्यात लाल तिखट, मीठ, मोहरीची डाळ व वरीलप्रमाणे तयार केलेला मेथीचा रवा घालून एकत्र कालवावे. हे मिश्रण भरल्या वांग्याप्रमाणे भोकरात भरावे. नंतर भरलेली भोकरे व कैरीच्या फोडी एकत्र करून, बरणीत भरून, त्यावर लोणचे चांगले बुडेपर्यंत तेल घालून ठेवावे.

## ११. उकड-आंबा

**साहित्य :** लहान लहान पिकलेले, पण जास्त न झालेले रायवळ आंबे (गोट्या) एक डझन, एक वाटी मोहरीची डाळ, पाव किलो चांगला पिवळा गूळ, चार चमचे लाल तिखट, दोन चमचे मेथीची पूड, दोन चमचे हिंग, मीठ.

**कृती :** पाणी न घालता आंब्याला वाफ देऊन घ्यावी. नंतर मोहरी पाट्यावर पाणी घालून अगदी बारीक वाटावी. त्या वाटलेल्या मोहरीत गुळाचा पाक करून

घालावा व चवीप्रमाणे मीठ, तिखट, मेथीची पूड व हिंगाची पूड घालावी व एकत्र करून कालवावे. नंतर वाफ देऊन घेतलेल्या आंब्याच्या डेखापाशी थोडीशी साल मोकळी अथवा सुटी करून घ्यावी व ते आंबे वरील मिश्रणात घालावेत. आंबे चांगले बुडतील, इतके मिश्रण असावे. आंबे एका बरणीत भरून त्याला दादरा बांधावा व बरणी ठेवून द्यावी. वाढावयाच्या वेळी जरुरीपुरते आंबे काढून घेऊन, ते कुस्करून, त्यावर फोडणी घालावी व वाढावे. हे लोणचे पुष्कळ दिवस टिकते.

## १२. मिश्र भाज्यांचे लोणचे

**साहित्य :** फ्लॉवर, मटार, लाल गाजर, ओले हरबरे (नसल्यास सुके हरबरे), गोवारीच्या शेंगा, मुळ्याच्या शेंगा, ओली हळद, पाव वाटी मोहरी, एक चमचा हिंग, अर्धी वाटी तेल, पाऊण वाटी मीठ, दोन लिंबे, पाव वाटी व्हिनिगर, एक चमचा मेथीची पूड, अर्धी वाटी ओल्या मिरच्यांचे तुकडे अथवा दोन चमचे लाल तिखट, पाव वाटी गूळ.

**कृती :** भाज्या स्वच्छ करून घ्याव्या. फ्लॉवरचे लहान तुकडे करावे. मटाराचे दाणे सोलून घ्यावेत. गाजराचे लहान तुकडे करावे. गोवारीच्या व मुळ्याच्या शेंगांचे तुकडे करावे. या सर्व भाज्या प्रत्येकी अर्धी वाटी घ्याव्या. रात्री कोमट पाणी करून, त्यात दोन चमचे मीठ घालून, त्यात त्या भाज्या व हरबरे घालून रात्रभर ठेवावे. सकाळी त्या भाज्या उपसून, फडक्यावर पसरून ठेवाव्या. मोहरी पाट्यावर पाण्यात चांगली वाटून, घुसळून घ्यावी. मेथी तळून त्याची पूड करावी. वाटलेल्या मोहरीत मीठ, मेथीची पूड, गूळ व लिंबाचा रस घालून, एकत्र करून, त्यात भाज्या आणि ओली हळद (तुकडे करून) घालावी. मिरच्यांचे तुकडेही घालावे. ओली हळद नसल्यास, एक चमचा हळदपूड घालावी. नंतर सर्व एकत्र कालवावे. नंतर तेलात हिंग, हळद व मोहरी घालून फोडणी करावी व गार झाल्यावर ती वरील मिश्रणावर घालून लोणचे कालवावे. नंतर त्यात व्हिनिगर घालावे. त्यामुळे लोणचे जास्त दिवस टिकते. कोणास व्हिनिगरचा वास आवडत नसेल, तर त्यांनी व्हिनिगर घालू नये.

## १३. भाज्यांचे लोणचे

**साहित्य :** दोन वाट्या फ्लॉवरचे तुकडे, दोन वाट्या गाजराचे तुकडे, एक वाटी सलगमचे तुकडे, एक वाटी नवलकोलचे तुकडे, एक वाटी गोवारीच्या शेंगांचे तुकडे, तीन मध्यम आकाराचे कांदे, १० ते १५ लसणीच्या पाकळ्या, आल्याचे बोटाएवढे दोन तुकडे, तीन चमचे गरम मसाला, अर्धी वाटी लाल तिखट, मीठ, अर्धी वाटी

तेल, एक चमचा हळद, व्हिनिगर.

**कृती :** उकळते पाणी घेऊन त्यात वरील सर्व भाज्यांचे तुकडे घालून, लगेच ते चाळणीत ओतावेत. ते तुकडे एक-दोन दिवस उन्हात वाळवावेत. आले, लसूण, कांदा बारीक वाटून तेलात परतून घ्यावा व मग त्यात हळद, तिखट, चवीप्रमाणे मीठ घालून ते मिश्रण सुकलेल्या भाज्यांना लावावे. नंतर त्या भाज्या काचेच्या बरणीत घालून, त्या भाज्या बुडतील, एवढे व्हिनिगर त्यावर घालावे.

## १४. गाजराचे लोणचे

**साहित्य :** दोन वाट्या लाल गाजराचे तुकडे अगर जाड किसलेला कीस, १ मध्यम आकाराचा लसणीचा गड्डा, पाव वाटी मोहरीची डाळ, पाव वाटी लाल तिखट, अर्धी वाटी लिंबाचा रस, ४-५ चमचे मीठ, पाव वाटी तेल, एक चमचा मोहरी, पाव चमचा हळद, अर्धा चमचा हिंग, पाव चमचा मेथी तळून त्याची पूड.

**कृती :** लसूण वाटून घ्यावा. फोडणी करून घ्यावी. मोहरी वाटून घ्यावी व वरील सर्व साहित्य घालून कालवावे व बरणीत भरून ठेवावे. फ्रीझमध्ये ठेवल्यास पुष्कळ दिवस टिकते.

## १५. लाल मिरच्यांचे लोणचे

**साहित्य :** पाव किलो लाल ढब्बू मिरच्या, दोन चमचे ओवा, दोन चमचे कालुंजी, चार चमचे बडीशेप, दोन चमचे मेथी, चार चमचे मोहरी, चार चमचे आमचूर, एक चमचा तिखट, तीन चमचे हिंगाची पूड, दोन चमचे गरम मसाला, तीन चमचे धने, दोन चमचे हळद, पाव किलो मोहरीचे किंवा रिफाईन्ड तेल अंदाजाने.

**कृती :** मिरच्या जाड व बुटक्या ढब्बू– अशा ओल्या लाल रंगाच्या घ्याव्यात. त्या देठांसकट घ्याव्यात. ओवा, कालुंजी, बडीशेप, मेथी, मोहरी व धने हे जिन्नस गरम करून व किंचित कुटून घ्यावेत. मिरचीचे वरचे तोंड देठासकट काढून आतील दांड्याला बी चिकटलेले असते, तो दांडाच देठासकट काढावा. मिरच्यांमध्ये असलेले सर्वच बी काढून घ्यावे. ते बी, कुटलेले मसाल्याचे जिन्नस, आमचूर, मीठ, हिंगपूड, हळद, तिखट, गरम मसाला व गोडे तेल असे एकत्र कालवून ते मिश्रण पोकळ मिरच्यांत भरावे. तेल तापवून, गार करून, एका पातेल्यात घालावे व त्यात एक एक मिरची बुडवून घ्यावी व एका काचेच्या बरणीत त्या मिरच्या उभ्या ठेवाव्यात. मिरच्यांवर थोडे तेल घालावे आणि बरणी थोडे दिवस उन्हात ठेवावी.

## १६. व्हिनिगरचे मिश्र लोणचे

**साहित्य :** एक लहान वाटी व्हिनिगर, कैरीच्या फोडी दोन वाट्या, एक वाटी खारकांचे तुकडे, एक वाटी काळ्या मनुका, पाव वाटी आल्याचे बारीक तुकडे, पाव वाटी लसणीच्या पाकळ्या, दोन चमचे तिखट, एक वाटी साखर अगर गूळ, मीठ, फोडणीचे साहित्य.

**कृती :** व्हिनिगर घेऊन उकळावे व उकळी आल्यावर त्यात खारकांचे तुकडे, मनुका, आल्याचे तुकडे व लसणीच्या पाकळ्या घालून उकळी आणावी व खाली उतरवून थंड होऊ द्यावे. नंतर कैरीच्या फोडी, तिखट, मीठ व साखर अगर गूळ एकत्र करून, कालवून, मिश्रण करून ठेवावे. नंतर हिंग, मोहरी, मेथी व हळद यांची फोडणी करून गार होऊ द्यावी. नंतर व्हिनिगरचे मिश्रण, कैरीच्या फोडींचे मिश्रण व तयार केलेली फोडणी ही सर्व एकत्र करून कालवावे. लोणचे मुरल्यावर वाढावयास घ्यावे.

हा लोणच्याचा एक रुचकर प्रकार आहे.

## १७. माइनमुळ्याचे लोणचे

**साहित्य :** अर्धा किलो माइनमुळे, अर्धा किलो कैऱ्या, बाकी सर्व साहित्य वर दिलेल्या 'कैरीचे लोणचे : प्रकार १' प्रमाणेच.

**कृती :** माइनमुळे धुऊन, त्यांची साल काढून गोल चकत्या कराव्या. कैरीच्या फोडी कराव्या. बाकी सर्व कृती वर दिलेल्या 'कैरीचे लोणचे : प्रकार १' यामध्ये दिलेल्या कृतीप्रमाणेच. कैरी नसल्यास वाटीभर लिंबाचा रस त्यात घालावा.

**टीप :** माइनमुळ्याचे स्वतंत्र लोणचे न करता किंवा न केल्यास कैरीचे तयार लोणचे असेल, त्यात किंवा नुसत्या खारात माइनमुळ्याचे तुकडे अगर चकत्या घालतात.

## १८. कुटाच्या मिरच्या : प्रकार १

**साहित्य :** पाव किलो मिरच्या, अर्धी वाटी लोणच्याची मोहरी, दोन चमचे मेथी, पाऊण वाटी मीठ, हिंग कुटून त्याची केलेली पूड दोन चमचे, दोन चमचे हळद, एक वाटी लिंबाचा रस, एक वाटी तेल.

**कृती :** मिरच्या स्वच्छ धुऊन घेऊन, कोरड्या कराव्या व उभ्या चिराव्या अगर आपल्या आवडीप्रमाणे लहान-मोठे तुकडे करावे. मेथी तेलात बदामी रंगावर तळून पूड करावी. मोहरी बारीक कुटून ती लिंबाच्या रसात फेसून घ्यावी. त्यात एक चमचा

हळद, एक चमचा हिंग, मेथीची पूड व मीठ घालावे व एकत्र कालवून, त्यात मिरच्यांचे तुकडे घालून, खाली-वर चांगले ढवळावे. नंतर तेलात दीड चमचा मोहरी, एक चमचा हिंग, एक चमचा हळद घालून, फोडणी करून, ती गार झाल्यावर तयार झालेल्या मिरच्यांवर घालावी. जास्त आंबट नको असल्यास लिंबाचा रस कमी घालावा.

## १९. कुटाच्या मिरच्या : प्रकार २

**साहित्य :** वरील 'प्रकार १' प्रमाणेच. फक्त लिंबाचा रस कमी.

**कृती :** मोहरीची पूड अर्धी वाटी पाण्यात फेस येईपर्यंत चांगली घुसळावी व त्यात दोन लिंबांचा रस घालावा. बाकी सर्व कृती वरील प्रकार १ प्रमाणेच.

## २०. कुटाच्या मिरच्या : प्रकार ३ (झटपट मिरच्या)

**साहित्य :** साहित्य वरील 'प्रकार १' प्रमाणेच.

**कृती :** मिरच्या वाफवून घ्याव्या. बाकी सर्व कृती वरील 'प्रकार १' प्रमाणेच. ह्या मिरच्या मुराव्या लागत नाहीत. लगेच खावयास घेण्याच्या उपयोगी येतात.

## २१. वऱ्हाडी मिरच्या

**साहित्य :** वरील 'कुटाच्या मिरच्या : प्रकार १' प्रमाणे. मात्र यात लिंबाचा रस घ्यावयाचा नाही.

**कृती :** वरील 'कुटाच्या मिरच्या : प्रकार १' प्रमाणे तेलाच्या फोडणीखेरीज बाकी सर्व कृती करावी. मिरच्यांत त्या कृतीत लिहिलेला सर्व मसाला घालून झाल्यावर मिरच्या कालवाव्या व त्यांवर तेल तापवून, गार करून, मिरच्या बुडून वर एक बोटभर तेल येईल, इतके तेल घालावे. खाण्यास वाढते वेळी लिंबू पिळून मिरच्या वाढाव्या.

## २२. खारकांचे लोणचे

**साहित्य :** खारकांचे बारीक केलेले तुकडे दोन वाट्या, खारकांचे तुकडे बुडण्याइतका लिंबाचा रस, मनुका एक वाटी, आल्याचा कीस अर्धी वाटी, पादेलोण पूड (काळे मीठ) एक चमचा, चवीप्रमाणे मीठ, साखर अर्धी ते एक वाटी.

**कृती :** मनुका निवडून, स्वच्छ धुऊन घ्याव्यात. एक बरणी घेऊन त्यात

लिंबाच्या रसात खारकांचे तुकडे, मनुका व वर दिलेले इतर सर्व साहित्य घालावे व खाली-वर करून ठेवून द्यावे. मुरल्यावर उपयोगात आणावे.

हे लोणचे उपवासालाही चालते.

## २३. आवळ्याचे लोणचे

**साहित्य :** अर्धा किलो आवळे, अर्धी वाटी लोणच्याची लाल मोहरी, पाव वाटी लाल तिखट, दोन चमचे मेथीची पूड, हिंग, गूळ अथवा साखर, फोडणीचे साहित्य.

**कृती :** प्रथम आवळे स्टेनलेस् स्टीलच्या अगर पितळेच्या किसणीने किसून घ्यावेत. मोहरी पाट्यावर बारीक वाटून, एक ते दीड वाटी पाण्यात चांगली घुसळून घ्यावी. मेथी तेलात बदामी रंगावर तळून त्याची पूड करावी. पाव किलो चांगला गूळ अगर साखर, चवीप्रमाणे मीठ व लाल तिखट, मेथी-पूड व वाटलेली मोहरी– सर्व एकत्र करून, त्यात आवळ्याचा कीस घालून, चांगले कालवावे. नंतर अर्धी वाटी तेलाची हिंग-हळद घालून फोडणी करून, ती कालवलेल्या किसावर घालावी. हे लोणचे बरणीत भरून, वर मीठ घालून ठेवावे.

## २४. टोमॅटोचे लोणचे

**साहित्य :** एक किलो पिकलेले ताजे लाल टोमॅटो, दहा-बारा ओल्या मिरच्या, लसणीच्या दहा-पंधरा पाकळ्या, बोटभर लांबीचे आल्याचे दोन तुकडे, तीन चमचे जिरे, दीड कप व्हिनिगर, अर्धा किलो तेल, दोन चमचे हळद, पाच चमचे लाल तिखट, मीठ.

**कृती :** प्रथम आले, लसूण व मिरच्या यांचे तुकडे करून घ्यावे. त्यांपैकी अर्धे तुकडे वाटावे व अर्धे तसेच ठेवून द्यावे. हळद, तिखट व जिरे यांना व्हिनिगर लावून ठेवावे व नंतर वाटून घ्यावे. टोमॅटो स्वच्छ धुऊन, त्यांच्या बारीक फोडी कराव्या. एका पातेल्यात तेल घालून गरम झाल्यावर त्यात वाटलेले वरील सर्व जिन्नस घालून, चांगले तळून घ्यावे. खमंग वास आल्यावर लसूण, आले व मिरच्या यांचे उरलेले तुकडे तेलात घालून परतावेत व त्यात टोमॅटोचे तुकडे, तसेच, व्हिनिगर घालून चांगले व पुष्कळ शिजवावे. मधूनमधून चमच्याने फिरवीत राहावे. नाहीतर तळाला लागण्याची भीती असते. संपूर्ण तेल वर आले, की लोणचे झाले, असे समजावे.

## २५. ओल्या हळदीचे लोणचे

**साहित्य :** ओल्या हळदीचे गड्डे, ओल्या मिरच्या, मीठ, लिंबू, आले, पाव वाटी मोहरी (कुटून), एक चमचा मेथी व एक चमचा हिंग (तळून, कुटून) हे तीन जिन्नस एकत्र करून, तयार करून घेतलेला मसाला.

**कृती :** ओल्या हळदीच्या गड्ड्यांचे व आल्याचे गोल गोल तुकडे प्रत्येकी एक वाटी करावे व ते एकत्र करून त्यांना वरील मसाला चोळावा. नंतर अंदाजाने मीठ व लिंबाचा रस त्या तुकड्यांवर घालावा. तसेच, ओल्या मिरच्यांचे तुकडे एक वाटी करून तेही त्यात घालावे. नंतर तेलाची फोडणी करून त्यावर घालावी. हे लोणचे कालवून सारखे करावे व बरणीत भरून ठेवावे. हे लोणचे बरेच दिवस टिकते.

## २६. आल्याचे गुलाबी लोणचे

**साहित्य :** नवे कोवळे आले, लिंबू, मीठ.

**कृती :** आले कोवळेच घ्यावे. ते सोलून त्याच्या चकत्या कराव्यात. त्यावर लिंबू पिळावे व चवीपुरते मीठ घालावे. काही वेळाने नैसर्गिक गुलाबी रंग येतो. हे लोणचे करावयाला अगदी सोपे व कमी खर्चाचे, दिसायला मात्र छान आणि चवीला लज्जतदार असे आहे.

## २७. व्हिनिगर मिरची

**साहित्य :** ओल्या ताज्या मिरच्या, व्हिनिगर, मीठ.

**कृती :** मिरच्यांचे मोठे तुकडे करावे. रात्री कोमट पाण्यात मीठ घालून त्यात ते तुकडे घालावे. सकाळी ते तुकडे चाळणीत ओतून, पाणी निथळून द्यावे. नंतर एक तासाने एक वाटी मिरच्यांच्या तुकड्यांना दीड वाटी व्हिनिगर, पाव वाटी मीठ या प्रमाणात घेऊन, व्हिनिगरमध्ये मीठ घालून, त्यात मिरच्यांचे तुकडे बुडवावेत. ह्या मिरच्या पुष्कळ दिवस टिकतात व हिरव्यागार राहतात.

## २८. व्हिनिगर कांदे

**साहित्य :** व्हिनिगर, मीठ व सुके बारीक पांढरे कांदे, कांदे शक्य तेवढे बारीक असावेत.

**कृती :** कांदे सोलून घ्यावेत. कांदे बुडतील, एवढ्या प्रमाणात व्हिनिगर घेऊन, त्यात चवीप्रमाणे मीठ घालून, त्यात कांदे बुडवून ठेवावेत. जरुरीप्रमाणे मधूनमधून

खावयास घ्यावेत. कांदे खावयास देते वेळी शक्य असल्यास लाल, हिरवा, पिवळा वगैरे निरनिराळे खाण्याचे रंग घेऊन त्यात कांदे बुडवावेत व द्यावेत. चांगले दिसते.

## २९. माळवा चटणी (लोणचे)

**साहित्य :** कैऱ्या (कच्चे हिरवे आंबे) एक किलो, साखर पाच वाट्या, मीठ अर्धी वाटी, सुकी काळी द्राक्षे (मनुका) अर्धा किलो, खारका पाव किलो, लसणीचे दोन-तीन गड्डे, आले पाव किलो, मोहरी अर्धी वाटी, लाल तिखट पाच ते सहा चमचे, व्हिनिगर (शिरका) एक बाटली, सुक्या मिरच्या दहा-बारा.

**कृती :** आंब्यांची साल काढून त्यांच्या फोडी कराव्यात. अर्धी बाटली व्हिनिगर घेऊन त्यात आंब्याच्या फोडी थोड्या शिजवाव्यात. राहिलेले व्हिनिगर स्टेनलेस् स्टीलच्या अगर चांगल्या कल्हईच्या भांड्यात चुलीवर ठेवून, त्यात साखर घालून विरघळून घ्यावे. नंतर ते व्हिनिगर आंब्यांच्या फोडींत मिसळावे. खारकांचे बारीक तुकडे करावे. मनुकांतील बिया काढून त्यांचे दोन-दोन तुकडे करावे. आल्याचे साल काढून किसावे. मोहरी भरडून पाखडून घ्यावी. सुक्या मिरच्यांतील बिया काढून टाकाव्यात. लसणीचे तुकडे करावेत. वर तयार करून घेतलेल्या आंब्याच्या फोडींत खारकांचे तुकडे, मनुकांचे तुकडे, आल्याचा कीस, लसणीचे तुकडे, मोहरी व सुक्या मिरच्या असे सर्व जिन्नस व तिखट आणि मीठ घालून सर्व जिन्नस चांगले कालवावेत व हे तयार केलेले लोणचे बरणीत भरून, बरणीला फडके बांधून, ती बरणी सात-आठ दिवस कडक उन्हात ठेवावी. लोणचे दोन-तीन महिन्यांनी चांगले मुरते. नंतर खावयास घ्यावे. हे लोणचे (चटणी) एक-दोन वर्षे टिकते.

## ३०. कोथिंबिरीचे लोणचे

**साहित्य :** ताज्या कोथिंबिरीची एक मोठी जुडी, चार ते पाच ओल्या मिरच्या, चार-पाच खारका, अडीच ते तीन इंच लांबीचा आल्याचा जाड तुकडा, मोठ्या लिंबाएवढा गूळ, दोन मध्यम आकाराची लिंबे, पाव चमचा मेथ्या, मीठ, फोडणीचे साहित्य.

**कृती :** आले धुऊन, विळीवर चोचून घ्यावे. खारका धुऊन, फोडून त्यांचे उभे तुकडे करावे. कोथिंबीर नीट करून, धुऊन, सुकत ठेवावी, कोरडी झाल्यावर बारीक चिरावी. जरा जास्त तेल घालून फोडणी करावी. फोडणीत मेथ्या घालून बदामी रंगावर परतून घ्याव्या. नंतर त्यात कोथिंबिर घालून परतावी. एक-दोन वाफा आल्यावर त्यात चोचलेले आले, खारकांचे तुकडे व गूळ घालून पुन्हा जरा परतावे.

नंतर खाली उतरवून गार झाल्यावर लिंबाचा रस घालावा. मीठ घालावे व लोणचे चांगले कालवून बरणीत भरून ठेवावे.

हे लोणचे चवीला फार चांगले लागते व रंगही एक प्रकारचा वेगळाच व चांगला येतो. हे लोणचे साधारणपणे चार-पाच दिवस टिकते. फ्रीझमध्ये ठेवल्यास पुष्कळ दिवस टिकेल.

## ३१. रंजका (लाल मिरचीचा ठेचा)

**साहित्य :** लाल रंगाच्या ओल्या मिरच्या, मीठ, लिंबे, मेथ्या, फोडणीचे साहित्य.

**कृती :** मिरच्यांची डेखे काढून मिरच्या व मीठ एकत्र करून वाटावे व वाटून झाल्यावर त्यात भरपूर लिंबाचा रस व मेथ्या तळून व बारीक वाटून घालाव्या व चांगले एकत्र कालवून ठेचा बरणीत भरून ठेवावा. पाहिजे असेल, त्या वेळी जरुरीपुरता ठेचा काढून घेऊन, त्यावर फोडणी घालून, कालवून वाढावा. आवडत असल्यास लसूणही वाटून घालावी.

लोणच्याप्रमाणेच हा ठेचा पुष्कळ दिवस टिकतो.

**टीप :** मिरच्या अगदी ताज्या असाव्या, म्हणजे त्यांचा लाल रंग टिकून राहतो. झाडावरच पिकलेल्या लाल ताज्या मिरच्या मिळाल्यास फार चांगले.

## ३२. कैरीचा कीस

**साहित्य :** हिरव्या ताज्या कैऱ्या, मीठ.

**कृती :** कैऱ्या अगदी ताज्या व घट्ट असाव्या. त्यांच्या साली काढून त्या किसाव्या. किसाच्या अंदाजे पाऊणपट मीठ घालून, कीस कालवून सारखा करावा व बरणीत भरून ठेवावा. कैरीचा मोसम नसताना जर कैरीचा कीस कोणत्या पदार्थात घालावयाचा असेल, तर त्यात हा कीस घालावा. पुन्हा त्या पदार्थात मीठ घालू नये.

## ३३. आंब्याचे पीठ (आमचूर)

**साहित्य :** ताज्या कैऱ्या.

**कृती :** कैऱ्या ताज्या व घट्ट असाव्या. त्यांच्या साली काढून किसाव्या अगर त्यांच्या बारीक फोडी अथवा चकत्या कराव्या. नंतर तो कीस अथवा फोडी उन्हात वाळत टाकाव्या. चांगले सुकल्यावर कुटून अगर दळून, पीठ करून, बाटलीत

भरून, घट्ट बूच लावून ठेवावे. ज्या काही पदार्थात कैरीची आंबट चव चांगली लागते, त्यात ही पूड घालावी. ही पूड पुष्कळ दिवस टिकते व कैरीचा मोसम नसताना ती उपयोगी पडते.

## ३४. शेवग्याच्या शेंगांचे लोणचे

**साहित्य :** १०-१२ शेवग्याच्या शेंगा, एक वाटी चिंच, अर्धी वाटी मीठ, अर्धी वाटी मोहरीची डाळ, पाव वाटी लाल तिखट, एक चमचा मेथी, एक चमचा हिंगाची पूड, एक ते दीड चमचा हळद, एक चमचा मोहरी, तेल.

**कृती :** शेंगा धुऊन, त्यांची साले काढून टाकावी व शेंगांचे आपल्याला हवे त्याप्रमाणे लहान-मोठे तुकडे करून घ्यावेत. चिंच धुऊन घ्यावी. शेंगांचे तुकडे, चिंच व मीठ एकत्र कालवून बरणीत भरून, दोन दिवस ठेवून द्यावेत. त्या मिश्रणास पाणी सुटेल. मेथ्या बदामी रंगावर तळून घ्याव्यात. मोहरी व हिंग घालून फोडणी करावी. तळलेल्या मेथ्यांची पूड करून ती तयार करून ठेवलेल्या थंड झालेल्या फोडणीत घालून फोडणीचे व शेंगांचे मिश्रण एकत्र कालवावे व बरणीत भरून ठेवावे. तेल तापवून गार झाल्यावर बरणीतील शेंगा बुडतील, त्या मानाने शेंगांच्या बरणीतील मिश्रणावर घालावे.

**टीप :** आवडत असल्यास लसणीच्या १५-२० पाकळ्या सोलून लोणच्यात घालाव्या.

## ३५. कांद्याचे लोणचे (सिंधी प्रकार)

**साहित्य :** कांदे, दोन चमचे मोहरीची डाळ, पाव चमचा मेथी, एक चमचा मोहरी, अर्धा चमचा हळद, पाव चमचा लाल तिखट, अर्धा चमचा मीठ, अर्धी वाटी लिंबाचा रस, हिंग, अर्धी वाटी तेल.

**कृती :** १ वाटीभर उभा चिरलेला कांदा घ्यावा. मेथ्या बदामी रंगावर तळून घेऊन, मेथ्या व मोहरी बारीक वाटून घ्यावी. फोडणी करून गार करून घ्यावी. सर्व मिश्रण एकत्र करून, त्यात कांद्याच्या फोडी व लिंबाचा रस घालून एकसारखे कालवावे व बरणीत भरून ठेवावे.

# १२. पाटवड्या, सांडगे, पापड, कुरडया

## १. पाटवड्या

**साहित्य :** दोन वाट्या चण्याच्या डाळीचे पीठ, अर्धी वाटी तेल, दोन चमचे धन्याची पूड, एक चमचा जिऱ्याची पूड, चवीप्रमाणे मीठ, दोन चमचे लाल तिखट, हळद, कोथिंबीर, ओल अगर सुके खोबरे, दोन वाट्या पाणी, फोडणीचे साहित्य.

**कृती : १.** जरा जास्त तेल घालून फोडणी करावी. नंतर चण्याच्या पिठात तिखट, मीठ, हिंग, जिरे, हळद व पाणी घालून कालवावे. घट्ट पिठले होईल, इतपतच पाणी घालावे व ते पीठ फोडणीवर ओतावे. पीठ दोन-तीन वाफा आणून पूर्ण शिजवून घ्यावे. नंतर परातीला तेलाचा हात लावून ते पिठले ओतावे व थापून त्यावर कोथिंबीर व खोबरे घालून वड्या कापाव्या.

**कृती २ :** वरीलप्रमाणेच फोडणी करून घ्यावी व त्यात चण्याचे पीठ घालून भाजून घ्यावे. नंतर त्यात तिखट, मीठ, हिंग, जिरे, हळद घालावी व पाणी घालून वरीलप्रमाणे घट्ट पिठले करून घ्यावे. वर दिलेल्या कृतीप्रमाणेच वड्या तयार कराव्या. चण्याचे पीठ प्रथम फोडणीतच भाजून घेतल्यामुळे या पाटवड्या जास्त खमंग लागतात.

**टीप :** साधारणपणे एक वाटी पिठाला एक वाटी पाणी लागते. बाकीचे साहित्य चवीप्रमाणे.

# सांडगे

## १. कोहाळ्याचे सांडगे

**साहित्य :** कोहाळा, भेंड्या, मीठ, ओल्या मिरच्या, सहा चमचे धने, चार चमचे मेथ्या, आठ चमचे तीळ, दोन चमचे हळद.

**कृती :** कोहाळा किसून घ्यावा. भेंड्या चिरून घ्याव्यात. साधारणपणे अर्धा किलो कोहाळ्याचा कीस घेतल्यास पाव किलो भेंड्या घ्याव्यात. मेथीचा रवा करून घ्यावा. मीठ व अंदाजे वाटीभर मिरच्यांचे तुकडे एकत्र भरड कुटावेत. त्यात कोहाळ्याचा कीस, भेंड्या, हळद, धने व तीळ घालून सर्व एकत्र कुटावे. एकजीव होऊन गोळा झाल्यावर त्याचे लिंबाएवढ्या आकाराचे सांडगे घालून वाळवावेत. उपयोगात आणतेवेळी तेलात तळावेत.

**टीप :** कोहाळ्याबरोबर कच्ची पपई, दुधी भोपळा व गाजर यांपैकी कोणत्याही एका अगर जास्त भाज्यांचाही कीस वरील सांडग्यात घालतात. तसेच कोहाळ्याच्या ऐवजी कच्ची पपई, दुधी भोपळा व गाजर यांचेही सांडगे वरीलप्रमाणेच करावे. कोहाळ्याखेरीज बाकीचे सर्व साहित्य व कृती वरीलप्रमाणे.

## २. मिरच्यांचे सांडगे

**साहित्य :** एक किलो ओल्या मिरच्या, एक वाटी उडदाची डाळ, एक चमचा मेथी, एक चमचा हिंग, अर्धी वाटी तीळ, मीठ.

**कृती :** उडदाची डाळ व मेथी आदल्या दिवशी रात्री थोडा वेळ भिजत ठेवून, नंतर जाडसर वाटून ठेवावी. दुसऱ्या दिवशी सकाळी मिरच्या धुऊन, त्यांचे तुकडे करून, त्यांत मीठ घालून ते तुकडे उखळात जाडसर कुटावेत. नंतर त्यात हिंगाची पूड, तीळ व आदल्या दिवशी वाटून ठेवलेले, उडदाची डाळ व मेथी यांचे पीठ घालावे व सर्व एकत्र पळीने कालवून सारखे करून घ्यावे. नंतर ताटाला तेलाचा हात लावून त्यावर वरीलप्रमाणे तयार करून घेतलेल्या मिश्रणाचे चमच्याने लहान लहान बत्ताशाएवढे पसरट सांडगे घालावे व वाळवून ठेवावे.

## ३. कुटाच्या मिरच्या

**साहित्य :** मिरच्या, धने, मेथीचा रवा, मीठ, साबुदाणा, तीळ, आंबट दही, मिरच्यांच्या मानाने बाकीचे साहित्य घ्यावे.

**कृती :** कुटाच्या मिरच्या करण्याकरिता मिरच्या घ्यावयाच्या, त्या जाड व लांब जातीच्या मिरच्या मिळतात, त्या घ्याव्या. मिरच्यांची डेखे काढून त्यांना मधेच चीर पाडावी. धने व तीळ कुटून घ्यावे. थोडा साबुदाणा भिजवून घ्यावा. दही घेऊन त्यात धन्याची व तिळाची पूड, मेथीचा रवा, साबूदाणा व तीळ घालून कालवावे व चीर पाडून घेतलेल्या मिरच्यांमध्ये हे तयार केलेले कूट भरावे. नंतर मिरच्या वाळवून, भरून ठेवाव्या. जरुरीच्या वेळी तेलात खमंग तळून घ्याव्या.

## ४. गोवारीच्या शेंगा

**साहित्य :** गोवारीच्या शेंगा, मीठ, आंबट दही, जिऱ्याची पूड.

**कृती :** गोवारीच्या शेंगांची डेखे काढून, त्या नीट करून घ्याव्या. दह्यामध्ये मीठ व जिऱ्याची पूड घालावी व त्यात गोवारीच्या शेंगा घालून बाहेर काढून वाळवाव्या. एक-दोन दिवसांनी पुन्हा त्या शेंगा वरीलप्रमाणेच दही तयार करून, त्यात बुडवून घेऊन वाळत टाकाव्या, म्हणजे दह्याचे पुट शेंगांवर चांगले बसेल.

ह्या शेंगा उपयोगाच्या वेळी तेलात तळून घ्याव्या. खाण्यास खुसखुशीत लागतात.

**टीप :** याप्रमाणेच मुळ्याच्या शेंगाही कराव्या. तसेच कोहाळ्याच्या जाड साली काढून वरीलप्रमाणे कृती करून वाळवाव्या. कारल्याच्या चकत्या, तोंडल्याच्या चकत्या व भेंड्यांच्या चकत्याही वरील कृतीप्रमाणे तयार करून वाळवून ठेवाव्या.

# पापड

## १. उडदाचे पापड

**साहित्य :** एक किलो उडदाची डाळ, ३० ग्रॅम पापडखार (भाजलेला पापडखार मिळतो, तो घ्यावा.), ५० ग्रॅम पांढरे मिरे, २५ ग्रॅम हिंग, एक सपाट वाटी मीठ (आवडीप्रमाणे कमी-जास्त करावे), पाव किलो ओल्या मिरच्या, पाव वाटी तेल. पापड लाटण्याकरता अंदाजे पाव किलो उडदाच्या डाळीचे पीठ निराळे घ्यावे.

**कृती :** मिरच्यांवर उकळते पाणी घालून, त्या उन्हात वाळत घालाव्या, म्हणजे त्यांना पांढरा रंग येईल. उडदाची डाळ, मिरे, पापडखार, हिंग व वरील मिरच्या एकत्र करून दळावे. घरी जात्यावर दळून घेतल्यास जास्त चांगले. गिरणीतून दळून आणल्यास उडदाची डाळ दळून आणावी व बाकीचे साहित्य घरी कुटून बारीक पूड करावी. शक्य असल्यास कोहाळ्याचे अगर केळीच्या खुंटाचे पाणी घ्यावे व नसल्यास साधे पाणी घ्यावे. पाण्यात मीठ घालून उकळावे व गाळून घ्यावे. त्या पाण्यात वरील तयार केलेले पीठ व तेल घालून भिजवावे व चांगले कुटावे. नंतर लहान गोळ्या (लाट्या) करून, उडदाचीच पिठी लावून पापड लाटावे.

**टीप :** पांढऱ्या मिरच्या करून घालण्याबद्दल वर दिले आहे. त्याऐवजी लाल तिखट अगर ओल्या मिरच्याही वाटून घालतात.

## २. मटकीचे पापड

**साहित्य :** पाऊण किलो मटकीची डाळ, पाव किलो उडदाची डाळ, बाकीचे सर्व साहित्य उडदाच्या डाळीच्या पापडांकरिता दिले आहे, त्याचप्रमाणे.

**कृती :** हे पापड, वर उडदाच्या डाळीचे पापड करावयाची कृती दिली आहे, त्याप्रमाणेच करावे.

## ३. पोह्यांचे पापड

**साहित्य :** एक किलो जाड पोहे, मीठ, लाल तिखट, ३० ग्रॅम पापडखार (भाजलेला), २५ ग्रॅम हिंग.

**कृती :** पोहे किंचित भाजून, दळून घ्यावेत. त्यातील थोडे पीठ पापड लाटण्याकरिता ठेवून द्यावे. बाकीच्या पिठाइतकेच पाणी घेऊन, त्या पाण्यात अंदाजाने मीठ, तिखट, पापडखार व हिंग घालावा. पाण्याला उकळी आणावी व खाली उतरवून ठेवावे. नंतर त्यातील एक भांडे पाणी घेऊन, एक भांडे पोह्याचे पीठ घ्यावे व दोन्ही मळून गोळा करून घ्यावा व तो गोळा उखळात मुसळाने चांगला कुटावा व लहान गोळ्या करून, त्यांचे पातळ पापड पोह्याच्या पिठावर लाटावे. तो गोळा संपल्यावर पुन्हा तसेच पाणी व पीठ घेऊन गोळा तयार करून घ्यावा. सगळे पाणी व सगळे पीठ कधीच एकदम मिसळून तयार करू नये. कारण त्यामुळे काही वेळ गेल्यावर त्याचा चिकटपणा कमी होतो.

## ४. मुगाचे पापड

**साहित्य :** अर्धा किलो मुगाची डाळ, अर्धा किलो उडदाची डाळ, बाकीचे सर्व साहित्य (उडदाची डाळ खेरीज करून) उडदाच्या पापडाकरिता दिल्याप्रमाणे.

**कृती :** सर्व कृती उडदाचे पापड करण्याच्या कृतीप्रमाणेच.

## ५. फणसाचे पापड

**साहित्य :** साधारण पाडाला आलेल्या फणसाचे गरे, मीठ, ओल्या मिरच्या, हिंग, पोह्याचे पीठ.

**कृती :** पोहे भाजून, ते दळून, पीठ करून ठेवावे. फणसाचे गरे मोदकपात्रात वाफवून घ्यावे. मऊ झाल्यावर त्यात अंदाजाने मिरच्या, मीठ व हिंग घालून एकत्र करून चांगले कुटावे. गोळा मऊ झाल्यावर त्या गोळ्याचे पापड पोह्याच्या पिठावर पातळ लाटावेत.

## ६. केळ्याचे पापड

**साहित्य :** कच्ची केळी, थोडीशी चिंच, ओल्या मिरच्या, मीठ, हिंग, पोह्याचे पीठ.

**कृती :** केळी वाफवून घ्यावी. त्यांतील थोडी केळी घेऊन बाकीची तशीच गरम

झाकून ठेवावी. घेतलेल्या केळ्यांत अंदाजाने मीठ, मिरच्या, चिंच व हिंग घालून एकत्र चांगले कुटावे व फणसाच्या पापडाप्रमाणेच पोह्याच्या पिठावर लाटून पापड करावे. एकदम सर्व केळी व इतर साहित्य कुटून तयार करून घेऊ नये. वरीलप्रमाणे थोडेथोडे घेऊन पापड करावे. केळी थंड झाल्यास पुन्हा गरम करावी.

### ७. तांदळाचे पापड

**साहित्य :** दोन वाट्या तांदूळ, एक चमचा हिंगाची पूड, दोन चमचे मीठ, एक चमचा जिरे, एक चमचा पापडखार, ओल्या मिरच्या वाटून अगर लाल तिखट, पाव वाटी तीळ.

**कृती :** तांदूळ पांढरे स्वच्छ घ्यावे. ते धुऊन, वाळवून त्यांचे दळून पीठ करावे. जितके पीठ, तितकेच पाण्याचे आधण ठेवून त्यात मीठ, हिंग, जिरे, पापडखार व तीळ घालावे. ह्या पापडाला तिखट घातले नाही, तरी चालते. घालावयाचे असल्यास ओल्या मिरच्या वाटून अगर लाल तिखट वरील आधणात घालावे. पाण्याला उकळी आल्यावर तांदळाचे पीठ त्यात घालून, चांगले ढवळून, मंद विस्तवावर चांगले शिजवून घ्यावे. गोळी होऊ देऊ नये. गरम असतानाच थोडे थोडे पीठ घेऊन, तुपाचा अगर तेलाचा हात लावून पापड लाटावे. हे पीठ एकदम तयार करून घेऊ नये. नाहीतर त्याचा चिकटपणा कमी होतो.

### ८. नाचणीचे पापड

**साहित्य :** नाचणी, मीठ, पापडखार, हिंग.

**कृती :** नाचणी रात्री धुऊन, त्याची पुरचुंडी बांधून ठेवावी व दुसऱ्या दिवशी नाचणी चांगली सुकल्यावर दळावी. नंतर ते पीठ फडक्यावर गाळून घ्यावे. एक किलो पिठाला तीस ग्रॅम पापडखार, पन्नास ग्रॅम हिंग व चवीप्रमाणे मीठ याप्रमाणे घेऊन ते जिन्नस पिठात मिसळावेत व जेवढे पीठ असेल, तेवढे पाणी घेऊन पिठाची उकड करावी. पीठ गरमच घेऊन तेलावर पापड लाटावे व ते वाळवावे.

## कुरडया

### १. गव्हाच्या कुरडया

**साहित्य :** गहू, मीठ, हिंग.

**कृती :** गहू पाच दिवस पाण्यात भिजत घालावेत. नंतर ते वाटून, त्यांचे सत्त्व

काढावे. जितके सत्त्व असेल, तितकेच पाणी चुलीवर ठेवावे. त्यात हिंग व मीठ अंदाजाने घालावे. उकळी आल्यावर त्यात वरील सत्त्व ओतावे. एका हाताने ओतावे व दुसऱ्या हाताने ढवळावे. गोळी होऊ देऊ नये. चांगले शिजल्यावर ते शेवपात्रात घालून प्लॅस्टिकच्या कागदावर कुरडया घालाव्यात आणि वाळवून भरून ठेवाव्यात.

## २. तांदळाच्या कुरडया

**साहित्य :** तांदूळ, मीठ, हिंग.

**कृती :** तांदूळ तीन दिवस पाण्यात भिजत घालावेत. नंतर उपसून ते कुटावेत व मैद्याच्या चाळणीने पीठ चाळून घ्यावे. गव्हाच्या कुरडयांमध्ये सत्त्व घालतात, त्याऐवजी हे तांदळाचे पीठ घालावयाचे व गव्हाच्या कुरडयांप्रमाणेच बाकी सर्व कृती करून तांदळाच्या कुरडया कराव्यात.

## ३. तांदळाच्या पापड्या (फेण्या)

**साहित्य :** तांदूळ, मीठ, हिंग, खसखस.

**कृती :** तांदळाच्या कुरडयांप्रमाणेच पीठ तयार करून घ्यावे. बासुंदीइतपत दाट होईल, त्या मानाने त्या पिठात पाणी घालावे व त्यात हिंग, मीठ व थोडी खसखस घालावी. मिश्रण सारखे करावे. फेण्या घालण्याचा साचा मिळतो, त्यावर तयार केलेले पीठ घालून व वाफवून फेण्या कराव्यात.

या फेण्या करण्याची दुसरीही एक कृती आहे. एक वाटी पिठाला तीन वाट्या पाणी घालून, त्यात हिंग, मीठ व खसखस घालावी व पीठ शिजवावे. नंतर एक प्लॅस्टिकचा कागद घ्यावा व एक पळी पीठ घेऊन ते त्या कागदावर साधारण तळहाताएवढे पसरावे. याप्रमाणे प्लॅस्टिकच्या कागदावर फेण्या घालाव्या. वाळल्यावर त्या काढाव्या.

**टीप :** याप्रमाणेच ज्वारी, बाजरी, मका, नाचणी यांच्याही फेण्या होतात. ही धान्ये पाच दिवस पाण्यात भिजत घालून, त्यांचे पीठ करून घ्यावे व वरीलप्रमाणेच पापड्या कराव्यात.

## ४. तांदळाच्या चिकवड्या

**साहित्य :** वर तांदळाच्या पापड्यांकरिता साहित्य दिले आहे, त्याचप्रमाणे.

**कृती :** चिकवड्यांची कृती तांदळाच्या पापड्यांप्रमाणेच. मात्र, फरक एवढाच,

की तयार केलेले पीठ हाताने अगर चमच्याने प्लॅस्टिकच्या कागदावर थोडे थोडे बत्ताशाएवढे घालावे.

**टीप :** याप्रमाणेच ज्वारी, बाजरी, मका व नाचणी यांच्याही चिकवड्या होतात. ही धान्ये पाच दिवस पाण्यात भिजत घालावी व पीठ करावे आणि वरीलप्रमाणेच कागदावर चिकवड्या घालाव्यात.

---

# १३. भाकरी व दशमी

# भाकरी

## १. ज्वारी, बाजरी किंवा पटणी यांची भाकरी

**साहित्य :** ज्वारीचे पीठ, पाणी.

**कृती :** ज्वारीचे पीठ फार बारीक असू नये. ज्वारीच्या पिठात, घट्ट होईल, इतपत पाणी घालून पीठ चांगले मळावे व ताटात अगर परातीत ज्वारीचेच पीठ पसरून, त्यावर मळलेल्या पिठाचा गोळा पातळ थापून, भाकरी करून, ती तव्यावर टाकावी. थोडी गरम झाल्यावर, तिला हाताने पाणी लावून उलटावी आणि पूर्ण भाजल्यावर काढून घेऊन, निखाऱ्यावर टाकून अगर गॅसवर शेकावी. म्हणजे पापुद्रा सुटेल.

याप्रमाणेच बाजरीची व पटणीची भाकरी करावी.

बाजरीच्या भाकरीसाठी पिठात थोडे मीठ घालून भिजवावे.

## २. ज्वारीची आणि बाजरीची दशमी

ज्वारीच्या पिठात पाण्याऐवजी दूध घालावे व वरीलप्रमाणेच पीठ मळून व भाकरी थापून, पिठाकडची बाजू तव्याकडे करून तव्यावर टाकावी, थोडी गरम झाल्यावर हाताने दोन-तीन वेळा हलवून उलटून टाकावी. वरीलप्रमाणेच शेकावी. तव्यावर असताना पाणी लावावयाचे नाही.

याप्रमाणेच बाजरीचीही दशमी करावी.

## ३. तांदळाच्या पिठाची भाकरी

आधण ठेवून, त्यात मावेल इतके तांदळाचे पीठ व थोडे मीठ घालून पीठ ढवळावे व पीठ शिजून घट्ट गोळा झाल्यावर लहान गोळा घेऊन, कोरड्या पिठात

बुडवून, भाकरी लाटावी अगर थापावी. तव्यावर भाजून, नंतर चुलीला लावून अगर निखाऱ्यांवर अगर गॅसवर शेकावी.

# १४. पोळ्या

## १. घडीची पोळी

**साहित्य :** कणीक, तेल, मीठ, तांदळाची पिठी.

**कृती :** कणकेत तेल व मीठ घालून व पुरेसे पाणी घालून, कणीक साधारण सैलसर भिजवावी व चांगली मळून घ्यावी. नंतर तिचे लहान लहान गोळे करावेत. त्यांतील गोळा घेऊन, तो पोळपाटावर तांदळाची पिठी किंवा कणीक पसरून, त्यावर पुरीएवढा लाटावा व त्याला तेल लावून अर्धी दुमडून घडी घालावी. त्या घडीला तेल लावून, पुन्हा ती लांबीच्या बाजून दुमडून, त्याचा त्रिकोण होईल, अशी घडी घालावी व पुन्हा पिठी लावून, हलक्या हाताने मोठी पोळी लाटावी. नंतर तव्यावर टाकून खरपूस भाजावी. चांगली फुगण्याकरिता हवा जाईल, त्या ठिकाणी फडक्याने दाबावी, म्हणजे सगळीच फुगेल.

वरील साहित्याच्या दहा ते बारा पोळ्या होतील.

## २. फुलके

वरीलप्रमाणेच, पण तेल न घालता कणीक भिजवावी. पुरी करण्याकरिता लागेल, एवढी गोळी घ्यावी व ती पिठी लावून पोळपाटावर मोठ्या पुरीएवढी लाटावी. नंतर तव्यावर टाकून थोडी भाजून घ्यावी व निखाऱ्यावर अगर गॅसवर टाकून चांगली फुगवावी व खाली काढून तूप लावावे.

## ३. पुऱ्या

**साहित्य :** चार वाट्या कणीक, अर्धी वाटी तेल, मीठ, थोडीशी साखर, पाणी.

**कृती :** कणकेमध्ये चवीला थोडे मीठ व थोडी साखर व तेल घालून व पाणी घालून कणीक घट्ट भिजवावी. नंतर चांगली मळून अगर कुटून गोळा करून पुऱ्या लाटाव्या व तळाव्या. साखरेमुळे पुऱ्या तशाच फुगलेल्या राहण्यास मदत होते.

वरील साहित्याच्या बावीस ते पंचवीस पुऱ्या होतील.

# तिखटाच्या पोळ्या (परोठे)

## १. ओल्या हरबऱ्याची पोळी

**साहित्य :** सोललेले ओले हिरवेगार हरबरे दोन वाट्या, सात-आठ ओल्या मिरच्या, कोथिंबीर, एक इंच आल्याचा तुकडा, एक चमचा जिरे, चवीपुरते मीठ, दोन चमचे साखर, लिंबू, दोन वाट्या कणीक, पाव वाटी तेल, तांदळाची पिठी.

**कृती :** पाण्याला उकळी आणून त्यात हरबरे शिजावयास टाकावे. त्यातच थोडेसे मीठ व चिमूटभर सोडा घालावा. सोड्यामुळे रंग हिरवा राहतो. हरबरे चांगले शिजल्यावर चाळणीत घालून पाणी काढून टाकावे व ते हरबरे पुरण वाटायच्या यंत्रातून अगर पाट्यावर चांगले वाटून घ्यावे. त्यात मीठ, मिरच्या, आले व जिरे वाटून घालावे. कणकेत तेल व मीठ घालून, सैलसर भिजवून, तेल लावून, मळून घ्यावी. लहानशा लिंबाएवढा कणकेचा गोळा घेऊन, त्यात त्याच्या दीडपट हरबऱ्याचा वाटलेला गोळा भरावा व पोळी लाटावी. पोळी परतताना थोडे तेल टाकून खमंग भाजावी. या पोळ्या साधारण फुलक्याच्या आकाराच्या व जाडसर कराव्या.

याप्रमाणेच मटाराच्या पोळ्याही करता येतात.

## २. मुळ्याची पोळी

**साहित्य :** दोन वाट्या मुळ्याचा कीस, अर्धी वाटी चण्याच्या डाळीचे पीठ, मिरची, मीठ, कोथिंबीर, चवीपुरती साखर, दोन वाट्या कणीक, तेल, तांदळाची पिठी, जिरे.

**कृती :** मुळा किसून, चांगला धुऊन घ्यावा. नंतर तेलावर चांगला वाफवून, त्यामध्ये मीठ, ओल्या मिरच्या, कोथिंबीर, जिरे हे सर्व जिन्नस वाटून घालावेत व चवीपुरती साखर घालावी. तसेच थोडेसे डाळीचे पीठ घालावे. सर्व एकत्र मळून, त्याचा गोळा करून घेऊन हरबऱ्याच्या पोळ्यांप्रमाणेच पोळ्या कराव्या.

ह्याप्रमाणेच, कोबी, गाजर, फ्लॉवर या भाज्यांच्याही पोळ्या होतात.

## ३. बटाट्याची पोळी

**साहित्य :** बटाटे, लसूण, आले, ओल्या मिरच्या, मीठ, कोथिंबीर, चवीपुरती साखर, कणीक, तेल व तांदळाची पिठी.

**कृती :** बटाटे उकडून सोलावे व वाटून गोळा करावा. एक वाटी गोळ्यास

पाच-सहा मिरच्या, लसणीच्या पाच-सहा पाकळ्या, एक इंच आले, चवीपुरते मीठ, किंचित साखर, लिंबाचा थोडासा रस व कोथिंबीर हे सर्व जिन्नस बटाट्याच्या प्रमाणात घेऊन, ते वाटून बटाट्याच्या गोळ्यात मिसळावे. बाकी सर्व कृती हरबऱ्याच्या पोळीप्रमाणे.

## ४. चटणीची पोळी

**साहित्य :** खोवलेले खोबरे एक वाटी, सहा-सात मिरच्या, एक वाटी चिरलेली कोथिंबीर, अर्धी वाटी चिरलेल्या ओल्या लसणीच्या पाती, चवीपुरती साखर व मीठ, लिंबू, एक चमचा भाजलेल्या दाण्यांचे कूट, कणीक व तांदळाची पिठी.

**कृती :** खोबरे, मिरच्या, कोथिंबीर, लसणीच्या पाती, दाण्यांचे कूट, साखर, मीठ व लिंबाचा रस दोन चमचे हे सर्व एकत्र करून, पाट्यावर बारीक वाटून, गोळा करून घ्यावा. हे सारण घालून हरबऱ्याच्या पोळीप्रमाणेच पोळ्या कराव्या.

# गोडाच्या पोळ्या

## १. पुरणाची पोळी (गुळाची)

**साहित्य :** चार वाट्या चांगल्यापैकी चण्याची डाळ, चार वाट्या चिरलेला चांगला पिवळा गूळ, चांगल्या गव्हाची कणीक दोन वाट्या, दहा-बारा वेलदोडे, अर्धे जायफळ, अर्धी वाटी तेल, दोन वाट्या तांदळाची पिठी, अर्धा चमचा मीठ.

**कृती :** जास्त पाण्यात डाळ चांगली शिजवून घ्यावी. गरम असतानाच चाळणीत ओतून त्याचे सर्व पाणी काढून घ्यावे. हे पाणी कटाच्या आमटीकरिता उपयोगात आणावे. डाळ गरम असतानाच त्यात गूळ घालून पुरण शिजवून घ्यावे. थंड झाल्यावर पुरण वाटावयाच्या यंत्राने अगर पाट्यावर चांगले वाटून घ्यावे. वाटताना त्यात वेलदोड्यांची पूड व जायफळाची पूड घालावी. याप्रमाणे पुरण तयार करावे.

कणीक प्रथम पिठाच्या चाळणीने चाळून घेऊन, पाण्यात घट्ट भिजवून घ्यावी. एक तासानंतर पाणी लावून लावून, कुटून अगर मळून नरम करावी. नंतर मीठ घालून परत चांगली मळावी. एका भांड्यात तेल घालून, त्यात ती कुटलेली कणीक ठेवून द्यावी. त्यातील थोडी कणीक घेऊन गोळा करावा व त्याच्या दुप्पट पुरण घेऊन त्याचा गोळा करावा. कणकेच्या गोळ्यात तो घालून त्याचा उंडा करावा व

पिठी घेऊन त्यावर हलक्या हाताने पातळ पोळी लाटावी. तव्यावर टाकून ही पोळी बदामी रंगावर भाजून काढावी. ४ वाटी डाळीच्या आठ-नऊ इंच व्यासाच्या २० पोळ्या होतात.

**टीप :** पोळी तव्यावर असतानाच, ती भाजून झाल्यावर त्यावर चमचाभर तूप सोडून त्यावर दळलेली साखर पसरावी व मग पोळी काढावी. साखर पसरलेली पोळी जास्त खमंग व मिष्ट लागते. आवडत असल्यास अशी साखर घालावी.

## २. पुरणपोळी (साखरेची)

**साहित्य :** चार वाट्या चण्याची डाळ, साडेतीन वाट्या (जास्त गोड हवी असल्यास, चार वाट्या) साखर, एक वाटी रवा, एक वाटी मैदा, दहा-बारा वेलदोडे, केशर अगर केशरी रंग, अर्धी वाटी तेल, दोन वाट्या तांदळाची पिठी, अर्धा चमचा मीठ. केशर न घालता रंगच घातल्यास अर्धे जायफळ.

**कृती :** सर्व कृती गुळाच्या पुरणपोळीप्रमाणेच. पुरण वाटतानाच केशर अगर रंग घालावा.

**टीप :** १. गुळाच्या व साखरेच्या पोळीमध्ये खवा (मावा) आणि ओल्या नारळाचे खोबरे यांपैकी काहीही एक अगर दोन्ही घालतात. घालावयाचे असल्यास पुरण शिजतानाच पाव किलो मावा व खोवलेले खोबरे दोन वाट्या घालावे. या पोळ्या चवीला विशेष चांगल्या लागतात.

**टीप :** २. तसेच, या पोळ्या भाजताना खाली व वर एकेक चमचा तूप सोडल्यास त्या जास्त खमंग लागतात.

## ३. रताळ्याची पोळी

**साहित्य :** रताळी, कणीक व गूळ (या सर्वांचे प्रमाण खालील कृतीत दिल्याप्रमाणे घ्यावे), वेलदोडे, थोडे मीठ, दोन-तीन चमचे तेल, तांदळाची पिठी.

**कृती :** रताळी शिजवून, सोलून, पाट्यावर वाटावी. एक वाटी रताळ्याचा गोळा घेतल्यास एक वाटी गूळ घ्यावा व दोन्ही एकत्र करून चांगले शिजवून घ्यावे. नंतर त्यात पाच-सहा वेलदोड्यांची पूड घालावी. पाऊण ते एक वाटी कणीक घेऊन, ती घट्ट भिजवून व मळून पुरणाच्या पोळीकरिता करतात, तशी सैल करावी व एक भांडे घेऊन त्यात तेल घालून त्यात ठेवावी. बाकी सर्व कृती पुरणाच्या पोळीप्रमाणे.

## ४. सांज्याची पोळी

**साहित्य :** चांगल्या गव्हाचा रवा चार वाट्या, चांगला पिवळा गूळ सहा वाट्या, चार वाट्या कणीक, दहा-पंधरा वेलदोडे, अर्धी वाटी तेल, दोन वाट्या पिठी, अर्धा चमचा मीठ, अर्धी वाटी तूप.

**कृती :** अर्धी वाटी तूप घालून रवा चांगला भाजून घ्यावा. सहा वाट्या पाण्यात गूळ घालून गरम करावयास ठेवावे. गूळ विरघळून उकळी फुटल्यावर त्यात रवा घालून नेहमीप्रमाणे शिरा करावा. चवीस मीठ टाकावे. वेलदोड्याची पूड घालावी. कणकेत मीठ घालून कणीक घट्ट भिजवावी. पुरणाच्या पोळीप्रमाणेच पाणी लावून कणीक खूप मळावी, परंतु त्या कणकेपेक्षा थोडी घट्ट ठेवावी. एका भांड्यात तेल घालून त्यात ही कणीक ठेवावी. बाकी सर्व कृती पुरणपोळीप्रमाणेच. सांज्याची पोळी भाजावयास जरा वेळ लागतो, म्हणून भाजताना खाली व वर तेलाचा हात लावावा, म्हणजे पोळी लवकर भाजली जाते.

## ५. शिऱ्याची पोळी

**साहित्य :** वरील सांज्याच्या पोळीप्रमाणेच, मात्र हा शिरा करण्यास बाजारी पांढरा रवा घ्यावा व गुळाऐवजी सहा वाट्या साखर घ्यावी. तसेच, कणकेऐवजी रवा व मैदा प्रत्येकी अर्धी वाटी घ्यावा.

**कृती :** सर्व कृती सांज्याच्या पोळीप्रमाणेच. ह्या पोळ्या पांढऱ्या स्वच्छ व नाजूक दिसतात व खायलाही चांगल्या लागतात.

शिऱ्यात केशर घालण्यासही हरकत नाही. त्यामुळे विशेष स्वाद व रंगही येईल. केशराच्या अभावी, केशरी रंगही आवडत असल्यास घालण्यास हरकत नाही.

## ६. गुळाची पोळी

**साहित्य :** चार वाट्या (किसलेला अगर कुटलेला) चांगल्यापैकी पिवळा गूळ, सहा वाट्या कणीक, अर्धी वाटी खसखस, दहा-पंधरा वेलदोडे, अर्धी वाटी चण्याच्या डाळीचे पीठ, एक वाटी तेल, तांदळाची पिठी एक वाटी.

**कृती :** कणकेमध्ये चवीपुरते मीठ व अर्धी वाटी तेल गरम करून घालावे. कणीक घट्ट भिजवावी. गूळ किसणीने बारीक किसून अगर खलबत्त्यात चांगला कुटून घ्यावा. कुटून घेतल्यास कुटताना दोन चमचे तेल घालावे, म्हणजे गूळ चिकटून राहत नाही. खसखस भाजून कुटावी. डाळीचे पीठ तेलावर चांगले बदामी

रंगावर भाजून घ्यावे. वेलदोड्यांची पूड करून घ्यावी. गुळात डाळीचे पीठ, कुटलेली खसखस व वेलदोड्यांची पूड घालावी व गूळ चांगला मळावा. पोळीकरिता कणकेच्या दोन गोळ्या कराव्या व त्यांपैकी एका गोळीपेक्षा थोडी मोठी गुळाची गोळी करावी. कणकेच्या दोन गोळ्यांमध्ये गुळाची गोळी ठेवून पोळ्या पातळ लाटाव्या व भाजाव्या. लाटताना गूळ कडेपर्यंत पसरला जाईल, हे पाहावे.

## ७. पीठपोळी

**साहित्य :** चार वाट्या तांदळाची पिठी, दोन वाट्या कणीक, तीन-चार चमचे तेल अगर तूप, चवीपुरते मीठ, अर्धी वाटी पिठी.

**कृती :** चार वाट्या पाण्याचे आधण ठेवावे. त्यात तेल अगर तूप व थोडे मीठ घालावे. पाण्याला उकळी आल्यावर जाळ मंद करून, तांदळाची पिठी घालून, चांगले ढवळून झाकण ठेवावे व दोन वाफा आणाव्या. नंतर ती उकड काढत असतानाच चांगली मळावी; जरूर तर वाटी अगर भांड्याने मळावी. म्हणजे हात भाजत नाहीत. सांज्याच्या पोळीप्रमाणेच कणीक सैलसर भिजवून, कणकेच्या गोळ्यात उकड भरून, उंडा करावा व पोळ्या लाटाव्या आणि भाजाव्या. या पोळ्या विशेषत: आंब्याच्या रसाबरोबर चांगल्या लागतात व तशी खाण्याची पद्धत आहे.

**टीप :** या तांदळाच्या उकडीत मिरची, कोथिंबीर व जिरे वाटून घातल्यास वेगळी चव व स्वाद येतो.

## ८. तेलपोळी

**साहित्य :** दोन वाट्या चण्याची डाळ, अडीच वाट्या साखर, एक वाटी रवा, एक वाटी मैदा, दीड वाटी तेल, दहा-पंधरा वेलदोडे, अर्धे जायफळ.

**कृती :** पुरणपोळीप्रमाणे पुरण शिजवून घ्यावे. रवा व मैदा मीठ घालून घट्ट भिजवावा व कुटून कुटून तो पुरणाच्या पोळीच्या कणकेप्रमाणे सैल करावा व एका भांड्यात तेल घालून तो गोळा त्यात ठेवून द्यावा. पुरणाची गोळी लहान लिंबाएवढी घ्यावी व तेवढीच गोळी रव्या-मैद्याची घ्यावी व पुरणाच्या पोळीप्रमाणे उंडा करावा, नंतर ही पोळी केळीचे पान अगर बटरपेपर अथवा तेलपोळीकरिता खास पत्रा बाजारात मिळतो, त्यावर तेल लावून अगदी पातळ लाटावी. लाटताना उलटू नये व लाटून झाल्यावर थोडी थोडी एका बाजूने सोडवून तापलेल्या तव्यावर पसरत जावी व हळूहळू पत्र्यापासून अथवा पानापासून अगर बटरपेपरपासून पोळी सोडवून पत्रा, पान अगर बटरपेपर काढून घ्यावा. पोळी चांगल्या बदामी रंगावर भाजावी. ह्या

पोळ्या महिना महिना टिकतात.

## ९. श्रीखंडाची पोळी

**साहित्य :** एक वाटी चक्का, तीन वाट्या साखर, अर्धे जायफळ, रंग येण्यापुरते केशर अगर खाण्याचा केशरी रंग, रवा व मैदा प्रत्येकी एक वाटी, पाव वाटी तेल, चवीपुरते मीठ, तांदळाची पिठी, पाच-सात वेलदोडे.

**कृती :** चक्का व साखर एकत्र करून, मऊसर गोळा होईपर्यंत आटवावे. आटवून झाल्यावर तो गोळा चांगला मळावा. त्यात केशर (खलून) अथवा खाण्याचा रंग घालावा व जायफळाची पूड करून घालावी. तेल व मीठ घालून रवा व मैदा चांगला घट्ट भिजवावा व नंतर गोळा चांगला कुटून, मऊ करून घ्यावा. गुळाच्या पोळीप्रमाणेच दोन रव्या-मैद्याच्या गोळ्या व त्यांपैकी एका गोळीपेक्षा किंचित जास्त श्रीखंडाची गोळी घ्यावी व गुळाच्या पोळीप्रमाणे पातळ पोळी लाटून भाजावी. आंबट-गोड चवीमुळे ही पोळी खाण्यास चांगली लागते.

## १०. आंब्याची पोळी

**साहित्य :** एक वाटी आंब्याचा रस (शक्यतो हापूस आंब्याचा), दोन वाट्या साखर, पाच-सहा वेलदोडे, रंग येण्यापुरते केशर, रवा-मैदा प्रत्येकी अर्धी वाटी, तेल पाव वाटी, चवीपुरते मीठ, तांदळाची पिठी.

**कृती :** आंब्याचा रस व साखर एकत्र करून गोळा होईपर्यंत आटवावे. नंतर त्यात वेलची पूड, केशर घालून सारखे करून घ्यावे. बाकी सर्व कृती श्रीखंडाच्या पोळीप्रमाणेच. अर्थात, श्रीखंडाच्या गोळ्याऐवजी आंब्याचा आटवलेला गोळा घ्यावयाचा.

## ११. खोबऱ्याची पोळी

**साहित्य :** खोवलेले खोबरे दोन वाट्या, दीड वाटी गूळ अथवा साखर, रवा व मैदा प्रत्येकी एक वाटी, पाव वाटी तेल, चवीपुरते मीठ, तांदळाची पिठी, पाच-सहा वेलदोडे.

**कृती :** खोबरे व गूळ अथवा साखर एकत्र करून गोळा होईपर्यंत शिजवून घ्यावे. गार झाल्यावर पाट्यावर बारीक वाटावे व त्यात वेलदोड्यांची पूड घालून गोळा चांगला मळावा. बाकी सर्व कृती श्रीखंडाच्या पोळीप्रमाणे.

## १२. खजुराची पोळी

**साहित्य :** एक वाटी खजूर (शक्यतो काळा खजूर असल्यास चांगला कारण तो मऊ असतो), पाऊण वाटी दळलेली साखर, पाव वाटी खसखस (भाजलेली), रवा व मैदा प्रत्येकी पाऊण वाटी, पाव वाटी तेल, चवीपुरते मीठ, तांदळाची पिठी, पाच-सहा वेलदोडे.

**कृती :** पाट्यावर थोडेसे तूप घालून, खजूर अगदी बारीक वाटावा व त्यात साखर, भाजलेली खसखस व वेलदोड्यांची पूड घालून, चांगला मळून, गोळा करून घ्यावा. बाकी सर्व कृती श्रीखंडाच्या पोळीप्रमाणे.

## १३. बेसनाची पोळी

**साहित्य :** एक वाटी चण्याचे पीठ, दीड वाटी दळलेली साखर, पाच-सहा वेलदोडे, रवा व मैदा प्रत्येकी पाऊण वाटी, पाव वाटी तेल, चवीपुरते मीठ, तांदळाची पिठी, पाव वाटी तूप.

**कृती :** तुपावर चण्याचे पीठ चांगले तांबूस रंगावर भाजून घ्यावे. नंतर त्यात साखर व वेलदोड्याची पूड घालून, मळून, गोळा करावा. बाकी सर्व कृती श्रीखंडाच्या पोळीप्रमाणे.

## १४. साखरेची पोळी

**साहित्य :** एक वाटी दळलेली साखर, पाव वाटी खसखस, पाच-सहा वेलदोडे, पाव वाटी तूप, रवा व मैदा प्रत्येकी पाऊण वाटी, पाव वाटी तेल, चवीपुरते मीठ, तांदळाची पिठी, दोन चमचे कणीक.

**कृती :** खसखस भाजून, कुटून घ्यावी. वेलदोड्यांची पूड करून ती व खसखशीची पूड मिसळावी. तूप ताटात चांगले फेसून, त्यात साखर, खसखस, वेलची-पूड व एक चमचा मैदा घालावा व सर्व एकजीव करून, मळून गोळा करावा. गोळा कोरडा वाटल्यास आणखी थोडे तूप घालून मळावे. बाकीची सर्व कृती श्रीखंडाच्या पोळीप्रमाणे.

## १५. खव्याची पोळी

**साहित्य :** एक वाटी खवा (मावा), दीड वाटी दळलेली साखर, पाव वाटी खसखस, पाच-सहा वेलदोडे, रवा व मैदा प्रत्येकी पाऊण

वाटी, पाव वाटी तेल, चवीपुरते मीठ, तांदळाची पिठी.

**कृती :** तूप टाकून खवा चांगला तांबूस भाजून घ्यावा. खसखस भाजून घेऊन, कुटून घ्यावी. खवा गार झाल्यावर पाट्यावर बारीक वाटावा व त्यात कुटलेली खसखस, दळलेली साखर, वेलदोड्यांची पूड व एक चमचा मैदा घालून, सर्व एकत्र मळून, गोळा करावा. बाकी सर्व कृती श्रीखंडाच्या पोळीप्रमाणे.

**टीप :** श्रीखंडाची पोळी व त्याच कृतीप्रमाणे करावयाच्या वर दिलेल्या इतर पोळ्या यांमध्ये रवा व मैदा यांऐवजी कणीक घेतली, तरी चालेल, पण रव्या-मैद्यामुळे पोळ्या दिसायला चांगल्या दिसतात.

# १५. खिरी

## १. गव्हाची खीर

**साहित्य :** अर्धा किलो खपली गहू (शक्यतो खपली गहू घ्यावे, कारण इतर गहू चांगले मऊ शिजत नाहीत), पाऊण किलो चांगला गूळ, एक मोठा नारळ, अर्धी वाटी खसखस, दहा-बारा वेलदोडे, एक वाटी तांदूळ, दूध.

**कृती :** खीर करावयाच्या आदल्या दिवशी गहू पाणी लावून चांगले सडावेत व कोंडा काढून टाकावा. सडून घेतलेला गहू व तांदूळ रात्री वेगवेगळे भिजत टाकावे. दुसऱ्या दिवशी सकाळी पातेल्यास तेलाचा हात लावून गहू शिजत टाकावेत. गहू शिजण्यास बराच वेळ लागतो. गहू अर्धवट शिजून झाल्यावर त्यात भिजत घातलेले तांदूळ घालावेत व आणखी शिजवावे. गहू अगदी मऊ असे शिजल्यावर ते पळीने ठेचावेत. मग त्यात गूळ, नारळाचे खोवून घेतलेले खोबरे, वेलचीची पूड व भाजून घेतलेली व किंतिच कुटलेली खसखस घालावी व थोडा वेळ शिजवून, खाली उतरवून ठेवावे. वाढावयाच्या वेळी थोडेसे दूध घालावे व खीर सारखी करून वाढावी.

## २. शेवयाची खीर

**साहित्य :** अर्धा लिटर दूध, कुस्करलेल्या शेवया पाऊण वाटी, साखर पाऊण वाटी, पाच-सहा वेलदोडे, पाव जायफळ, दोन चमचे तूप.

**कृती :** दोन चमचे तुपावर शेवया तांबूस होईपर्यंत परतून, त्यात थोडे पाणी

घालावे. एक उकळी आल्यावर गाळण्यावर घालून पाणी काढून टाकावे. असे पाणी काढून टाकल्यामुळे शेवया जुन्या असल्यामुळे येणारा वास व त्यातील मिठाचा असलेला अंश निघून जातो. शेवया नंतर पातेल्यात घालून, त्यांत साखर घालून थोडेसे शिजवावे. मिश्रण थोडे थंड झाल्यावर त्यात दूध, वेलची व जायफळ उगाळून वा किसून घालावे व उकळी आणावी.

## ३. तांदळाची खीर

**साहित्य :** पाव वाटी तांदूळ, साखर अर्धी ते पाऊण वाटी, पाच-सहा वेलदोडे अगर अर्धे जायफळ, पाच-सहा बदाम, एक लिटर दूध, तूप.

**कृती :** तांदूळ तुपावर तांबूस होईपर्यंत भाजावे. नंतर ते एक ते दोन तास थोड्या दुधात भिजत ठेवावे. नंतर ते पाट्यावर रवाळ असे वाटावे. उरलेले दूध उकळत ठेवावे. दुधाला उकळी आल्यावर वाटलेले तांदूळ त्या दुधाला लावावे. गोळी होऊ देऊ नये. चांगले शिजल्यावर त्यात वेलची-पूड घालावी अगर पाव जायफळ उगाळून लावावे व बदामाचे काप करून घालावेत. दूध थोडे आटवून घेतल्यास खीर जास्त चांगली लागेल.

## ४. गव्हल्याची खीर

**साहित्य :** पाऊण वाटी गव्हले, बाकीचे सर्व साहित्य (शेवयांखेरीज) 'शेवयांच्या खिरी' साठी दिल्याप्रमाणे.

**कृती :** गव्हल्याची खीर शेवयांच्या खिरीप्रमाणे करावी. मात्र गव्हले परतून उकळत्या दुधात घातल्यावर गव्हले चांगले शिजेपर्यंत दूध उकळत ठेवावे.

## ५. दूधभोपळ्याची खीर

**साहित्य :** एक लिटर दूध, अर्धा किलो दूधभोपळा, एक वाटी साखर, तांदळाची पिठी अगर कॉर्नफ्लोअर पाव वाटी, किंचित मीठ, चारोळी, तूप, सात-आठ वेलदोडे.

**कृती :** दूधभोपळा किसून, तो तुपावर मऊ होईपर्यंत परतून घ्यावा व चवीला किंचित मीठ टाकून, त्यावर दूध घालून, तो कीस दुधात शिजवावा. दुधाला उकळी आल्यावर त्याला तांदळाची पिठी अगर कॉर्न-फ्लोअर लावावे व नंतर थोडे शिजवून, खाली उतरवून, त्यात साखर व वेलदोड्याची पूड घालावी आणि चांगले ढवळावे. वर चारोळ्या पसराव्या.

या खिरीप्रमाणे गाजर, रताळी व बटाटे ह्यांचीही खीर करावी. दूधभोपळ्याच्या ऐवजी गाजर, रताळी अगर बटाटे घ्यावेत. बाकीचे साहित्य व कृती दूधभोपळ्याच्या खिरीप्रमाणेच.

### ६. घाटले (रस)

**साहित्य :** अर्धी वाटी तांदळाची पिठी, एक वाटी गूळ, अर्धा नारळ, पाव वाटी खसखस, पाच-सहा वेलदोडे, सहा वाट्या पाणी, मीठ.

**कृती :** पाणी उकळत ठेवावे. चवीला मीठ घालावे. त्या पाण्यात गूळ व खोवलेले खोबरे घालावे. उकळी आल्यावर त्याला तांदळाची पिठी पाण्यात कालवून लावावी. गोळी होऊ देऊ नये. थोडे शिजल्यावर त्यात खसखस भाजून घालावी व वेलदोड्यांची पूड घालावी.

हा रस (घाटले) करण्याचा कोकणात विशेष प्रघात आहे. तो चांगला चवदार लागतो. विशेषकरून हा रस तांदळाच्या अळणी वड्यांबरोबर अगर तांदळाच्या पिठाच्या घावनाबरोबर अगर सांज्याच्या घारग्यांबरोबर खाण्याची पद्धत आहे.

---

## १६. लाडू

### १. रव्याचे लाडू

**साहित्य :** चार वाट्या रवा, साडेतीन वाट्या साखर, एक नारळ, दीड वाटी तूप, दहा वेलदोडे, दहा ग्रॅम बेदाणा, पाच-सहा बदाम.

**कृती :** नारळ खोवून घ्यावा. वेलदोड्यांची पूड व बदाम सोलून त्याचे काप करून घ्यावेत. रवा तुपात तांबूस होईपर्यंत भाजावा. रवा भाजून होत आल्यावर त्यामध्ये खोबरे घालून परत थोडे भाजावे. नंतर दुसऱ्या भांड्यामध्ये साखरेत दीड वाटी पाणी घालून एकतारी पाक करावा. त्यात वेलची-पूड, बदामाचे काप, बेदाणा व रवा घालून ढवळून ठेवून द्यावे. साधारण अर्धा-पाऊण तासाच्या अंतराने ते मिश्रण वरचेवर खाली-वर करावे. साधारण दोन-तीन तासांनंतर लाडू वळण्याजोगे होतात. तसे झाल्यावर लाडू वळावेत.

वरीलप्रमाणे साहित्याचे प्रमाण घेतल्यास मध्यम आकाराचे साधारण वीस लाडू होतात. ह्या लाडवांत खवाही घालतात. तसा घालावयाचा झाल्यास, दोनशे ग्रॅम खवा थोड्या तुपावर भाजून, भाजलेल्या रव्याबरोबर पाकात घालावा. तसेच पाक दोन-तारी करून घ्यावा.

## २. चण्याच्या रव्याचे लाडू (चाचणी-बेसनाचे लाडू)

**साहित्य :** चण्याच्या डाळीचा जाडसर रवा चार वाट्या, साखर साडेतीन वाट्या, एक नारळ, दोन वाट्या तूप, एक वाटी दूध, दहा ग्रॅम बेदाणे, पाच-सहा बदाम, दहा-पंधरा वेलदोडे, अर्धा ग्रॅम केशर अगर खाण्याचा केशरी रंग (पुरेसा).

**कृती :** लाडू करण्यापूर्वी डाळीच्या रव्याला पाव वाटी तूप, एक वाटी दूध लावून ठेवावे. चार तासांनंतर बाकीच्या तुपात, तो तूप व दूध लावलेला रवा चांगला तांबूस होईपर्यंत भाजावा. त्यात खोवलेले खोबरे घालून रवा पुन्हा थोडा भाजावा. साखरेचा दोन-तारीपेक्षा थोडा जास्त कडक पाक करावा. त्यात वरील भाजलेला रवा, बेदाणा, केशराची पूड व बदामाचे काप घालून चांगले ढवळावे. हे मिश्रण तसेच ठेवून द्यावे. अर्ध्या-पाऊण तासाच्या अंतराने वरचेवर खाली-वर करावे व वर तूप आल्यास ओतून काढावे. सकाळी केल्यास संध्याकाळी लाडू वळता येतील. ह्या लाडवांत खोबरे घातले नाही, तरी चालते. ह्या लाडवाला चाचणी-बेसनाचे लाडूही म्हणतात.

## ३. वाटलेल्या डाळीचे लाडू

**साहित्य :** चण्याची डाळ चार वाट्या, बाकीचे सर्व साहित्य व त्याचे प्रमाण वरील चाचणी-बेसनाच्या लाडवाप्रमाणेच.

**कृती :** प्रथम डाळ चार ते पाच तास पाण्यात भिजत घालून ठेवावी. नंतर स्वच्छ धुऊन पाट्यावर रवाळ वाटून घ्यावी. नंतर ती वाटलेली डाळ तुपामध्ये चांगली तांबूस होईपर्यंत भाजावी. साखरेचा दोन-तारी पाक करून त्यात तो भाजलेल्या डाळीचा रवा व इतर साहित्य घालावे. बाकीची सर्व कृती चाचणी-बेसनाच्या लाडवाप्रमाणेच करावी.

चण्याच्या डाळीप्रमाणेच मुगाच्या डाळीचेही लाडू चांगले होतात.

**टीप :** भाजताना तूप जरा जास्त घालावे, म्हणजे डाळ भाजायला जड जात नाही. तांबूस भाजून झाल्यावर, भांडे वाकडे करून त्यातील जास्तीचे तूप काढता येते.

## ४. बेसनाचे लाडू

**साहित्य :** चण्याच्या डाळीचे किंचित जाडसर पीठ चार वाट्या, तीन वाट्या पिठीसाखर (लिसा साखर या लाडवाकरिता जास्त

चांगली; ती नसल्यास दळलेली साखर घ्यावी), वेलदोडे, बदाम, बेदाणा, पाव वाटी दूध, दीड ते पावणेदोन वाट्या तूप.

**कृती :** एका पातेल्यात तूप घालून, त्यावर डाळीचे पीठ बदामी रंगावर भाजून घ्यावे. बदामी रंग आल्यावर खाली उतरवून, त्यावर दूध शिंपडून ते चांगले हलवावे. साधारण कोमट झाल्यावर त्यात साखर मिसळून ठेवावी. पूर्ण गार झाल्यावर एका ताटात ते सर्व मिसळलेले पीठ घेऊन खूप मळावे. मळून मऊ झाल्यावर वेलदोड्यांची पूड, बदाम काप व बेदाणा घालून लाडू वळावेत. मळल्यामुळे हे लाडू घट्ट न होता मऊ होतात.

याप्रमाणेच मुगाच्या डाळीच्या पिठाचेही लाडू करतात.

## ५. बुंदीचे लाडू

**साहित्य :** एक किलो चण्याच्या डाळीचे पीठ, दीड किलो तूप, दीड किलो साखर.

**कृती :** चण्याचे पीठ मैद्याच्या चाळणीने चाळून घ्यावे. अर्धी वाटी तापलेले तूप व अर्धा चमचा मीठ व पाणी घालून पीठ भिजवावे. पिठात गोळी होऊ देऊ नये. कढईत तूप तापत ठेवून, कढईत बुंदीचा झारा ठेवून, त्या झाऱ्यावर वरील पीठ घालावे व झारा आपटून आपटून तुपात कळ्या पाडाव्यात. कळ्या तांबूस तळून काढाव्यात. जर झाऱ्यातून कळ्या पडत नसतील, तर पीठ जरा पातळ करून घ्यावे व कळ्या लांबट पडत असतील, तर पीठ जरा घट्ट करून घ्यावे. कळ्या गोल पडल्या पाहिजेत. झाऱ्यावर पुन्हा पीठ घालण्यापूर्वी झारा प्रत्येकवेळी धुऊन-पुसून घ्यावा. याप्रमाणे सर्व पिठाच्या कळ्या पाडून घ्याव्या. साखरेचा पाक करत ठेवावा. एकतारीपेक्षा थोडा जास्त पाक करावा. कळ्या पाकात टाकाव्यात. तास, दीड तासाने लाडू वळता येईल. लाडू कमी गोड हवे असल्यास साखर कमी घालावी. एक किलो चण्याचे पीठ घेतल्यास अंदाजे पन्नास ते साठ लाडू होतात.

**टीप :** बुंदीच्या कळ्या तयार करून, डब्यात भरून ठेवल्यास त्या पुष्कळ दिवस टिकतात. ह्या कळ्यांच्या तिखट-मिठाच्या बुंदी, दूध-बुंदी वगैरे निरनिराळे पदार्थ करता येतात. त्यांची माहिती 'उपाहार' विभागात दिली आहे.

## ६. कडक बुंदीचे लाडू

वरीलप्रमाणेच सर्व साहित्य. वरीलप्रमाणेच कळ्या पाडून घ्याव्या. साखरेचा कच्चा पाक करून त्यात थोडे लिंबू पिळावे. तसेच पाकात अर्धी वाटी चिक्कीचा

गूळ घालावा. या पाकापैकी एक वाटी पाक घेऊन तो शिजत ठेवावा व पक्का पाक करून घ्यावा. एका थाळीत तीन वाट्या कळ्या घेऊन त्यांवर हा एक वाटी पाक ओतावा व झाऱ्याने कालवून, हाताला तांदळाची पिठी लावून जलद जलद लाडू वळावे. एका वेळी सहा ते सात लाडूच तयार करता येतात. पुन्हा वरीलप्रमाणे पक्का पाक घेऊन दुसरे लाडू वळावे.

## ७. मोतीचुराचे लाडू

**साहित्य :** एक किलो डाळीचे पीठ, पावणेदोन किलो तूप, दोन किलो साखर, बदामाचे काप, बेदाणे, वेलदोडे, केशर अगर खाण्याचा केशरी रंग.

**कृती :** बुंदीच्या लाडवाप्रमाणे पीठ भिजवावे. पण त्यापेक्षा हे पीठ जरा पातळच करावे. नंतर तूप कढईत तापत ठेवून त्यावर मोतीचुराचा झारा ठेवून त्यात पीठ घालावे व झारा आपटून आपटून तुपात कळ्या पाडाव्या व तांबूस तळून काढाव्यात. प्रत्येक वेळी झारा धुऊन-पुसून घ्यावा. याप्रमाणे सर्व पिठाच्या कळ्या पाडून घ्याव्या. साखरेचा दोन-तारी पाक करून त्यात बदामाचे काप, बेदाणे (निवडून), वेलदोड्यांची पूड व केशर (खलून) अगर खाण्याचा केशरी रंग घालावा व पाक सारखा करून घ्यावा. या पाकात कळ्या घालाव्या व सारखे करून ठेवावे. थोड्या वेळाने लाडू वळावयास येतील, हे लाडू जरा लहान आकाराचे वळावे.

वरील साहित्याचे पंच्याहत्तर ते ऐंशी लाडू होतील.

## ८. चुरम्याचे लाडू

**साहित्य :** जाडसर कणीक चार वाट्या, पिठीसाखर चार वाट्या, कणीक भिजवण्यास लागेल तेवढे दूध, तूप (खालील कृतीच्या अंदाजाने), चवीपुरते मीठ.

**कृती :** चवीपुरते मीठ टाकून व थोडे तूप टाकून कणीक दुधात भिजवावी. एक तासानंतर भिजलेल्या कणकेचे मुटके करून ते तुपामध्ये तळावेत. गार झाल्यावर ते जाडसर कुटून घ्यावेत. नंतर चाळणीत घालून रवा पडेपर्यंत चाळावे. चांगले घरचे तूप हाताने फेसून, त्यात पिठीसाखर घालून, पुन्हा चांगले फेसावे. नंतर त्यात वरील चाळलेला रवा घालून बेसनाच्या लाडवाप्रमाणे लाडू वळावेत.

# १७. इतर मिष्टान्ने

## १. कडबू

**साहित्य :** दोन वाट्या चण्याची डाळ, अडीच वाट्या गूळ अगर साखर, एक लहानसा नारळ, अर्धी वाटी खसखस, अंदाजे तीन वाट्या कणीक, पाव वाटी बेदाणा, पाव वाटी काजूचे तुकडे, वेलदोडे, जायफळ, तूप, तेल.

**कृती :** चण्याची डाळ मऊ शिजवून घेऊन, चाळणीत ओतून, पाणी काढून टाकावे. नंतर डाळ यंत्राने अगर पाट्यावर साधारण भरड वाटून घ्यावी. नंतर त्यात साखर अगर गूळ व नारळाचे खोवलेले खोबरे घालून, पुरण पुन्हा शिजवून घ्यावे. चांगला गोळा झाल्यावर खाली उतरवावे. त्यात वेलदोड्यांची पूड, जायफळाची पूड, बेदाणा व काजूचे तुकडे घालावेत. तीन-चार चमचे खसखस वगळून बाकीची खसखस भाजून घालावी व पुरण सारखे करावे. कणकेमध्ये चवीपुरते मीठ व पाव वाटी तेल घालून कणीक घट्ट भिजवावी व चांगली मळून त्याच्या पुऱ्या करण्याकरिता गोळ्या करतात, त्याप्रमाणे गोळ्या कराव्या. गोळी लाटावयास घेतेवेळी ती खसखशीत दाबून घ्यावी. पुरी लाटावी व खसखशीची बाजू सोडून दुसऱ्या बाजूवर पुरण घालावे व करंजीप्रमाणे बंद करून, कातण्याने कातून तुपात कडबू खमंग तळून काढावा.

**टीप :** या कडबूत खवाही घालतात. खवा भाजून घेऊन तो पुरण शिजल्यावर, बेदाणे व काजू घालतेवेळी घालावा.

## २. शिरा

**साहित्य :** दोन वाट्या रवा, पावणेदोन वाट्या साखर, अर्धी वाटी तूप, बदाम, बेदाणे, हवे असल्यास केशर अगर केशरी रंग, चारोळी.

**कृती :** रवा तुपात खमंग भाजून घ्यावा. नंतर त्यावर आधणाचे पाणी घालावे. पाहिजे असल्यास केशर अगर रंग घालावा आणि वाफ आल्यावर त्यात साखर घालून पुन्हा वाफ आणावी. नंतर त्यात वेलदोड्यांची पूड, बेदाणे व बदामाचे काप घालावेत. आवडत असल्यास चारोळी घालावी.

याप्रमाणेच गुळाचाही शिरा करतात. त्यात साखरेऐवजी गूळ घालावा व केशर घालू नये.

वरील साहित्यात सात ते आठ डिश भरून शिरा होईल.

**टीप :** पाणी घालावयाचे, ते रवा बारीक असल्यास रव्याच्या बरोबरीने व रवा जाड असल्यास रव्याच्या दीडपट घालावे.

## ३. श्रीखंड

**साहित्य :** दोन लिटर दूध, साखर, केशर अगर खाण्याचा केशरी रंग, वेलदोडे, जायफळ, चारोळी.

**कृती :** दूध तापवून त्याला विरजण लावावे. विरजण लागल्यावर दही फडक्यात घालून टांगून ठेवावे अगर श्रीखंड लवकर व गडबडीने करावयाचे असल्यास, फडक्यावर दही घालून त्याचे गाठोडे बांधून त्यावर पाट ठेवावा व त्यावर चांगले वजन ठेवून द्यावे. पाणी निघून गेल्यावर चक्का तयार होईल. साधारणपणे चक्का असेल तितकी साखर घ्यावी अथवा आपल्या आवडीप्रमाणे कमी-जास्त साखर घेऊन ती चक्क्यात घालावी. चक्का सारखा करून घेऊन, तो श्रीखंड गाळण्याच्या यंत्राने अगर बारीक चाळणीवर घालून गाळून घ्यावा. त्यात केशर खलून अगर खाण्याचा केशरी रंग, वेलदोड्यांची पूड, जायफळ उगाळून व चवीला किंचित मीठ घालावे. श्रीखंड तयार झाल्यावर, आवडत असल्यास वर चारोळी टाकावी किंवा वाढायच्या वेळी वाटीत श्रीखंड घालून त्यावर चारोळी घालावी. तसेच हवे असल्यास, त्यावर एक-दोन देशी गुलाबाच्या पाकळ्या टाकाव्या. यामुळे वाढलेले श्रीखंड आकर्षक दिसते. एक किलो चक्क्याचे श्रीखंड साधारणपणे सात ते आठ माणसांना पुरेल.

## ४. बासुंदी

**साहित्य :** दोन लिटर दूध, साखर, केशर अगर खाण्याचा केशरी रंग, वेलदोडे, बदाम, बेदाणे, पिस्ते, जायफळ, चारोळी.

**कृती :** शक्यतो जास्त पसरट भांड्यात अगर कढईत दूध आटवावयास ठेवावे व खाली मोठा जाळ लावावा. दूध जितके आटेल, तितकी बासुंदी पांढरी होते. त्याकरिता मोठा जाळ लावावा व भांडेही पसरट घ्यावे. दूध आटत असताना सारखे हलवत राहावे. चांगली दाट बासुंदी होण्यास दोन लिटर दुधाचे अंदाजे साडेतीन ते चार वाट्या दूध आटून झाले पाहिजे. तितके दूध आटल्यावर त्यात एक वाटी साखर अगर साखरेचा पाक करून घालावा व एक उकळी आणावी. नंतर केशर अगर रंग, वेलदोड्याची पूड, जायफळ उगाळून, बेदाणे व बदामाचे अगर पिस्त्याचे काप घालावे. चारोळीही थोडीशी भाजून घालावी. बासुंदी तयार झाल्यावर वाढायच्या वेळेपर्यंत गार पाण्यात अगर रेफ्रिजरेटरमध्ये ठेवावी. दोन लिटर दुधाची बासुंदी

साधारणपणे दोन माणसांना पुरेल.

## ५. जिलबी

**साहित्य :** अर्धा किलो मैदा, अर्धी वाटी दही, दोन चमचे तेल, केशर अगर खाण्याचा केशरी रंग, अर्धी वाटी चण्याच्या डाळीचे पीठ, पाऊण किलो साखर, लिंबू, तळण्याकरिता तूप.

**कृती :** ज्या दिवशी जिलबी करावयाची असेल, त्याच्या आदल्या दिवशी रात्री मैदा, दही, तेल व कोमट पाणी हे सर्व मिसळून, भिजवून ठेवावे. थंडीच्या दिवसांत उबेच्या ठिकाणी हे पीठ ठेवावे, म्हणजे ते चांगले आंबते. दुसऱ्या दिवशी जिलबी करावयाच्या वेळी अर्धी वाटी डाळीचे पीठ घालून ते मिश्रण चांगले खूप फेसावे. साखरेचा दोन-तारी पाक करावा. त्यात केशर खलून अगर केशरी रंग घालून व लिंबू पिळून पाक निखाऱ्यावर ठेवावा. एका जाड फडक्याला हरभऱ्याच्या डाळीएवढे भोक पाडून ते बटणाच्या काज्याप्रमाणे शिवून घ्यावे. फडक्यात पीठ घालून तापलेल्या तुपात त्याची गोल जिलबी पाडावी. तळून झाल्यावर गरम असतानाच गरम पाकात सोडावी. दुसऱ्या जिलब्या तळून होईपर्यंत पहिल्या जिलब्या पाकात ठेवाव्या.

**टीप :** मैद्याच्या ऐवजी रवाही घातला, तरी चालतो. त्याही जिलब्या चांगल्या लागतात. किंवा मैदा व रवा दोन्हीही समप्रमाणात घेऊन जिलबी करावी.

## ६. गुलाबजाम

**साहित्य :** दोन वाट्या खवा (पुणे, मुंबईसारख्या ठिकाणी गुलाबजामचा म्हणूनही निराळा खवा मिळतो. मिळाल्यास, तो घ्यावा.), अर्धी वाटी आरारूट अथवा मैदा, तळण्यासाठी तूप, चिमूटभर सोडा, तीन वाट्या साखर.

**कृती :** आरारूट अगर मैदा पाण्यात भिजवून घेऊन तो खव्यामध्ये मळावा. त्यात चिमूटभर सोडा घालावा. पाणी लावून खवा खूप मळावा. पोळीची कणीक भिजवून घेतो, तितका सैल खव्याचा गोळा करावा. त्याकरिता लागल्यास थोडे पाणी लावावे. मळलेल्या खव्याचे लहान लहान गोल अगर लांबट गोळे करावेत. तळावयास तूप बरेच घ्यावे. ते तापले, म्हणजे खालचा विस्तव अगदी मंद करून, त्यात खव्याचे गोळे सोडून, ते झाऱ्याने अबदारपणे गोल गोल फिरवून मंद तळावेत. कढईच फिरविली, तरी चालते. लालसर रंग आल्यावर गुलाबजाम तयार होतात. साखरेचा एकतारी पाक करून गरम पाकात गुलाबजाम सोडावेत. आवडत असल्यास, पाकात लिंबू पिळावे.

## ७. पाकातल्या पुऱ्या

**साहित्य :** चार वाट्या बारीक रवा, एक वाटी आंबट दही, सहा ते सात वाट्या साखर, अर्धी वाटी तेल, तळण्याकरिता तूप, चवीपुरते मीठ, केशर अगर खाण्याचा केशरी रंग.

**कृती :** रव्यामध्ये अर्धी वाटी गरम तेलाचे मोहन घालावे. चवीप्रमाणे मीठ घालावे. नंतर हा रवा, आंबट दही व जरूर तेवढे पाणी घालून घट्ट भिजवावा व दोन तास तसाच ठेवून द्यावा. नंतर तो चांगला कुटावा व गोळ्या करून नेहमीच्या पुऱ्यांपेक्षा जास्त जाड पुऱ्या लाटाव्या. साखरेचा दोन-तारीपेक्षा जाड पाक करावा व तो मंद विस्तवावर ठेवावा, म्हणजे गरम राहील. पाक गार असला, तर तो पुऱ्यांत शिरत नाही. त्या पाकात केशर अथवा रंग घालावा व जितकी आंबटगोड चव पाहिजे असेल, त्या प्रमाणात लिंबू पिळावे. पुऱ्या तांबूस रंगावर तुपात तळून घेऊन पाकात सोडाव्या. दुसऱ्या पुऱ्या तळून होईपर्यंत पहिल्या पुऱ्या पाकात ठेवाव्या.

**टीप :** ह्या पुऱ्या चार दिवस ठेवल्या, तरी चालतात. चांगल्या राहतात. नरम पडत नाहीत. केशर अगर रंग न घालता या पुऱ्या पांढऱ्याही करतात. त्याही चांगल्या दिसतात.

## ८. मोदक

**साहित्य :** दोन वाट्या चांगले पांढरे स्वच्छ तांदूळ, दोन वाट्या साखर अगर गूळ, पाव वाटी खसखस, एक नारळ, दोन चमचे तूप, वेलदोडे, तेल.

**कृती :** तांदूळ स्वच्छ धुऊन ते फडक्यावर वाळवावे. सुकल्यावर ते दळून त्याचे पीठ करावे व ते बारीक चाळणीने चाळून घ्यावे. नारळ खोवून, खोबरे व साखर अगर गूळ एकत्र करून शिजवावे. सारण शिजत आल्यावर त्यात एक चमचा तांदळाची पिठी घालावी. खसखस भाजून घालावी व वेलदोड्यांची पूड घालून सारण पुन्हा थोडे शिजवावे. जितके तांदळाचे पीठ होईल, तितकेच पाणी घेऊन ते एका पातेल्यात उकळावयाला ठेवावे. त्यात चवीला मीठ व दोन चमचे तूप व अर्धा चमचा तेल घालावे. उकळी आल्यावर पातेले खाली घेऊन लागलीच त्यात पीठ घालावे. नंतर ते ढवळून, मंद विस्तवावर ठेवून दोन वाफा आणून घ्याव्या. नंतर पातेले खाली उतरवून आतील उकड गरम असतानाच एखादे भांडे घेऊन मळावी. भांडे घेतल्याने हात भाजणार नाहीत. उकडीची मोठ्या लिंबाएवढी गोळी घेऊन, त्याची हाताने अगर प्लॅस्टिकच्या कागदावर लाटून वाटीच्या आकाराची पापडी तयार करावी. त्या पापडीत सारण भरून पापडीच्या कडा थोड्या थोड्या

अंतरावर चिमटीने दाबून तोंड बंद करावे व त्याला वर टोक आणावे. नंतर हे मोदक मोदकपात्रात घालून चांगली वाफ आणावी.

वरील साहित्याचे एकोणीस ते वीस मोदक होतील.

## ९. रंगीत मोदक

**साहित्य :** वरील मोदकाकरिता दिलेले सर्व साहित्य, शिवाय केशर अगर केशरी रंग व इतर हवे असतील, ते दोन-तीन रंग.

**कृती :** वरील मोदकाच्या कृतीत दिल्याप्रमाणे उकड करून घ्यावी. नंतर त्यातील थोडी उकड घेऊन तिचे लहान लहान भाग करावे. संख्येने जितके विविध रंग हवे असतील, तितकी संख्या ह्या लहान भागांची करावी व त्या निरनिराळ्या भागांत केशर अथवा केशरी रंग व इतर रंग मिसळावे व त्यांच्या साधारणत: चिंचोक्याएवढ्या लहान-लहान गोळ्या करून ठेवाव्या. नंतर मूळच्या सफेद उकडीचा लिंबाएवढा गोळा घेऊन, त्याला पेढ्यासारखा आकार देऊन, त्याच्यावर लहान रंगीत गोळ्यांपैकी प्रत्येक रंगाची एक एक गोळी लावावी. नंतर मोठ्या गोळ्यांची रंगाकडील बाजू बाहेर राहील, अशा बेताने एक पापडी करावी व तीत सारण भरावे.

बाकीची कृती वरील सफेद मोदकांप्रमाणेच करावी.

## १०. पाकातल्या करंज्या

**साहित्य :** रवा व मैदा प्रत्येकी अर्धी वाटी, दीड वाटी खवा, पाऊण वाटी हापूस आंब्याचा रस, तीन वाट्या साखर, अर्धी वाटी दूध, चार चमचे तेल, बेकिंग पावडर व मीठ प्रत्येकी अर्धा चमचा, तळण्यासाठी तूप.

**कृती :** रवा, मैदा, मीठ व बेकिंग पावडर एकत्र करून चाळून घ्यावी. तेलाचे मोहन व जरुरीप्रमाणे दूध घालून, रवा व मैदा घट्ट भिजवून, चार तास झाकून ठेवावा. खवा खरपूस भाजून, त्यात एक वाटी साखर व आंबरस घालून घोटून आटवावे. साधारण घट्ट झाल्यावर आच बंद करावी. भिजवलेल्या पिठाच्या लाट्या करून, त्यांत खवा-आंबा सारण भरून, नेहमीप्रमाणे करंज्या करून, तुपातून तळून काढाव्या. दोन वाट्या साखरेचा दोनतारी पाक करून, करंज्या पाकातून बुडवून काढाव्या.

अशाच प्रकारे सुका मेवा, सुके खोबरे यांचे सारण घालून या प्रकारच्या करंज्या करता येतील.

## ११. खवापुरी

**साहित्य :** दीड वाटी मैदा, पाऊण वाटी रवा, दीड वाटी खवा, दीड वाटी पिठीसाखर, दोन चमचे वेलची-पूड, तूप.

**कृती :** रवा व मैदा एकत्र करून, दोन चमचे तुपाचे मोहन घालून, घट्ट भिजवून, तासभर झाकून ठेवावा. रवा-मैदा कुटून घ्यावा. खवा परतून घेऊन, त्यात पिठीसाखर व वेलची-पूड घालून, चांगले मळावे. रवा-मैद्याच्या पिठाच्या लाट्या करून पातळ पुऱ्या लाटाव्या. एका वेळी दोन पुऱ्या लाटाव्या. एका पुरीवर खवा-साखरेचे सारण पसरून, त्यावर दुसरी पुरी ठेवून, कडा दाबून घ्याव्या. सर्व पुऱ्या झाल्यावर त्या तुपातून तळून काढाव्या.

या पुऱ्या गरम असताना चांगल्या लागतात. शिवाय त्या शेवयांच्या खिरीबरोबर किंवा बासुंदीबरोबर खाण्यासही चांगल्या लागतात.

## १२. रसमंजिरी

**साहित्य :** दोन लिटर दूध, अर्धी वाटी खवा, एक वाटी साखर, पाव वाटी शेवया, तवकील, बदामाचे काप, रंग किंवा केशर, तूप.

**कृती :** नेहमीच्या कृतीप्रमाणे गुलाबजाम तयार करावे. सुपारीएवढ्या आकाराचे गुलाबजाम असावेत. एक वाटी साखरेच्या पाकात ते मुरण्यास ठेवावेत. शेवया बदामी रंग येईतो तुपावर परतून घेऊन, त्यांवर लगेच पाणी घालून, त्या निथळत ठेवाव्या.

दूध आटवून निम्मे करावे. ते थोडे थंड झाल्यावर पाकासकट गुलाबजाम, शेवया, रंग वा केशर व बदामाचे काप घालून हलक्या हाताने ढवळावे व एक उकळी आणावी.

◆

गुलाबाच्या फुलाचे चिरोटे

# भाग ३

# उपहार

इंद्रधनुष्यी करंजी

चंपाकळी

मोहनवा

# भाग ३ उपाहार

आहारात जेवण जरी प्रमुख मानले, तरी जेवणाच्या वेळेखेरीज इतर वेळी खाण्याकरिता काही उपाहाराचे वा फराळाचे पदार्थ करावे लागतात अगर करून ठेवावे लागतात. सकाळी न्याहारीकरिता अगर मधल्या वेळी खाण्याकरिता, तसेच कोणी मंडळी जेवणाखेरीज इतर वेळी आल्यास त्यांना देण्याकरिता अगर कोणास चहाफराळास बोलाविल्यास त्यांना देण्याकरिता जे निरनिराळे उपाहारांचे पदार्थ करता येतील, अशा पदार्थांचा विचार या विभागात केला आहे. अर्थात हे सर्व पदार्थ केवळ उपाहारासाठीच म्हणून देता येतील, असे नाही. यांतील काही तिखटमिठाचे व गोडाचे पदार्थ जेवणातही उपयोगात आणता येतील. उदाहरणार्थ : भजी, सुरळीच्या वड्या, वडे, वाटली डाळ, करंज्या, अनरसे, चिरोटे, घीवर वगैरे पदार्थ जेवणाच्या वेळीही वाढता येतील. तसेच, जेवणातील लोणची, चटणी, उसळी वगैरे तिखटमिठाचे पदार्थ व जिलबी, श्रीखंड, काही प्रकारच्या पोळ्या, लाडू वगैरे पदार्थ उपाहाराकरिताही देता येतील. तथापि, मुख्यत्वेकरून उपाहाराकरिता म्हणून जे पदार्थ मानता येतील, ते या विभागात दिले आहेत. पुढे काही मद्रासी, गुजराती, बंगाली व पंजाबी असे खास पदार्थ स्वतंत्र विभागात दिले आहेत. ते ते पदार्थ त्या त्या प्रांतातील वैशिष्ट्य म्हणून निराळे दिले आहेत. पण तेही पदार्थ उपाहाराकरिता उपयोगात आणता येणारे आहेत व त्यांतले काही जेवणातही घेता येतील.

## १. थालीपिठे

### १. भाजणीचे थालीपीठ

**साहित्य :** चार वाट्या बाजरी, दोन वाट्या ज्वारी, एक वाटी उडदाची डाळ, एक वाटी चण्याची डाळ, अर्धी वाटी गहू, अर्धी

वाटी तांदूळ, अर्धी वाटी धने, दोन चमचे जिरे, तिखट, मीठ, हिंग, तेल, हळद, काळा (गोडा) मसाला, कोथिंबीर.

**कृती :** वरील सर्व धान्ये, धने व जिरे हे सर्व भाजून घेऊन, एकत्र करून, तळून भाजणी तयार करावी. धान्यांची प्रमाणे वर दिली आहेत. तथापि, त्या प्रमाणात कमी-जास्त करण्यास हरकत नाही. जेवढी थालीपिठे करावयाची असतील, त्या प्रमाणात भाजणी घेऊन त्यात हिंग, हळद, काळा मसाला व चवप्रमाणे तिखट आणि मीठ व थोडे तेल घालून व पाणी घालून भाजणी मळून घ्यावी व तव्यावर तेल घालून लहान अगर मोठे पाहिजे त्या आकाराचे थालीपीठ लावावे. त्याच्यावर बोटाने चार-पाच भोके पाडून, त्यांत तेल सोडून झाकण ठेवावे व मंद विस्तवावर भाजावे.

**टीप :** १. ज्वारीवर आधणाचे पाणी घालून, ज्वारी अगदी मंद अशी भाजून घेऊन, वरील भाजणी दळल्यास थालीपीठ जास्त हलके होते. २. वरील टीप १ मध्ये दिल्याप्रमाणे तयार करून घेतलेल्या नुसत्या ज्वारीच्या पिठाचेही थालीपीठ चांगले होते. ३. भाजणी तयार नसल्यास घरात जी पिठे असतील, ती पिठे मिसळूनही थालीपीठ केल्यास चांगले होते. ४. वरील थालीपिठात कांदा चिरून घालावा व कांद्याचे थालीपीठ करावे. ५. वांगे भाजूनही या भाजणीच्या थालीपिठात घालतात. लाल भोपळा, दुधीभोपळा, मेथीची भाजी, कांद्याच्या पाती (चिरून), गाजर व मुळा यांपैकी कोणतीही भाजी भाजणीच्या पिठात घालूनही थालीपीठ चांगले होते. भोपळा व गाजर किसून घालावे. ६. थालीपिठात पाहिजे असल्यास चिमटीभर सोडा घालावा. त्यामुळे ते हरवाळ होते.

## २. तांदळाचे थालीपीठ

**साहित्य :** तांदळाचे पीठ, जिरे, मीठ, मिरची, कोथिंबीर, तेल.

**कृती :** तांदळाचे पीठ घेऊन, त्यात चवीप्रमाणे वर दिलेले इतर साहित्य घालून, वरील भाजणीच्या थालीपिठाप्रमाणेच थालीपीठ करावे. हे थालीपीठ खावयास कुरकुरीत लागते. गरम असतानाच खावयास घ्यावे. पाहिजे असल्यास थालीपिठात सोडा घालावा. त्यामुळे ते हरवाळ होते.

## ३. लाल भोपळ्याचे (गोडाचे) थालीपीठ

**साहित्य :** दोन वाट्या लाल भोपळ्याचा कीस, एक वाटी गूळ, कणीक, तांदळाचे पीठ, मीठ, तेल, पाव चमचा सोडा.

**कृती :** भोपळ्याचा कीस व गूळ शिजवून घ्यावे. चांगले शिजल्यावर त्यात चवीप्रमाणे मीठ, थोडेसे तेल व थोडेसे तांदळाचे पीठ व सोडा घालून कालवावे व

झाकून ठेवावे. नंतर गार झाल्यावर त्यात मावेल एवढी कणीक घालावी व पीठ मळून भाजणीच्या थालीपीठाप्रमाणे थालीपीठ लावावे. गोडाचे असल्यामुळे अगदी मंद विस्तवावर भाजावे. हे थालीपीठ जरा जाडच लावावे.

**टीप :** वरीलप्रमाणेच काकडीचे व गाजराचे गोडाचे थालीपीठ करावे.

### ४. कणकेचे थालीपीठ

**साहित्य :** दोन वाट्या जाडसर कणीक, पाव वाटी तूप, पाऊण वाटी साखर अगर गूळ, मीठ, चिमटीभर सोडा.

**कृती :** कणीक घेऊन त्यात तूप, साखर अथवा गूळ, चवीप्रमाणे मीठ व चिमटीभर सोडा घालावा व पाणी घालून भिजवावे व कणीक मळून घ्यावी. तव्यावर तूप अगर तेल घालून भाजणीच्या थालीपीठाप्रमाणेच ह्या पिठाचे थालीपीठ लावावे व मंद विस्तवावर ते गुलाबी रंगावर भाजावे. हे थालीपीठ अगदी कुरकुरीत होते व खावयास फारच छान लागते.

## २. आंबोळी, घावन वगैरे

### १. आंबोळी (साधी)

**साहित्य :** दोन वाट्या तांदळाचे पीठ, चवीप्रमाणे मीठ, तेल, दूध, साखर अगर गूळ, वेलदोडे.

**कृती :** तांदळाच्या पिठात चवीपुरते मीठ घालून पीठ पाण्यात पातळ भिजवावे. त्यात दोन चमचे तेल घालून भिजविलेले पीठ तास ते दीड तास ठेवून द्यावे. नंतर आंबोळीच्या तव्यावर चमचा ते दीड चमचा तेल घालून, त्यावर वरील पीठ घालून, पातळ आंबोळ्या कराव्या.

दुधात साखर अथवा गूळ व वेलदोड्यांची पूड घालावी व या दुधाबरोबर आंबोळी खावयास द्यावी.

### २. आंबोळी (गोडाची)

**साहित्य :** दोन वाट्या तांदूळ, चिंचोक्याएवढे हळकुंड, अर्धी वाटी पोहे, एक चमचा मेथ्या, दीड वाटी गूळ अथवा साखर, पाऊण वाटी खोवलेले खोबरे.

**कृती :** तांदूळ, हळकुंडाचा तुकडा व मेथ्या पाण्यात घालून एक दिवस, म्हणजे साधारणत: चोवीस तास ठेवावे. त्यानंतर हे जिन्नस धुऊन वाटावयास घ्यावेत. शक्य असल्यास रगड्यात वाटावेत. वाटावयाच्या वेळी त्यात पोहे (धुऊन) व खोबरे घालावे व सर्व एकत्र बारीक वाटून घ्यावे. नंतर त्यात बारीक चिरून गूळ अगर साखर घालावी व चांगले खाली-वर ढवळून हे पीठ तसेच चार-पाच तास झाकून ठेवावे. पातेले जरा मोठेच घेतलेले असावे. तसेच हे पीठ फार पातळ करू नये. चार-पाच तासांनी पीठ आंबून फसफसून वर येईल. नंतर तव्यावर चमचाभर तेल घालून त्यावर हे पीठ पळीभर घालावे व पसरावे. जरा जाडच– म्हणजे अंदाजे पाव इंच जाडीचे घालावे व झाकण ठेवावे. या आंबोळीला चांगली जाळी पडते.

ही आंबोळी तशीच गरम गरम खावयास द्यावी. हवे असल्यास वर तूप घालावे.

## ३. आंबोळी (तिखटाची)

गूळ अगर साखरेखेरीज करून वरीलप्रमाणे बाकीचे साहित्य घेऊन आणि तिखट, मीठ घालून वरील कृतीप्रमाणे तिखटाची आंबोळी करावी.

## ४. मुगाचे धिरडे

**साहित्य :** हिरवे मूग, कांदा, कोथिंबीर, ओल्या मिरच्या, मीठ, तेल.

**कृती :** मूग दोन तास भिजत घालावेत. नंतर मिरच्या व मूग एकत्र बारीक वाटावे. वाटलेल्या गोळ्यात मीठ घालावे. कांदा व कोथिंबीर चिरून ठेवावी. वाटलेल्या गोळ्यात जरूर तेवढे पाणी घालून तव्यावर धिरड्याइतपत जाड पसरावे. धिरडे झाल्यावर तव्यावरच असताना धिरड्यावर चिरलेला कांदा व कोथिंबीर घालावी व डोशाप्रमाणे गुंडाळी करावी. हिरव्या रंगामुळे हा धिरड्याचा प्रकार चांगला दिसतो. मूग वाटून झाल्याबरोबर लगेचच धिरडे घालावे. त्यामुळे मुगाचा हिरवा रंग राहतो.

## ५. खरवसाचे धिरडे

**साहित्य :** खरवसाचे दूध, ओल्या मिरच्या, कोथिंबीर, कांदा, मीठ, तूप, थोडीशी कणीक.

**कृती :** खरवसाचे दूध चार वाट्या घ्यावे. त्यात अर्धी वाटी कणीक आणि चवीपुरते मीठ घालावे व सर्व चांगले कालवावे. नंतर कांदा व ओल्या मिरच्या बारीक चिरून घालाव्यात व कोथिंबीर घालावी. नंतर सर्व एकत्र कालवून, एकजीव करून घ्यावे व तव्यावर तूप सोडून, त्यावर वरील मिश्रण घालून, धिरड्यासारखे परतून काढावे.

## ६. टोमॅटो आम्लेट

**साहित्य :** चण्याचे पीठ दोन वाट्या, एक मोठा टोमॅटो, तीन-चार हिरव्या मिरच्या, अर्धा इंच आले, लसणीच्या पाच-सहा पाकळ्या, जिरे, मीठ, कोथिंबीर, तेल.

**कृती :** मिरच्या, आले व लसूण वाटून घ्यावी. टोमॅटो बारीक चिरून व रवीने अगर मिक्सरमध्ये घुसळून घेऊन तो वरील वाटलेल्या गोळ्यात घालावा आणि हे मिश्रण चण्याच्या पिठात घालावे. नंतर पिठात मीठ, जिरे, चिरलेली कोथिंबीर आणि दोन चमचे तापलेले तेल घालून व जरूर तेवढे पाणी घालून पीठ पातळसर भिजवावे व जाड तव्यावर तेल टाकून हे पीठ घालावे. हे पीठ जरा जाडच घालावे. वर झाकण ठेवावे.

आम्लेट खावयास देताना बरोबर लोणी द्यावे.

## ७. घावन

**साहित्य :** काकडीचा कीस दोन वाट्या, तीन वाट्या कणीक, एक वाटी तांदळाचे पीठ, दोन वाट्या गूळ अगर साखर, चवीपुरते मीठ, तेल.

**कृती :** काकडीचा कीस घेऊन त्यात गूळ अगर साखर घालून चवीपुरते मीठ घालून कीस शिजवावा. शिजल्यावर गरम असताना त्यात तांदळाचे पीठ घालावे व ढवळून झाकण घालून ठेवून द्यावे. गार झाल्यावर त्यात कणीक घालावी व पीठ फार पातळ होणार नाही, या बेताने पाणी घालून चांगले कालवावे. नंतर तव्यावर तेल टाकून त्यावर पीठ घालून घावन करावेत.

काकडी न घालता नुसती कणीक व तांदळाचे पीठ घालूनही घावन होतात.

काकडीऐवजी लाल भोपळ्याचा अगर दूधभोपळ्याचा कीस घालूनही घावन चांगले होतात.

## ८. काकडीचे सांदण

**साहित्य :** तांदळाचा रवा चार वाट्या, चिरलेला गूळ तीन वाट्या, चांगली जून काकडी एक किलो, दहा-बारा वेलदोडे, पाव वाटी तूप, खोवलेले ओले खोबरे एक वाटी, मीठ, सोडा.

**कृती :** काकडी कापून, त्यातील बिया काढून टाकून, ती बारीक किसणीने किसावी. तांदळाचा रवा तुपावर चांगला खमंग भाजून घ्यावा. नंतर एका पातेलीत

तूप टाकून काकडीचा कीस घालावा. तसेच, चवीकरता मीठ घालावे. गूळ चिरून घालावा. थोड्या वेळाने त्यास पाणी सुटेल. नंतर भाजलेल्या तांदळाचा रवा, ओले खोबरे व वेलदोड्यांची पूड त्यात घालावी. पाव चमचा सोडा घालावा. चमच्याने पडेल, इतपत मिश्रण पातळ असावे. जरूर लागल्यास थोडे पाणी घालावे. नंतर त्यावर कर्दळीची अगर हळदीची पाने घालून व झाकण ठेवून पातेले विस्तवावर ठेवावे. झाकणावर थोडे निखारे घालावेत. पूर्ण शिजावयास साधारणपणे एक तास लागेल. शिजून झाल्यावर वड्या कापाव्यात. रात्री करून ठेवल्यास दुसऱ्या दिवशी खाण्यास जास्त चांगले लागेल. वरील मिश्रण पातेल्यात घालून विस्तवावर ठेवण्याऐवजी ते एका भांड्यात घालून, भांडे मोदकपात्रात ठेवून, सांदण उकडून काढावयासही हरकत नाही.

**टीप :** काकडीच्या सांदणाप्रमाणे फणसाचे व पिकलेल्या आंब्याचे सांदण करतात. सांदणाकरिता बरका फणस पाहिजे. गरे व आंब्याचा रस चाळणीवर गाळून घ्यावा.

## ९. आंबोळे

**साहित्य :** सहा वाट्या तांदूळ, एक वाटी तांदळाच्या कण्या, मीठ, सोडा, तेल, नारळ, गूळ, जायफळ.

**कृती :** तांदूळ भाजून धुवावे व सावलीत वाळवावे. नंतर दळून बारीक पीठ करावे. नंतर तांदळाच्या कण्यांची पेज करून, त्यात तांदळाचे दळून घेतलेले पीठ घालावे व साधारण घट्ट कालवावे. त्या पिठात चार चमचे तेल व एक चमचा मीठ घालून व कालवून कल्हईच्या मोठ्या भांड्यात मिश्रण झाकून ठेवावे. एक दिवस असे ठेवून द्यावे. नंतर ते फसफसून येईल. मग त्यात अर्धा चमचा सोडा घालून ते हाताने ढवळून एकजीव करावे. कढईला तेल लावून ती तापल्यावर त्यात वाटीने पिठाचा जाडसर थर ओतावा. वर ताट झाकावे. विस्तव मंद ठेवावा.

थोड्याच वेळात बनपावाप्रमाणे फुगून वर येईल. नंतर परतून गुलाबी रंग आल्यावर काढून घ्यावे. नारळाचे दूध काढून, त्यात गूळ व जायफळ उगाळून घालून त्याच्याबरोबर आंबोळे खावयास द्यावे.

## १०. खापरपोळ्या

**साहित्य :** तांदूळ, मेथ्या, नारळ, साखर अगर गूळ, मीठ.

**कृती :** तांदूळ थोडेसे भाजून घ्यावेत. नंतर त्यात थोड्या मेथ्या घालून धुवावेत व पसरून सावलीत वाळवावेत व नंतर दळून जाडसर पीठ करावे. नारळाचे दूध काढून त्यात ते पीठ रात्री भिजवून घट्ट गोळा करून ठेवावा. सकाळी आणखी

नारळाचे दूध जरा जास्तच काढून त्यातील लागेल तेवढे पिठात घालून पीठ पातळ व सरबरीत करावे. त्यात साखर अगर गूळ, थोडे मीठ व ओले खोबरे (अगदी बारीक वाटून) घालावे. त्याप्रमाणे पीठ तयार करून दोन तास ठेवून द्यावे. नंतर तव्याला मिठाचे पाणी लावून त्यावर दोन पळ्या पीठ ओतावे. भोके पडू लागली, की त्यावर एखादे भांडे पालथे घालावे. काही वेळानंतर खापरपोळी परतावी व नंतर काढावी. नारळाच्या दुधात थोडी साखर घालून त्यात खापरपोळी भिजत घालावी व नारळाच्या जाड रसाबरोबर खावयास द्यावी.

# ३. भजी

## १. कांद्याची भजी : प्रकार १

**साहित्य :** दोन वाट्या चण्याचे किंचित जाडसर पीठ, पाव वाटी तांदळाचे पीठ, एक वाटी अगदी बारीक चिरलेला कांदा, तिखट, मीठ, हळद, थोडासा सोडा, तेल, कोथिंबीर.

**कृती :** प्रथम तांदळाच्या पिठात व चण्याच्या पिठात हळद, चवीप्रमाणे तिखट व मीठ, कांदा आणि कोथिंबीर घालून पीठ पाण्यात भिजवावे. त्यात चार चमचे कडकडीत तेलाचे मोहन घालावे व चिमटीभर सोडा घालावा. सोडा घातल्यास हळद घालू नये. सोडा घातलाच पाहिजे, असे नाही. पण सोडा घातल्यामुळे भजी हलकी होतात. तेल, अर्थात, जास्त लागते. नंतर भजी तळून काढावी.

**टीप :** १. भज्याच्या पिठात तुरीच्या अगर मुगाच्या डाळीचे वरणही घालतात. त्यामुळेही भजी हलकी होतात. असे वरण घातल्यास सोडा घालू नये. २. बारीक चिरलेल्या कांद्याऐवजी कांद्याच्या कापांचीही भजी करतात. कांद्याचे काप काढून भजी करावयाची असल्यास भज्याचे पीठ थोडे पातळ करावे. ३. कांद्याप्रमाणेच बटाटे, वांगी, केळी व घोसावळे यांचेही काप घालून भजी होतात. तसेच मिरच्यांचीही भजी करतात. मिरच्यांना प्रथम मीठ लावून त्यांना एक उभी चीर पाडून, त्या पिठात बुडवून भजी करावी. मायाळूची पाने, अळूची पाने, केनीची पाने व ओव्याची पाने यांचीही भजी करतात. पाने पिठात बुडवून तेलात सोडावी. या सर्व प्रकारच्या भज्यांकरिता साहित्य व त्यांची कृती वरील कांद्याच्या भज्यांप्रमाणे.

## २. कांद्याची भजी : प्रकार २

कांदा उभा बारीक चिरून घ्यावा. त्यात चवीप्रमाणे तिखट, मीठ व थोडे

तापलेले तेल व किंचित सोडा घालून ते सर्व कालवावे. त्याच्यावर चण्याचे पीठ पसरून घालावे. पाणी घालू नये. थोड्या वेळाने सर्व जिन्नस एकत्र कालवून तेलात भजी तळून काढावी. सोड्याऐवजी बेकिंग पावडरही घालतात.

## ३. मिश्र पाल्यांची भजी

**साहित्य :** मुळ्याचा पाला, नवलकोलाचा पाला, मायाळूची पाने, पालक, (पाला व पाने सर्व समप्रमाणात घ्यावी), चण्याचे पीठ, तिखट, मीठ, भाजलेले तीळ, थोडासा सोडा, सुके खोबरे (जाडसर किसून व भाजून), अर्धवट कुटलेले मिरे, आंबट ताक, हिंग.

वरीलपैकी सर्वच प्रकारचा पाला व पाने घेतली पाहिजेत, असे नाही. जेवढी मिळतील, तेवढी घेतली, तरी चालतील.

**कृती :** पाला व पाने बारीक चिरून घ्यावीत. त्यात अंदाजाने तिखट, मीठ, हिंग, तीळ, खोबरे, मिरे, थोडासा सोडा व आंबट ताक घालावे. पाणी घालू नये. सर्व एकत्र मिसळून, त्यात मावेल एवढेच चण्याचे पीठ घालून कालवावे व त्या पिठाची गोल गोल भजी तळून काढावी.

## ४. मेथीची भजी : प्रकार १

**साहित्य :** मेथीचा पाला, बारीक चिरलेला कांदा, चण्याचे पीठ, तिखट, मीठ, हळद, हिंग, ओवा, तेल, सोडा, साखर.

**कृती :** मेथीचा पाला बारीक चिरून घ्यावा. नंतर पातेल्यात थोडे तेल घालून व गरम करून त्यावर बारीक चिरलेला कांदा व मेथीचा पाला परतून घ्यावा व त्याला वाफ आणावी. नंतर जरा गार झाल्यावर त्यात चण्याचे पीठ, चवीप्रमाणे तिखट व मीठ, हळद, हिंग, ओवा, थोडा सोडा, किंचित साखर, एक-दोन चमचे तापलेले तेल घालून पीठ नेहमीच्या भज्याच्या पिठाप्रमाणे कालवावे व भजी तळून काढावी.

## ५. मेथीची भजी : प्रकार २

**साहित्य :** कोवळ्या मेथीचा पाला, चण्याचे जाडसर पीठ, मिरे, तीळ, सोडा, ताक, हिंग, साखर, तिखट, मीठ, सुके खोबरे (किसून व भाजून).

**कृती :** मेथी बारीक करून चिरून घ्यावी. दोन वाट्या मेथीच्या चिरलेल्या पाल्यास दोन वाट्या चण्याचे पीठ घेऊन ते त्या पाल्यात घालावे. त्यात तीळ भाजून घालावे. भाजलेले खोबरे व अर्धवट कुटलेले मिरे घालावेत. चवीप्रमाणे तिखट,

मीठ व साखर आणि हिंग घालावा. अर्धी वाटी ताकात थोडा सोडा घालून ते ताक त्यात घालावे. सर्व जिन्नस चांगले मिसळावेत व पीठ घट्ट भिजवावे. नंतर त्याचे गोल गोल गोळे करून तळून काढावेत.

## ६. मैद्याची भजी

**साहित्य :** मैदा, ताक, सोडा, मीठ, ओवा, जिरे, ओल्या मिरच्यांचे बारीक तुकडे, आले, कोथिंबीर, कढीलिंब, तेल, चटणीचे साहित्य.

**कृती :** ताकात सोडा घालून त्यात मैदा भिजवावा. त्यात मीठ, ओवा, जिरे, एक-दोन मिरच्यांचे तुकडे घालावेत. कोथिंबीर व कढीलिंब बारीक चिरून घालावा. आले किसून घालावे. गरम तेलाचे मोहन घालून, नेहमीच्या भज्याच्या पिठाप्रमाणे पीठ भिजवावे व भजी तळून काढावी.

ही भजी खावयास देताना बरोबर खोबऱ्याची चटणी द्यावी.

**टीप :** वर दिलेल्या सर्वच प्रकारच्या भज्यांच्या बरोबर खोबऱ्याची अगर डाळीची अगर अन्य चटणी देण्यास हरकत नाही.

## ७. बनारसी गोटे

**साहित्य :** चण्याची डाळ चार वाट्या, दही एक वाटी, सोडा, मीठ, आले, ओल्या मिरच्या, कोथिंबीर, हिंग, धने, साखर, तेल.

**कृती :** चण्याची डाळ साधारण जाडसर दळून घ्यावी. त्यात दही घालावे व पाच-सहा चमचे कडकडीत तेलाचे मोहन घालावे. तसेच चवीप्रमाणे मीठ व ओल्या मिरच्या वाटून, धने व हिंग यांची पूड करून, आले वाटून, कोथिंबीर चिरून व चवीप्रमाणे साखर घालून, पीठ दोन तास भिजवून ठेवावे. पीठ भज्याच्या पिठाप्रमाणेच भिजवावे. तळण्याच्या वेळी अर्धा चमचा सोडा घालून, पीठ कालवून घेऊन, भजी गोल करून तळावी.

## ८. मैदा गोटे

**साहित्य :** मैदा, तूप, ओल्या मिरच्यांचे तुकडे, चिरलेली कोथिंबीर, खोवलेले खोबरे, जिरे, मेथ्या, मीठ, सोडा, तेल.

**कृती :** दोन वाट्या मैदा घ्यावा. त्यात चमचाभर तूप घालावे. चवीप्रमाणे मीठ, ओल्या मिरच्यांचे तुकडे व थोडा सोडा घालावा. एक चमचा जिरे व एक चमचा

मेथ्या यांची पूड करून घालावी. कोथिंबीर चिरून घालावी व अर्धी वाटी खोवलेले खोबरे घालून, सर्व एकत्र कालवून, पुरेसे पाणी घालावे व भज्यांच्या पिठाइतपत पीठ पातळ करावे. पाच-सहा तास ठेवून भज्यांप्रमाणेच हे गोटे तेलात तळावे.

## ९. मेथीचे गोटे

**साहित्य :** मेथीची चिरलेली भाजी एक वाटी, चण्याच्या डाळीचा रवा तीन वाट्या, दोन चमचे धने, एक चमचा जिरे, ओल्या किंवा सुक्या खोबऱ्याचा कीस अर्धी वाटी, दोन चमचे तीळ, एक चमचा अर्धवट कुटलेले मिरे, पाव चमचा सोडा, दूध, तळण्याकरिता तेल, तिखट, मीठ.

**कृती :** मेथीची चिरलेली भाजी व डाळीचा रवा एकत्र करून, दुधात भज्यांच्या पिठासारखे भिजवावे. भिजवताना सोडा घालावा. भिजवलेले पीठ चार तास ठेवून द्यावे. नंतर त्यात चवीप्रमाणे तिखट व मीठ, जिरे, धने व मिरे घालावे. तसेच खोबरे व तीळ घालावे. सर्व जिन्नस चांगले कालवून, पीठ सारखे करून घ्यावे. नंतर पंधरा मिनिटांनी गोल गोल भजी तेलात तळून काढावी. तळण्याकरिता कढईत तेल खूप घालावे. गोटे झाऱ्याने बाहेर काढताना दुसरा झारा त्या गोट्यावर दाबून धरावा व मग काढावे. म्हणजे त्यात तेल फार राहणार नाही.

## १०. दाणे-भजी

**साहित्य :** दोन वाट्या शेंगाचे दाणे, पाऊण वाटी चण्याचे पीठ, पाव वाटी तांदळाचे पीठ, तिखट, मीठ, साखर, जिऱ्याची पूड, तेल.

**कृती :** दाणे एक तास पाण्यात भिजत घालावेत. नंतर टोपलीत उपसावेत व पाणी निथळू द्यावे. एका थाळीत चण्याचे पीठ व तांदळाचे पीठ, तिखट, मीठ, जिऱ्याची पूड व किंचित साखर घालून चांगले मिसळावे. साधारणपणे दीड तास दाणे पिठात ठेवावेत व मध्यंतरी पाच-सहा वेळा ते चांगले घोळावेत. नंतर तेलात तळावेत. हे दाणे खमंग, कुरकुरीत व चवदार लागतात.

वरीलप्रमाणे डाळीच्या पिठाऐवजी शिंगाड्याचे पीठ घालूनही दाणे-भजी करतात. तशी करून ती तुपात तळल्यास उपवासालाही चालतील.

## ११. कमळफुले : प्रकार १ (तिखटाची)

**साहित्य :** दोन वाट्या चण्याचे पीठ, चिमटीभर भाजलेला

पापडखार, चिमटीभर हळद, अर्धा चमचा ओवा, पाव चमचा हिंग, तिखट, मीठ, तेल, कमळफुले करावयाचा साचा (हा साचा बाजारात मिळतो. शक्यतो ॲल्युमिनियमचा साचा जास्त चांगला; कारण तो गंजत नाही.)

**कृती :** डाळीच्या पिठात चवीप्रमाणे तिखट व मीठ, हळद, हिंग, ओवा (बारीक कुटून) व पापडखार घालून, पीठ पातळसर भिजवावे. चार चमचे गरम तेलाचे मोहन घालून पीठ सारखे करावे. नंतर खोलगट कढई घेऊन त्यात तेल घालून ते तापवावे. साधारणपणे साचा कढईत ठेवल्यावर त्याच्यावर पाव इंच तेल राहील, इतके तेल तळण्यास कढईत घ्यावे. तापलेल्या तेलात साचा बुडवून ठेवावा व तेल चांगले तापले, म्हणजे साचा काढून, तो पिठात अर्धा बुडेल, इतकाच बुडवावा व काढून घेऊन लगेच तेलात धरावा. किंचित तळून झाले की, दांडा हलवावा, म्हणजे फूल साच्यापासून सुटून येईल. फूल चांगले तळून बाहेर काढावे. साचा सतत गरम तेलातच ठेवावा. गार साच्यास पीठ चिकटत नाही. ही कमळफुले खावयास कुरकुरीत, दिसावयास सुंदर व आकर्षक दिसतात आणि आठ दहा दिवस टिकतात.

**टीप :** साचा बेताचाच तापू द्यावा; नाहीतर कमळ तळून झाल्यावर साच्यापासून सुटणार नाही.

## १२. कमळफुले : प्रकार २ (गोडाची)

**साहित्य :** मैदा, तूप, मीठ, सोडा, साखर आणि वरील प्रकार १ प्रमाणे कमळफुलांचा साचा.

**कृती :** एक वाटी मैदा घेऊन, त्यात दोन चमचे तापलेले तूप, चिमूटभर सोडा व चार चमचे साखर घालावी. चवीला मीठ घालावे. नंतर मैद्यात पुरेसे पाणी घालून, मैदा पातळसर भिजवावा व त्या पिठाची वरील प्रकार १ मध्ये दिलेल्या कृतीप्रमाणेच कमळफुले तयार करावी.

ही कमळफुले पाकातीलही करता येतात. तशी करावयाची असल्यास मैद्यात साखर न घालता वर दिलेले बाकीचे साहित्य घालून, पीठ भिजवून, कमळफुले तयार करून घ्यावी आणि साखरेचा दोन-तारी पाक करावा व त्यात हवे असल्यास केशर अगर हवा असल्यास पाहिजे तो रंग घालावा. कमळफुले जसजशी तळून होतील, तसतशी जिलबीप्रमाणे त्या पाकात सोडावी व काढून घ्यावी.

**टीप :** वरील पिठात थोडे अंडे घातल्यास कमळफुले जास्त कुरकुरीत होतात व साच्याला चिकटत नाहीत.

## १३. वांग्याचे काप

**साहित्य :** वांगी, तांदळाचे पीठ, तिखट, मीठ, हळद, हिंग, तेल.

**कृती :** मोठी, गोल वांगी घ्यावीत. त्यांचे जाड काप काढावेत. त्या कापांना चवीप्रमाणे तिखट व मीठ लावून ते पंधरा ते वीस मिनिटे ठेवून द्यावे. तांदळाच्या पिठात चवीनुसार मीठ, हळद, हिंग व जिऱ्याची पूड घालून, पीठ सारखे करून, त्या पिठावर वरील काप दोन्ही बाजूंनी दाबून घ्यावेत व तव्यावर चमचाभर तेल घालून, मंद विस्तवावर दोन्ही बाजूंनी तांबूस होईपर्यंत ठेवावेत. दुसरे काप तव्यावर ठेवताना पुन्हा तेल घालावे. हे काप गरम असतानाच खावयास चांगले.

याप्रमाणेच बटाटे, कच्ची केळी व लाल भोपळा यांचेही काप करावे. सर्व कृती वरीलप्रमाणेच.

सुरणाचे कापही वरीलप्रमाणेच होतात. साहित्य वरीलप्रमाणेच. मात्र या कापांकरिता चिंचेचे पाणी करून, त्यात चवीप्रमाणे तिखट व मीठ घालावे व सुरणाच्या कापाला ते पाणी लावावे. नंतर वरील वांग्याच्या कापांच्या कृतीत दिल्याप्रमाणे तयार करून घेतलेल्या तांदळाच्या पिठावर सुरणाचे काप दोन्ही बाजूंनी दाबून, तव्यावर चमचाभर तेल घालून, त्यावर ठेवावे. वर पाण्याचा हबका मारून झाकण ठेवावे व काप तांबूस होईपर्यंत ठेवून मग काढावे.

# ४. डाळी व उसळी

## १. वाटली डाळ

**साहित्य :** दोन वाट्या चण्याची डाळ, पाच-सहा ओल्या मिरच्या, लसणीच्या आठ ते दहा पाकळ्या, मीठ, साखर, ओले खोबरे, कोथिंबीर, मटाराचे दाणे, फोडणीचे साहित्य.

**कृती :** डाळ चार तास भिजत घालावी. नंतर रोवळीत उपसून, स्वच्छ धुऊन घ्यावी. नंतर मिरच्या, डाळ व हवी असल्यास लसूण असे सर्व जाडसर वाटावे. नंतर फोडणी करून त्यात वाटून घेतलेली डाळ घालावी व सारखे करून वाफ आणावी. एक वाफ आल्यावर चवीप्रमाणे मीठ व चवीपुरती साखर घालावी व पुन्हा चांगली वाफ आणावी. खावयास देताना वर खोबरे व कोथिंबीर घालावी व लिंबाची फोड बरोबर द्यावी.

ह्या वाटल्या डाळीत मटाराचे दाणेही घालतात. ओल्या मक्याच्या कणसाचे

दाणेही घालतात. घालावयाचे असल्यास फोडणी केल्यावर त्यात घालावे.

वरील साहित्याच्या सात ते आठ वाट्या (भरून) किंवा डिश होतील.

## २. कैरीची डाळ (डाळीची कोशिंबीर)

**साहित्य :** दोन वाट्या चण्याची डाळ, कैरीचा कीस अंदाजे पाव वाटी, पाच-सहा ओल्या मिरच्या, तीन-चार सुक्या मिरच्या, मीठ, साखर, कढीलिंब, ओले अगर सुके खोबरे, कोथिंबीर, फोडणीचे साहित्य.

**कृती :** कैरीची डाळ करण्यापूर्वी चण्याची डाळ निवडून, चार तास आधी भिजत घालावी. त्यानंतर ती रोवळीत उपसून घ्यावी व फडक्यावर पसरावी. नंतर ती खलबत्त्यात घालून अर्धवट कुटावी. अर्धी वाटी तेलाची सुक्या मिरच्या व कढीलिंब घालून खमंग फोडणी करावी. डाळीत ओल्या मिरच्या वाटून, मीठ, साखर, कैरीचा कीस व ओले खोबरे किंवा खोबऱ्याचा कीस हे सर्व जिन्नस घालून वर फोडणी घालावी व कोथिंबीर चांगली कालवावी.

कैरी नसल्यास, आंब्याचे पीठ (आमचूर) मिळते, ते घालावे अगर कच्चे कवठ घालावे अगर लिंबू पिळावे. अर्थात कैरी घातलेली डाळ केव्हाही जास्त चांगली व रुचकर लागते.

चण्याच्या डाळीऐवजी मुगाची डाळ घालूनही कोशिंबीर चांगली होते. बाकी सर्व साहित्य व कृती वरीलप्रमाणेच.

## ३. मुगाची डाळ

**कृती :** मुगाची डाळ बारीक व मोठी अशा प्रकारची मिळते. त्यांपैकी मोठ्या जातीची घ्यावी. डाळ चार तास पाण्यात भिजत घालावी. नंतर डाळ चाळणीत घालून, कुकरमध्ये ठेवून, चांगली वाफवून घ्यावी. पाऊण वाटी तेलाची फोडणी करून, त्यात मिरच्यांचे तुकडे घालून, त्या फोडणीत वाफवलेली डाळ घालावी व मंद आचेवर ठेवून एक-दोन वाफा आणाव्यात. त्यात नंतर चवीप्रमाणे मीठ व साखर घालून, पुन्हा शिजेपर्यंत वाफ आणावी. पूर्ण शिजल्यावर कोथिंबीर व खोबरे घालावे. ही डाळ चांगली मोकळी होते. फोडणीच्या पोह्याप्रमाणे खावयास देता येते.

**टीप :** डाळ भिजत न घालता एकदम शिजवूनही करता येते. तशी करावयाची झाल्यास, डाळ शिजत ठेवून, बोटचेपी झाल्यावर चाळणीत ओतावी. बाकीची कृती वरीलप्रमाणे करावी.

## ४. मक्याच्या कणसांची उसळ : प्रकार १

**साहित्य :** कोवळी मक्याची कणसे, ओल्या मिरच्या, मीठ, साखर, ओले खोबरे, भाजलेल्या शेंगदाण्यांचे कूट, कोथिंबीर, फोडणीचे साहित्य.

**कृती :** कणसे किसून घ्यावी. नंतर तो कीस व ओल्या मिरच्या पाट्यावर वाटून घ्याव्या. नंतर फोडणी करून, त्यात वरील वाटलेला कणसाचा गोळा, मीठ, चवीपुरती साखर व दाण्यांचे कूट घालावे व चांगली वाफ आणावी. ही उसळ खावयास देताना वर कोथिंबीर व ओले खोबरे घालून द्यावी.

## ५. मक्याच्या कणसांची उसळ : प्रकार २

**साहित्य :** मक्याची ओली कणसे, ओल्या मिरच्या, जिरे, ओले खोबरे, मीठ, साखर, फोडणीचे साहित्य.

**कृती :** कणसाचे दाणे काढून ते पाट्यावर ठेचावे अगर विळीवर कणीस उभे धरून कणसाचे दाणे तासावे. नंतर त्यात थोडे पाणी व चवीप्रमाणे मीठ घालून शिजवावे. चांगले शिजल्यावर थोड्या तुपात हिंग-मोहरीची फोडणी करून, शिजलेले दाणे फोडणीला टाकावेत. नंतर त्यात ओल्या मिरच्या (चिरून), चवीला साखर, थोडे मिरे (कुटून) व ओले खोबरे घालून दोन-तीन वेळा ढवळावे.

## ६. खसखशीची उसळ

**साहित्य :** दोन वाट्या खसखस, दोन-तीन ओल्या मिरच्या, मीठ, साखर, लिंबू, कोथिंबीर, खोबरे, फोडणीचे साहित्य.

**कृती :** खसखस रात्री भिजत घालावी. सकाळी ती पाट्यावर वाटावी. फोडणी करून त्यात ओल्या मिरच्यांचे तुकडे व खसखशीचा वाटलेला गोळा घालून, चांगली वाफ आणावी. नंतर चवीप्रमाणे मीठ व साखर घालावी व लिंबू पिळावे. पुन्हा चांगली वाफ आणावी. नंतर कोथिंबीर व खोबरे घालावे. खाण्यासाठी देण्यास हा एक चांगला चविष्ट पदार्थ आहे.

## ७. सोलाण्याची पचडी

**साहित्य :** हिरवे कोवळे ओले हरबरे (सोले), ओल्या मिरच्या, मीठ, लिंबू, साखर, भाजलेल्या शेंगदाण्याचे कूट, ओले खोबरे, कोथिंबीर, फोडणीचे साहित्य.

**कृती :** हरभरे थोडेसे तेल टाकून, अर्धवट वाफवून घ्यावे. नंतर ते खलबत्त्यात अर्धवट कुटावे. नंतर मीठ व मिरच्या त्यात वाटून घालाव्यात. दाण्याचे कूट, साखर, खोबरे व कोथिंबीर घालावी व लिंबू पिळावे. नंतर फोडणी करून घालावी व पचडी चांगली कालवावी.

याचप्रमाणे कोवळ्या मक्याच्या कणसाच्या दाण्यांची पचडी करावी.

## ५. तिखट वड्या

### १. कोबीच्या वड्या

**साहित्य :** कोबी, कांदा, चण्याचे पीठ, खसखस, बडीशेप, लवंग, दालचिनी, सुके खोबरे, मिरे, तीळ, शहाजिरे, धने, तिखट, मीठ, साखर, पाव चमचा सोडा, पाव वाटी ताक, फोडणीचे साहित्य.

**कृती :** कोबी जाडसर किसून घ्यावा. कांदा बारीक चिरून घ्यावा. तीन वाट्या कोबीच्या किसात एक वाटी चिरलेला कांदा व एक वाटी चण्याचे पीठ घ्यावे. तसेच, या प्रमाणाच्या मानाने दोन चमचे खसखस, एक चमचा बडीशेप, पाव वाटी खोबऱ्याचा कीस, दोन लवंगा, अर्धा इंच दालचिनीचा तुकडा, दोन मिरे, पाव चमचा जिरे, पाव चमचा शहाजिरे, पाव चमचा धने, तीन चमचे तीळ हे सर्व जिन्नस भाजून घेऊन, बारीक वाटावे. फोडणी करून त्यात कांदा टाकावा. फोडणीकरिता तेल जरा जास्तच घ्यावे. कांद्याला एक वाफ आल्यावर त्यात कोबीचा कीस घालावा व दोन्हीला मिळून एक वाफ द्यावी व खाली उतरवून त्यात डाळीचे पीठ, वरील वाटलेला मसाला, चवीप्रमाणे तिखट, मीठ व साखर आणि ताक व सोडा घालून सर्व चांगले कालवावे. कालवून पंधरा मिनिटे ठेवून द्यावे. नंतर एका थाळीला तेल लावून, त्यात वरील मिश्रण ओतून वर झाकण ठेवावे आणि खाली-वर निखारे ठेवून मंद विस्तवावर भाजावे. नंतर वड्या कापाव्या. ह्या वड्या चांगल्या फुगतात.

### २. बाकर वड्या (पुडाच्या वड्या)

**साहित्य :** दोन वाट्या चण्याचे पीठ, एक वाटी कणीक, सुक्या खोबऱ्याचा कीस एक वाटी, अर्धी वाटी खसखस, पाव वाटी तीळ, बारीक चिरलेली कोथिंबीर एक वाटी, तिखट, मीठ, साखर, हिंग, काळा मसाला, तेल, चिंच.

**कृती :** चण्याचे पीठ व कणीक एकत्र मिसळावी व त्यात वरीलप्रमाणे मीठ घालावे. पाव वाटी तेलाचे मोहन व पाणी घालून पीठ घट्ट भिजवावे. खोबरे, तीळ व खसखस भाजून घ्यावी. खोबरे हाताने जरा चुरडून घ्यावे. तीळ कुटून घ्यावेत व खोबरे, खसखस व तीळ एकत्र करून, त्यात चवीप्रमाणे तिखट, मीठ, साखर व कोथिंबीर घालून सारण तयार करावे. अर्धी वाटी तेल घेऊन, त्यात चिंच व काळा मसाला घालून, अगदी बारीक वाटावे. नंतर भिजविलेल्या पिठाच्या गोळ्या लाटाव्या. तेलात वाटलेला सर्व मसाला पोळीला लावावा व तयार केलेले सारण त्यावर पसरून चिरोट्याच्या पोळीप्रमाणे या पोळीच्या घड्या घालाव्या. पोळीची शेवटची कड पाण्याचा हात लावून बंद करावी. नंतर ती घडी तव्यावर थोडी गरम भाजून घ्यावी व नंतर तळणीतून तांबूस रंगावर तळून काढावी. नंतर आवडीप्रमाणे त्याच्या लहान मोठ्या वड्या कापाव्या.

**टीप :** वरील कृतीत डाळीचे पीठ पाणी घालून भिजविण्याबद्दल दिले आहे. त्याऐवजी डाळीच्या पिठाची मोदकाप्रमाणे उकड करून व त्यात वरीलप्रमाणे कणीक मिसळूनही वड्या करतात. त्या वड्या चवीला जास्त चांगल्या लागतात. मात्र तळण्यासाठी त्याला तेल जास्त लागते. तसेच या वड्या करताना कणीक घातली नाही, तरी चालते.

## ३. सुरळीच्या वड्या

**साहित्य :** एक वाटी चण्याचे पीठ, एक चमचा मैदा, पाऊण वाटी आंबट ताक, दोन वाट्या पाणी, ओले खोवलेले खोबरे एक वाटी, तिखट, मीठ, हळद, चिरलेली कोथिंबीर एक वाटी, फोडणीचे साहित्य.

**कृती :** ताक व पाणी मिसळून, त्यात चण्याचे पीठ कालवावे व एक चमचा मैदा घालावा. पिठात चवीप्रमाणे तिखट, मीठ व हळद घालावी व पीठ शिजावयास ठेवावे. शिजवताना सारखे ढवळत राहावे. ढवळताना थांबू नये, म्हणजे गुठळ्या होणार नाहीत. पीठ चांगले शिजले, म्हणजे झाकण ठेवून मंदाग्नीवर दोन वाफा देऊन घ्याव्या. फोडणी करून घ्यावी. फोडणीत हळद घालू नये. नंतर ताटे घेऊन, ती कोरडी करून घ्यावी. एका ताटास दोन-तीन चमचे ह्या प्रमाणात वरील शिजविलेले पीठ घेऊन, ते गरम असतानाच ताटावर अगदी पातळ पसरावे. हाताला अगर ताटाला तेल लावू नये. वरील प्रमाणात तयार केलेले पीठ ताटाच्या दोन्ही बाजूंस असे अंदाजे पाच ताटांना पीठ लावून होईल. ताटाऐवजी प्लॅस्टिकच्या कागदावर (जरा जाड कागद) पीठ पसरले, तरी चालेल. खोबऱ्याला थोडी मिरची व मीठ वाटून लावावे. ते खोबरे व कोथिंबीर पसरलेल्या पिठावर घालावी व फोडणी

घालावी. नंतर ताटावर सुरीने उभे कापून पाच पट्ट्या पाडाव्या. प्रत्येक पट्टीची एक गोल वळकटी करावी. हे पीठ ताटावर पसरत असताना पीठ गरम राहण्यासाठी भांडे शेगडीवरच ठेवावे. खाली उतरवून ठेवू नये. कारण गार झाल्यावर पीठ पसरता येत नाही.

## ४. अळू-वडी : प्रकार १

**साहित्य :** अळूची पाने, चण्याच्या डाळीचे पीठ, चवीपुरती साखर, चिंच, ओल्या मिरच्या, मीठ, धने, जिरे, लसूण, आले, थोडा सोडा, तेल.

**कृती :** वडीसाठी म्हणून अळूची निराळी पाने मिळतात, ती मिळाल्यास घ्यावीत. नाहीतर साधी अळूची पाने घ्यावीत. पाने स्वच्छ धुवावी. मिरच्या, आले, लसूण व धने वाटून घ्यावे. चिंच कोळून घ्यावी. हे सर्व डाळीच्या पिठात घालावे. साखर, चवीप्रमाणे मीठ व चिमूटभर सोडा घालून, ते पीठ भज्यांच्या पिठाइतपत भिजवावे. नंतर अळूच्या पानाच्या पालथ्या बाजूवर पीठ पातळसर लावावे. त्याच्यावर दुसरे पान ठेवून त्याला पीठ लावावे. याप्रमाणे एकावर एक अशी चार पाने ठेवावी. नंतर त्या पानांची गोल वळकटी करून घ्यावी व ती कुकरमध्ये ठेवून, वाफवून घ्यावी. गार झाल्यावर पाव इंचापेक्षा थोडे जास्त रुंद असे काप कापावेत. नंतर ते तेलात तळून काढावेत.

ह्या वड्यांना पापुद्रे सुटतात व वड्या फार चुरचुरीत लागतात.

## ५. अळू-वडी : प्रकार २

**साहित्य :** अळूची पाने, चण्याच्या डाळीचे पीठ, तिखट, मीठ, चिंच, गूळ, धने व जिरे यांची पूड, हिंग, तीळ, फोडणीचे साहित्य.

**कृती :** चण्याच्या पिठात चिंचेचे पाणी, गूळ, तिखट, मीठ, धन्याजिऱ्याची पूड व हिंगाची पूड घालून पीठ कालवावे व वरील प्रकार १ प्रमाणे हे पीठ पानाला लावून, पानांची वळकटी करून, ती वाफवून घ्यावी व काप करावेत. फोडणीत तीळ घालून त्यात हे काप परतून काढावेत.

## ६. अळू-वडी : प्रकार ३

**साहित्य :** अळूची पाने, चण्याचे पीठ, दही, साखर, मीठ, आले, लसूण, ओल्या मिरच्या, कोथिंबीर. हे सर्व जिन्नस अंदाजाने घ्यावेत.

**कृती :** चण्याच्या पिठात दही, साखर व मीठ घालून कालवावे. त्यात आले, लसूण, ओल्या मिरच्या व कोथिंबीर सर्व वाटून घालावे व जाडसर कालवावे. नंतर अळवाच्या एकेका पानाला पाठीकडच्या बाजूने वर तयार केलेले मिश्रण थोडे थोडे लावून व ती पाने एकावर एक अशी चार ठेवून, त्यांची वळकटी करावी. वळकटी वाफवून घ्यावी व त्याच्या पातळ वड्या (चकत्या) कापून, तेलात तळाव्यात.

## ७. सोलाण्याच्या वड्या

**साहित्य :** अगदी कोवळे ओले व हिरवे हरभरे (ह्यांनाच सोले किंवा सोलाणे म्हणतात) दोन वाट्या, आठ ते दहा ओल्या मिरच्या, मीठ, साखर, लिंबू, कोथिंबीर, खोबरे, सोडा किंवा फ्रूटसॉल्ट, थोडासा खाण्याचा रंग, फोडणीचे साहित्य, आले.

**कृती :** ओले हरबरे, मिरच्या व आले अगदी बारीक वाटनू घ्यावे. त्यात चवीपुरते मीठ व साखर घालून लिंबू पिळावे. अगदी थोडासा हिरवा रंग, हवा असल्यास, घालावा. नंतर फोडणी (हळद न घालता) करून घ्यावी व ती फोडणी वाटलेल्या गोळ्यात घालावी. कुकरमध्ये पाणी उकळावयास ठेवावे. पाव वाटी गार पाण्यात सोडा अगर अर्धा चमचा फ्रूटसॉल्ट घालून, ते पाणी वाटलेल्या पिठात ओतावे व पीठ फेसावे आणि लागलीच तेलाचा हात लावलेल्या थाळीत ओतून, ती थाळी कुकरमध्ये उकळत्या पाण्यावर ठेवावी आणि चांगले शिजल्यावर काढावी. त्यावर खोबरे व कोथिंबीर घालून वड्या कापाव्या.

कुकरच्याऐवजी पिठाची थाळी खाली-वर निखारे ठेवून अगर ओव्हनमध्ये ठेवून भाजून घ्यावी.

आवडत असल्यास वरील वड्यांमध्ये लसूण घालावी. लसूण वाटून घालावी.

## ८. खोबऱ्याच्या वड्या

**साहित्य :** चण्याचे पीठ, ओले खोबरे, गूळ, चिंच, हळद, मीठ, सांबाराचा मसाला, ओल्या मिरच्या, कोथिंबीर, सर्व जिन्नस अंदाजाने व चवीप्रमाणे.

**कृती :** चिंच कोळून घ्यावी. ओल्या मिरच्या वाटून घ्याव्यात. कोथिंबीर चिरून घ्यावी. नंतर ओल्या खोबऱ्यात गूळ, चिंचेचा कोळ, हळद, मीठ, सांबाराचा मसाला, मिरच्या व कोथिंबीर घालावी व वड्या तयार करता येतील, इतपत पुरेसे चण्याचे पीठ घालून, सर्व जिन्नस मिसळावे व त्याच्या गोल अगर चौकोनी चपट्या वड्या करून, तेलात तळून काढाव्या.

## ९. कोथिंबिरीच्या वड्या

**साहित्य :** कोथिंबीर, ओल्या मिरच्या, मीठ, गूळ, चण्याचे पीठ, तांदळाचे पीठ, तेल, सोडा.

**कृती :** कोथिंबीर चिरून घ्यावी. मिरच्या वाटून घ्याव्यात. नंतर कोथिंबीर, मिरच्या, मीठ, गूळ, थोडे चण्याचे पीठ व थोडे तांदळाचे पीठ व चिमटीभर सोडा असे सर्व जिन्नस एकत्र करून व त्यांत थोडे तेलाचे मोहन घालून, कालवावे व आपल्याला आवडतील, त्या आकाराच्या वड्या करून, तेलात तळाव्यात, अगर वरील मिश्रणाचा लांबट गोळा करून, तो आधी मोदकपात्रात उकडून घ्यावा व नंतर त्याच्या वड्या कापून, तेलात तळाव्यात.

## १०. दणगेले (हांडवी)

**साहित्य :** चार वाट्या जुने जाडसर तांदूळ, सव्वा वाटी तुरीची डाळ, अर्धी वाटी चण्याची डाळ, अर्धी वाटी उडदाची डाळ, अर्धी वाटी गहू, अर्धी वाटी धने, पाव वाटी मेथ्या, तीन चमचे ओवा, आले, लसूण, ओल्या मिरच्या, मीठ, तेल, पापडखार, हळद, साखर, मटाराचे अगर तुरीचे अगर इतर कसलेही ओले दाणे, सहा ते सात वाट्या ताक.

**कृती :** तांदूळ धुऊन पसरावेत. कोरडे झाल्यावर तांदूळ, तुरीची डाळ, चण्याची डाळ, उडदाची डाळ, धने व मेथी हे सर्व जिन्नस एकत्र रव्याप्रमाणे जाडसर दळून घ्यावे.

रात्री गोडसर ताकात वरील पीठ भिजवून ठेवावे. भिजविताना त्यात आले, लसूण, चवीप्रमाणे ओल्या मिरच्या, हे सर्व बारीक वाटून घालावे. दुसऱ्या दिवशी सकाळी त्यात तीन चमचे तेलाचे मोहन व लोणच्यातला खार (असल्यास) घालावा. एका पातेल्यात तेलाची फोडणी, त्यात ओवा घालून, एक वाटी करावी. भिजविलेल्या पिठात एक सपाट चमचा पापडखार घालावा व त्या पिठाची धार वरील फोडणीत धरून सर्व पीठ घालावे. नंतर पिठाचे भांडे मंद विस्तवावर ठेवावे व त्यावर झाकण ठेवून, झाकणावर रसरशीत निखारे ठेवावे. साधारणपणे पाऊण तासानंतर हांडवी तयार होईल.

हांडवीमध्ये मटाराचे, तुरीचे अगर इतरही ओले दाणे घालतात. तसे घालावयाचे झाल्यास वरीलप्रमाणे पातळ पीठ तयार करून घेतल्यावर आपल्याला पाहिजे ते दाणे त्या पिठात घालून, त्या पिठाची धार फोडणीत धरून, सर्व पीठ घालावे. दाण्याऐवजी हवा तर दुधीभोपळ्याचा कीस घालावा.

# ६. वडे

## १. गव्हाचे वडे

**साहित्य :** दोन वाट्या गहू, अर्धी वाटी चण्याची डाळ, चवीप्रमाणे तिखट व मीठ, दोन चमचे तीळ, पाव चमचा हिंग, पाव चमचा हळद, दोन-तीन ओल्या मिरच्या, एक चमचा धन्याची पूड, अर्धा चमचा जिऱ्याची पूड, तेल.

**कृती :** गहू व डाळ वाळूमध्ये चांगली खमंग भाजावी व किंचित जाडसर दळावी. ह्या पिठात ओल्या मिरच्यांचे बारीक तुकडे, तिखट, मीठ, धन्या-जिऱ्याची पूड, तीळ, हिंग, हळद व दोन-तीन चमचे तेल घालावे. पीठ चांगले मळून, त्याचे वडे करून, तेलात तळावेत. आवडत असल्यास पीठ भिजवताना थोडीशी साखर घालावी.

## २. उडदाच्या डाळीचे वडे

**साहित्य :** उडदाची डाळ, कांदा, लसूण, तिखट, मीठ, जिरे, कढीलिंब, सुके खोबरे, तेल.

**कृती :** उडदाची डाळ आठ तास आधी भिजत घालावी. नंतर ती बारीक वाटून घ्यावी. नंतर वाटलेल्या डाळीच्या प्रमाणात व चवीप्रमाणे बारीक चिरलेला कांदा, लसूण, खोबरे (किसून), तिखट, मीठ, सबंध जिरे व कढीलिंब बारीक चिरून असे सर्व जिन्नस घालावेत व भज्यांकरिता करतो, त्याप्रमाणे सैलसर पीठ करून, वडे तळून काढावे. हे वडे खोबऱ्याच्या चटणीबरोबर गरम गरम खाण्यासाठी द्यावे.

## ३. मटकीचे वडे

**साहित्य :** मटकी, तिखट, मीठ, हिंग, हळद, जिरे, कोथिंबीर, तेल, चण्याच्या डाळीचे पीठ.

**कृती :** मटक्या भिजत घालाव्या. त्यांना मोड आले, म्हणजे त्या चांगल्या वाटाव्या. नंतर त्याला चिकटपणा येईपर्यंत त्यात चण्याच्या डाळीचे पीठ घालावे. नंतर त्यात चवीप्रमाणे तिखट, मीठ, हिंग, हळद, जिऱ्याची पूड व बारीक चिरलेली कोथिंबीर घालावी. थोडेसे गरम तेल त्यात घालून, वाटलेला गोळा मळावा व नंतर पानावर वडे थापून तेलात तळावे. हे वडे दह्यातल्या चटणीबरोबर चांगले लागतात.

**टीप :** वरील वड्यात कोहळ्याचा कीसही घालतात. घातल्यास वडे कुरकुरीत होतात.

## ४. रव्याचे वडे

**साहित्य :** रवा, थोडे आंबट दही, मीठ, ओल्या मिरच्या, सुक्या मिरच्या, साखर, आले, तेल, सोडा व गोड दही.

**कृती :** वडे करण्यापूर्वी एक तास रव्यात थोडे आंबट दही व थोडासा सोडा घालून, रवा भज्याच्या पिठाप्रमाणे भिजवून ठेवावा. गोड दही घेऊन, त्यात चवीप्रमाणे मीठ, साखर, थोडे वाटलेले आले व ओल्या मिरच्या वाटून घालाव्या. नंतर तुपात जिरे व सुक्या मिरच्या घालून, फोडणी करून, ती फोडणी तयार केलेल्या दह्यास देऊन, दही सारखे करून ठेवावे. भिजलेल्या रव्यात थोडे मीठ घालून, त्याचे भज्यांप्रमाणे गोल वडे तेलात तळून काढावे, खाण्यास देतेवेळी आधी दहा मिनिटे वडे वरील तयार केलेल्या दह्यात सोडून नंतर खावयास द्यावेत.

## ५. भाज्यांचे वडे

**साहित्य :** उकडलेल्या बटाट्यांच्या फोडी दोन वाट्या, गाजराचा कीस दोन वाट्या, चिरलेली फरसबी दोन वाट्या, मटाराचे दाणे दोन वाट्या, चिरलेला कांदा एक वाटी, दहा-बारा ओल्या मिरच्या, कोथिंबीर, एक चमचा धने, चवीपुरती साखर, एक वाटी डाळीचे पीठ, तूप अगर तेल, फोडणीचे साहित्य, मीठ, लिंबू.

**कृती :** फरसबी, मटाराचे दाणे व गाजराचा कीस तेलावर वाफवून घ्यावे. नंतर फरसबी, बटाटा, गाजराचा कीस व मटाराचे दाणे एकत्र करून चांगले मिसळावे. फोडणी करून, त्यात चिरलेला कांदा परतून घेऊन, तो व ओल्या मिरच्या वाटून वरील भाज्यांत घालावे. लिंबू पिळावे. तसेच चवीला मीठ, सबंध धने, कोथिंबीर चिरून व चवीला साखर घालावी. सर्व मिश्रण एकत्र करून, चांगले मळून घ्यावे व त्याचे लहान गोळे करावे. डाळीच्या पिठात थोडे लाल तिखट आणि मीठ व थोडे तापलेले तेल घालावे आणि पाणी घालून, पीठ वड्याच्या पिठाइतपत पातळ करावे व वरील गोळे या पिठात बुडवून, तेलात तळून काढावेत.

## ६. बटाटा-वडे

**साहित्य :** बटाटे, कांदे, चण्याच्या डाळीचे पीठ, दाण्याचे कूट, मीठ, ओल्या मिरच्या, आले, लसूण, ओले खोबरे, साखर, लिंबू, कोथिंबीर, तेल. हे सर्व जिन्नस अंदाजाने व चवीप्रमाणे घ्यावेत.

**कृती :** बटाटे चांगले उकडून घेऊन, ते जाडसर किसणीने किसून घ्यावेत अगर बारीक चिरून घ्यावेत. त्यांत बारीक चिरलेला कांदा घालावा. नारळाचे खोबरे

खोवून घालावे. ओल्या मिरच्या, लसूण व आले हे सर्व वाटून घालावे. कोथिंबीर बारीक चिरून घालावी. तसेच साखर, मीठ, दाण्याचे कूट घालून लिंबू पिळावे व त्यावर फोडणी करून घालून, सर्व मिश्रण चांगले कालवावे आणि त्याचे लहान लहान गोळे तयार करून ठेवावेत. डाळीच्या पिठात मीठ, अगदी थोडे तिखट, किंचित सोडा व तापलेले थोडेसे तेल घालावे व पाणी घालून, ते पीठ भज्याच्या पिठाइतपत (किंचित सैलसर) भिजवावे. वर तयार केलेल्या बटाट्याच्या मिश्रणाचे गोळे ह्या पिठात बुडवून, तेलात तळून काढावेत. खोबऱ्याची चटणी वाटून त्याच्याबरोबर हे वडे खावयास द्यावेत.

## ७. तांदळाचे वडे

**साहित्य :** दोन वाट्या तांदूळ, अर्धी वाटी उडदाची डाळ, अर्धी वाटी चण्याची डाळ, पाव वाटी गहू, मीठ, ओल्या मिरच्या, धने, जिरे, तीळ, तेल.

**कृती :** तांदूळ, उडदाची डाळ, चण्याची डाळ आणि गहू ही सर्व धान्ये एकत्र करून, जाडसर दळावी. दळतानाच त्यात धने व जिरे घालावेत. नंतर त्या पिठात चवीप्रमाणे मीठ, वाटलेल्या मिरच्या, तीळ, कोथिंबीर व थोडेसे तापलेले तेल घालून, अर्धी वाटी उकळते पाणी घालावे व पीठ कालवावे आणि जरूर तेवढे आणखी गार पाणी घालून, पीठ भिजवावे. त्या पिठाचे पानावर पातळ वडे थापून, तेलात तळावेत. हे वडे अगदी कुरकुरीत होतात. वडे खावयास देताना बरोबर लोणी अगर दही व चटणी द्यावी.

## ८. मेदू वडे

**साहित्य :** दोन वाट्या उडदाची डाळ, चवीपुरते मीठ, तेल.

**कृती :** वडे करण्यापूर्वी पाच-सहा तास उडदाची डाळ भिजत घालावी. भिजून झाल्यावर रगड्यात, पाट्यावर किंवा मिक्सरमध्ये किंचित जाडसर वाटावी. वाटताना फार पाणी घालू नये. नंतर त्यात चवीला मीठ घालून सारखे करून घ्यावे. नंतर ते पीठ पानावर जरा जाडच– म्हणजे साधारण पाव इंच जाड थापून, त्यात मधोमध भोक पाडून, तांबूस रंगावर वडे चांगले तळून काढावेत.

हे वडे खावयास देताना चटणी अगर सांबार यांच्याबरोबर द्यावेत.

## ९. मुगोरे (मुगाचे वडे)

**साहित्य :** मुगाची डाळ, आले, लसूण, मीठ, ओल्या मिरच्या.

**कृती :** रात्री मुगाची डाळ भिजत घालावी. सकाळी उपसून, बारीक वाटून घ्यावी. डाळ वाटताना त्यातच चवीप्रमाणे आले, लसूण, ओल्या मिरच्या व मीठ घालून वाटावे. वाटलेले पीठ हाताने खूप फेसावे. नंतर वडे थापून तेलात तळून काढावे.

## १०. पोह्याचे वडे

**साहित्य :** एक वाटी पोहे, पाव वाटी चण्याचे पीठ, एक मोठा कांदा, कोथिंबीर, ओल्या मिरच्या, ओले खोबरे, हळद, जिरे, मीठ, तेल, साखर.

**कृती :** पोहे धुऊन घ्यावेत. कांदा, मिरच्या व कोथिंबीर बारीक चिरून घ्यावी. नंतर त्यात ओले खोबरे, हळद, जिऱ्याची पूड, चवीप्रमाणे मीठ व साखर घालून, हे सर्व जिन्नस एकत्र कालवावे. चण्याचे पीठ पोह्यांत मिसळून, त्यावर दोन चमचे कडकडीत तेलाचे मोहन घालून, वरील कालवून ठेवलेले कांदा, मिरच्या वगैरे साहित्य घालून, मिश्रण चांगले कालवून घ्यावे. जरूर लागल्यास थोडेसे पाणी घालून, ते मिश्रण आपण वडे करण्याकरिता करतो, इतपत घट्ट करून घ्यावे. नंतर वडे थापून, ते तेलात तळून काढावे. खावयास देताना बरोबर एखादी चटणी द्यावी.

## ११. पावाचे वडे

**साहित्य :** एक मध्यम आकाराचा पाव, चण्याच्या डाळीचे पीठ, ओले खोबरे, ओल्या मिरच्या, आले, मीठ, तेल अगर तूप.

**कृती :** पावाचे तुकडे करून पाण्यात भिजवावेत व तुकडे दाबून त्यांचे सर्व पाणी काढून टाकावे. तुकड्यांचा कुस्करून नरम गोळा करून घ्यावा. नंतर त्यात अंदाजाने चण्याचे पीठ घालावे. तसेच त्यात चवीप्रमाणे मीठ, ओले खोबरे, आले व ओल्या मिरच्या वाटून असे सर्व घालावे व सर्व जिन्नस एकजीव होतील, असे मळावे. नंतर त्या गोळ्याचे लहान-लहान वडे थापून, ते तेलात अगर तुपात तळावे.

## १२. कणसाचे वडे

**साहित्य :** मक्याची कणसे, ओल्या मिरच्या, कोथिंबीर, जिरे, ओले खोबरे, मीठ, तेल.

**कृती :** मक्याची कणसे किसून, बारीक वाटून घ्यावी. ओल्या मिरच्याही वाटून घ्याव्या. नंतर वाटलेल्या कणसाच्या गोळ्यात जिरे, खोबरे, कोथिंबीर (बारीक चिरून), चवीप्रमाणे मीठ व वाटलेल्या मिरच्या असे सर्व घालावे व चांगले

कालवून घ्यावे. नंतर त्या गोळ्याचे वडे थापून, तेलात तळून काढावे.

**टीप :** कणसाच्या वड्यांप्रमाणे ओल्या हरबऱ्याचेही वडे करावेत.

## १३. आडसराचे वडे

**साहित्य :** सहा वाट्या तांदळाचे पीठ, एक नारळ (जरा कोवळा), एक चमचा मेथी, मीठ, पाव वाटी तीळ, तेल.

**कृती :** नारळ खोवून घेऊन, त्यात मेथीचे दाणे जरा ऊन करून घालावेत, खोबरे बारीक वाटून घालावे आणि त्यात अंदाजे दोन वाट्या पाणी घालून, चुलीवर ठेवावे. पाणी उकळल्यावर त्यात चवीला मीठ व तीळ (भाजून घेऊन) घालावे व तांदळाचे पीठ घालून सारखे ढवळावे. घट्ट गोळा झाल्यावर खाली उतरवून पीठ मळावे व त्याच्या लहान गोळ्या करून वडे थापावे आणि तळून काढावे.

हे वडे घाटल्याबरोबर अगर चटणीबरोबर खावयास द्यावेत.

## १४. शेंगोळ्या

**साहित्य :** तुरीची डाळ, धने, जिरे, मिरे, तिखट, ओले खोबरे, फोडणीचे साहित्य. सर्व जिन्नस अंदाजाने.

**कृती :** तुरीच्या डाळीत धने, जिरे व मिरे भाजून घालावे व डाळ दळून त्याचा रवा काढावा. नंतर त्यात मीठ, तिखट व पाणी घालून, थालीपिठाच्या भाजणी इतपत भिजवावे व त्याचे लांबट गोळे करून, ते मोदकपात्रात उकडून घ्यावे. नंतर त्यांच्या पातळ चकत्या कापून, त्या चकत्या हिंग-मोहरीच्या फोडणीत टाकाव्या व त्यांवर ओले खोबरे घालावे.

आवडत असल्यास कांदाही घालावा. कांदा घालावयाचा झाल्यास तो फोडणीत घालावा व लाल झाल्यावर त्यावर चकत्या टाकून खोबरे घालावे. कांद्याऐवजी लसूण घालावयाची असल्यास लसणीच्या पाकळ्या ठेचून फोडणीत घालाव्या.

## १५. दही-वडे

**साहित्य :** दोन वाट्या उडदाची डाळ, सहा वाट्या गोड मलईचे दही, साखर, मीठ, जिरे, हिंग, ओल्या मिरच्या, आले, कढीलिंब, तेल.

**कृती :** वडे करण्यापूर्वी सात-आठ तास आधी उडदाची डाळ भिजत घालावी. भिजल्यावर ती चांगली वाटावी. त्यात चवीला मीठ घालावे. नंतर त्या वाटलेल्या डाळीचे वडे तेलात तळावे व पाण्यात टाकावे. दुसरा घाणा तळून होईपर्यंत पहिला

घाणा पाण्यात ठेवावा. नंतर वडे दाबून, पाणी काढून टाकावे व वडे थाळीत पसरून ठेवावे. सर्व वडे झाल्यावर तीन वाट्या दह्याचे ताक घुसळावे. त्या ताकात चवीप्रमाणे मीठ, साखर, ओल्या मिरच्या व आले वाटून घालावे व आवडत असल्यास हिंग, जिरे, सुक्या मिरच्या व कढीलिंब घालून फोडणी करून तीही घालावी. नंतर हे तयार केलेले ताक थाळीतील वड्यांवर घालावे. नंतर उरलेले दही थोडेसे घुसळून सारखे करावे. त्यात थोडी साखर व मीठ घालावे. नंतर वडे खावयास देतेवेळी वरील ताकातील वडे डिशमध्ये ठेवावेत व त्यांवर घुसळलेले दही घालावे. वर अगदी लाल तिखट, जिऱ्याची पूड व बारीक चिरलेली कोथिंबीर पसरून टाकावी. लाल तिखट वर घातल्यामुळे वडे चांगले व उठून दिसतात. म्हणून तिखट पाहिजे तर घालावे. घातलेच पाहिजे, असे नाही.

## १६. परतलेले बटाटे

**साहित्य :** बटाटे, लोणी अगर तूप, धने-जिरेपूड, मिरपूड, तिखट, मीठ, डाळीचे पीठ, कोथिंबीर.

**कृती :** शक्य तितके लहान आकाराचे बटाटे घ्यावेत. (साधारण बोराएवढे) बटाटे स्वच्छ धुऊन, खरखरीत जाड्याभरड्या कापडावर चोळावेत, म्हणजे साले निघून जातील. बटाटे बुडतील, इतके पाणी घेऊन, त्यात चमचाभर मीठ घालून, त्यात बटाटे घालावेत व अर्धवट शिजवून घ्यावेत. कढईत लोणी अगर तूप टाकून ते गरम झाले, म्हणजे त्यावर बटाटे टाकावेत व तांबूस रंगावर परतून घ्यावेत. ह्या बटाट्यांना नंतर डाळीचे पीठ एक चमचा, धने, जिरे-पूड, मिरपूड घालून, दोन-तीन मिनिटे परतावेत. बटाट्यांवर कोथिंबीर घालून खावयास द्यावे. पार्टीच्या वेळी मोठ्या डिशमध्ये आकर्षक रचना करावी.

## १७. चण्याच्या डाळीचे वडे

**साहित्य :** दोन वाट्या चण्याची डाळ, एक मोठा कांदा, चार-सहा मिरच्या, मूठभर कढीलिंबाची पाने, चार चमचे चण्याचे पीठ, मीठ, तेल, धने.

**कृती :** चण्याची डाळ दोन तास भिजत ठेवावी. कांदा चिरून घ्यावा. मिरच्यांचे तुकडे करावे. डाळ उपसून घ्यावी. डाळ, मिरच्यांचे तुकडे, कांदा, कढीलिंब, धने एकत्र करून, पाणी न घालता, मिक्सरवर जाडसर वाटावे. वाटलेले मिश्रण फार सैल वाटल्यास जरुरीप्रमाणे डाळीचे पीठ घालावे. चवीप्रमाणे मीठ घालून वडे करून तळावेत. हे वडे चवदार व कुरकुरीत लागतात.

## १८. दही-बटर

**साहित्य :** बटर, गोड ताक, गोड दही, मीठ, साखर, आले, ओल्या मिरच्या, सुक्या मिरच्या, दोन चमचे तूप, हिंग, जिरे, कढीलिंब, कोथिंबीर.

**कृती :** बाजारात सुक्या मेव्याच्या दुकानात अगर बेकरीमध्ये बटर मिळतात, ते आणावेत. बटर गरम पाण्यात बुडवून काढावे. गोड ताकात चवीपुरते मीठ व साखर घालावी व त्याच पाण्यात भिजवून घेतलेले बटर बुडवून एक तास भिजत ठेवावेत. बटर एकावर एक न घालता पसरून ठेवावेत. दही घुसळून घ्यावे. नंतर त्यात थोडे मीठ, थोडी साखर, आले व ओल्या मिरच्या वाटून घालाव्यात. तुपात हिंग, जिरे, सुक्या मिरच्या व कढीलिंब घालून फोडणी करावी व दह्याला द्यावी. नंतर खावयास देताना भिजत ठेवलेला बटर डिशमध्ये घालून त्याच्यावर वरील तयार केलेले दही व कोथिंबीर घालावी. हे बटर अगदी दहीवड्यासारखे दिसतात व चवीला तसेच लागतात.

# ७. कचोरी, पॅटीस, कटलेट, सामोसे

## १. कचोरी : प्रकार १

**साहित्य :** दोन वाट्या मैदा, दोन वाट्या मुगाची डाळ, काजू, बेदाणे, खसखस, तीळ, बडीशेप, तिखट, मीठ, साखर, धन्या-जिऱ्याची पूड, ओल्या मिरच्या, आले, लिंबू, कोथिंबीर, ओले खोवलेले खोबरे, तेल, तूप.

**कृती :** मैद्यामध्ये अर्धी वाटी तेलाचे मोहन व चवीप्रमाणे मीठ घालून, मैदा घट्ट भिजवून ठेवावा. थोड्या वेळाने तो चांगला कुटून, त्याच्या गोळ्या कराव्या. मुगाची डाळ दोन तास भिजत घालावी. फोडणी करून घेऊन त्यावर ती डाळ घालावी. डाळीत थोडे पाणी घालून ती मोकळी शिजवून घ्यावी. चांगली वाफ आल्यावर त्यात ओल्या मिरच्या वाटून, थोडे लाल तिखट, मीठ व हळद घालावी. नंतर डाळ परतून खाली उतरवावी व चांगली गार होऊ द्यावी. गार झाल्यावर त्यात धन्या-जिऱ्याची पूड, साखर, लिंबू, ओले खोबरे, कोथिंबीर, बेदाणे, काजूच्या फाकी, खसखस (भाजून) व थोडी बडीशेप हे सर्व साहित्य घालावे. तसेच तीळ भाजून घालावे. सर्व चांगले एकत्र कालवावे व सारण तयार करून घ्यावे. मैद्याच्या गोळ्यांच्या जाडसर पुऱ्या लाटाव्या व त्यात वरील मुगाच्या डाळीचे सारण

पुरणाप्रमाणे भरून गोल गोळे तयार करावेत व ते तेलात अगर तुपात तांबूस होईपर्यंत मंद तळून काढावेत.

**टीप :** मुगाच्या डाळीप्रमाणे ओल्या मटाराचीही कचोरी करतात. मुगाच्या डाळीऐवजी ओले मटार घ्यावेत.

## २. कचोरी : प्रकार २

**साहित्य :** एक किलो बटाटे, एक मोठा नारळ, ब्रेडच्या दोन-तीन स्लाइसेस, अर्धी वाटी खसखस, बेदाणे, काजू, एक वाटी साखर, मीठ, दहा-पंधरा ओल्या मिरच्या, लिंबू, दीड वाटी चिरलेली कोथिंबीर, तळण्याकरिता तूप, ब्रेडचा चुरा अगर तांदळाची पिठी.

**कृती :** बटाटे उकडून, साल काढून, बारीक वाटून घ्यावेत. ब्रेडच्या स्लाइसेस पाण्यात भिजवून घेऊन व कुस्करून बटाट्याच्या गोळ्यात घालाव्या. नारळ खोवून, त्या खोबऱ्यात खसखस (भाजून), कोथिंबीर (चिरून), साखर, चवीप्रमाणे मीठ, बेदाणे, काजूचे तुकडे व मिरच्यांचे अगदी बारीक तुकडे करून घालावे. आवडत असल्यास थोडासा लिंबाचा रस घालावा. याप्रमाणे सारण तयार करून घ्यावे. बटाट्याच्या वाटलेल्या गोळ्यात चवीकरिता थोडे मीठ घालावे. नंतर लिंबाएवढी त्याची गोळी घेऊन पापडी करावी व त्या पापडीत वरील सारण भरून, पापडीचे तोंड मिटून, त्याला गोल आकार द्यावा. ब्रेडच्या चुऱ्यात अगर तांदळाच्या पिठीत ती कचोरी घोळावी व तुपात तांबूस रंगावर तळून काढावी. कचोरी खावयास देताना बरोबर खोबऱ्याची चटणी द्यावी.

## ३. मटार पॅटीस

**साहित्य :** बटाटे, मटार, ब्रेडच्या दोन-तीन स्लाइसेस, ओले खोबरे, कांदा, लिंबू, ओल्या मिरच्या, मीठ, साखर, ब्रेडचा चुरा अगर तांदळाची पिठी, आले, जिरे, कोथिंबीर, तेल, सोडा.

**कृती :** बटाटे वाफवून, सोलून घ्यावेत. मळून त्याचा गोळा करावा. ब्रेडच्या स्लाइसेस पाण्यात भिजवून घेऊन व कुस्करून बटाट्याच्या गोळ्यात घालाव्या. चवीपुरते मीठ घालावे. बटाट्याचा गोळा तीन वाट्या झाल्यास मटाराचे दाणे दोन वाट्या घ्यावेत. दाणे जरा ठेचून घेऊन तेलावर टाकावेत व चिमटीभर सोडा घालून एक-दोन वाफा आणाव्यात. ओल्या मिरच्या, आले, जिरे व चवीप्रमाणे मीठ असे सर्व एकत्र वाटून शिजलेल्या मटारमध्ये घालावे. तसेच ओले खोबरे किंचित वाटून, कांदा व कोथिंबीर बारीक चिरून घालावा. चवीला साखर घालावी व लिंबू पिळावे.

आवडत असल्यास लसूणही वाटून घालावी. याप्रमाणे सारण तयार करून घ्यावे. बटाट्याच्या वाटलेल्या गोळ्याच्या पापड्या तयार करून, त्यात वरील सारण भरावे व पापडीचे तोंड बंद करून त्यास गोल व पेढ्यासारखा चपटा आकार द्यावा. नंतर त्या पॅटीसला ब्रेडचा चुरा अगर तांदळाची पिठी सगळीकडून लावून घ्यावी व ते पॅटीस तव्यावर ठेवून, चमचा-चमचा तेल घालून तांबूस होईपर्यंत परतावे.

**टीप :** १. मटाराप्रमाणेच फरसबी, फ्लॉवर, कोबी व चवळीच्या शेंगा ह्यांचेही पॅटीस करावे.

२. आवडत असल्यास पॅटीस परतून न करता तेलात तळून घ्यावयासही हरकत नाही. तसे तळावयाचे असल्यास चार वाट्या पाण्यात दोन ते अडीच चमचे मैदा घालून, कालवून घ्यावे व पॅटीस त्या पाण्यात बुडवून घेऊन त्यास खाली-वर ब्रेडचा चुरा अगर तांदळाची पिठी लावावी व मग तेलात तळून काढावे.

## ४. कटलेट : प्रकार १

**साहित्य :** दोन वाट्या गाजराचा कीस, एक वाटी चिरलेली फरसबी, एक वाटी चिरलेला कांदा, एक वाटी मटार, ब्रेडच्या दोन-तीन स्लाइसेस, दीड वाटी उकडलेल्या बटाट्याच्या फोडी, अर्धी ते पाऊण वाटी ब्रेडचा चुरा, नऊ-दहा ओल्या मिरच्या, चिरलेली कोथिंबीर, मीठ, आले, तेल.

**कृती :** बटाट्याच्या फोडी बारीक कुस्करून घ्याव्यात. गाजराचा कीस व फरसबी थोड्या तेलावर वाफवून घ्यावी. मटारही किंचित तेलावर वाफवून, अर्धवट ठेचून घ्यावेत. मीठ, मिरच्या व आले वाटावे. तो वाटलेला गोळा, कांदा, गाजराचा कीस, परसबी, वाफवलेले मटार, बटाट्याचा कुस्करलेला गोळा व कोथिंबीर असे सर्व एकत्र करून चांगले कालवावे. ब्रेडच्या स्लाइसेस पाण्यात भिजवून घेऊन, कुस्करून त्याही वरील मिश्रणात कालवाव्यात. या मिश्रणाचे लहान-लहान गोळे घेऊन, त्यांना अर्धा ते पाऊण इंच जाड व लंबवर्तुळाकार असा आकार द्यावा. काही निराळा आकार देण्यासही हरकत नाही (कटलेटचे साचेही बाजारात मिळतात). नंतर या कटलेट्ला सर्व बाजूंनी ब्रेडचा चुरा लावून, तव्यावर चमचाभर तेल घालून, ते तांबूस रंगावर परतावेत, अगर तेलात तळून काढावेत. तळावयाचे झाल्यास मैद्याच्या पाण्यात बुडवून घेऊन व ब्रेडचा चुरा लावून तळावे.

हे कटलेट सॉस अगर टोमॅटो-केचपबरोबर खावयास द्यावे.

## ५. कटलेट : प्रकार २

**साहित्य :** अर्धा किलो कोवळी गोल वांगी, दोन-तीन बटाटे, दोन कांदे, तिखट, मीठ, साखर, सुक्या खोबऱ्याचा कीस पाव वाटी, ब्रेडचा चुरा अर्धी वाटी, गरम मसाला, लसूण, आंब्याचे पीठ, तेल.

**कृती :** वांगी देठासकट उभी चिरून दोन फाकी कराव्यात. नंतर चाळणीवर वांग्याच्या फाकी पालथ्या घालून वाफवावयास ठेवाव्यात. बटाटे उकडून, सोलून कुस्करावेत. कांदे बारीक चिरून घ्यावेत. वाफवलेली वांगी घेऊन, चमच्याने कोरून, त्यांतील गर काढून घ्यावा. साल न फाटता वांग्याची वाटी तशीच पोकळ राहील, इतपतच गर काढावा. वांग्याच्या वाटीला आतील बाजूने थोडेसे तिखट व मीठ लावावे. नंतर फोडणी करून, त्यात चिरलेला कांदा जरा परतावा. त्या कांद्यात कुस्करलेला बटाटा व वांग्याचा गर घालावा. आवडत असल्यास वाटलेला लसूण व गरम मसाला घालावा. चवीप्रमाणे तिखट, मीठ, साखर व आले वाटून घालावे. आंब्याचे पीठ घालावे. ते नसल्यास लिंबू पिळावे. गार झाल्यावर ते मिश्रण वांग्याच्या पोकळ वाटीत भरावे व भरलेल्या बाजूवर ब्रेडचा चुरा लावून त्या भरलेल्या वाट्या तळाव्यात.

## ६. कटलेट : प्रकार ३

**साहित्य :** नवलकोल, कॉलीफ्लॉवर, कोबी, बटाटे व फरसबी या भाज्या खाली कृतीत दिल्याप्रमाणे किसलेल्या अगर चिरलेल्या प्रत्येकी एक वाटी, आले, एक वाटी मुगाची डाळ, पावाच्या दोन चकत्या (स्लाइसेस), अर्धी वाटी मैदा, पावाचा चुरा अगर बारीक रवा, एक कांदा, मिरी-पूड, फोडणीचे साहित्य.

**कृती :** नवलकोल व बटाटे सोलून, जाड किसावेत. फरसबी, कोबी व फ्लॉवर बारीक चिरून घ्यावे. मुगाची डाळ एक तास भिजवून ठेवावी. तुपाच्या फोडणीवर लसूण, आल्याचे तुकडे व ओल्या मिरच्यांचे तुकडे टाकून, त्यात बारीक चिरलेला कांदा परतावा. कांदा तांबूस झाल्यावर फ्लॉवर, कोबी व फरसबी टाकून परतावे व वाफ आणून घ्यावी. नंतर हळद, मिरी-पूड व चवीला साखर घालून, वर मैदा घालावा व भाजी खाली उतरवावी. पावाच्या चकत्या पाण्यात बुडवून, लगेच वरील भाजीत कुस्कराव्यात, म्हणजे चिकटपणा येईल. नंतर बटाटे व नवलकोल यांचा कीस घालावा व एक वाफ आणावी. नंतर या भाजीच्या मिश्रणाचे लिंबाएवढे गोळे करून घेऊन, त्यांना लांबट आकार देऊन, पावाच्या चुऱ्यात व पावाचा चुरा

नसल्यास रव्यात घोळवून, ते गोळे तेल अगर तूप घालून परतावेत अगर तळावेत. तळावयाचे झाल्यास मैद्याच्या पाण्यात बुडवून घेऊन व ब्रेडचा चुरा लावून तळावेत.

## ७. सामोसे

**साहित्य :** दोन वाट्या मैदा, दोन बटाटे, मटाराचे दाणे पाऊण वाटी, कोवळी चिरलेली फरसबी पाऊण वाटी, कांदा चिरलेला पाऊण वाटी, ओले खोबरे पाऊण वाटी, पंधरा-वीस ओल्या मिरच्या, आल्याचा दोन इंच तुकडा, दहा-बारा लसणीच्या पाकळ्या, दोन चमचे जिरे, तीन चमचे धने, चिरलेली कोथिंबीर पाऊण वाटी, मीठ, साखर, अनारदाणे अगर लिंबू.

**कृती :** मैद्यात थोडेसे मीठ, पाव वाटी तेल व पाणी घालून मैदा पोळ्यांच्या कणकेइतपत भिजवावा. फरसबी व मटार तेलावर परतून घ्यावेत. धने व जिरे भाजून कुटून घ्यावेत. मिरच्या, आले व लसूण वाटून घ्यावे. बटाटे उकडून कुस्करावेत. नंतर फरसबी, मटार, धन्या-जिऱ्याची पूड, मिरच्या, लसूण व आले यांचा वाटलेला गोळा व कुस्करलेला बटाटा हे सर्व एकत्र करून, त्यात आंबटपणाकरिता वाटलेले अनारदाणे घालून अगर लिंबू पिळून सारण तयार करावे. मैद्याच्या लिंबाएवढ्या दोन गोळ्या घेऊन त्या पुरीसारख्या लाटाव्या व एका पुरीला तेल लावून त्यावर थोडी पिठी लावावी व त्या पुरीवर दुसरी पुरी ठेवावी व ही जोड-पुरी पोळीप्रमाणे मोठी लाटावी. नंतर ती पोळी भाजावी. पोळी कडक भाजू नये. पोळी फुगल्याबरोबर काढून ती ओल्या फडक्याखाली झाकून ठेवावी. नंतर सुरीने त्या पोळीच्या उभ्या तीन पट्ट्या पाडाव्या. त्या पट्ट्या सोडवून घेतल्यावर सहा पट्ट्या होतील. ह्या पट्ट्या रेफ्रिजेटरमध्ये ठेवल्यास चांगल्या राहतात. त्यांपैकी एक पट्टी घेऊन, तिची खणासारखी घडी घालून, त्यात तयार केलेले सारण घालून, घडी घालावी व शेवटची घडी घातल्यावर जे टोक राहील, ते भिजवलेला मैदा अगर कणीक लावून चिकटवावे. नंतर ते सामोसे तेलात बदामी रंगावर तळून काढावेत. खावयास देताना बरोबर खोबऱ्याची चटणी अगर टोमॅटो-केचप द्यावे.

**टीप :** सारणामध्ये फ्लॉवरही घालतात. तसेच फरसबी, बटाटा, कांदा व मटार ह्या सर्वच भाज्या घातल्या पाहिजेत, असे नाही. त्यांपैकी एकच अगर जेवढ्या पाहिजेत, तेवढ्या अगर सर्वच भाज्या घालण्यास हरकत नाही.

## ८. पॅन रोल्स

**साहित्य :** दोन वाट्या मैदा अगर कणीक, थोडी साखर, मीठ,

अर्धा चमचा सोडा अगर बेकिंग पावडर, कोणतीही भाजी, आले, कोथिंबीर, तेल, तूप, हवे असल्यास कांदा अगर लसूण.

**कृती :** मैद्यात अगर कणकेत थोडे तूप, चवीकरिता थोडी साखर, मीठ व थोडा सोडा अगर बेकिंग पावडर घालून चांगले मिसळावे व पाणी घालून, चांगले मळून, गोळा करावा. तो तसाच अर्धा ते पाऊण तास ठेवून द्यावा.

फ्लॉवर, कोबी, गाजर (किसून), बटाटा (उकडून व कुस्करून) फरसबी वगैरे भाज्यांपैकी जी भाजी पाहिजे असेल, ती घेऊन त्याची परतून भाजी करावी. भाजी करताना आले व कोथिंबीर घालावी. पाहिजे असल्यास कांदा (अगदी बारीक चिरून) अगर लसूणही घालावी. भिजवलेल्या मैद्याच्या अगर कणकेच्या गोळ्याचे लहान-लहान गोळे करून घ्यावे. गोळ्याची शक्य तितकी पातळ पोळी लाटावी व थोडी भाजून घ्यावी. त्यावर तयार केलेली भाजी सारखी पसरावी. दुसरी एक पोळी पातळ लाटून ती पसरलेल्या भाजीवर घालावी. त्या पोळीवर पुन्हा भाजी पसरावी. त्यावर तिसरी लाटलेली पोळी घालावी व तिन्ही पोळ्यांची भाजीसकट गुंडाळून गोल वळकटी करावी. वळकटीच्या शेवटी पाणी लावून गुंडाळी बंद करावी व त्या वळकटीचे मध्यम आकाराचे तुकडे कापून, ते चमचा-चमचा तेल तव्यावर घालून, त्यात मंदाग्नीवर परतावे व बदामी रंग येताच काढून घ्यावेत.

**टीप :** हे रोल्स करताना निरनिराळ्या रंगांच्या भाज्या घेऊन वेगवेगळ्या पोळ्यांवर त्या पसरल्यास निरनिराळ्या रंगांमुळे रोल्स विशेष आकर्षक दिसतील.

# ८. पोह्यांचे पदार्थ

## १. दही-पोहे

**साहित्य :** कच्चे पोहे, गोड दही, तूप, जिरे, हिंग, कुटाची मिरची अगर ओल्या मिरच्या, मीठ, साखर, कोथिंबीर.

**कृती :** पोहे नीट करून, स्वच्छ पाण्याने धुऊन घ्यावेत. नंतर त्यात पुरेसे दही घालावे. तुपावर हिंग, जिरे व कुटाची मिरची घालून फोडणी करावी व ती पोह्याला द्यावी. नंतर त्यात चवीप्रमाणे मीठ व साखर घालावी. त्यावर कोथिंबीर चिरून घालावी. कुटाची मिरची नसल्यास ओल्या मिरच्यांचे तुकडे फोडणीत घालावे.

## २. दूध-पोहे

**साहित्य :** साय न काढलेले दूध, पोहे, गूळ अगर साखर,

वेलदोड्यांची पूड.

**कृती :** पोहे नीट करून घ्यावेत. दूध कोमट करून त्यात एक चमचा तूप, गोड पाहिजे असेल, त्या मानाने गूळ अगर साखर व वेलदोड्यांची पूड घालावी व दूध सारखे करून घ्यावे. नंतर त्यात पोहे घालावेत. पोहे भिजल्यावर खावयास घ्यावेत. पोहे जुने असल्यास अगर दूध-पोहे झटपट करून पाहिजे असल्यास पोहे प्रथम गरम पाण्यात धुऊन घ्यावेत.

## ३. फोडणीचे कांदेपोहे

**साहित्य :** अर्धा किलो पोहे, दोन मोठे कांदे, सहा-सात ओल्या मिरच्या, मीठ, साखर, खोवलेले खोबरे एक वाटी, कोथिंबीर, लिंबू, फोडणीचे साहित्य.

**कृती :** पोहे जाड घ्यावेत. फोडणीचे पोहे करण्यापूर्वी पोहे दहा मिनिटे धुऊन निथळून ठेवावेत. कांदा चिरून घ्यावा. मिरच्यांचे तुकडे करून घ्यावेत. अर्धी वाटी तेलाची मोहरी, हिंग व हळद घालून, फोडणी करावी. त्यावर मिरच्यांचे तुकडे व चिरलेला कांदा टाकून चांगले परतून घ्यावे व नंतर पोहे घालून एक वाफ आणावी. चवीप्रमाणे मीठ व साखर घालून हलवावे व एक वाफ आणून घ्यावी. हे पोहे गरमच खावयास द्यावे व खावयास देताना त्यांवर लिंबू पिळावे. वर खोबरे व कोथिंबीर घालावी.

**टीप :** कांद्याच्याऐवजी वांगे, बटाटा, फ्लॉवर, मटार यांपैकी काहीही घालून हे पोहे करावेत.

ह्या पोह्यांत शेंगदाणेही घालतात. त्यामुळे पोह्याला चव चांगली येते. आवडत असल्यास अर्धी वाटी भाजलेले शेंगदाणे वरील पोहे करताना फोडणीत टाकावेत.

## ४. आलेपाक पोहे (दडपे पोहे)

**साहित्य :** अर्धा किलो पातळ पोहे, एक नारळ, सहा-सात ओल्या मिरच्या, कोथिंबीर, लिंबू, कढीलिंब, आल्याचे एक इंच लांबीचे तीन तुकडे, मीठ, साखर, दोन-तीन सुक्या मिरच्या, एक चमचा उडदाची डाळ, अर्धी वाटी भाजलेले शेंगदाणे, दोन मोठे कांदे, फोडणीचे साहित्य.

**कृती :** पोहे पातळ घ्यावेत. नंतर दोन वाट्या खोवलेले खोबरे व आल्याचा कीस पोह्यांत मिसळून पोहे दडपून ठेवावेत. दहा मिनिटे ठेवल्यावर त्यात मिरच्या वाटून, चवीप्रमाणे मीठ व साखर घालावी व वर लिंबू पिळावे. तसेच, हवे

असल्यास अगदी बारीक चिरलेला कांदा व भाजलेले शेंगदाणे घालावेत. नंतर नेहमीप्रमाणे फोडणी करावी व त्यात उडदाची डाळ, सुक्या मिरच्या व कढीलिंब घालावा. ही फोडणी पोह्यास वरून द्यावी. कोथिंबीर बारीक चिरून वर घालावी व पोहे चांगले कालवावेत. तेलाऐवजी तूप-जिऱ्याची फोडणीही ह्या पोह्यांना देतात. तसेच ह्या पोह्यांत डाळेही घालतात. (आवडत असल्यास घालावे.)

## ५. कोळाचे पोहे

**साहित्य :** अर्धा किलो जाड पोहे, एक मोठा नारळ, मीठ, एक-दोन हिरव्या मिरच्या, दोन-तीन सुक्या मिरच्या, अर्धी वाटी चिंचेचा कोळ, अर्धी ते पाऊण वाटी गूळ, कोथिंबीर, तूप, जिरे, हिंग.

**कृती :** नारळ खोवून, त्यात पाणी घालून वाटावे व खोबऱ्याचे दूध काढून घ्यावे. हे दूध सहा ते सात वाट्या होईल, इतके करावे. (त्याकरिता पाणी घालून परत-परत वाटावे.) चिंच भिजत घालून चिंचेचा अर्धी वाटी दाट कोळ या दुधात घालावा. तसेच, या दुधात अर्धी वाटी ते पाऊण वाटी गूळ घालावा. मीठ व हिरव्या मिरच्या वाटून लावाव्या व कोथिंबीर बारीक चिरून घालावी. हिंग, जिरे घालून तुपाची फोडणी करावी. फोडणीत सुक्या मिरच्यांचे तुकडे व कढीलिंब घालावा. वरील दुधास ती फोडणी वरून द्यावी. खावयास घेण्यापूर्वी पोहे पंधरा मिनिटे धुऊन ठेवावेत व खावयास देताना ते एका खोलगट डिशमध्ये घालून त्यावर वरील तयार केलेले दूध घालावे. हे पोहे फार रुचकर लागतात.

ह्या पोह्यास दुधाकरिता जितके जास्त खोबरे घ्यावे, तितके चांगले. नारळाचे दूध जास्त घातल्यास पोहे जास्त चांगले लागतात.

## ६. काकडी-पोहे

**साहित्य :** मोठाल्या सात-आठ काकड्या, एक शेर पोहे, एक वाटी डाळे, दोन नारळ, ओल्या मिरच्या, कोथिंबीर, चार लिंबे, मीठ, साखर, फोडणीचे साहित्य.

**कृती :** काकड्या कोचून घ्यावात. डाळ्याचे जाडसर कूट करावे. नारळ खोवून घ्यावेत. एका मोठ्या भांड्यात प्रथम काकडीचा एक थर घालावा. त्यावर दुसरा पोह्यांचा थर घालावा. त्यावर ओल्या खोबऱ्याचा थर घालावा. त्यावर पुन्हा काकडीचा, पुन्हा पोह्यांचा व पुन्हा खोबऱ्याचा याप्रमाणे एकावर एक असे काकडी, पोहे व खोबरे यांचे थर घालीत जावे. शेवटी जाडसर डाळ्याचे कूट पसरून हे सर्व दोन तास दडपून ठेवावे. दोन तासांनंतर त्यात ओल्या मिरच्या व कोथिंबीर बारीक

चिरून, लिंबाचा रस, चवीप्रमाणे मीठ आणि साखर घालावी. हिंग घालून तेलाची खमंग फोडणी करून वर घालावी. एकत्र चांगले कालवून खावयास द्यावे.

## ७. गोडाचे पोहे

**साहित्य :** अर्धा किलो जाड पोहे, अर्धा किलो चांगला गूळ, एक मोठा नारळ, काजूचे तुकडे, पाच-सहा वेलदोडे, अर्धी ते पाऊण वाटी तूप.

**कृती :** पोहे धुऊन व निथळून दहा मिनिटे ठेवावेत. तुपावर काजूचे तुकडे व पोहे टाकून त्याला एक चांगली वाफ आणावी. नंतर बारीक चिरून घेतलेला गूळ व नारळाचे खोवलेले खोबरे, एकत्र करून, एकजीव होईल, इतपत शिजवून घ्यावे व ते वरील पोह्यांत घालून पुन्हा एक चांगली वाफ आणून घ्यावी. वर वेलचीची पूड घालावी व पोहे मोकळे झाल्यावर खाली उतरवून घ्यावेत. गुळाऐवजी साखर घातली, तरी चालेल. पोहे अर्थात चवीला जास्त चांगले लागतील.

## ८. तळलेले पोहे : प्रकार १

**साहित्य :** पाव किलो जाड पोहे, पाव किलो दळलेली साखर, तूप, वेलदोडे, ओले खोवलेले खोबरे, काजूचे तुकडे.

**कृती :** तूप तापवून त्यात पोहे तळून घ्यावेत. काजूचे तुकडेही तळून घ्यावेत. पोहे तळून झाल्यावर त्यात दळलेली साखर, वेलचीची पूड व काजूचे तुकडे घालून, पोहे वर-खाली करून सारखे करून घ्यावेत. नंतर खावयास देण्याच्या वेळी डिशमध्ये पोहे घालून त्यावर ओले खोबरे घालावे.

## ९. तळलेले पोहे : प्रकार २

**साहित्य :** पाव किलो जाड पोहे, तूप अगर तेल, ओल्या मिरच्या, मीठ, साखर, खोवलेले खोबरे एक वाटी, भाजलेले शेंगदाणे एक वाटी.

**कृती :** तुपात अगर तेलात पोहे तळून घ्यावेत व त्यांत वाटलेल्या मिरच्या, त्या मीठ व साखर (हे सर्व चवीप्रमाणे) घालून पोहे कालवावेत व नंतर लगेच खावयास द्यावेत. खावयास देताना डिशमध्ये पोहे घालून, त्यांवर ओले खोबरे घालावे. आवडत असल्यास वरील पोह्यांत शेंगदाणेही तळून घालावेत.

आयत्या वेळी काहीतरी खावयास करावयाचे झाल्यास जी पंचाईत पडते, अशा

वेळी वरील दोन्ही प्रकारांपैकी कोणतेही पोहे करता येण्यासारखे आहेत. शिवाय ते नेहमीपेक्षा एक निराळा व नावीन्यपूर्ण पदार्थ केल्यासारखे होते.

## १०. तळलेल्या पोह्यांचा चिवडा

**साहित्य :** अर्धा किलो जाड पोहे, तळण्याकरिता तेल किंवा तूप, दोन वाट्या भाजलेले शेंगदाणे, सुक्या खोबऱ्याचे काप एक वाटी, पाव वाटी तीळ, मीठ, साखर, कढीलिंब, वीस-पंचवीस ओल्या मिरच्या, ओवा, दोन अमसुले, धने, काजू, बेदाणे, एक वाटी डाळे, फोडणीचे साहित्य.

**कृती :** तेल अगर तूप चांगले तापवून, त्यात पोहे तळून घ्यावेत. खोबऱ्याचे काप व शेंगदाणे निरनिराळे तळून घ्यावेत. त्याचप्रमाणे ओल्या मिरच्यांचे तुकडे, कढीलिंब व आले किसून निरनिराळे तळून घ्यावे. तीळ भाजून घ्यावेत. नंतर हिंग, हळद व मोहरी घालून फोडणी करावी व फोडणी खाली उतरवून घेऊन त्यात तळलेले पोहे व डाळे व वर तयार केलेले सर्व साहित्य घालावे. चवीप्रमाणे मीठ व साखर घालावी. सर्व चांगले कालवावे.

**टीप :** या चिवड्यात ओवा, अमसुले, सबंध धने, काजू व बेदाणेही घालतात. यांपैकी जे व जसे आवडत असेल, ते वरील चिवड्यात घालावे. अमसुले घातल्यास ती तळून घेऊन, चुरडून घालावी. ओवा व धने तसेच घालावे. त्याचप्रमाणे या चिवड्यात आलेही घालतात. (घातल्यास किसून फोडणीत घालावे.)

## ११. कच्च्या पोह्यांचा चिवडा

**साहित्य :** अर्धा किलो पातळ पोहे, ओव्याशिवाय बाकीचे साहित्य वरील तळलेल्या पोह्यांच्या चिवड्याच्या साहित्याप्रमाणेच घ्यावे.

**कृती :** पोहे पातळ असावेत. थोडेसे तूप घालून त्यावर हे पोहे कुरकुरीत होईपर्यंत मंद भाजून घ्यावेत. नंतर वरीलप्रमाणे तळलेल्या पोह्यांच्या चिवड्याप्रमाणेच सर्व कृती करून चिवडा करावा. आवडीप्रमाणे साहित्य व त्याचे प्रमाण कमीजास्त केले, तरी चालेल.

## १२. भाजक्या पोह्यांचा चिवडा

**साहित्य :** मापी दोन शेर भाजके पोहे. इतर सर्व साहित्य वरील 'तळलेल्या पोह्यांचा चिवडा' यात दिलेल्या साहित्याप्रमाणेच.

**कृती :** या चिवड्याची कृती वरील 'तळलेल्या पोह्यांच्या चिवड्या'च्या कृतीप्रमाणेच आहे. फक्त या चिवड्यात पोहे तळावयाचे नाहीत. ते तसेच फोडणीत घालावयाचे. बाकी संपूर्ण कृती चिवड्याप्रमाणेच.

**टीप :** या चिवड्यात आलेही घालतात. त्यामुळे चिवडा जास्त खमंग व चविष्ट लागतो. घालावयाचे झाल्यास किसून, तळून घालावे.

## १३. नाशिक चिवडा

**साहित्य :** मापी सहा शेर भाजके पोहे, पाऊण किलो तेल, साखर, सुके खोबरे एक वाटी, तीन वाट्या शेंगदाणे, दीड वाटी डाळे, अर्धा किलो कांदे, तिखट, मीठ, तीन-चार अमसुले, मसाल्याचे साहित्य (लवंग, दालचिनी, जिरे, शहाजिरे, धने, तमालपत्र, दगडफूल, मिरे, बडीशेप, तीळ व हिंग हे सर्व जिन्नस प्रत्येकी १० ग्रॅम.)

**कृती :** प्रथम कांदा उभा चिरून, उन्हात वाळवून घ्यावा. वर लिहिलेले मसाल्याचे साहित्य प्रत्येकी समप्रमाणात घेऊन, ते सर्व जिन्नस तेलावर भाजून कुटावेत व चिवड्याचा मसाला तयार करावा. खोबऱ्याचे लांब-लांब काप तयार करावेत. पोहे निवडून घ्यावेत. तेल घेऊन, ते तापल्यावर, त्यात वाळलेले कांद्याचे काप, खोबऱ्याचे काप, अमसुले व नंतर शेंगदाणे या क्रमाने तळून घ्यावेत. नंतर तेल खाली उतरवून, त्या तेलात चवीप्रमाणे मीठ व तिखट, हळद, तळलेली अमसुले कुटून व तयार केलेल्या मसाल्यांपैकी पुरेसा मसाला, दाणे खोबऱ्याचे काप, कांद्याचे काप व डाळे हे सर्व घालून व पोहे घालून चांगले एकत्र कालवावे व चिवडा सारखा करावा. हा चिवडा जरा गोडसर असतो, म्हणून त्या मानाने साखर घालावी.

## १४. खमंग चिवडा

**साहित्य :** मापी चार शेर भाजके पोहे, पाऊण किलो तेल, दोनशे ग्रॅम ओल्या मिरच्या, शंभर ग्रॅम आले, शंभर ग्रॅम लसूण, मीठ, साखर, हळद, मोहरी, सुके खोबरे एक वाटी, तीन वाट्या भाजलेले दाणे, दीड वाटी डाळे.

**कृती :** पोहे निवडून घ्यावेत. खोबऱ्याचे काप करून घ्यावेत, ओल्या मिरच्या, आले व लसूण हे सर्व वाटून त्यांचा ओलेपणा जाईपर्यंत तेलात तळून घ्यावे. नंतर हळद व मोहरी घालून फोडणी करावी व त्यात खोबऱ्याचे काप थोडेसे परतावेत. नंतर त्यात पोहे, दाणे, डाळे, चवीप्रमाणे मीठ व साखर घालावी व मिरच्या, आले, लसूण यांचा वरील तळलेला मसाला घालून, चिवडा चांगला मिसळून घ्यावा. हा

चिवडा चांगला झणझणीत; पण तितकाच खमंगही लागतो.

# ९. उपमा, शेव, भेळ, मिसळ वगैरे

## १. रव्याचा उपमा

**साहित्य :** दोन वाट्या गव्हाचा रवा, अर्धी वाटी तूप, एक वाटी खोवलेले खोबरे, एक चमचा उडदाची डाळ, तीन-चार चमचे साखर, काजूगर, बेदाणे, मटार, दोन-तीन सुक्या मिरच्या, एक मोठा कांदा, एक मोठा लाल टोमॅटो, आंबट ताक किंवा लिंबू, कढीलिंब, मीठ, जिरे, हिंग, आले.

**कृती :** थोड्या तुपावर गव्हाचा रवा भाजून घ्यावा. उरलेल्या तुपाची हिंग-जिरे घालून फोडणी करावी. फोडणी करताना त्यात उडदाची डाळ, कढीलिंब व सुक्या मिरच्यांचे तुकडे टाकावेत. फोडणी झाल्यावर त्यात मटाराचे दाणे घालावेत व एक वाफ आल्यावर त्यात दोन वाट्या पाणी, एका मोठ्या लाल टोमॅटोच्या फोडी व आंबटपणाकरिता ताक अगर लिंबाचा दोन चमचे रस घालावा. चवीपुरते मीठ व साखर, बेदाणे, काजूगर व खोवलेले खोबरे असे सर्व घालावे. पाण्यास उकळी आल्यावर भाजलेला रवा त्यात घालून चांगले हलवावे व झाकण ठेवून उपमा शिजत ठेवावा. शिजत ठेवताना त्यावर थोडे तूप सोडावे. उपमा तयार झाल्यावर खावयास देताना त्यावर कोथिंबीर बारीक चिरून घालावी.

आवडत असल्यास उपम्यात कांदाही घालावा. घालावयाचा झाल्यास बारीक चिरून तो फोडणीतच घालावा.

**टीप :** तांदळाचा रवा, ज्वारीचा रवा, राळ्याचा रवा व मक्याचा रवा यांचाही उपमा होतो. कृती वरीलप्रमाणेच. मात्र तांदळाच्या रव्याचा उपमा जास्त चांगला लागतो.

## २. शेवयांचा उपमा

**साहित्य :** अर्धा किलो शेवया, दोन चमचे उडदाची डाळ, अर्धी वाटी काजू अगर शेंगदाणे, एक लहान नारळ, पाच-सहा ओल्या मिरच्या, कोथिंबीर, कढीलिंब, चिरलेला कांदा एक वाटी, लिंबू, तूप, मीठ, फोडणीचे साहित्य.

**कृती :** शेवया कुस्करून त्या तुपावर तांबूस भाजून घ्याव्यात. नंतर फोडणी करून त्यात उडदाची डाळ टाकावी. डाळ तांबूस झाल्यावर मिरच्यांचे तुकडे, कांदा

व कढीलिंब घालावा व कांदा तांबूस होईपर्यंत परतावा. नंतर त्यात जितका शेवयांचा चुरा असेल, त्यापेक्षा थोडे कमी पाणी घालावे. नंतर त्यात चवीप्रमाणे मीठ, साखर व लिंबाचा रस घालावा. काजूचे तुकडे अगर शेंगदाणे (भाजलेले) घालावेत. उकळी आल्यावर भाजलेल्या शेवया त्यात घालाव्यात व चांगली वाफ आणावी. नंतर खोबरे व कोथिंबीर घालावी व एकसारखे करावे.

## ३. तांदळाच्या खमंग शेवया

**साहित्य :** तांदूळ, मीठ, ओल्या मिरच्या, खोवलेले खोबरे, काजूगर, साखर, कोथिंबीर, लिंबू.

**कृती :** तांदूळ तीन दिवस भिजत घालावेत. ते उपसून जरा सुकवावेत व नंतर कुटून अगर दळून पीठ करावे. एक वाटी पिठास एक वाटी पाणी या प्रमाणात पाणी घेऊन पीठ शिजवावे. चवीला मीठ घालावे. शेवयापात्रातून प्लॅस्टिकच्या कागदावर त्या पिठाच्या कुरडया घालाव्यात व उन्हात चांगल्या वाळवून भरून ठेवाव्या. ह्या कुरडया वर्षभर टिकतात. शेवया करावयाच्या असतील, त्या वेळी पाच मिनिटे कुरडया आधण-पाण्यात घालाव्यात व नंतर चाळणीत ओतून अर्धा तास ठेवाव्यात, म्हणजे त्या चांगल्या फुगतात. जिरे व मिरच्यांचे तुकडे घालून तुपाची फोडणी करावी व त्यावर भिजविलेल्या शेवया टाकून एक वाफ आणावी व त्यावर मीठ व साखर घालावी. चवीला लिंबू पिळावे, खोबरे, कोथिंबीर व काजूगर टाकावेत.

ह्या शेवया दिसायला चांगल्या दिसतात व खायलाही खमंग व चवदार लागतात. याप्रमाणे तयार केलेल्या शेवयांत दहीही घालतात. चांगल्या लागतात. आयत्या वेळी काही खावयास करावयाचे असल्यास करून देण्यासारखा हा पदार्थ आहे.

**टीप :** तांदळाऐवजी गव्हाच्या कुरड्यांच्याही शेवया करता येतात. कृती वरीलप्रमाणेच.

## ४. शेव

**साहित्य :** चार वाट्या चण्याच्या डाळीचे पीठ, अर्धा चमचा पापडखाराची (भाजलेल्या) पूड अगर अर्धा चमचा बेकिंग पावडर, हिंग, ओवा, तेल, मीठ.

**कृती :** पापडखार, ओवा, हिंग व मीठ हे सर्व जिन्नस वाटून, त्यात पाणी घालून, ते चांगले कालवावेत व पाणी गाळून घ्यावे. गाळून घेतलेले पाणी व पाव वाटी तापलेले तेल डाळीच्या पिठात घालून, पीठ भिजवून घ्यावे. नंतर या पिठाचा गोळा शेवपात्रात घालून तापलेल्या तेलात शेव पाडावी.

शेव करण्याचा निराळा झारा मिळतो. शेवपात्राच्या ऐवजी तो झारा कढईवर ठेवून, पिठाचा गोळा त्या झाऱ्यावर घासावा, म्हणजे खाली तेलात शेव पडते. शेवपात्रापेक्षा ही शेव हलकी होते.

हवे असल्यास तिखट व लसूणही शेवेमध्ये घालावी, घालावयाची झाल्यास तिखट व लसूण इतर जिन्नसांबरोबरच वाटून घेऊन त्याचे पाणी घ्यावे.

हवा असल्यास पिठात थोडा केशरी रंग घालावा. शेव चांगली दिसते.

## ५. पापडी

**साहित्य :** आठ वाट्या डाळीचे पीठ, दोन चमचे खावयाचा सोडा, मीठ (अंदाजे), हिंग, जिरे, काळी मिरी, ओवा, तेल.

**कृती :** सोडा, मीठ, हिंग, जिरे, काळी मिरी (अर्धवट कुटून) व ओवा हे सर्व जिन्नस डाळीच्या पिठात घालावेत व त्यावर अर्धी वाटी तापलेल्या तेलाचे मोहन घालून पीठ घट्ट भिजवावे. नंतर पापडी करण्याचा झारा मिळतो, तो कढईवर ठेवून, त्यावर पिठाचा गोळा ठेवून, हाताने घासावे म्हणजे पापडी खालील तेलात पडते. ती तळून बाहेर काढावी.

## ६. भडंग

**साहित्य :** मापी चार शेर चुरमुरे (कुरमुरे), तीन वाट्या शेंगदाणे, अर्धी ते पाऊण वाटी सुक्या खोबऱ्याचे काप, पाऊण वाटी तेल, चार चमचे मेतकूट, दीड चमचा काळा मसाला, एक चमचा लाल तिखट, कढीलिंब, चार लवंगा, दोन इंच दालचिनीचा तुकडा, मीठ, साखर, एक चमचा धन्याची पूड, एक चमचा जिऱ्याची पूड.

**कृती :** शेंगदाणे भाजून घ्यावेत. लवंग व दालचिनी यांची पूड करून घ्यावी. अर्धी वाटी कच्च्या तेलात मेतकूट, काळा मसाला, चवीप्रमाणे मीठ व साखर, लवंगा व दालचिनीची पूड, धन्या-जिऱ्याची पूड व लाल तिखट हे सर्व जिन्नस घालून कालवावे. हा मसाला चुरमुऱ्याला लावावा. पाव वाटी तेलाची फोडणी करून, त्यात कढीलिंब टाकावा. भाजलेले शेंगाचे दाणे घालावेत व नंतर खोबऱ्याचे काप घालून परतून घ्यावेत व खाली उतरवून त्यात चुरमुरे घालावेत आणि मिसळून सारखे करावे. हा भडंग खाण्याला कुरकुरीत व फार चविष्ट लागतो.

कोल्हापुरी चुरमुरे जाड व टपोरे असतात. त्याचे भडंग जास्त चांगले लागतात. (मिळाल्यास, ते चुरमुरे घ्यावेत.)

हा पदार्थ सांगलीचा भडंग म्हणून प्रसिद्ध आहे.

## ७. भेळ

**साहित्य :** दोन शेर चुरमुरे (कुरमुरे), दोन वाट्या चिवडा, दोन वाट्या शेव, एक वाटी चिरलेला कांदा, दोन वाट्या खोवलेले खोबरे, एक वाटी चिरलेली कोथिंबीर, एक वाटी उकडलेल्या बटाट्याच्या फोडी, एक वाटी टोमॅटोच्या फोडी, बारीक चिरलेली अगर किसलेली काकडी, अर्धी वाटी रवा, कैरीचा कीस अगर लिंबू.

**तिखट चटणीकरिता साहित्य :** वीस ते पंचवीस ओल्या मिरच्या, आल्याचा तुकडा, कोथिंबीर, पुदिना, मीठ.

**गोड चटणीकरिता साहित्य :** अर्धी वाटी खजूर, लिंबाएवढी चिंच, पाव वाटी गूळ, दोन चमचे धने व एक वाटी जिरे यांची भाजून केलेली पूड, दोन चमचे लाल तिखट, मीठ.

**कृती– पुऱ्यांची :** दोन चमचे तेल घालून, रवा घट्ट भिजवून दोन तास ठेवावा. नंतर तो कुटून लहान लहान पातळ पुऱ्या लाटाव्यात. सर्व पुऱ्या लाटून झाल्यावर त्यावर पाच-सहा भोके पाडावीत व त्या एक तास सुकत ठेवून, नंतर तळताना झाऱ्याने दाबून तळाव्यात. फुगू देऊ नयेत.

**कृती– तिखट चटणीची :** ओल्या मिरच्या, कोथिंबीर, पुदिना, मीठ व आले एकत्र अगदी बारीक वाटावे. थोडे पाणी घालून चटणी जरा पातळ करावी.

**कृती– गोड चटणीची :** खजूर निवडून, धुऊन, गरम पाण्यात अर्धा-पाऊण तास भिजत घालावा. चिंच कोळून पाणी घ्यावे. ते पाणी गाळून घ्यावे. खजूर पाट्यावर वाटून तो पुरणाच्या यंत्रातून गाळून घ्यावा. गाळलेल्या खजुरात चिंचेचे पाणी व गूळ घालावा. त्यातच मीठ, धन्या-जिऱ्याची पूड व तिखट घालून सारखे करावे. चटणीत थोडे पाणी घालून ती जरा पातळ करावी.

**कृती– भेळेची :** चुरमुरे, शेव व चिवडा एकत्र करावे. टोमॅटोच्या फोडी, बटाट्याच्या फोडी, चिरलेला कांदा व काकडी एकत्र करून घ्यावे. ओले खोबरे व कोथिंबीर एकत्र मिसळून ठेवावे. खावयास द्यावयाच्या वेळी वरील सर्व मिश्रणे एकत्र करावी व डिशमध्ये काढून घेऊन, त्यावर लिंबू पिळावे अथवा कैरीचा कीस घालावा व तयार केलेली गोड व तिखट चटणी घालावी. डिशमध्ये एक-दोन पुऱ्याही घालाव्यात.

## ८. दही-मिसळ

**साहित्य :** ओला अगर सुका वाटाणा एक वाटी, मटकी दोन वाट्या, चवळी एक वाटी, उकडलेल्या बटाट्याच्या फोडी एक वाटी, टोमॅटोच्या फोडी एक वाटी, बारीक शेव दीड वाटी, चिवडा

दोन वाट्या, चिरलेला कांदा एक वाटी, ओले खोबर एक वाटी, चिरलेली कोथिंबीर एक वाटी, एक लिटर दुधाचे गोड मलईचे दही, तिखट, मीठ, काळा मसाला, चिंच, गूळ, तेल, फोडणीचे साहित्य.

**कृती :** सुका वाटाणा, मटकी व चवळी भिजत घालावीत. मटकीस मोड येऊ द्यावेत. ओले मटार असल्यास जास्त चांगले. तेलाची खमंग फोडणी करावी व भिजवलेली धान्ये फोडणीस टाकून, एक-दोन वाफा आल्यावर पाणी घालून चांगली शिजवावीत. नंतर त्यात चवीप्रमाणे तिखट, मीठ, गूळ, चिंचेचे पाणी व काळा मसाला हे सर्व जिन्नस नेहमीच्या प्रमाणापेक्षा थोडे जास्त घालावेत. थोडासा रस राखून ही उसळ तयार करून घ्यावी. बटाटे वाफवून, ते सोलून त्यांच्या फोडी कराव्यात. कांदा व कोथिंबीर बारीक चिरून घ्यावी. खावयास देतेवेळी खोलगट डिशमध्ये गरम उसळ प्रथम घालावी. त्यावर बटाट्याच्या फोडी व बारीक चिरलेला कांदा घालावा. त्यावर बारीक शेव व चिवडा घालावा. त्यावर सभोवती टोमॅटोच्या फोडी, कोथिंबीर व ओले खोबरे घालावे व मध्ये दही घालावे. वाटल्यास दह्यावर दोन-तीन टोमॅटोच्या फोडी घालाव्या, म्हणजे सजावटीच्या दृष्टीने उठून दिसेल. अन्य तऱ्हेनेही सजावट करण्यास हरकत नाही.

**टीप :** वर दिलेले साहित्य व प्रमाण आपापल्या आवडीप्रमाणे कमी-जास्त करण्यास हरकत नाही. या मिसळीमध्ये डाळीच्या पिठाची भजी व पापडीही घालतात.

## ९. चटणी-मिसळ

**साहित्य :** एक वाटी हिरव्या रंगाचे चणे, एक वाटी मोठी चवळी, एक वाटी सुके वाटाणे, अर्धी वाटी चिरलेली फरसबी, दोन टोमॅटो, दोन कांदे, तीन वाट्या शेव.

**कृती :** प्रथम खाली दिलेल्या तीन प्रकारच्या चटण्या करून घ्याव्यात.

**चटणी, प्रकार १ :** अर्धी वाटी ओले खोबरे, चार-पाच ओल्या मिरच्या, कोथिंबीर, पाव चमचा धने, पाव चमचा जिरे व चवीपुरते मीठ. हे सर्व एकत्र वाटून चटणी करावी.

**चटणी, प्रकार २ :** चिंच अगर आंब्याचे पीठ व खजूर हे सर्व अंदाजाने घ्यावे. चिंच व खजूर पाण्यात घालून, कोळून, गाळून घ्यावे व त्यात लाल तिखट, मीठ व धन्या-जिऱ्याची पूड घालावी.

**चटणी, प्रकार ३ :** डाळे कुटून घेऊन, त्यात चवीप्रमाणे मीठ व साखर, लसूण वाटून व खोबऱ्याचा कीस वाटून घालून, एकत्र कालवावे.

चणे, चवळी व वाटाणे एक दिवस भिजत घालून मोड आणावेत. नंतर त्यात फरसबी चिरून घालावी व कुकरमध्ये सर्व शिजवून घ्यावे. त्यात थोडे मीठ घालून ढवळावे.

नंतर डिशमध्ये प्रथम शिजवलेली कडधान्ये घालावीत. त्यांच्यावर वरील तीनही चटण्या पातळसर करून घालाव्यात. त्यावर टोमॅटोच्या बारीक चकत्या घालाव्यात व त्याच्यावर बारीक चिरलेला कांदा, कोथिंबीर व शेव घालावी व मिसळ खावयास द्यावी. ह्या मिसळीवर गोड दही घालण्यास हरकत नाही.

## १०. तिखट बुंदी

**साहित्य :** बुंदीच्या कळ्या, लाल तिखट, मीठ, साखर, भाजलेले शेंगाचे दाणे, सुक्या खोबऱ्याचा कीस, फोडणीचे साहित्य.

**कृती :** बुंदीच्या लाडवाची कृती मागे जेवणाच्या पदार्थात (भाग २) दिली आहे. हे लाडू करण्याकरिता आपण ज्या बुंदीच्या कळ्या करतो, त्या कळ्या घ्याव्यात. तुपातील फोडणी करावी. त्यात दाणे व खोबऱ्याचा कीस परतून घ्यावा. नंतर कळ्या त्यात घालाव्यात. चवीप्रमाणे मीठ, तिखट व साखर घालावी. नंतर पुन्हा एकदा कळ्या पराताव्यात. ह्या तिखट बुंदीच्या कळ्या पुष्कळ दिवस टिकतात.

फोडणी तेलातील केली, तरी चालेल. पण तुपातील फोडणी केल्यास कळ्या जास्त दिवस टिकतात.

कळ्या खावयास देताना हवे तर कोथिंबीर व ओले खोबरेही घालून द्याव्या.

## ११. दही बुंदी

**साहित्य :** बुंदीच्या कळ्या, गोड मलईचे दही, साखर, मीठ, ओल्या मिरच्या, कोथिंबीर, जिरे, हिंग, तूप.

**कृती :** बुंदीच्या लाडवांकरिता आपण कळ्या तयार करून घेतो, त्या कळ्या घ्याव्यात. दही घुसळावे. त्यात चवीप्रमाणे मीठ व साखर घालावी. चवीप्रमाणे मिरच्या वाटून घालाव्यात. तुपात हिंग व जिरे घालून फोडणी तयार करून, ती वरील दह्याला द्यावी. कोथिंबीर चिरून घालावी. खावयास देण्याच्या वेळी या तयार केलेल्या दह्यात बुंदीच्या कळ्या घालून खावयास द्याव्या.

ह्या दह्यातील बुंदी कुरकुरीत व मऊ, अशा दोन्हीही चांगल्या लागतात. मऊ पाहिजे असल्यास बुंदी दह्यात थोडा वेळ भिजत ठेवून द्यावी.

ह्या दह्यातील बुंदी ओले खोबरे घातल्यासही चांगली लागते.

# १०. चकल्या, कडबोळी

## १. भाजणीच्या चकल्या : प्रकार १

**साहित्य :** तीन वाट्या तांदूळ, एक वाटी चण्याची डाळ, एक वाटी मुगाची डाळ, एक वाटी उडदाची डाळ, अर्धी वाटी धने, पाव वाटी जिरे, तिखट, मीठ, हळद, हिंग, तीळ, ओवा.

**कृती :** तांदूळ, चण्याची डाळ, मुगाची डाळ व उडदाची डाळ यांपैकी कोणतेही धान्य घेऊन, ते धुऊन कढईत भाजण्याकरिता घालावे व दुसरे धान्य धुऊन घ्यावे. पहिले भाजून झाल्यावर दुसरे भाजावयास घालावे व तिसरे धुऊन घ्यावे. याप्रमाणे सर्व धान्ये धुऊन, भाजून घ्यावीत. ही धान्ये बेताची भाजून घ्यावीत. जास्त भाजू नयेत. ती भाजून झाल्यावर धने व जिरे भाजून घ्यावे. वरील धान्ये व धने-जिरे एकत्र करून दळावे. शक्यतो घरीच जात्यावर दळून घेतलेले जास्त चांगले. याप्रमाणे चकलीची भाजणी तयार करावी. चकल्यांकरिता त्यापैकी तीन वाट्या भाजणी घेतल्यास आठ चमचे तेल कडकडीत करून त्यात घालावे. चवीप्रमाणे तिखट व मीठ, हिंग, हळद, तीळ व ओवा हे जिन्नस घालावेत, अर्धी वाटी पाणी उकळून घेऊन ते त्यावर घालावे व मग भाजणी गार पाण्यात भिजवून चांगली मळावी. नंतर चकलीपात्राने चकल्या करून तेलात तळाव्यात. चकली कडकडीत वाटल्यास भाजणीत भिजविलेल्या पिठात आणखी दोन-तीन चमचे तळणीतील तापलेले तेल घालावे.

वरीलप्रमाणे तयार करून ठेवलेली भाजणी पुष्कळ दिवस टिकते.

## २. भाजणीच्या चकल्या : प्रकार २

**साहित्य :** चार वाट्या तांदूळ, दोन वाट्या चण्याची डाळ, एक वाटी उडदाची डाळ, अर्धी वाटी धने, पाव वाटी जिरे, पाव वाटी तीळ, एक चमचा ओवा, तिखट, मीठ, हळद, हिंग, तेल.

**कृती :** तांदूळ, चण्याची डाळ व उडदाची डाळ भाजून घ्यावी. त्यात धने व जिरे भाजून घालून हे सर्व जिन्नस एकत्र दळावेत. नंतर त्या पिठात अर्धी वाटी तेलाचे मोहन घालावे. तसेच तीळ, ओवा, चवीप्रमाणे तिखट व मीठ आणि हळद घालावी. नंतर त्यावर एक वाटी उकळते पाणी घालून पीठ भिजवावे व ते चांगले मळावे. चकलीपात्राने चकल्या कराव्यात व तेलात तळाव्यात.

## ३. कणकेच्या चकल्या

**साहित्य :** कणीक, तिखट, मीठ, हिंग, हळद, तीळ, ओवा.

**कृती :** कणकेमध्ये चवीप्रमाणे तिखट, मीठ, हिंग, तीळ व ओवा घालावा. नंतर हे सर्व साहित्य एकत्र मिसळून एका फडक्यात सैलसर बांधावे. नंतर ही पुरचुंडी कुकरमध्ये दहा-पंधरा मिनिटे ठेवून, वाफवून घ्यावी. नंतर ती बाहेर काढून त्यातील वाफवलेली कणीक बाहेर काढून, त्याला पाण्याचा हात लावून, चांगली मळावी व त्याच्या चकल्या करून तेलात तळाव्यात.

**टीप :** कणकेप्रमाणेच चण्याच्या पिठाच्या व ज्वारीच्या पिठाच्याही चकल्या होतात. इतर साहित्य व कृती वरीलप्रमाणेच.

## ४. तांदळाच्या चकल्या

**साहित्य :** तांदूळ, लोणी, एक चमचा जिरे, एक चमचा तिखट, मीठ, अर्धा चमचा हळद, तेल अगर तूप.

**कृती :** तांदूळ धुऊन, दळून घ्यावेत. चार वाट्या पिठास अर्धी वाटी लोणी घालावे. चवीप्रमाणे मीठ घालावे, तिखट व हळद घालावी आणि जिरे कुटून घालावे. पाणी घालून, पीठ भिजवून घेऊन, ते चांगले मळावे. चकलीपात्रातून त्याच्या चकल्या कराव्यात व तुपात अगर तेलात तळाव्यात.

## ५. कडबोळी : प्रकार १ (अठरा धान्यांची कडबोळी)

**साहित्य :** तांदूळ, ज्वारी, गहू, बाजरी, हरभरे, मूग, मटकी, चवळी, मसुरा, हुलगे, नाचणी, वाटाणा, वाल, तूरडाळ, धने, तीळ, ओवा, तिखट, मीठ, काळा मसाला, तेल.

**कृती :** वरील सर्व धान्ये प्रत्येकी एक वाटी घ्यावी. हरभरे, मूग व उडीद ही धान्ये शक्यतोवर सालासकट घ्यावीत. न मिळाल्यास त्यांच्या डाळी घेतल्या, तरी चालेल. तसेच, तुरीच्या डाळीऐवजी सालासकट तूरच मिळाल्यास चांगले. वरील सर्व धान्ये भाजून घ्यावी व एकत्र करून दळावीत. नंतर त्या पिठात एक वाटी तेल तापवून घालावे व एक वाटी तीळ, एक वाटी तिखट, हळद व चवीप्रमाणे मीठ व काळा मसाला घालावा. आवडत असल्यास थोडा ओवाही घालावा. नंतर त्या पिठात दोन-तीन वाट्या उकळते पाणी घालावे. नंतर ते पीठ गार पाण्यात भिजवून चांगले मळावे. नंतर कडबोळी करून तेलात मंद पण खरपूस तळून काढावीत. ही कडबोळी चवीस चांगली लागतात व कुरकुरीत राहतात.

## ६. कडबोळी : प्रकार २ (भाजणीची)

**साहित्य :** चार वाट्या तांदूळ, एक वाटी हरभरे, एक वाटी उडीद, अर्धी वाटी धने, पाव वाटी जिरे, पाव वाटी तीळ, तिखट, मीठ, हळद, हिंग, ओवा, तेल.

**कृती :** तांदूळ, हरभरे, उडीद, धने व जिरे हे सर्व भाजून घेऊन व एकत्र करून, दळून पीठ करावे. त्या पिठात अर्धी वाटी गरम तेल घालावे. तसेच तीळ, हळद, हिंग, ओवा व चवीप्रमाणे तिखट व मीठ घालावे. नंतर त्यात उकळते पाणी दोन वाट्या घालून, पीठ भिजवून, चांगले मळावे व त्याची कडबोळी करून ती तेलात खरपूस तळावीत.

## ७. कडबोळी : प्रकार ३ (बाजरीची)

**साहित्य :** दोन वाट्या बाजरी, तिखट, मीठ, हळद, हिंग, ओवा, तीळ, तेल.

**कृती :** बाजरी चांगली भाजून दळावी. नंतर त्या पिठात दोन चमचे गरम तेल, एक चमचा तीळ, अर्धा चमचा ओवा, हळद, हिंग व चवीप्रमाणे तिखट व मीठ घालावे. नंतर अर्धी वाटी उकळते पाणी घालून पीठ भिजवावे व चांगले मळून, त्याची कडबोळी करून, तेलात तळावीत.

याप्रमाणेच हुरड्याचीही (ज्वारीचा वाळलेला हुरडा) कडबोळी करावीत. बाजरीऐवजी हुरडा घ्यावा. बाकी सर्व साहित्य व कृती वरीलप्रमाणेच.

## ८. कडबोळी : प्रकार ४ (तांदळाची)

**साहित्य :** धुतलेल्या तांदळाचे पीठ दोन वाट्या, अर्धी वाटी लोणी, निरसे दूध, मीठ, हळद, जिरे, तूप.

**कृती :** तांदळाच्या पिठात लोणी, एक चमचा जिरे, हळद व चवीप्रमाणे मीठ घालून, ते पीठ निरशा दुधात भिजवावे व चांगले मळून घेऊन त्याची कडबोळी करावीत व तुपात मंद तळावीत.

# ११. सूप

## १. टोमॅटो सूप

**साहित्य :** पाव किलो चांगले पिकलेले लाल टोमॅटो, एक लहान कांदा, साखर, मिरची पूड, दोन चमचे भरून कॉर्नफ्लोअर, मोठ्या लिंबाएवढे लोणी, तीन वाट्या दूध, सेलरीची भाजी अगर कोथिंबीर, ब्रेड.

**कृती :** टोमॅटो व कांदा चिरून तीन वाट्या पाण्यात शिजत ठेवावे. सूप पातळ अगर दाट पाहिजे असेल, त्या मानाने पाणी कमी-जास्त करावे. टोमॅटो व कांदा मऊ शिजल्यावर कुस्करून, गाळून रस घ्यावा. एक चमचा लोणी पातेल्यात घालून तापत ठेवावे. लोणी विरघळल्यावर त्यात कॉर्नफ्लोअर घालून, भाजून घ्यावे व नंतर त्यात दूध घालून शिजवावे. सारखे ढवळावे व गोळी होऊ देऊ नये. शिजल्यावर खाली उतरवावे. वरील टोमॅटोच्या रसात चवीप्रमाणे मीठ, साखर घालावी व चांगले शिजवून, खाली उतरवून, त्यात वरील कॉर्नफ्लोअर घालून, शिजवून ठेवलेले दूध घालावे व गरम राहील, असे ठेवून द्यावे. ब्रेडचे बारीक चौकोनी तुकडे तुपात तळून ठेवावेत.

सूप वाढावयाच्या वेळी डिशमध्ये गरम गरम सूप घालावे व त्यावर लोणी व ब्रेडचे तळलेले तुकडे घालावेत. आवडीप्रमाणे मिरपूड घालावी. सेलरीची भाजी मिळाल्यास ती चिरून घालावी. सूपच्या गुलाबी रंगावर ही भाजी उठून दिसते. सेलरी नसल्यास व कुणाला पाहिजे असल्यास कोथिंबीर चिरून घालावी.

या टोमॅटोच्या सूपमध्ये आलेही घालतात. आले घालावयाचे झाल्यास टोमॅटो व कांदा शिजवतानाच घालावे.

## २. ओल्या मटाराचे सूप

**साहित्य :** दोन वाट्या ओल्या मटाराचे दाणे. बाकीचे सर्व साहित्य टोमॅटोच्या सूपकरिता वर दिलेल्या साहित्याप्रमाणेच.

**कृती :** मटार व कांदा तीन वाट्या पाण्यात शिजत ठेवून, शिजून अगदी मऊ झाल्यावर पुरण वाटावयाच्या यंत्राने गाळून त्याचा रस घ्यावा. मटाराबरोबर मटाराची सालेही शिजविण्याची काही ठिकाणी पद्धत आहे. त्यामुळे रसाला एक स्वाद येतो. नंतर सर्व कृती टोमॅटोच्या सूपच्या कृतीप्रमाणेच.

## ३. फ्लॉवरचे सूप

**साहित्य व कृती :** दोन वाट्या बारीक चिरलेला फ्लॉवर. बाकीचे सर्व साहित्य व कृती टोमॅटोच्या सूपप्रमाणेच. फ्लॉवर चांगला मऊ शिजवून पुरण वाटावयाच्या यंत्रातून गाळून त्याचा रस घ्यावा.

## ४. मक्याच्या कणसाचे सूप

**साहित्य व कृती :** दोन वाट्या मक्याचे ओले दाणे. बाकीचे साहित्य व कृती टोमॅटोच्या सूपप्रमाणेच; फक्त यात कॉर्नफ्लोअर घालावयाचे नाही. मक्याचे दाणे शिजून अगदी मऊ झाल्यावर पुरण वाटावयाच्या यंत्रातून गाळून रस घ्यावा.

## ५. कांद्याच्या पातीचे सूप

**साहित्य व कृती :** बारीक चिरलेल्या कांद्याच्या पाती दोन वाट्या. बाकीचे साहित्य व कृती टोमॅटोच्या सूपप्रमाणेच.

याप्रमाणेच पालक, चाकवत वगैरे पालेभाज्यांचे सूप करतात.

# १२. वड्या (गोडाच्या)

**टीप :** खाली ज्या गोडाच्या वड्या व बर्फी यांचे प्रकार दिले आहेत, त्यांत दिलेले साखरेचे प्रमाण हे सर्वसाधारण प्रमाण आहे. आपल्या आवडीप्रमाणे ते प्रमाण कमी-जास्त करण्यास हरकत नाही.

## १. श्रीखंडाच्या वड्या

**साहित्य :** एक वाटी चक्का, एक वाटी साखर, अर्धी वाटी दळलेली साखर, केशर अगर खाण्याचा केशरी रंग, जायफळ, बदाम अगर पिस्ते.

**कृती :** चक्का व साखर एकत्र मळून एकजीव करून घ्यावे व शिजत ठेवावे. शिजत आल्यावर त्यातील थेंब ताटावर टाकून त्याची खुटखुटीत गोळी बनते का, ते पाहावे. तशी गोळी होईपर्यंत मिश्रण शिजत ठेवावे. नंतर खाली उतरवून ते चांगले घोटावे. थंड होत आल्यावर त्यात केशर किंवा रंग, जायफळ व दळलेली साखर घालून चांगले घोटावे व गोळा झाल्यावर पोळपाटाला तुपाचा हात लावून त्यावर तो गोळा लाटावा. त्यावर बदामाचे अगर पिस्त्याचे काप टाकावे व वड्या कापाव्या.

## २. आंब्याच्या वड्या

**साहित्य :** दोन वाट्या हापूस आंब्याचा रस, तीन वाट्या साखर, अर्धी वाटी पिठीसाखर, चार-पाच वेलदोडे, पिस्ते, केशर (ऐच्छिक).

**कृती :** आंब्याचा रस व साखर एकत्र शिजत ठेवावे व सारखे ढवळावे. साधारणपणे पातेल्याच्या कडेला साखर तयार झालेली दिसल्यावर शिजून तयार झाले, असे समजावे. नंतर खाली उतरवून चांगले घोटावे. थोडेसे गार झाल्यावर पिठीसाखर घालून पुन्हा घोटावे व वेलदोड्यांची पूड व केशर अगर खाण्याचा केशरी रंग घालून गोळा तयार करावा. पोळपाटाला तुपाचा हात लावून तो गोळा त्यावर लाटावा. त्याच्यावर पिस्त्याचे काप घालावे. हवी असल्यास चारोळी घालावी. तसेच, वर्ख लावलेले वेलचीचे दाणे मिळतात, ते पसरावेत व नंतर हलक्या हाताने लाटावे. गार झाल्यावर वड्या कापाव्यात. ह्या वड्यांचा रंग छान दिसतो व स्वादही चांगला येतो.

## ३. कैरीच्या वड्या

**साहित्य :** कैऱ्या, साखर, वेलदोडे.

**कृती :** कैऱ्या वाफेवर चांगल्या वाफवून घ्याव्यात. नंतर त्यांचा गर काढून घ्यावा. एक वाटी गरास सहा वाट्या साखर या प्रमाणात साखर घेऊन, त्या साखरेचा पाक करून ठेवावा. पाकाची परत साखर बनत चालली, म्हणजे पक्का पाक झाला, असे समजावे. मग त्यात कैरीचा गर घालून ढवळावे. ते मिश्रण पातळ होईल. एक-दोन कढ येईपर्यंत पुन्हा ते शिजवावे. नंतर खाली उतरवून, वेलचीची पूड घालून, चांगले घोटावे. ताटाला तुपाचा हात लावून, ते मिश्रण त्यावर ओतावे. दुसऱ्या दिवसापर्यंत ते घट्ट होईल. मग त्याच्या वड्या कापाव्या.

या वड्यांना नैसर्गिकच पिस्त्यासारखा रंग येतो व खावयालाही आंबट-गोड चांगल्या लागतात.

कैरीच्या वड्यांप्रमाणेच आवळ्याच्या व पिकलेल्या कवठाच्याही वड्या होतात. कृती वरीलप्रमाणेच; मात्र शिजवलेल्या एक वाटी आवळ्याच्या गरात चार वाट्या साखर घालावी. कवठाचा गर काढून, तो पाट्यावर बारीक वाटून अगर श्रीखंड गाळतो, त्याप्रमाणे चाळणीतून गाळून घ्यावा व एक वाटी गराला सहा वाट्या साखर घालावी. तसेच, केशर अगर केशरी रंग घालावा. बाकी सर्व कृती कैरीच्या वड्यांप्रमाणेच.

## ४. तिरंगी वड्या

**साहित्य :** अर्धी वाटी तूप, अर्धी वाटी साखर, मैदा, वेलदोडे, खाण्याचे रंग.

**कृती :** तूप व साखर एकत्र करून चांगले फेसावे व त्यात मावेल इतका मैदा व वेलदोड्यांची पूड घालून, घट्ट गोळा भिजवावा. याचे तीन भाग करून त्या प्रत्येकात निरनिराळा खाण्याचा रंग घालावा. नंतर परातीत अगर थाळीत ते भाग एकावर एक असे सारखे थापून वड्या कापाव्यात व नंतर परात अगर थाळीत ठेवून, त्यावर वाळू घालून, त्यावर परात अगर थाळी ठेवावी व त्याच्यावर दुसरा जाड तवाठेवून, त्यावर तापलेली वाळू घालून, वड्या भाजून खाव्या.

## ५. खोबऱ्याच्या वड्या (नारळी पाक)

**साहित्य :** एक मध्यम नारळ, पाव किलो साखर, पाव लिटर दूध, पाच-सहा वेलदोडे, पिस्ते, चारोळी.

**कृती :** नारळ खोवून घ्यावा. खोबरे, साखर व दूध एकत्र शिजत ठेवावे. शिजत असताना सारखे हलवावे व गोळा झाल्यावर त्यात वेलचीची पूड घालावी. ताटाला तूप लावून त्यावर तो गोळा थापावा. त्याच्यावर पिस्त्याचे काप व चारोळी टाकावी व हलक्या हाताने थोडेसे थापावे अगर लाटावे. गार झाल्यावर वड्या कापाव्यात.

## ६. खसखशीच्या वड्या

**साहित्य :** दीड वाटी खसखस, अर्धी वाटी बदाम, दीड वाटी साखर, अर्धी वाटी तूप, दूध.

**कृती :** बदाम भिजत घालून सोलावेत. नंतर खसखस व सोललेले बदाम दुधात भिजत घालावेत व नंतर ते बारीक वाटून घेऊन तो गोळा तुपावर भाजावा. साखरेचा पाक करावा. पक्का पाक झाल्यावर त्यात वरील गोळा घालून शिजवावे व ताटाला तूप लावून त्यावर गोळा थापावा व वड्या कापाव्यात.

ह्या वड्या खाण्याला खमंग लागतात व पौष्टिकही आहेत.

## ७. रव्याच्या वड्या : प्रकार १

**साहित्य :** एक वाटी बारीक रवा, एक वाटी तूप, तीन वाट्या साखर, चार वाट्या दूध, सात-आठ वेलदोडे, चारोळी.

**कृती :** रवा, तूप, साखर व दूध यांचे एकत्र मिश्रण करून शिजत ठेवावे. शिजताना सारखे हलवावे. शिजून त्याचा घट्ट गोळा झाला, म्हणजे त्यात वेलचीची पूड मिसळावी. पोळपाटाला तूप लावून तो गोळा लाटावा. वर चारोळी पसरावी.

**टीप :** या वड्या रंगीत करावयाच्या असल्यास गोळ्याचे दोन-तीन सारखे भाग करावे व हवे असतील, ते रंग त्यात घालून निरनिराळ्या रंगांचे एकावर एक असे गोळे लाटावेत.

## ८. रव्याच्या वड्या : प्रकार २

**साहित्य :** दोन वाट्या बारीक रवा, दोन वाट्या साखर, अर्धी वाटी साजूक तूप, पाच-सहा वेलदोडे, पिस्ते, बदाम.

**कृती :** रवा तूप घालून लाडवाप्रमाणे बदामी रंगावर भाजून घ्यावा. साखरेचा पाक करावा. हा पाक एकतारीपेक्षा थोडा जास्त घट्ट असावा. पाक खाली उतरवून, भाजलेला रवा त्यात टाकावा व घट्ट गोळा होईपर्यंत सारखे घोटत राहावे. गोळा बनण्यास अंदाजे एक तास लागेल. नंतर त्यात वेलचीची पूड घालावी व पोळपाटास तूप लावून त्यावर तो गोळा थापावा. बदाम अगर पिस्ते यांचे काप त्यावर घालून वड्या कापाव्यात. या वड्या घोटून केल्यामुळे खव्याच्या वड्यांप्रमाणे लागतात.

या वड्यात ओले खोबरेही घालतात. खोबरे घालावयाचे झाल्यास अर्ध्या नारळाचे खोवलेले खोबरे रवा भाजून होत आल्यावर रव्यातच घालावे. मात्र खोबरे न घातल्यास वड्या जास्त टिकतात.

## ९. साखरपाऱ्याच्या वड्या

**साहित्य :** दोन वाट्या कणीक (थोडी जाड) अगर दीड वाटी मैदा व अर्धी वाटी बारीक रवा, पाऊण वाटी तूप, सव्वा वाटी दळलेली साखर, चिमटीभर सोडा, दहा-बारा वेलदोडे.

**कृती :** तूप खूप फेसावे. नंतर त्यात साखर घालून हलके होईपर्यंत पुन्हा फेसावे. नंतर त्यात कणीक अथवा रवा व मैदा, सोडा व वेलचीची पूड घालून चांगले मळावे व तसेच चार तास ठेवून द्यावे. नंतर एका थाळीला तुपाचा हात लावून, त्यावर तो गोळा थापून, हवे असल्यास चारोळी, बदाम अगर पिस्ते यांचे काप घालून वड्या पाडाव्यात. नंतर खाली व वर विस्तव ठेवून अथवा ओव्हनमध्ये मंद भाजाव्यात. बदामी रंग येईल, इतपत मंद भाजाव्यात. ह्या वड्या लवकर भाजल्या जातात, म्हणून भाजण्याच्या वेळी काळजी घ्यावी.

## १०. सायीच्या वड्या

**साहित्य :** दुधाची जाड साय, साखर, वेलदोडे.

**कृती :** साय एका ताटात पसरून वर थोडी साखर पेरावी. त्याच्यावर आणखी एक सायीचा थर द्यावा. त्यावर वेलदोड्यांची पूड अगर जायपत्री घालावी. त्याच्यावर आणकी सायीचा थर द्यावा. नंतर त्याच्या वड्या पाडाव्यात व रेफ्रिजरेटरमध्ये गार करून खावयास द्याव्यात.

## ११. पुरण-पाक

**साहित्य :** चण्याची डाळ, साखर, नारळाचे ओले खोबरे, वेलदोडे.

**कृती :** चण्याची डाळ शिजवून घेऊन, पुरण वाटावयाच्या यंत्राने अगर पाट्यावर वाटून घ्यावी. जेवढे वाटलेले पुरण होईल, तेवढेच खोवलेले खोबरे व त्याच्या दीडपट साखर घ्यावी. पुरण, साखर व खोबरे एकत्र करून कालवावे व विस्तवावर ठेवून ढवळत राहावे. शिजून गोळा झाल्यावर वेलचीची पूड घालावी. नंतर ताटाला तुपाचा हात लावून, त्यावर तो गोळा सारखा पसरावा अगर लाटावा व वड्या कापाव्यात. वेलदोड्यांऐवजी आवडत असल्यास, आवडेल तो इसेन्सही घालण्यास हरकत नाही.

## १२. सोलाण्याच्या वड्या (गोडाच्या)

**साहित्य :** अगदी कोवळे ओले हिरवे हरबरे दोन वाट्या, साखर तीन वाट्या, थोडासा हिरवा खाण्याचा रंग, वेलदोडे, बदाम.

**कृती :** सोलाणे (हरबरे) पाट्यावर अगदी बारीक वाटावेत. नंतर साखरेचा दोन तारी पाक करावा. त्यात हरबऱ्याचा वाटलेला गोळा घालावा व घट्ट होईपर्यंत शिजवावे. खाली उतरवून, वेलदोड्यांची पूड व हवा असल्यास थोडासा हिरवा रंग घालून चांगले घोटावे. ताटाला तुपाचा हात लावून त्यावर शिजवलेला गोळा थापावा व त्यावर बदामाचे काप पसरून वड्या कापाव्यात. हिरव्या रंगामुळे या वड्या आकर्षक दिसतात.

## १३. गूळपापडी

**साहित्य :** गव्हाचे पीठ चार वाट्या, तूप एक वाटी, गूळ दोन वाट्या, वेलदोडे.

**कृती :** गव्हाचे पीठ तुपावर खमंग व तांबूस भाजून घ्यावे. गुळाचा दोन-तारी पाक करून, त्यात भाजून घेतलेले गव्हाचे पीठ घालून, वर वेलचीची पूड घालावी व चांगले ढवळावे. लगेच ताटाला तुपाचा हात लावून ते मिश्रण त्यावर घालून सारखे पसरावे. सारखे झाल्यावर वड्या पाडाव्यात.

## १४. टोमॅटोच्या वड्या

**साहित्य :** दोन चांगले पिकलेले मोठे टोमॅटो, एक नारळ, पाव किलो साखर, अर्धी वाटी दळलेली साखर, पिस्ते.

**कृती :** टोमॅटो शिजवून, गाळून घ्यावेत. टोमॅटोचा गाळलेला रस, साखर व नारळाचे खोवलेले खोबरे हे सर्व एकत्र शिजावयास ठेवावे. गोळा होत आल्यावर खाली उतरवून चांगले घोटावे. गोळा मऊ वाटलाच, तर दळलेली साखर घालून पुन्हा चांगले घोटावे. नंतर ताटाला तूप लावून तो गोळा थापावा. त्यावर पिस्त्याचे काप घालावेत व वड्या कापाव्यात. या वड्यांना रंग छान येतो व त्यामुळे त्या आकर्षक दिसतात.

## १५. खरवसाच्या वड्या : प्रकार १

**साहित्य :** अर्धा लिटर चीक (शक्यतो पहिल्या दिवसाचा), अर्धा लिटर दूध, साखर अगर गूळ, अर्धा नारळ, दहा-बारा वेलदोडे, साखर घातल्यास केशर अथवा खाण्याचा केशरी रंग.

**कृती :** चीक व दूध एकत्र करून, ते जरा जास्त गोड होईल, इतकी साखर अथवा गूळ (किसून अथवा बारीक करून) त्यात घालावा. खोवलेले खोबरे व वेलदोड्यांची पूडही घालावी व सर्व मिश्रण कुकरमध्ये मोदकपात्रात अगर इतर मार्गाने वाफ देऊन काढावे. वड्या घट्ट अगर मऊ हव्या असल्यास त्या मानाने दूध अनुक्रमे कमी अगर जास्त घालावे. नंतर वड्या कापाव्यात. खोवलेल्या खोबऱ्याऐवजी नारळाचे दूध काढून घालावे. नारळाच्या दुधामुळे एक वेगळी चव लागते. साखर घातल्यास, हवे असल्यास केशर अथवा खाण्याचा रंग घालावा.

## १६. खरवसाच्या वड्या : प्रकार २

**साहित्य :** अर्धा लिटर चीक (पहिल्या दिवसाचा), पाऊण किलो साखर, एक नारळ, दहा-बारा वेलदोडे, केशर अगर खाण्याचा रंग, पिस्ते अगर चारोळी.

**कृती :** चीक दूध न घालताच तसाच कुकरमध्ये अगर अन्य रीतीने शिजवून

घ्यावा. तो गार झाल्यावर अगदी बारीक किसणीने किसून घ्यावा. त्या किसात साखर व नारळ खोवून घालावा व सर्व एकत्र शिजवावे. नारळीपाकाप्रमाणे गोळा शिजवून घ्यावा. गोळा झाल्यावर खाली उतरवून, वेलदोड्यांची पूड व केशर अथवा रंग घालावा. ताटाला तुपाचा हात लावून, त्यावर गोळा लाटून, त्याच्यावर पिस्त्याचे काप अथवा चारोळी पसरावी व वड्या कापाव्यात. केशर न घालता सफेद रंगाच्या वड्याही चांगल्या दिसतात. खोबरे न घातल्यास या वड्या पुष्कळ दिवस टिकतात. चवीला या वड्या खमंग व खव्याच्या वड्यांप्रमाणे लागतात.

## १७. गाजराच्या वड्या

**साहित्य :** गाजराचा कीस दोन वाट्या (शक्य तो लाल रंगाची गाजरे घ्यावीत. दिल्लीची म्हणून लाल रंगाची गाजरे मिळतात; ती मिळाल्यास चांगली), दोन वाट्या साखर, पाऊण वाटी मावा, पाव वाटी तूप, दहा-बारा वेलदोडे, पिस्ते.

**कृती :** गाजराचा कीस तुपावर वाफवून घ्यावा व नंतर तो कीस व साखर एकत्र शिजत ठेवावे. शिजत आल्यावर त्यात मावा घालून पुन्हा शिजवावे. गोळा घट्ट झाल्यावर त्यात वेलदोड्यांची पूड घालावी व ताटाला तुपाचा हात लावून त्यावर तो गोळा लाटावा. त्यावर हवे असल्यास पिस्त्यांचे काप घालावेत व वड्या कापाव्यात.

## १८. कोहाळ्याच्या वड्या

कोहाळ्याचा कीस दोन वाट्या घ्यावा. बाकी सर्व साहित्य व कृती गाजराच्या वड्यांप्रमाणे.

## १९. दूधभोपळ्याच्या वड्या

दूधभोपळ्याचा कीस दोन वाट्या घ्यावा. बाकी सर्व साहित्य व कृती वरील गाजराच्या वड्यांप्रमाणे.

## २०. लाल भोपळ्याच्या वड्या

लाल भोपळ्याचा कीस दोन वाट्या घ्यावा. बाकी सर्व साहित्य व कृती वरील गाजराच्या वड्यांप्रमाणे.

## २१. केळ्याच्या वड्या

**साहित्य :** चांगली पिकलेली केळी, साखर, वेलदोडे.

**कृती :** पिकलेल्या केळ्यांचा कुस्करून घेतलेला गर दोन वाट्या घेऊन व दोन वाट्या साखर घेऊन दोन्ही एकत्र शिजवावे. गोळा झाल्यावर वेलदोड्यांची पूड घालून, ताटाला तुपाचा हात लावून, त्यावर गोळा लाटावा व वड्या कापाव्या. या वड्यांत ओले खोबरेही घालतात. वडी जास्त चांगली लागते.

## २२. पेरूच्या वड्या

पेरू किसून घेऊन त्यांतील बिया काढून टाकाव्यात व बिनबियांचा गर दोन वाट्या घ्यावा. बाकी सर्व साहित्य व कृती केळ्यांच्या वड्यांप्रमाणेच.

## २३. पोपईच्या वड्या

चांगल्या पिकलेल्या पोपईचा कुस्करून घेतलेला गर दोन वाट्या व साखर पाऊण वाटी घ्यावी. सर्व कृती केळ्यांच्या वड्यांप्रमाणेच.

## २४. बटाट्याच्या वड्या

**साहित्य :** बटाटे, साखर, वेलदोडे, नारळ.

**कृती :** बटांटे उकडून, ते पुरण वाटावयाच्या यंत्रातून वाटून घ्यावेत. याप्रमाणे वाटलेला गोळा दोन वाट्या, साखर तीन वाट्या, अर्ध्या नारळाचे खोवलेले खोबरे असे सर्व एकत्र करून शिजत ठेवावे. घट्ट गोळा होईपर्यंत शिजवावे व नंतर खाली उतरवून चांगले घोटावे. वेलदोड्यांची पूड घालावी. पोळपाटास तुपाचा हात लावून, त्यावर लाटून वड्या कापाव्यात.

## २५. बदाम रोट

**साहित्य :** दोन वाट्या बदाम बी, एक वाटी दळलेली साखर, दहा-बारा वेलदोडे, तूप.

**कृती :** बदाम भिजत घालून सोलावेत व वाळवावेत. नंतर त्यांची बारीक पूड (शक्य तो यंत्राने) करावी. साधारण पाव वाटी अथवा त्यापेक्षा थोडे जास्त तूप घेऊन ते ताटात फेसावे. चांगले फेसून झाल्यावर साखर घालून पुन्हा फेसावे व त्यात बदामाची पूड घालून चांगले मळावे. कोरडे वाटल्यास आणखी थोडे तूप घालावे. वेलदोड्यांची पूड घालावी व नंतर पेढ्यांसारखे अगर आपल्याला हवे असतील, तशा आकाराचे लहान लहान गोळे करावेत. हवे असल्यास त्या गोळ्यांवर चारोळी अगर पिस्त्याचे काप बसवावेत. नंतर ते गोळे एका थाळीमध्ये थोडे थोडे अंतर सोडून ठेवावेत व खाली व झाकणावर निखारे घालून अथवा ओव्हनमध्ये बदामी

रंगावर भाजून काढावेत. हे रोट फार नाजूक होतात व लवकर भाजून होतात. म्हणून भाजण्याच्या वेळी जास्त काळजी घ्यावी.

## २६. म्हैसूरपाक

**साहित्य :** चण्याच्या डाळीचे पीठ एक वाटी, साखर दीड वाटी, तूप चार वाट्या.

**कृती :** तूप थोडेसे गरम करून चण्याच्या पिठाला चांगले चोळून घ्यावे. साखरेचा दोन-तारी पाक करावा. एकीकडे तूप अगदी कडकडीत करत ठेवावे. डाळीचे पीठ साखरेच्या पाकात घालून चांगले ढवळून घ्यावे व ते विस्तवावर ठेवून कडकडीत केलेले तूप पळी-पळीने त्यात घालत राहावे. अर्धी वाटी तूप शिल्लक राहीपर्यंत तूप घालावे. नंतर पिठापासून तूप बाजूला सुटू लागून त्या पिठाला छान जाळी दिसायला लागेपर्यंत शिजवावे. जाळी पडत नाही, असे दिसून आले, तर राहिलेले गरम तूप त्यात घालावे. जाळी पडली, म्हणजे सर्व मिश्रण एकदम एका खोल थाळीत ओतावे व वड्या कापाव्यात. नंतर थाळी वाकडी करून ठेवावी, म्हणजे तूप निथळून बाहेर येईल.

## २७. माव्याची बर्फी

**साहित्य :** मावा दोन वाट्या, साखर दीड वाटी, केशर अथवा खाण्याचा केशरी रंग, दहा-बारा वेलदोडे, चारोळी, बदाम, पिस्ते.

**कृती :** माव्याच्या गुठळ्या हाताने मोडून मावा सारखा करून घ्यावा. साखर कढईत अगर जाड बुडाच्या भांड्यात घालून साखरेचा पक्का पाक करावा. पाकाची साखर दिसू लागली, म्हणजे पक्का पाक झाला, असे समजावे. पक्का पाक झाल्यावर त्यात मावा घालून सारखे करावे व मंद विस्तवावर ठेवून ढवळत राहावे. सगळीकडून बुडबुडे येऊ लागले, की भांडे लगेच खाली उतरवून थंड होईपर्यंत पळीने चांगले घोटत राहावे. नंतर त्यात वेलचीची पूड व केशर अगर रंग घालावा. केशर अथवा रंग न घालता पांढऱ्या रंगाच्या वड्याही चांगल्या दिसतात. थंड झाल्यावर थाळीला तुपाचा हात लावून ते मिश्रण त्यावर ओतावे. काही वेळाने ते मिश्रण जरा घट्ट झाले, असे दिसले, म्हणजे त्यावर चारोळ्या अगर पिस्त्याचे काप अथवा दोन्ही पसरावेत. पिस्त्याऐवजी बदामाचे कापही घालावेत. ह्या वड्या घट्ट होण्यास वेळ लागतो व साधारणपणे दुसऱ्या दिवशी त्या तयार होतात.

ह्या वड्या दोन-तीन रंगांच्याही करतात. तशा करावयाच्या झाल्यास गोळा जरा घट्टच शिजवून घ्यावा व त्याचे भाग करून, त्यात निरनिराळे रंग (खाण्याचा) मिसळावे. एक भाग तसाच पांढरा ठेवावा व थाळीत एकावर एक असे सर्व भाग लाटावेत.

ह्या वड्यांवर चांदीचा वर्ख मिळतो, तोही घालतात.

## २८. बदामाची बर्फी

**साहित्य :** दोन वाट्या बदाम बी, दीड वाटी साखर, तूप, दहा-बारा वेलदोडे, मावा (हवा असल्यास).

**कृती :** बदाम भिजत घालून, सोलून पाट्यावर वाटावेत. नंतर वाटलेला गोळा तुपावर भाजावा. साखरेचा दोन-तारी पाक करून, त्यात बदामाचा वाटलेला गोळा व खवा घालून शिजवावे व चांगली गोळी झाल्यावर खाली उतरवून चांगले घोटावे. वेलदोड्याची पूड घालावी व पोळपाटाला तुपाचा हात लावून, गोळा लाटून, वड्या कापाव्यात.

## २९. काजूची बर्फी

**साहित्य :** दोन वाट्या काजू, दीड वाटी साखर, अर्धी वाटी खवा, पाव जायफळ.

**कृती :** काजूची यंत्राने पूड करून घ्यावी. खवा थोडा भाजून घ्यावा. एका पातेल्यात साखर घालून, साखरेचा एक-तारी पाक करून घ्यावा व त्यात काजूची पूड घालून थोडे शिजवावे. साधारण घट्ट गोळा झाला, की खाली उतरवून त्यात भाजलेला खवा घालावा व चांगले घोटावे व जायफळाची पूड घालावी. नंतर पोळपाटाला तुपाचा हात लावून, त्यावर तो गोळा पातळ लाटून, वड्या कापाव्यात. त्या वड्यांवर चांदीचा वर्खही घालतात.

## ३०. पिस्त्याची बर्फी

**साहित्य :** दोन वाट्या पिस्ते, दीड वाटी साखर, अर्धी वाटी खवा.

**कृती :** पिस्ते भिजत घालून, ते सोलून व वाळवून त्यांची पूड करावी. बाकी कृती काजूच्या बर्फीप्रमाणेच. मात्र यात जायफळ घालू नये.

## ३१. पेढे

**साहित्य :** एक किलो खवा, पाव किलो साखर, केशर अगर खाण्याचा केशरी रंग, पिस्ते, चारोळी.

**कृती :** खवा व साखर एकत्र करून मिसळावे व जाड बुडाच्या कढईत

शिजवावयास ठेवावे. शिजत असताना सारखे घोटत राहावे. मिश्रणाची गोळी झाली, की खाली उतरवावे व पुन्हा घोटत राहावे. साधारण गार झाल्यावर त्यात केशर अगर रंग व वेलदोड्यांची पूड घालावी. नंतर खवा-साखरेचा गोळा ताटात काढून घेऊन मळावा. थोडे थांबून पुन्हा मळावे. याप्रमाणे पेढे वळण्याइतपत गोळा घट्ट होईपर्यंत थाबूंन थांबून मळावे. नंतर पेढे वळावेत व हवे असल्यास त्यावर पिस्त्याचे काप व चारोळी लावावी. हे पेढे बाजारी पेढ्यांपेक्षा खमंग होतात व फिके असल्यामुळे खावयास चांगले लागतात.

# १३. हलवा

## १. दुधी हलवा

**साहित्य :** एक किलो कोवळा दूधभोपळा, पाव किलो साखर, दोनशे ग्रॅम खवा, पाव वाटी तूप, चारोळी, पिस्ते, वेलदोडे.

**कृती :** दूधभोपळा स्टेनलेस् स्टीलच्या अगर पितळेच्या किसणीने पाण्यात किसून घ्यावा. कीस पाण्यातून काढून घेऊन, चांगला घट्ट पिळून घ्यावा व तो उकळत्या पाण्यात शिजत घालावा. शिजताना त्यात थोडासा सोडा घालावा. कीस चांगला शिजल्यावर तो एका चाळणीत घालून, निथळत ठेवावा. पाणी चांगले निथळल्यावर एका पातेल्यात पाव वाटी तूप घालून त्यात तो शिजलेला कीस व साखर घालून व चांगले मिसळून शिजत ठेवावे. चांगले चिकट झाल्यावर त्यामध्ये खवा घालावा. खवा घातल्यावर एक-दोन कढ येऊ द्यावेत. नंतर त्यात वेलदोड्यांची पूड घालावी. त्यानंतर दुधी हलवा डिशमध्ये काढून घेऊन, त्यावर चारोळी व पिस्त्याचे काप पसरावेत.

## २. गाजराचा हलवा

**साहित्य :** चांगली लाल रंगाची गाजरे एक किलो, बाकीचे साहित्य दुधी हलव्याकरिता लागणाऱ्या (दूधभोपळा खेरीजकरून), साहित्याप्रमाणे. लाल रंगाच्या गाजरांमुळे हलव्याचाही रंग चांगला दिसतो. म्हणून शक्यतो चांगल्या लाल रंगाची गाजरे घ्यावीत.

**कृती :** गाजरे स्टेनलेस् स्टीलच्या अगर पितळेच्या किसणीने किसून घ्यावीत. एका पातेल्यात पाव वाटी तूप घालून, त्यावर गाजराचा कीस मऊ होईपर्यंत वाफेवर शिजवून घ्यावा. मऊ झाल्यानंतर साखर घालून तो कीस पुन्हा शिजवावा. बाकी सर्व

कृती दुधी हलव्याप्रमाणे करावी.

## ३. बदामी हलवा

**साहित्य :** एक वाटी गव्हाचे सत्त्व, पाच वाट्या साखर, दोन वाट्या तूप, बदाम अगर काजू, केशर अगर कोणताही खाण्याचा रंग, लिंबू.

**कृती :** गहू तीन दिवस भिजत घालून ठेवून, नंतर पाट्यावर वाटावे व तो गोळा पाण्यात कालवून, पाणी गाळून घ्यावे. ते पाणी दोन-तीन तास तसेच ठेवावे. नंतर वरचे पाणी काढून टाकावे व जो साका खाली बसेल, तेच गव्हाचे सत्त्व. एक वाटी गव्हाचे सत्त्व, एक वाटी पाणी, पाच वाट्या साखर, चार चमचे लिंबाचा रस, अर्धी वाटी तूप व पाहिजे असल्यास केशर अगर आवडत असेल, तो खाण्याचा रंग, असे सर्व साहित्य एकत्र करून शिजत ठेवावे. शिजत असताना ढवळीत राहावे. म्हणजे गाठी होणार नाहीत. शिजून घट्ट गोळा झाल्यावर राहिलेल्या दीड वाटी तुपापैकी एक एक चमचा तूप (ते तूप संपेपर्यंत) त्या गोळ्यावर वरचेवर घालून त्यामध्ये तो गोळा पूर्ण शिजवून घ्यावा. पूर्ण शिजल्यावर त्यात बदामाचे काप अथवा काजूच्या फाकी घालून तो गोळा पुन्हा शिजवावा. शिजून झाल्यावर तो गोळा एका थाळीत ओतावा व सारखा थापून त्यावर पुन्हा थोडे बदामाचे काप अथवा काजूचे काप अगर फाकी घालून हाताने पुन्हा सारखे करावे. हा हलवा पारदर्शक होतो व आत घातलेले बदाम अगर काजूचे कापही दिसतात.

गव्हाच्या सत्त्वाऐवजी कोणी, विशेषत: मिठाईवाले, आरारूट घालतात.

## ४. माहीम हलवा

**साहित्य :** अर्धी वाटी गव्हाचे सत्त्व अगर नंबर १ चा आरारूट, दीड वाटी तूप, तीन वाट्या साखर, पिस्ते, जायपत्री, वेलदोडे, जायफळ, लिंबू.

**कृती :** आरारूट घेतल्यास तो आधी दीड ते दोन तास पाण्यात कालवून ठेवावा. त्याच्यावर निवळी येईल, ती काढून टाकावी. दोन वाट्या साखर घेऊन त्याचा पाक करत ठेवावा. दोन-तारी पाक झाल्यावर त्यात गव्हाचे सत्त्व अगर पाण्यात कालवून ठेवलेला आरारूट ओतावा. दोन चमचे लिंबाचा रस घालावा व एका हाताने चांगले ढवळत राहावे. गोळी होऊ देऊ नये. मिश्रण तळाला जरा लागणार, असे वाटले, की चार चमचे तूप घालावे. जरा शिजल्यावर अर्धी वाटी साखर घालावी. मिश्रण पुन्हा तळाला लागावयाला लागेल, असे वाटले, की चार

चमचे तूप घालावे व जरा शिजल्यावर अर्धी वाटी साखर घालावी. गोळा पूर्ण शिजवून होईपर्यंत मधूनमधून तूप घालत राहावे. तूप थोडे शिल्लक राहिले, तरी चालेल. चांगले शिजल्यानंतर गोळी झाली, म्हणजे भांडे खाली उतरावे. मोठ्या, स्वच्छ व गुळगुळीत अशा लाकडी फळीला तुपाचा हात लावून त्यावर थोडा मैदा पसरावा व त्यावर शिजवलेला गोळा अगदी पातळ लाटावा व त्यावर पिस्त्याचे अगदी पातळ काप व जायपत्रीची पूड घालावी. त्यावर प्लॅस्टिकचा कागद घालून ठेवून द्यावे. दुसऱ्या दिवशी साधारण सहा इंच लांबी-रुंदीचे चौकोनी अगर आपल्याला आवडेल, त्या लहान-मोठ्या आकाराचे तुकडे कापावेत.

### ५. गोड दुधी

**साहित्य :** अर्धा किलो दुधी भोपळा, अर्धा नारळ, पंधरा ते वीस काजूच्या पाकळ्या व बेदाणे पाऊण वाटी, साखर, मीठ व तूप.

**कृती :** दुधी भोपळ्याची साल काढून त्याच्या लहान लहान चौकोनी फोडी कराव्या. नारळाचे दूध काढून घ्यावे. काजूच्या पाकळ्या तुपावर बदामी रंगावर तळून घ्याव्या. त्याच तुपात जरूर वाटल्यास अधिक तूप घालून त्यावर दुधी भोपळ्याच्या फोडी घालून चांगली वाफ आणावी. या फोडीवर नारळाचे दूध, चवीप्रमाणे मीठ घालावे. त्यावर साखर व बेदाणे घालून पुन्हा चांगली वाफ आणावी. खावयास देताना काजूच्या पाकळ्या घालाव्यात. या पदार्थाला दुध्याची गोड भाजी असेही म्हणतात. आवडीप्रमाणे साखरेचे प्रमाण कमी-जास्त करावे. जास्त गोड केल्यास पोळी किंवा पुरीबरोबर हा पदार्थ देता येईल. तयार पदार्थ फ्रीजमध्ये ठेवून, थंड करून, जेवणानंतर स्वीट डिश म्हणूनही देता येईल.

## १४. आप्पे

### १. आप्पे : प्रकार १ (गोडाचे)

**साहित्य :** दोन वाट्या बारीक रवा अगर कणीक, दीड वाटी साखर, एका नारळाचे दूध, काजू, बेदाणे, वेलदोडे, लागेल तसे तूप, थोडा सोडा, अर्धी वाटी पोहे, चवीपुरते मीठ.

**कृती :** आप्पे करण्यापूर्वी चार तास आधी नारळाच्या दुधात साखर घालून, त्यात रवा अगर कणीक भज्याच्या पिठापेक्षा घट्ट भिजवून ठेवावी. तसेच अर्धा चमचा सोडा त्यात घालावा. एका वेगळ्या भांड्यात पाणी घालून पोहे भिजत

ठेवावेत. आप्पे करावयाच्या वेळी वरील भिजवलेल्या पिठात, भिजत घातलेले पोहे हाताने चांगले कुस्करून घालावेत. तसेच, त्यात पाव वाटी तूप पातळ करून घालावे व बेदाणे, काजूचे तुकडे व वेलदोड्यांची पूड घालून, पीठ चांगले कालवून घ्यावे. आप्पेपात्राच्या खोलगट वाटीवजा साच्यात अर्धा साचा भरेल, इतके तूप घालावे. मध्यम आकाराच्या लिंबाएवढे पीठ त्यावर घालून मंद विस्तवावर आप्पे करावेत. साच्यात पीठ घातल्यावर त्याच्यावर अंदाजे पाच मिनिटे झाकण ठेवावे व झाकण काढून आप्पे परतावेत. दोन्ही बाजूंनी तांबूस झाल्यावर ते काढावेत.

**टीप :** १. आप्पेपात्र बाजारात विकत मिळते. २. वरील पिठात अंडे घातल्यास आप्पे जास्त फुगतात व पात्राला चिकटत नाहीत.

## २. आप्पे : प्रकार २ (गोडाचे)

**साहित्य :** एक वाटी तांदूळ, एक वाटी गूळ, सुके खोबरे अर्धी वाटी, वेलदोडे, तूप.

**कृती :** तांदूळ सकाळी भिजत घालावेत व दुपारी उपसून, कोरडे करून, कुटावेत. नंतर गूळ घेऊन त्याचा पाक करत ठेवावा. पाक होत आल्यावर त्यात खोबऱ्याचा जाडसर कीस अगर बारीक तुकडे व वेलदाड्यांची पूड घालावी. नंतर पाकाचा थेंब टाकून गोळी झाली, की खाली उतरवून त्यात मावेल तेवढे तांदळाचे पीठ घालावे व सारखे करून त्यावर झाकण ठेवून, गार होऊ द्यावे. पीठ गार झाल्यावर डब्यात भरून ठेवून द्यावे. तीन-चार दिवसांनंतर खालीलप्रमाणे आप्पे करावेत.

आप्पे करावयाच्या वेळी वरीलप्रमाणे तयार केलेले पीठ घेऊन, त्यात पाणी घालून, बेताचे पातळ करून घ्यावे व आप्पेपात्रात त्यातील खोलगट वाट्यांत तूप घालून, त्यात वरील पातळ केलेले पीठ एक पळीभर घालून आप्पे तयार करावेत.

वरील तयार केलेले पीठ अनारशाच्या पिठाप्रमाणे पुष्कळ दिवस टिकते व त्याचे पाहिजे तेव्हा केव्हाही आप्पे करता येतात.

**टीप :** आप्पे करण्याच्या वेळी त्या पिठात अंडे घातल्यास आप्पे जास्त फुगतात व पात्राला चिकटत नाहीत.

## ३. आप्पे : प्रकार ३ (गोडाचे)

**साहित्य :** एक वाटी तांदूळ, एक वाटी गूळ, ओल्या खोबऱ्याचे तुकडे व काजूचे तुकडे मिळून एक वाटी, तळण्याकरिता तूप, एक पिकलेले केळे, वेलदोडे.

**कृती :** तांदूळ सकाळी स्वच्छ धुऊन, भिजत टाकावेत व दोन-तीन तासांनी

रगड्यात अगर मिक्समध्ये घालून बारीक वाटावेत. नंतर त्यात वेलदोडे व बारीक किसलेला अगर चिरलेला गूळ घालून, एकजीव होईपर्यंत पुन्हा वाटावे. वाटल्यानंतर हे पीठ पातळ होते. नंतर त्यात केळे बारीक चिरून घालावे व पुन्हा वाटावे. पीठ पुन्हा घट्ट होईल. नंतर त्यात खोबऱ्याचे व काजूचे तुकडे घालून आप्पेपात्रातून आप्पे करावेत.

**टीप :** वरील पिठात अंडे घातल्यास आप्पे जास्त फुगतात व पात्राला चिकटत नाहीत.

## ४. आप्पे : प्रकार ४ (गोडाचे)

**साहित्य :** चार वाट्या तांदूळ, एक वाटी पोहे, एक वाटी गव्हाचा रवा, एक चमचा मेथ्या, एक नारळ, एक हळकुंड (अगर हळद), पांढरे तीळ, काजूचे तुकडे, बेदाणे, वेलदोडे, मीठ, पिठीसाखर, तूप.

**कृती :** तांदूळ जरासे भाजून, रात्री पाण्यात भिजत घालावेत. तसेच मेथ्या व हळकुंडेही भिजत घालावी. दुसऱ्या दिवशी सकाळी पोहे भिजत घालावेत. नंतर तांदूळ जरा जाडसर वाटावेत. गव्हाचा रवा भाजून वाटलेल्या तांदळात घालावा. भिजलेले पोहे जरा जाडसर वाटून त्यात घालावेत; मेथ्या व हळकुंड बारीक वाटून घालावे. त्याचप्रमाणे नारळ खोवून व खोबरे जाड वाटून त्यात घालावे. तसेच तीळ (भाजून), काजूच्या तुकड्यांचे पातळ काप, बेदाणे, वेलदोड्यांचे दाणे, चवीपुरते मीठ व अंदाजे चार वाट्या साखर घालून, सर्व जिन्नस चांगले मिसळून, मिश्रण भज्याच्या पिठाइतपत पातळ करावे. नंतर आप्पेपात्रात थोडे तूप घालून, त्यावर एकेक पळी पीठ घालून झाकण ठेवावे व आप्पे परतून पुन्हा झाकण ठेवावे. मंद विस्तवावर आप्पे करावेत.

**टीप :** वरील पिठात अंडे घातल्यास आप्पे जास्त फुगतात व पात्राला चिकटत नाहीत.

## ५. आप्पे (तिखटाचे)

**साहित्य :** दोन वाट्या चण्याची डाळ, अर्धी वाटी तांदूळ, अर्धी वाटी पोहे, अर्धी वाटी सुक्या खोबऱ्याचा कीस, एक ते दीड वाटी बारीक चिरलेला कांदा, दहा-बारा ओल्या मिरच्या, कोथिंबीर, कढीलिंब, मीठ, काजू अगर शेंगदाणे (भाजलेले), एक चमचा आंबट दही, लागेल तसे तेल, थोडा सोडा, थोडी साखर, आले.

**कृती :** रात्री डाळ व तांदूळ भिजत घालावेत. निराळ्या भांड्यात पोहे भिजत घालावेत. दुसऱ्या दिवशी सकाळी डाळ व तांदूळ जाडसर वाटावेत. वाटलेल्या पिठात मिरच्या (जाडसर वाटून), कोथिंबीर, कढीलिंब (चिरून), खोबऱ्याचा कीस, काजू, भिजत घातलेले पोहे, तसेच, चवीस मीठ, एक चमचा आंबट दही, चिमटीभर सोडा व साखर घालून सर्व जिन्नस एकत्र करून कालवावेत. आवडत असल्यास एक मोठा कांदा बारीक चिरून व आले वाटून घालावे. त्याप्रमाणे पीठ तयार झाल्यावर गोडाच्या आप्प्यांप्रमाणेच बाकी सर्व कृती करून, हे आप्पे तयार करावेत. फक्त या आप्प्यांत तुपाऐवजी तेल घालावे.

# १५. शंकरपाळी, पुऱ्या व घारगे

## १. शंकरपाळी : प्रकार १

**साहित्य :** दोन वाट्या मैदा, मोहनाकरिता अर्धी वाटी तूप, पाऊण वाटी साखर, चवीपुरते मीठ, दूध व तळण्याकरिता तूप.

**कृती :** मैद्यात चवीपुरते मीठ, ऊन करून तूप व साखर घालावी व तो मैदा दुधात अगर पाण्यात भिजवावा. दोन तासांनंतर तो मैदा कुटावा व त्याच्या पातळ पोळ्या लाटून, हवे असतील, त्या आकाराचे तुकडे कापून, ते तुपात तांबूस तळावेत.

## २. शंकरपाळी : प्रकार २

**साहित्य :** एक वाटी दूध, एक वाटी साखर, एक वाटी तूप अगर तेल, चवीला मीठ, कणीक अगर मैदा.

**कृती :** एक वाटी दूध अगर पाणी घ्यावे. त्यात साखर व तूप अगर तेल घालावे. चवीला मीठ घालून सर्व उकळत ठेवावे. उकळी आल्यावर खाली उतरवून, त्यात मावेल इतकी कणीक अगर मैदा घालून, सैलसर गोळा करावा व थंड झाल्यावर पोळीच्या कणकेच्या गोळ्याप्रमाणे मळावे. एक ते दोन तास गोळा ठेवून देऊन पुन्हा तो गोळा मळावा व नंतर लाटून, त्याचे हवे असतील त्या आकाराचे तुकडे कापून, तुपात तांबूस तळावेत. साधारणपणे चार ते साडेचार वाट्या कणीक अगर मैदा लागेल.

## ३. रंगीत शंकरपाळी

**साहित्य :** दोन वाट्या मैदा, दीड वाटी चण्याच्या डाळीचे पीठ,

थोडासा सोडा, तिखट, मीठ, जिरे, तूप, खाण्याचा गुलाबी व फिक्का हिरवा रंग, ओवा, ओल्या मिरच्या, दोन चमचे दही.

**कृती :** मैद्यात चवीप्रमाणे मीठ, चिमूटभर सोडा व चार-पाच चमचे गरम केलेले तेल अथवा तूप घालून सर्व सारखे करावे. त्या मैद्याचे दोन भाग करावेत. एका भागात गुलाबी रंग दुसऱ्या भागात फिक्का हिरवा रंग घालून हे दोन्ही भाग निरनिराळे घट्ट भिजवावेत. नंतर डाळीच्या पिठात गरम तुपाचे दोन चमचे मोहन व दही घालावे व चवीप्रमाणे तिखट, मीठ, हिंग व जिऱ्याची पूड घालावी. शिवाय हवे असल्यास ओवा अगर लसूण अगर आले अगर मिरी यांपैकी आवडत असेल, ते वाटून घालावे. नंतर ते पीठ पाणी घालून घट्ट भिजवावे व ते पीठ व मैद्याचे दोन्ही भाग निरनिराळे चांगले मळावेत. मैद्याच्या प्रत्येक भागाच्या चार ते सहा गोळ्या कराव्या. तितक्याच गोळ्या मळलेल्या चण्याच्या पिठाच्याही कराव्यात. नंतर गुलाबी रंगाची एक गोळी व हिरव्या रंगाची एक गोळी घेऊन व पिठाची एक गोळी घेऊन त्याच्या पापड्या लाटाव्या व दोन्ही रंगांच्या पापड्यांमध्ये पिठाची पापडी ठेवून, गुळाची पोळी करतो, त्याप्रमाणे पोळी लाटावी. पोळी फार पातळ लाटू नये. नंतर आपल्याला हवे त्या आकाराचे तुकडे कापून, तुपात तळून काढावेत. तेलात तळू नयेत.

ह्या शंकरपाळ्यांना बाहेरील बाजूने दोन रंग व मधल्या पिठाचा निराळा रंग असे तिहेरी रंग दिसतात व त्यामुळे ती आकर्षक दिसतात.

मैद्याच्या दोन भागांत दोन निरनिराळे रंग घालावे, असे वर दिले आहे. त्याऐवजी एकाच भागात दोन्हींपैकी कोणताही एक रंग घालावा व दुसरा भाग तसाच पांढरा ठेवावा. त्यामुळे शंकरपाळ्याच्या एका बाजूला गुलाबी अगर हिरवा रंग व एका बाजूला सफेद रंग दिसेल.

## ४. रंगीत पुऱ्या

**साहित्य :** दोन वाट्या रवा, दोन वाट्या मैदा, एक पालक जुडी, तीन लालभडक टोमॅटो– मोठ्या आकाराचे, तिखट, मीठ, जिरे, हिरव्या मिरच्या, ओवा, हळद, पाव वाटी तेल (मोहन), कोथिंबीर.

**कृती :** रवा व मैदा एकत्र करून, चाळून घ्यावा. त्यात गरम तेलाचे मोहन घालून, रवा मिसळून, त्याचे चार भाग करून ठेवावेत.

**हिरव्या रंगाच्या पुऱ्या :** पालक, मिरची, कोथिंबीर वाटून त्यांचा पिळून रस काढावा. रव्या-मैद्याचा एक भाग घेऊन, जरुरीप्रमाणे त्यात पालक-मिरचीचा रस

घालून, घट्ट भिजवावे. चवीप्रमाणे मीठ घालून मळावे व पुऱ्या लाटाव्या.

**तांबड्या रंगाच्या पुऱ्या :** टोमॅटोचा रस काढून घेऊन, तो थोडा आटवून घ्यावा. रवा-मैद्याचा एक भाग घेऊन, त्यात टोमॅटो-रस, लाल-तिखट, मीठ घालून घट्ट भिजवून मळावा व पुऱ्या कराव्या.

**पिवळ्या रंगाच्या पुऱ्या :** रव्याचा एक भाग घेऊन, त्यात हळद, मीठ, ओवा, जिरे व एक थेंब पिवळा रंग घालून, पाण्याबरोबर घट्ट भिजवून, पुऱ्या लाटाव्या.

**पांढऱ्या रंगाच्या पुऱ्या :** मिरे, जिरे, ओवा यांची पूड, मीठ व पाणी घालून, रवा-मैदा घट्ट भिजवून, पुऱ्या कराव्या.

समारंभाचे वेळी कुशलपणे रंगीत पुऱ्यांची मांडणी करून ठेवावी. कोणत्याही चटणीबरोबर पुऱ्या खाण्यास द्याव्यात.

## ५. चंपाकळी : प्रकार १ (गोडाची)

**साहित्य :** दोन वाट्या मैदा, पाव वाटी तेल, चवीपुरते मीठ, तीन वाट्या साखर, तळण्याकरिता तूप, आवडेल तो खाण्याचा रंग.

**कृती :** मैद्यात मीठ व तेल गरम करून घालून मैदा घट्ट भिजवावा व दोन तास ठेवून द्यावा. नंतर कुटून अगर चांगला मळून, पुऱ्यांकरता गोळ्या करतात, तशा गोळ्या कराव्यात. त्यांतील एक गोळी घेऊन त्या गोळीची पुरीपेक्षा पातळ पापडी लाटावी. नंतर त्या पापडीवर कडेला न तुटेल, अशा बेताने (खालील आकृती १ मध्ये दाखविल्याप्रमाणे) चाकूने उभ्या चिरा पाडाव्यात. नंतर पापडी चिरांच्या दिशेने गुंडाळून तिच्या दोन्ही बाजूंची टोके दोन्ही हातांच्या चिमटीत धरावीत व दोन्ही टोकांना, कळीचा आकार येईल, असा, उलटसुलट पीळ द्यावा. तळणीत घातल्यावर पाकळी उलगडणार नाही, इतपत पीळ द्यावा (आकृती २). नंतर तुपात तांबूस तळून घ्यावे. दोन-तारी पाक करून, तो गरम असाच ठेवून, त्यात तळलेल्या चंपाकळ्या बुडवून काढाव्यात. साखरेचा पाक पांढरा ठेवावा अगर हवा असल्यास आवडेल तो रंग घालावा.

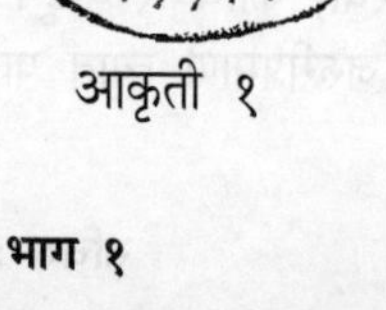

आकृती १

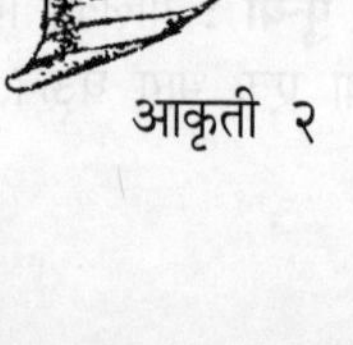

आकृती २

## ६. चंपाकळी : प्रकार २ (तिखटाची)

**साहित्य :** एक वाटी मैदा, एक वाटी चण्याच्या डाळीचे पीठ, हळद, मोहनाकरिता पाव वाटी तेल, एक चमचा तिखट, मीठ, दीड चमचा ओवा, तळण्याकरिता तेल.

**कृती :** मैदा आणि डाळीचे पीठ एकत्र करून, ओवा वाटून घालावा, थोडी हळद घालावी, चवीप्रमाणे मीठ घालावे, तिखट घालावे व गरम करून तेल घालावे व घट्ट भिजवून दोन तास ठेवून द्यावे. नंतर वरील प्रकार १ मध्ये दिल्याप्रमाणे पापड्या लाटून, चिरा पाडून व गुंडाळून चंपाकळी तयार करून, ती तेलात तळून काढावी. डाळीचे पीठ घातले नाही, तरी चालेल.

## ७. रव्याचे घारगे

**साहित्य :** दोन वाट्या घरी काढलेला रवा, अडीच वाट्या चांगला गूळ, अर्धी वाटी कणीक, मीठ, तूप अगर तेल.

**कृती :** थोडेसे तूप टाकून रवा भाजून घ्यावा व गूळ घालून त्याचा मऊसर शिरा करून घ्यावा. चवीला मीठ टाकावे. शिरा गार झाल्यावर त्यात कणीक घालून तो चांगला मळावा व त्याच्या लहान लहान गोळ्या करून, पानावर पुरीएवढ्या आकाराच्या थापून घेऊन, तुपात अगर तेलात घारगे तळावेत. हे घारगे चांगले फुगले पाहिजेत. तरच ते चांगले लागतात.

## ८. भोपळ्याचे (डांगराचे) घारगे

**साहित्य :** दोन वाट्या लाल भोपळ्याचा कीस, एक वाटी तांदळाचे पीठ, एक वाटी घरी काढलेला रवा, थोडी कणीक, दोन वाट्या गूळ, तळण्यासाठी तेल.

**कृती :** लाल भोपळ्याचा कीस गूळ घालून शिजवावा. शिजवून झाल्यावर गरम असतानाच त्यात तांदळाचे पीठ, रवा व दोन चमचे तेलाचे मोहन घालून चांगले मळावे. पानावर पुरीच्या आकाराचे घारगे थापून, तेलात तळून काढावेत. पिठात थोडी कणीक घातल्यास घारगे थापण्यास सोपे जाते.

## ९. भोपळ्याच्या (डांगराच्या) पुऱ्या

**साहित्य :** चांगला लाल भोपळा (डांगर), गूळ, मीठ, तेल, तूप, कणीक.

**कृती :** भोपळा शक्य तेवढ्या लाल रंगाचा घ्यावा. तो किसावा. दोन वाट्या किसाला एक वाटी गूळ, या प्रमाणात गूळ घ्यावा. किसाला एक वाफ देऊन त्यात गूळ घालावा व कीस पूर्ण शिजवून घ्यावा. शिजल्यावर चार चमचे तेल व चवीपुरते मीठ घालून, मावेल तेवढी कणीक घालावी. हे सर्व घट्ट भिजवून थोडा वेळ ठेवून द्यावे व नंतर पुऱ्या लाटून तुपात तळाव्यात.

ह्या पुऱ्या पुष्कळ दिवस टिकतात. प्रवासात बरोबर नेण्यास चांगल्या.

## १०. केळ्याच्या पुऱ्या

पक्की झालेली केळी धुऊन, ती चांगली कुस्करावीत. दोन वाट्या केळ्याच्या गरास अर्धी वाटी या प्रमाणात साखर घ्यावी. बाकी सर्व साहित्य व कृती वरील भोपळ्याच्या पुऱ्याप्रमाणेच.

## ११. तिखटाच्या पुऱ्या : प्रकार १

**साहित्य :** एक वाटी बाजरीचे पीठ, एक वाटी गव्हाचे पीठ, एक वाटी तांदळाचे पीठ, एक वाटी चण्याच्या डाळीचे पीठ, मीठ, ओवा, जिरे, ओल्या मिरच्या, कोथिंबीर, एक वाटी आंबट दही, हळद, हिंग.

**कृती :** सर्व पिठे एकत्र करावीत. त्यात चवीप्रमाणे मीठ व ओवा अर्धवट कुटून घालावा. जिरे, ओल्या मिरच्या व कोथिंबीर वाटून घालावी. हळद व हिंगाची पूड करून घालावी. कडकडीत तेलाचे चार चमचे मोहन घालावे. दही घालावे व थोडेसे पाणी घालून पिठे मसाल्यासह भिजवावीत. थोडा वेळ ठेवल्यावर चांगले मळून त्याच्या गोळ्या कराव्यात व त्यांना तेलाचा हात लावून, पुऱ्या लाटून, तेलात खमंग तळाव्यात. या पुऱ्या विशेषतः गरम खावयास चांगल्या लागतात.

## १२. तिखटाच्या पुऱ्या : प्रकार २

**साहित्य :** बारीक रवा एक वाटी, चण्याच्या डाळीचे पीठ एक वाटी, लाल तिखट, मीठ, जिऱ्याची पूड, ओवा, मिरे, हळद, हिंग, तेल.

**कृती :** रवा व डाळीचे पीठ घेऊन त्यात चवीप्रमाणे मीठ व तिखट, जिऱ्याची पूड, हळद आणि हिंग हे जिन्नस घालून सर्व एकत्र करावे व त्यावर गरम तेलाचे मोहन घालून घट्ट भिजवावे. दोन तास भिजल्यानंतर चांगले कुटावे. मग त्यात ओवा व मिरे जरा ठेचून घालावे. नंतर चांगले मळून पुऱ्या लाटाव्यात व तळाव्यात.

**टीप :** १. बारीक रव्याऐवजी तांदळाचे पीठ अर्धी वाटी घालूनही तिखटाच्या पुऱ्या चांगल्या होतात. कृती वरीलप्रमाणेच.

२. याच प्रकारात पुऱ्या नेहमीइतक्या जाड न लाटता त्या पातळ लाटाव्यात. त्या थोडा वेळ सुकू द्याव्यात. नंतर त्यावर टोचे मारावेत व फुगू न देता तळाव्यात. या प्रकारच्या बिनफुगलेल्या पुऱ्याही चांगल्या लागतात. विशेषकरून अशा पुऱ्या करण्याची पद्धत गुजराती लोकांमध्ये आहे.

## १३. टोमॅटो पुऱ्या

**साहित्य :** टोमॅटो, कणीक, चण्याचे पीठ, ओल्या मिरच्या अगर लाल तिखट, ओवा, मीठ, कोथिंबीर, जिरे, हिंग.

**कृती :** टोमॅटोचा रस काढून घ्यावा. त्यात भिजेल एवढी कणीक व कणकेच्या पाव हिस्सा चण्याचे पीठ घालावे. तसेच चवीप्रमाणे लाल तिखट अगर ओल्या मिरच्या, ओवा, जिरे, कोथिंबीर व चवीप्रमाणे मीठ हे सर्व जिन्नस एकत्र वाटून, तो वाटलेला गोळा त्यात घालावा. तेलाचे मोहन घालून, सर्व एकत्र मळून, घट्ट गोळा तयार करावा. नंतर तेलावर पुऱ्या लाटून त्या तेलात तळाव्यात.

## १४. मैद्याची खारी पुरी

**साहित्य :** अडीच वाट्या मैदा, एक चमचा काळ्या मिरीची अर्धवट कुटलेली पूड, दोन चमचे जिऱ्याची पूड, चवीपुरते मीठ, थोडी हळद, तेल अगर डालडा.

**कृती :** मैदा, मिरची भरड पूड, जिऱ्याची पूड, अर्धी वाटी तेल अगर डालडा, चवीप्रमाणे मीठ व थोडीशी हळद हे सर्व एकत्र करून पाण्यात भिजवून ठेवावे व नंतर एक तासाने मळून घेऊन पुऱ्या लाटाव्यात. पुऱ्या पातळ लाटाव्यात व त्यावर झाऱ्याच्या टोकाने अगर सुरीने टोचे पाडून, त्या पुऱ्या अर्धा-पाऊण तास सुकत ठेवाव्यात. नंतर पुऱ्या तेलात अगर डालडा तुपामध्ये तळाव्यात व तांबूस झाल्यावर तळणीतून काढाव्यात.

या पुऱ्या खुसखुशीत होतात व डालडामध्ये तळल्यास बरेच दिवस टिकतात.

## १६. करंज्या व साटोऱ्या

### १. करंज्या : प्रकार १

**साहित्य :** एक वाटी रवा, एक वाटी मैदा, दूध, एक नारळ, दोन वाट्या साखर, वेलदोडे, चार चमचे तूप, एक चमचा तांदळाची पिठी, तळण्याकरिता तूप,

**कृती :** तेलाचे अगर तुपाचे मोहन घालून, रवा व मैदा दुधात अगर पाण्यात घट्ट भिजवावा. नारळ खोवून, खोबरे व साखर एकत्र शिजवून, मऊसर सारण तयार करावे. सारण शिजत आल्यावर त्यात एक चमचा तांदळाची पिठी घालून सारण पुन्हा थोडे शिजवावे. नंतर त्यात वेलचीची पूड घालावी. रवा व मैदा एक तासभर भिजल्यावर चांगले कुटून त्याच्या गोळ्या कराव्यात व एक एक गोळी पुरीप्रमाणे लाटून, त्यात तयार केलेले सारण घालून, दोन्ही बाजू मिटवून व कातण्याने कातून करंज्या तुपात तळून काढाव्यात.

करंज्याच्या सारणात खवाही घालतात. घालावयाचा झाल्यास अर्धी वाटी खवा भाजून घेऊन, तो वरील खोबऱ्याच्या सारणात मिसळावा व त्याकरिता सारण शिजवतानाच पाव वाटी साखर जास्त घालावी. तसेच सारणात गुलकंदही घालतात. स्वाद चांगला येतो. घालावयाचा झाल्यास पाव वाटी गुलकंद वरील खोबऱ्याच्या सारणात मिसळावा.

वरील साहित्याच्या वीस ते पंचवीस करंज्या होतील.

### २. करंज्या : प्रकार २

**साहित्य :** सुक्या खोबऱ्याचा कीस दोन वाट्या, पाव वाटी खसखस, एक वाटी पिठीसाखर, अर्धी वाटी बारीक रवा अगर कणीक, रवा व मैदा प्रत्येकी एक वाटी, तूप, वेलदोडे.

**कृती :** खोबऱ्याचा कीस भाजून घ्यावा. खसखस भाजून व कुटून घ्यावी. बारीक रवा अगर कणीक तुपावर चांगली भाजून घ्यावी. नंतर खोबऱ्याचा कीस, खसखस, रवा अगर कणीक, वेलदोड्यांची पूड व पिठीसाखर ही सर्व एकत्र करून, सारण तयार करून घ्यावे. नंतर वर प्रकार १ मध्ये दिलेल्या कृतीप्रमाणे करंज्या कराव्यात. साखरेऐवजी गूळ घातला तरी चालतो.

### ३. करंज्या : प्रकार ३ (खाजाच्या)

**साहित्य :** रवा, मैदा, तांदूळ व सारणाकरिता वरील करंज्यांचे

प्रकार १ व २ यांपैकी जे सारण आवडेल, त्या सारणाचे साहित्य.

**कृती :** वरील करंज्याच्या प्रकारांपैकी आपल्याला आवडेल, ते कोणतेही सारण तयार करावे. दोन वाट्या रवा घेतल्यास एक वाटी तांदूळ घेऊन, ते तीन दिवस भिजत घालावेत व नंतर कापडावर पसरून वाळवावेत. नंतर ते कुटून, त्यांचे वस्त्रगाळ पीठ करावे. एका ताटात तूप घेऊन फेसावे. फेसून तूप हलके झाल्यावर त्यात तांदळाची पिठी घालून आणखी फेसावे व त्याचा गोळा तयार करावा. वरील करंज्यांचा प्रकार १ प्रमाणे रवा व मैदा भिजवून घ्यावा व तुपाचा हात लावून, कुटून हलका करावा. नेहमीच्या करंज्यांपेक्षा तो थोडा जास्त सैल करावा. त्याची नेहमीच्या पोळीपेक्षा जाड पोळी लाटावी. त्या पोळीला बोटांनी टोचे मारावे व पोळीकरिता जेवढी गोळी घेतली असेल, त्या गोळीच्या निम्मे फेसलेले तांदळाचे पीठ घेऊन ते त्या पोळीवर एकसारखे पसरावे. पोळीची घट्ट वळकटी करावी. त्याचे एक-एक इंचाचे तुकडे पाडावेत. तुकडा दोन्ही बाजूंनी पिरगळून त्याची गोळी करावी. नंतर नेहमीप्रमाणे गोळी लाटून व सारण भरून करंजी करावी व मंद विस्तवावर तळावी.

## ४. इंद्रधनुषी करंज्या

**साहित्य :** एक वाटी रवा, एक वाटी मैदा, एक नारळ, दोन वाट्या साखर, एक चमचा तांदळाची पिठी, अर्धी वाटी डालडा, पाच चमचे कॉर्नफ्लोअर, दूध, वेलदोडे, गुलाबाचा इसेन्स, हवे असतील ते खाण्याचे रंग.

**कृती :** नारळ खोवून घेऊन, खोबरे आणि साखर एकत्र करून शिजवावे. शिजत आल्यावर त्यात एक चमचा तांदळाची पिठी घालून, पूर्ण शिजवून घ्यावे. नंतर त्यात वेलदोड्यांची पूड अगर गुलाबाचा इसेन्स घालावा व सारण तयार करून ठेवावे. रवा व मैदा एकत्र करून त्यात चार चमचे डालडा मिसळावा व त्या पिठाचे दोन भाग करावेत. एका भागात हवा असेल तो खाण्याचा रंग घालावा व दोन्ही भाग दुधात अगर पाण्यात वेगवेगळे घट्ट भिजवावे. दोन तासांनंतर ते गोळे कुटून घ्यावेत. अर्धी वाटी डालडा घेऊन त्यात कॉर्नफ्लोअर चांगले फेसून घ्यावे. पांढऱ्या पिठाच्या गोळ्याच्या चार लहान गोळ्या कराव्या. तसेच, रंगीत पिठाच्या गोळ्याच्याही चार गोळ्या कराव्या. नंतर पांढरी एक गोळी घेऊन, ती लाटून, त्यावर फेसलेले कॉर्नफ्लोअर लावावे. रंगीत गोळीची पोळी लाटून ती पांढऱ्या पोळीवर पसरावी व रंगीत पोळीवर कॉर्नफ्लोअर लावावे. याप्रमाणे चार पांढऱ्या व चार रंगीत पोळ्या एकमेकींवर पसरून प्रत्येकीवर कॉर्नफ्लोअर लावून, त्या सर्व पोळ्यांची मिळून वळकटी करावी, ती वळकटी लांबीच्या बाजूने उभी कापून दोन भाग करावेत व ते पुन्हा आडवे कापून दोन-दोन इंचाचे तुकडे करावेत. एक तुकडा घेऊन ज्याचे पदर

दिसतात, ती बाजू पोळपाटाकडे करून गोळी पुरीसारखी लाटावी. त्यात वर तयार केलेले सारण भरून, दोन्ही बाजू मिटवून व कातण्याने कातून करंजी मंद तुपात तळावी. सफेद व रंगीत अशा मिश्र पट्ट्यांमुळे ह्या आकर्षक दिसतात.

वर एकच रंग घालण्याबद्दल दिले आहे. त्याऐवजी रंग घालण्याकरिता जो पिठाचा भाग बाजूला काढलेला असेल, त्या भागाचे पुन्हा चार भाग करावेत व त्या प्रत्येक भागात निरनिराळे चार रंग घालावेत व चारही गोळ्यांच्या निरनिराळ्या पोळ्या लाटून, एक सफेद व दुसऱ्या रंगाची – अशा सर्व पोळ्या एकमेकांवर पसरून करंज्या कराव्यात. ह्या करंजीला निरनिराळ्या रंगांच्या पट्टेवजा छटा आल्यामुळे करंजी इंद्रधनुष्याप्रमाणे दिसेल. रंगांच्या विविधतेमुळे ह्या करंज्या फार आकर्षक दिसतात. ह्या प्रकारच्या करंज्या अतिशय खुसखुशीत होतात.

**टीप :** या करंज्यांत वरील 'करंज्या : प्रकार २' यात दिलेले सुके सारण घातले, तरी चालते.

## ५. मैद्याच्या भाजलेल्या करंज्या

**साहित्य :** दोन वाट्या मैदा, अर्धी वाटी तूप, पाऊण वाटी तांदळाचे पीठ अगर कॉर्नफ्लोअर, सारणासाठी ओल्या नारळाचे अगर दुधी हलव्याचे सारण अगर गुलकंद.

**कृती :** वरील साहित्यापैकी निम्मे तूप ताटात फेसावे. त्यात निम्मे तांदळाचे पीठ अगर कॉर्नफ्लोअर घालून पुन्हा फेसावे व याप्रमाणे साठा तयार करावा. साठ्याचे तीन गोळे करून, एका पातेल्यात पाणी घेऊन, त्यात ते ठेवावेत. राहिलेले तूप व तांदळाचे पीठ, चिमटीभर मीठ व मैदा हे एकत्र करून भिजवून घ्यावे व एका तासानंतर कुटून मऊ करावे. त्याचे गोळे करून त्याच्या पोळ्या लाटाव्यात. प्रत्येक पोळीवर एक साठ्याचा गोळा लावावा. याप्रमाणे तीनही पोळ्या करून घेऊन, त्या एकावर एक घालाव्यात व त्यांची गुंडाळी करून गोल वळकटी करावी. त्या वळकटीचे साधारण अर्ध्या इंचाचे तुकडे करावेत. कापलेली बाजू पोळपाटावर ठेवून पापडी लाटावी व त्यात वर दिलेल्यापैकी कोणतेही सारण अगर गुलकंद भरून खाली व वर विस्तव ठेवून, अगर ओव्हनमध्ये, करंज्या भाजाव्यात. ह्या करंज्या फार खुसखुशीत होतात. सुक्या खोबऱ्याचे अगर गुलकंदाचे सारण घातलेले असल्यास या करंज्या महिनाभरही टिकतात.

दुधी हलव्याची कृती पृष्ठ १७७ वर दिली आहे.

## ६. साटोऱ्या

**साहित्य :** एक वाटी रवा, एक वाटी मैदा, दीड वाटी अगदी

बारीक रवा, एक वाटी खवा, पाव वाटी खसखस, दोन वाट्या पिठीसाखर, वेलदोडे, तूप.

**कृती :** तुपाचे मोहन घालून रवा व मैदा दुधात घट्ट भिजवावा. नंतर बारीक रवा तुपावर खमंग भाजून घ्यावा व त्यात खवा भाजून घालावा. खसखस भाजून व कुटून घालावी. तसेच, त्यात वेलचीची पूड व पिठीसाखर घालून व सर्व एकत्र करून व मळून, त्याचे लहान लहान लाडू वळून ठेवावेत. भिजविलेला रवा व मैदा कुटून त्याच्या साटोऱ्या जेवढ्या लहान अगर मोठ्या हव्या असतील, त्यामानाने गोळ्या कराव्यात. एक गोळी घेऊन त्यात पुरणाच्या पोळीप्रमाणे तयार केलेल्या सारणाचा एक लाडू भरावा व हलक्या हाताने तांदळाची पिठी लावून साटोऱ्या लाटाव्यात. प्रत्येक साटोरी तव्यावर दोन्ही बाजूंनी मंद भाजून गार करत ठेवावी व नंतर तुपात तळावी.

**टीप :** ह्या साटोऱ्यांत साखरेऐवजी गूळ किसून घातला, तरी चालतो. आवडत असल्यास गुलकंदही घालावा. त्याचा स्वाद निराळा व चांगला लागतो. साटोऱ्या तुपात तळण्याऐवजी नुसते तूप सोडून भाजून काढल्या, तरी चालतात. तसेच बारीक रवा व खवा यांचे प्रमाण बदलून दीड वाटी खवा व अर्धी वाटी बारीक रवा घेऊन, वर लिहिलेला इतर मसाला घालून सारण केल्यास साटोऱ्या जास्त चांगल्या लागतात.

## ७. खोबऱ्याच्या साटोऱ्या

**साहित्य :** चार वाट्या कणीक, दोन वाट्या साखर, एक नारळ, अर्धी वाटी चिरलेला गूळ, आठ-दहा वेलदोडे. तळण्याकरिता तूप, पाव वाटी तेल.

**कृती :** साडेतीन वाट्या पाण्यात अर्धी वाटी गूळ घालून व तेल घालून ते पाणी उकळावे. नंतर त्यात कणीक घालून चांगले ढवळावे व दोन वाफा येऊ द्याव्यात. साखर व नारळाचे खोवलेले खोबरे एकत्र करून सारण तयार करावे. शिजविलेल्या कणकेच्या लहान लहान गोळ्या करून त्यात वरील सारण भरून पुरणपोळीप्रमाणे पण जाड पोळ्या लाटाव्यात. साधारणपणे मोठ्या पुरीइतका आकार असावा. नंतर मंद विस्तवावर तुपात तांबूस होईपर्यंत तळून काढाव्यात.

# १७. अनरसे

## १. तांदळाचे अनरसे

**साहित्य :** जुने तांदूळ (चिकट तांदूळ घेऊ नयेत), दळलेली साखर अगर गूळ, तूप, खसखस.

**कृती :** तांदूळ भिजत घालून, तीन दिवस ठेवावेत. तिसऱ्या दिवशी तांदूळ धुऊन, निथळून घेऊन, फडक्यावर पसरून कोरडे करावेत. किंचित ओलसर असतानाच ते कुटावेत व पिठीच्या चाळणीने त्यांचे पीठ चाळावे. नंतर जेवढे तांदूळ घेतले असतील, तितकाच वजनाने गूळ अगर दळलेली साखर घ्यावी. दोन वाट्या पिठास चार चमचे तूप या प्रमाणात तूप घ्यावे. नंतर पीठ, गूळ अथवा साखर व तूप एकत्र करून एकजीव होईपर्यंत चांगले कुटावे. चांगले मऊ झाल्यावर त्याचे लाडवासारखे गोळे करून, डब्यात ठेवून द्यावेत. पाच-सहा दिवस ठेवून दिल्यानंतर अनरशासाठी पीठ तयार होते. गोळे ठेवल्यानंतर दुसऱ्या दिवशी उघडून पाहावे. फार कोरडे वाटल्यास केळीचे पान अगर एखादे केळे डब्यात ठेवावे. एक-दोन दिवसांत पीठ मऊ होईल. हे पीठ पुष्कळ दिवस टिकते व केव्हाही अनरसे करता येतात.

अनरसे करावयाच्या वेळी पिठाची पेढ्याएवढी गोळी करून घेऊन ती गोळी खसखशीवर किंवा खसखस आणि साखर यांच्या मिश्रणावर किंवा नुसत्या साखरेवर एका बाजूने दाबून घेऊन, ती प्लॅस्टिकच्या कागदास तूप लावून, त्यावर थापावी किंवा लाटण्याने लाटावी. नंतर मंद विस्तवावर तुपात तळावे. अनरशाला चांगली घरे पडतात व ते हलके होतात.

## २. गव्हाचे अनरसे

**साहित्य :** गहू, चिरलेला गूळ अगर दळलेली साखर, तूप, खसखस.

**कृती :** गहू पाण्यात भिजत घालून तीन दिवस ठेवावेत. नंतर गहू वाटून व फडक्याने गाळून सत्त्व काढून घ्यावे. सत्त्व थोडे सुकत ठेवावे. थोडेसे कोरडे झाल्यावर तितकाच गूळ अगर दळलेली साखर घ्यावी व सत्त्व व गूळ अगर साखर ताटात निरनिराळे ठेवावे. प्रथम दोन-तीन अनरशांपुरतेच सत्त्व व गूळ अगर साखर घेऊन, एकत्र करून, चांगले मिसळावे. त्यांतील एक गोळी घेऊन, त्याचा खसखशीवर अनरसा थापावा व लगेच तळणीतून तळून काढावा. याप्रमाणेच बाकीचे सर्व अनरसे करावेत. हे तांदळाच्या अनरशांसारखे होतात. जरा जाड होतात. खायला छान लागतात.

### ३. खोबऱ्याचे अनरसे

**साहित्य :** सुक्या खोबऱ्याचा कीस दोन वाट्या, एक वाटी दळलेली साखर, तूप, खसखस.

**कृती :** खोबरे अर्धा तास पाण्यात भिजत घालावे व नंतर बारीक किसणीने अगर चाकू अथवा सुरीने त्याची काळी पाठ काढून टाकावी. नंतर ते पांढरे स्वच्छ खोबरे अगदी बारीक किसून घ्यावे. नंतर तो कीस थोडा भाजून घ्यावा. नंतर अंदाजे अर्धी वाटी तूप ताटात घेऊन चांगले फेसावे. फेसलेले तूप, साखर व खोबऱ्याचा कीस एकत्र करावा व त्यात एक चमचा साय घालून चांगले मळावे. नंतर त्या गोळ्याचे पेढ्याएवढे गोळे करून, ते गोल थापून, त्यांवर थोडी खसखस घालावी व एका थाळीत ठेवून ओव्हनमध्ये भाजावेत. ओव्हन नसल्यास खाली व वर मंद विस्तव ठेवून, तांबूस होईपर्यंत भाजावेत. हे अनरसे फार खुसखुशीत व खमंग लागतात. फार नाजुक असल्यामुळे भाजण्याची काळजी घ्यावी. नाहीतर करपण्याचा संभव असतो.

## १८. चिरोटे, सुतरफेणी, मांडे वगैरे

### १. चिरोटे : प्रकार १ (लोडाचे चिरोटे)

**साहित्य :** एक वाटी मैदा, तूप, दूध, चवीपुरते मीठ, तांदळाची पिठी.

**कृती :** चवीपुरते मीठ व दोन चमचे तूप घालून, मैदा दुधात अगर पाण्यात घट्ट भिजवून दोन तास ठेवावा. नंतर चांगला कुटून त्याच्या गोळ्या कराव्यात. एक वाटी मैद्याच्या चार गोळ्या कराव्यात. गोळी घेऊन अगदी पातळ पोळी लाटावी. पोळी लाटताना तांदळाची पिठी वापरावी. हाताने लावता येईल, इतपत तूप गरम करावे. एका पोळीवर सगळीकडे लागेल असे तूप लावून, त्यावर दुसरी पोळी पसरावी व या जोडपोळीची साधारण एक इंच रुंदीची एकावर एक घडी घालून त्या संपूर्ण घडीचे एक इंचाचे आडवे चौकोनी तुकडे पाडावेत. नंतर प्रत्येक तुकडा पोळपाटावर ठेवून, ज्या बाजूने कापलेला असेल, त्या दिशेने उभा लाटावा. तळणीचे भांडे खोल असावे. त्यात तूप घालून ते तापल्यावर त्यात प्रत्येक चिरोटा सोडून मंद तळावा. तळताना दोन्ही बाजू दाबून त्यावर पळीपळीने तळणीतले तूप घालावे. म्हणजे चिरोटा फुगून वळकटीप्रमाणे गोल होतो. गार झाल्यावर साखरेचा पक्का पाक करून, एक चमचा पाक चिरोट्याच्या तोंडाकडच्या बाजूने चिरोट्यात घालावा.

## २. चिरोटे : प्रकार २

**साहित्य :** तांदूळ, इतर साहित्य वरील प्रकार १ प्रमाणे.

**कृती :** तांदूळ तीन दिवस भिजत घालून, नंतर कुटून, त्याचे वस्त्रगाळ पीठ करून घ्यावे. वरील प्रकार १ मध्ये दिल्याप्रमाणे मैद्याच्या गोळ्या तयार करून घ्याव्यात. ताटात तूप घेऊन ते चांगले फेसावे व त्यात तयार केलेली तांदळाची पिठी अर्धी वाटी घालून चांगले मळावे. मैद्याच्या गोळ्यांइतपत पिठीच्याही गोळ्या घट्ट होतील, या बेतानेच फेसावयास तूप घ्यावे. मैद्याच्या दोन गोळ्या घेऊन त्यांमध्ये मैद्याच्या एका गोळीएवढी पिठीची गोळी घालावी व गुळाच्या पोळीप्रमाणे पोळी लाटावी. या पोळीची वरील प्रकार १ मध्ये दिलेल्या कृतीप्रमाणेच घडी करून तुकडे करावेत व ते लाटावेत व त्यांत दिलेल्या कृतीप्रमाणे लाटून व तळून चिरोटे तयार करावेत व त्यावर बारीक साखर घालावी.

## ३. चिरोटे : प्रकार ३ (फुलाचे चिरोटे)

**साहित्य :** दीड वाटी मैदा, तूप, खाण्याचे रंग, कॉर्नफ्लोअर.

**कृती :** मैद्यात तीन चमचे मोहन घालून मैद्याचे सात भाग करावेत. दोन भाग एकत्र करून, त्यात हिरवा रंग, चार भाग एकत्र करून त्यात फिक्का गुलाबी रंग व एका भागात पिवळा रंग असे घालून ते भाग दुधात निरनिराळे घट्ट भिजवावेत व चांगले मळावेत. मळल्यावर हिरवा रंग घातलेल्या भागाच्या दोन गोळ्या व गुलाबी रंग घातलेल्या भागाच्या चार गोळ्या करून घ्याव्यात. ह्या सहा गोळ्या व पिवळ्या रंगाची एक, अशा एकंदर सात गोळ्या होतील. प्रत्येक गोळीची एक पातळ पोळी लाटावी. अर्धी वाटी तुपात पाच-सात चमचे कॉर्नफ्लोअर घालून चांगले फेसून घ्यावे. फेसून घेतलेले कॉर्नफ्लोअर प्रथम पिवळ्या पोळीला सगळीकडून लावून घ्यावे व त्याची अगदी घट्ट वळकटी करावी. गुलाबी रंगाच्या पोळ्यांना कॉर्नफ्लोअर लावून त्या एकावर एक पसराव्यात. पिवळ्या रंगाची वळकटी गुलाबी रंगाच्या पोळ्यांवर ठेवून, पिवळ्या रंगाच्या वळकटीवर गुलाबी रंगाच्या पोळ्या गुंडाळाव्यात. नंतर हिरव्या रंगाच्या पोळ्यांना कॉर्नफ्लोअर लावून त्या एकावर एक पसराव्यात. त्यांवर वरील गुलाबी रंगाची वळकटी ठेवून, हिरव्या रंगाच्या पोळ्या गुंडाळाव्यात. त्यांवर या तयार झालेल्या वळकटीचे अर्ध्या इंचाचे तुकडे कापावेत. एक तुकडा घेऊन, तो कापलेल्या दिशेने पोळपाटावर ठेवावा व गोळी हलक्या हाताने जाड पुरीइतपत लाटावी आणि मंद विस्तवावर तळून काढावी.

तळल्यावर हे चिरोटे फुलाप्रमाणे दिसतात. हे चिरोटे लग्नाच्या रुखवतावर सजावटीला (टेबल डेकोरेशन) चांगले दिसतात. रंग न घालता पांढऱ्या रंगाचे

चिरोटेही चांगले दिसतात. चिरोट्याचा आकार जेवढा हवा असेल, त्या मानाने पोळ्यांची संख्या कमी-जास्त करावी.

## ४. चिरोटे : प्रकार ४ (पाकातील चिरोटे)

**साहित्य :** रवा, मैदा, साखर, तूप, आंबट दही, केशर अगर खाण्याचा केशरी रंग.

**कृती :** रवा व मैदा समप्रमाणात घ्यावा. त्यात चवीला मीठ व तेल अगर तुपाचे मोहन घालून रवा व मैदा आंबट दह्यात भिजवावा. पिठाच्या दीडपट साखर घेऊन त्याचा दोन-तारी पाक करावा व त्यात केशर अगर खाण्याचा केशरी रंग घालावा व आवडत असल्यास लिंबू पिळावे. भिजविलेला रवा-मैदा कुटून त्याच्या किंचित जाडसर पोळ्या लाटाव्यात. त्यानंतर एका पोळीला तूप लावून, त्यावर दुसरी पोळी पसरावी व त्यालाही तूप लावावे. नंतर या जोडपोळीची साधारण एक इंच रुंदीची एकावर एक अशी घडी घालून, त्या संपूर्ण घडीचे एक इंच रुंदीचे चौकोनी तुकडे पाडावेत व ते तुकडे, पाहिजे असेल, त्याप्रमाणे चौकोनी अगर लांबट लाटून, तुपात तळावेत व साखरेच्या पाकात सोडावेत. नंतर बाहेर काढून उभे करून ठेवावेत. पाक गरमच असावा. याप्रमाणे सर्व पोळ्यांचे चिरोटे करावेत. हे चिरोटे जेवायला पक्वान्न म्हणून करावयाचे असल्यास आदल्या दिवशी करून ठेवले, तरी चालतात.

## ५. घीवर

**साहित्य :** मैदा, साखर, मीठ, तूप.

**कृती :** एक वाटी मैद्याला तीन चमचे तूप या प्रमाणात तूप घ्यावे. तूप कढत करून मैद्यात घालावे. नंतर चवीपुरते मीठ घालून, मैद्याचे मुटके करून ठेवावेत. नंतर परातीत पाणी घालून, त्यात ते मुटके मोडून, चांगले फेसावे. खूप फेसावयास पाहिजे. फेसून पीठ साधारण कढीइतपत पातळ करावे. उभा डबा अगर पातेले घेऊन तूप गरम करावयास ठेवावे. तूप कडकडीत झाल्यावर दुसऱ्या एका लहान भांड्यात वरील तयार केलेले पीठ काढून घेऊन हाताच्या पाचही बोटांनी त्या भांड्यातील पिठाच्या धारा तापलेल्या तुपामध्ये एकावर एक अशा दहा-बारा वेळा सोडाव्यात. स्वेटर विणावयाच्या सुईने घीवर दाबून पाहून तो कडक झाला आहे, की नाही, ते पाहावे. कडक झाल्यावर सुईने तो बाहेर काढावा. (तूप कमी तापल्यास घीवर फुलून येत नाही व जास्त तापल्यासही घीवर चांगला होत नाही, म्हणून योग्य तेवढेच तूप तापले पाहिजे व हे अनुभवाने समजण्यासारखे आहे.) साखरेचा दोन-तारी पाक

करून तो घीवरावर घालावा. अगर दूध किंचित आटवून त्यात साखर, केशर अगर खाण्याचा रंग, जायफळ उगाळून व वेलचीची पूड घालावी आणि त्या दुधाबरोबर घीवर खावयास द्यावा.

## ६. सुतरफेणी

**साहित्य :** दोन वाट्या मैदा, दोन वाट्या तूप, अर्धा चमचा मीठ, दोन वाट्या साखर.

**कृती :** मैदा पाण्यात घट्ट भिजवून दोन-तीन तास ठेवावा. नंतर पाणी लावून, कुटून, त्याला चांगली तार आणावी. दोन वाट्या मैद्यास अर्धा चमचा मीठ घेऊन, मीठ चमचाभर पाण्यात विरघळल्यावर ते पाणी मैद्याला लावून मैदा पुन्हा चांगला कुटावा. नंतर त्याचे दहा ते बारा गोळे करून ठेवावेत. तूप परातीत घालून चांगले फेसावे. प्रत्येक गोळ्याला फेसलेले तूप लावून तो थोडा लांबवून ठेवावा. याप्रमाणे बाकीचे सर्व गोळे करावेत. पुन्हा पहिला गोळा घेऊन, तुपाचा हात लावून, तो आणखी लांबवावा. याप्रमाणे ज्या क्रमाने पहिल्यापासून गोळे घेतले असतील, त्या क्रमाने तुपाचा हात लावून, सर्व गोळे लांबवून घ्यावेत. याप्रमाणे सर्व गोळ्यांना चार-पाच वेळा तुपाचा हात लावून गोळे जास्त जास्त लांबवून घ्यावेत. गोळे लांबवत-लांबवत त्यांची जाडी सुताइतकी बारीक झाली, म्हणजे हाताच्या चार बोटांवर धागा गुंडाळावा. गुंडाळताना मधून मधून फेसलेले तूप सर्व बाजूंनी लावावे. गुंडाळून झाल्यावर बोटांवरून, गुंडाळी हलकेच काढून फेसलेल्या तुपात बुडवून घेऊन बाजूला ठेवावी. ह्याप्रमाणे सर्व गोळ्यांच्या फेण्या तयार करून घ्याव्या. नंतर तूप गरम करावयास ठेवावे. तूप मंद तापल्यावर पहिली फेणी हातात घेऊन थोडी लांबवून तुपात सोडावी व विणावयाच्या सुईने फेणीची सुते विरळ विरळ करून ती फेणी तुपात पसरेल, असे करावे. फेणी मंद विस्तवावर तळावी व बाहेर काढून ठेवावी. याप्रमाणे सर्व फेण्या तयार कराव्या. साखरेचा कच्चा पाक करून त्यात फेण्या बुडवून काढाव्या व नंतर त्यांच्यावर बदाम व पिस्ते यांचे काप घालावेत. हवे असल्यास गुलाबाचे पाणीही शिंपडावे.

सुतरफेण्या रंगीतही करतात. रंगीत करावयाच्या असल्यास केशर अगर जो रंग घालावयाचा असेल, तो मैदा भिजवतानाच घालावा.

## ७. मांडे

**साहित्य :** एक वाटी रवा, दीड वाटी मैदा, एक वाटी दळलेली साखर, पाव वाटी खसखस, पाच-सहा वेलदोडे, साजूक तूप अंदाजे पाव वाटी, अर्धा चमचा मीठ, तांदळाची पिठी, मोठा माठ अगर

लोखंडी घमेले, चुना.

**कृती :** एक वाटी रवा व एक वाटी मैदा पाण्यात घट्ट भिजवावा. साखर वस्त्रगाळ करून घ्यावी. खसखस भाजून, बारीक कुटून घ्यावी. वेलदोडे अगदी बारीक कुटून घ्यावे. नंतर तूप फेसावे व त्यात वस्त्रगाळ केलेली साखर, अर्धी वाटी मैदा, खसखस व वेलदोडे यांची पूड घालून मळावे. कोरडे वाटल्यास आणखी थोडे तूप घालावे. कणकेच्या गोळीप्रमाणे गोळी व्हावयास पाहिजे. ती होईल, इतपत तूप घालावे. याप्रमाणे सारण तयार करून घ्यावे. नंतर माठाला अगर घमेल्याला बाहेरून चुना लावून ठेवावा. भिजवून ठेवलेला रवा व मैदा पाणी व मीठ लावून, कुटून कुटून चांगला मऊ करावा, नंतर त्याच्या लिंबाएवढ्या गोळ्या कराव्यात. त्यांपैकी दोन गोळ्या घेऊन व लिंबाएवढी सारणाची गोळी घेऊन, गुळाच्या पोळीप्रमाणे ती पिठाच्या दोन गोळ्यांमध्ये घालून, बंद करून घ्यावी. माठ अगर घमेले विस्तवावर पालथे तापत ठेवावे. तयार केलेली गोळी तांदळाच्या पिठीवर लहानशा पोळीएवढी लाटावी. नंतर ती पोळी हातावर घेऊन, सर्व बाजूंनी ओढून ओढून मोठी करत साधारपणे कागदाएवढी पातळ करून घ्यावी व नंतर माठावर अगर घमेल्यावर घालावी व तांबूस भाजावी. नंतर ती काढून त्याची पोकळ गुंडाळी करावी. म्हणजे मांडा तयार झाला.

## ८. दुधाचे मांडे

**साहित्य :** एक लिटर दूध, दळलेली साखर, वेलदोडे, थोडीशी सरकी.

**कृती :** साधारण एक लिटर दूध अर्धा लिटर होईपर्यंत आटवावे. एका रूंद तोंडाच्या भांड्यात सरकी व पाणी घालून ते भांडे चुलीवर ठेवावे आणि त्याच्यावर थाळी अगर लहान परात ठेवून, त्यावर आटवलेले दूध पळीने पसरून घालावे. याप्रमाणे दूध सुकले, की मांडा हळूच काढावा व त्यावर साखर व वेलदोड्यांची पूड पसरून घालावी. (सरकीमुळे वाफ एकीकडे जात नाही.)

## ९. गुरवळ्या

**साहित्य :** एक वाटी उत्तम तारेचा रवा, एक वाटी मैदा, दीड वाटी दळलेली साखर, वेलदोडे, तांदळाची पिठी, मीठ.

**कृती :** रवा, अर्धी वाटी मैदा, चवीपुरते मीठ व दोन चमचे तूप असे एकत्र करून, पाणी घालून घट्ट भिजवावे. दळलेली साखर व वेलदोड्यांची पूड ही दोन्ही वस्त्रगाळ करून घ्यावीत, मिसळावीत व त्यात अर्धी वाटी उरलेला मैदा घालून,

चांगले मिसळून, सारण तयार करावे. भिजवून ठेवलेला रवा-मैदा पाणी लावून हाताने मळून मळून मऊ करावा. पुरणाच्या पोळीच्या कणकेपेक्षा थोडे घट्ट होईल, इतपत पीठ सैल करावे, कुटू नये. त्या पिठाची मोठ्या पुरीच्या पिठाएवढी गोळी घ्यावी. त्या गोळीची वाटी करावी व त्यात वरील कोरडे सारण चमच्याने दाबून मावेल तेवढे भरावे व पुरणपोळीप्रमाणे वाटीचे तोंड बंद करावे आणि तांदळाच्या पिठीवर हलक्या हाताने पुरीप्रमाणे लाटावे व तळणीत तूप घालून, बंद केलेले तोंड वर करून, तळणीत सोडावे. थोडे फुगावयास लागल्यावर परतून टाकावे. तळताना तळणीतीलच तूप त्याच्यावर पळीने मधून मधून घालावे. गुरवळीला बाजूने काठ राहता उपयोगी नाही. चांगली चेंडूसारखी फुगली, म्हणजे ती उत्तम गुरवळी झाली, असे समजावे.

**टीप :** या गुरवळीला चार-पाच भोके पाडून, त्यांत जाईच्या कळ्या घालून ठेवाव्यात. दुसऱ्या दिवशी या कळ्या आतच फुलतील व गुरवळीला जाईचा वासही लागेल. खाताना फोडल्यावर आत फुललेली फुले पाहून नवल वाटेल व आकर्षक दिसेल.

## १०. मालन वड्या : प्रकार १

**साहित्य :** दोन वाट्या तांदूळ, खोवलेले ओले खोबरे एक वाटी, साय एक वाटी, साखर एक वाटी, परतण्याकरिता तूप, वेलदोड्यांची पूड.

**कृती :** तांदूळ चार तास भिजत ठेवावेत. नंतर तांदूळ व ओले खोबरे पाट्यावर बारीक वाटून घ्यावे व त्यात पाणी घालून आंबोळीच्या पिठाइतपत पातळ करावे. तव्यावर तूप सोडून वरील वाटलेल्या पिठाची आंबोळी घालावी. पुरती भाजण्यापूर्वीच त्याच्यावर सायीचे तुकडे पसरून, त्यांवर साखर पेरावी आणि आंबोळीची गोल वळकटी करावी. वळकटीच्या वड्या (काप) कापून तव्यावर चमचा-चमचा तूप सोडून त्या वड्या परतून काढाव्यात.

## ११. मालन वड्या : प्रकार २

**साहित्य :** वरील प्रकार १ प्रमाणेच, फक्त तांदळाच्या पिठाऐवजी मैदा घ्यावा.

**कृती :** दोन वाट्या मैदा घेऊन, तो भिजवून, त्याची पातळ पोळी लाटावी व ती अगदी कच्ची भाजावी. त्या पोळीवर वरील प्रकार १ प्रमाणे साय व साखर घालून, पोळी गुंडाळून, तिच्या वड्या कापून, तव्यावर चमचा-चमचा तूप सोडून बदामी रंगावर परतून काढाव्यात.

# १९. लाडू

## १. डिंकाचे लाडू

**साहित्य :** पाव किलो डिंक, अर्धा किलो सुके खोबरे, अर्धा किलो खारीक, एक वाटी खसखस, पाव वाटी बदाम, एक किलो गूळ अगर साखर, बिब्ब्याच्या बिया, अर्धी वाटी साजूक तूप.

**कृती :** साधारणपणे हरभऱ्याच्या डाळीएवढा बारीक होईल, इतपत डिंक जाडसर कुटावा. नंतर डिंकाला तुपाचा हात लावून तो उन्हात ठेवावा. खोबरे किसून, भाजून घ्यावे. खारकांची पूड करून घ्यावी. खसखस भाजून घ्यावी. बदाम सोलून, त्यांचे जाड काप करून घ्यावेत. बिब्ब्याच्या बिया तळून किंवा तुपामध्ये तळून त्याच्या लाह्या करून घ्याव्या. थोडे तूप टाकून खारकांची पूड भाजून घ्यावी. नंतर साखरेचा अगर गुळाचा पक्का पाक करून, त्यात अर्धी वाटी तूप घालावे. नंतर त्यात डिंक व तयार करून घेतलेले वरील इतर सर्व साहित्य घालावे. चांगले मिसळून घेऊन लाडू वळावे. हे लाडू गरमच वळावे लागतात. हे लाडू उपवासालाही चालतात.

पाहिजे असल्यास वरील साहित्यात डिंकाचे प्रमाण वाढविण्यास हरकत नाही.

## २. कच्च्या डिंकाचे लाडू

**साहित्य :** सर्व साहित्य वरील डिंकाच्या लाडवांप्रमाणेच. फक्त यात गूळ घेऊ नये व साखर घ्यावयाची, ती पिठीसाखर घ्यावी.

**कृती :** डिंक कुटून, त्याची अगदी बारीक पूड करून घेऊन, ती सपिटाच्या चाळणीने चाळून घ्यावी. तूप गरम करून, त्यात डिंकाची पूड टाकावी व तीन दिवस तशीच भिजत ठेवावी. डिंकाची पूड चांगली भिजेपर्यंत तूप असावे. याप्रमाणे डिंक भिजल्यानंतर निराळे थोडे तूप घेऊन ते चांगले फेसावे. त्यात पिठीसाखर व इतर सर्व तयार करून घेतलेले साहित्य (वरील डिंकाच्या लाडवांप्रमाणे) व भिजवलेला डिंक घालावा व चांगले मळून लाडू वळावेत. हे लाडू उपवासालाही चालतात.

## ३. मेथ्यांचे लाडू

**साहित्य :** वरील कच्च्या डिंकाच्या लाडवांप्रमाणेच डिंक खेरीज करून इतर सर्व साहित्य. फक्त या लाडवांकरिता साखर पाव किलो जास्त घ्यावी. डिंकाऐवजी एक वाटी मेथ्यांचे पीठ व दोन वाट्या कणीक घ्यावी.

**कृती :** तूप गरम करून, त्यात मेथ्यांचे पीठ डिंकाप्रमाणेच तीन दिवस भिजत घालावे. नंतर कच्च्या डिंकाच्या लाडवाप्रमाणेच सर्व कृती करून लाडू करावेत. लाडू करण्याच्या वेळी कणीक तुपावर भाजून सर्व मिश्रणात घालावी व नंतर लाडू वळावेत.

## ४. अळिवाचे लाडू

**साहित्य :** एक वाटी अळीव, दोन नारळ, अर्धा किलो गूळ.

**कृती :** नारळाच्या पाण्यात अगर एक वाटी दुधात अळीव दोन तास भिजत ठेवावे अथवा नारळाचा चव व अळीव मिसळून दोन तास भिजत ठेवावे. अळीव याप्रमाणे भिजल्यावर अळीव, ओले खोबरे व गूळ एकत्र करून मंद आचेवर शिजवावयास ठेवावे. त्यातील पाण्याचा अंश आटून खुटखुटीत होईपर्यंत शिजवावे. गार झाल्यावर लाडू वळावेत, अळीव भिजवून न घेताही हे लाडू करतात. ते जास्त दिवस टिकतातही. पण ते लाडू कोरडे व चवीला किंचित कडसर लागतात. अळिवाचे लाडू उपवासालाही चालतात.

## ५. पोह्यांचे लाडू

**साहित्य :** अर्धा किलो पोहे, सुक्या खोबऱ्याचा कीस दोन वाट्या, काजू अगर शेंगाचे दाणे दोन वाट्या, खसखस अर्धी वाटी, पाऊण किलो गूळ अगर साखर, तूप.

**कृती :** खोबरे व शेंगाचे दाणे अगर काजूचे तुकडे भाजून घ्यावेत. पोहे तुपात तळून घ्यावेत. गूळ अगर साखरेचा दोन-तारीपेक्षा जास्त पाक करून त्यात तळलेले पोहे, खोबरे व दाणे अगर काजूचे तुकडे व खसखस (भाजून) घालावी आणि सर्व जिन्नस एकत्र चांगले मिसळून लाडू वळावेत. हे लाडू डिंकाच्या लाडवांप्रमाणे लागतात व पुष्कळ दिवस टिकतात.

## ६. तंबिटाचे लाडू : प्रकार १

**साहित्य :** चार वाट्या तांदूळ, तीन वाट्या दळलेली साखर, अर्धी वाटी खसखस, एक वाटी सुक्या खोबऱ्याचा कीस, दहा-पंधरा वेलदोडे, दोन वाट्या तूप.

**कृती :** तांदूळ चांगले बदामी रंगावर भाजावेत. ते कढत असतानाच रोवळीत घालून धुवावेत व कपड्यावर पसरून ठेवावेत. चांगले वाळल्यानंतर दळून त्यांचे पीठ करावे. तूप घेऊन फेसावे. त्यात साखर घालून पुन्हा ते फेसावे. नंतर त्यात

वरील पीठ घालून, सारखे करून मळावे. अर्धी वाटी खसखस व खोबरे भाजून घेऊन त्यात घालावे. वेलदोड्यांची पूडही घालावी. नंतर सर्व मिश्रण सारखे करून लाडू वळावेत.

तांदळाच्या पिठाऐवजी डाळ्यांचे पीठ घालूनही वरीलप्रमाणे लाडू करतात. डाळे (फुटाण्याची डाळ बाजारात मिळते, ती) आणून, चार वाट्या घेऊन, त्याचे पीठ करावे. कृती वरीलप्रमाणेच.

### ७. तंबिटाचे लाडू : प्रकार २

**साहित्य :** चार वाट्या तांदूळ, दोन वाट्या बारीक चिरलेला गूळ, अर्धी वाटी तीळ, किसलेले सुके खोबरे एक वाटी, तूप अर्धी वाटी, दहा-पंधरा वेलदोडे.

**कृती :** वरील प्रकार १ मधील कृतीप्रमाणेच तांदळाचे पीठ करून घ्यावे. तूप घालून, गुळाचा पाक करून घ्यावा. गूळ विरघळला, की पाक तयार होतो. तीळ व खोबरे भाजून घ्यावे. वर केलेल्या पाकात तांदळाचे पीठ, तीळ, खोबरे व वेलदोड्यांची पूड घालून सारखे करावे व लाडू वळावेत.

### ८. कणकेचे लाडू

**साहित्य :** चार वाट्या किंचित जाडसर कणीक, तीन वाट्या पिठीसाखर अगर चिरलेला पिवळा गूळ, दीड ते पावणेदोन वाट्या तूप, वेलदोडे.

**कृती :** कणीक तुपावर खमंग भाजून घ्यावी. गरम असतानाच त्यात पिठीसाखर अगर गूळ व वेलदोड्यांची पूड घालून खूप मळावे व नंतर लाडू वळावेत.

## २०. संकीर्ण पदार्थ

### १. मोहन-पीठा

**साहित्य :** पाव किलो खवा, अर्धा नारळ, एक वाटी मैदा, पाव किलो साखर, चिमटीभर सोडा, तूप.

**कृती :** साखरेचा पाक करून, त्यात नारळाचे खोवलेले खोबरे घालावे. खवा थोडा गरम करून पाकात टाकावा व ते मिश्रण थोडे शिजवावे. मिश्रण घट्ट झाले, की त्याचे पेढ्यांप्रमाणे गोळे करावेत. नंतर मैद्यात तूप व चिमटीभर सोडा घालून

मैदा पाण्यात भिजवावा. भज्यांच्या पिठापेक्षा थोडा घट्ट भिजवावा. नंतर वर करून ठेवलेले गोळे या मैद्यात बुडवून मंद विस्तवावर तुपात तळून काढावेत.

## २. अकबऱ्या

**साहित्य :** तांदूळ, तूप, दळलेली साखर, लोणी, निरसे दूध.

**कृती :** तांदूळ तीन दिवस भिजत घालून ठेवावेत. नंतर धुऊन फडक्यावर कोरडे करून ते कुटावेत व अगदी बारीक पीठ करून घ्यावे. नंतर दोन वाट्या पिठात पाव वाटी तूप, पाव वाटी साखर व एक चमचा दूध घालून पीठ चांगले मळावे. लोणी घेऊन ते फडक्यात घालून चांगले दाबून अगर ब्लॉटिंग पेपरच्या साहाय्याने त्यातील पाणी शक्य तेवढे काढून टाकावे. वरील मळून ठेवलेल्या पिठात हे लोणी पाव वाटी मिसळून, खूप मळून घ्यावे. जितके जास्त मळावे, तितके चांगले. नंतर एका पानावर अगर प्लॅस्टिकच्या कागदावर तुपाचा हात लावून घ्यावा. वरील तयार करून ठेवलेल्या पिठाची सुपारीएवढी गोळी घेऊन, ती त्या पानावर अगर कागदावर जोराने आपटावी व हळूच सोडवून घेऊन तळणीत टाकून तळावी.

**टीप :** हा पदार्थ अतिशय नाजूक आहे व त्या दृष्टीने तळताना फार काळजी घ्यावी लागते. नाहीतर तुपात विरघळून जाण्याचा संभव असतो. अकबऱ्या फारच खुमासदार लागतात.

## ३. बालूशाही

**साहित्य :** दोन वाट्या मैदा, अर्धी वाटी तूप, अर्धी वाटी आंबट दही, अर्धी चिमटी सोडा, पाकाकरिता साखर व तळण्याकरिता तूप.

**कृती :** मैद्यात अर्धी वाटी तूप, दही व सोडा घालून मैदा पाण्यात भिजवावा. अर्ध्या तासानंतर त्याच्या लहानशा लाडवाएवढ्या गोळ्या करून, त्या हाताने पेढ्यासारख्या चपट्या करून घ्याव्या. नंतर त्या गोळ्या तुपात तांबूस रंगावर मंद तळून काढाव्यात. नंतर साखरेचा पक्का पाक करून, त्यात त्या तळलेल्या गोळ्या घालून, चार-पाच मिनिटे ठेवाव्या व ताटाला तुपाचा हात लावून त्यात त्या काढून घ्याव्यात. पाक सुकला, म्हणजे बालूशाही तयार झाली.

## ४. खजूरी

**साहित्य :** दोन वाट्या मैदा, पाव वाटी तूप, अर्धी वाटी साखर, चवीपुरते मीठ.

**कृती :** पाण्यात साखर घालून ती विरघळत ठेवावी. तूप गरम करून ते व चवीपुरते मीठ मैद्यात घालावे व मैदा साखरेच्या पाण्यात घालून किंचित सैलसर होईल, इतपत भिजवावा. भिजवलेल्या मैद्याची मध्यम आकाराच्या लिंबाएवढी गोळी घेऊन ती तळहाताने पेढ्यासारखी चपटसर करून त्याला मध्ये आरपार भोक पाडावे. भोकाच्या दोन्ही बाजूंवर दोन बोटे ठेवून वेताच्या टोपलीवर अगर प्लॅस्टिकच्या कंगव्यावर ती गोळी चाकाप्रमाणे गोल फिरवावी, म्हणजे त्यावर उभ्या कंगोऱ्याची नक्षी उठेल. नंतर त्या खजुऱ्या तुपात मंद विस्तवावर बदामी रंगावर तळाव्यात.

## ५. पेठा

**साहित्य :** अर्धा किलो जून कोहाळा, सव्वा किलो साखर, चुन्याची निवळी.

**कृती :** कोहाळ्याची साल काढून त्याच्या जाड जाड चौकोनी फोडी कराव्यात. फोडीच्या सर्व बाजूंनी मोरावळ्याकरिता आवळे टोचतात, त्याप्रमाणे टोचण्याने टोचे मारून घ्यावेत. नंतर दोन-तीन चमचे चुन्याची निवळी घेऊन ती पाण्यात घालावी व त्या पाण्यात कोहाळ्याच्या फोडी घालाव्यात. फोडी बुडेपर्यंत पाणी असावे. दुसऱ्या दिवशी त्या फोडी पाण्याने अगदी स्वच्छ धुऊन घेऊन, नंतर कुकरमध्ये अगर मोदकपात्रात ठेवून वाफ देऊन घ्यावी. वाफवून झाल्यावर त्या फोडी काढून घ्याव्यात. साखरेचा कच्चा पाक करावा व त्यात त्या फोडी घालून एक कढ आणावा. दुसऱ्या दिवशी तो पाक फोडींसह पुन्हा थोडा शिजवून एक कढ आणावा. याप्रमाणे चार-पाच दिवस रोज एक कढ आणून घ्यावा व नंतर पाक अगदी पक्का झाला, म्हणजे फोडी पाकातून काढून, ताटात पसरून सुकवाव्यात.

हा पेठा खावयास देताना, आवडत असेल, तर थोडे गुलाबपाणी टाकून खावयास द्यावा.

## ६. रसरोटी

**साहित्य :** कणीक, नारळ, साखर.

**कृती :** नारळ खोवून, खोबरे वाटून व पिळून रस काढावा. हा रस जाड निघेल. नंतर पुन्हा खोबऱ्यात पाणी अगर दूध घालून, वाटून रस काढावा. हा रस पातळ निघेल. दोन्ही रस निरनिराळे ठेवावेत. नंतर दोन्ही रस गाळून घेऊन, त्यात ते चांगले गोड होतील, एवढी साखर घालून ढवळावे. तेल व मीठ घालून कणीक पाण्याने भिजवावी आणि मळावी व त्याच्या लहान गोळ्या कराव्या. त्यांतील एक गोळी घेऊन ती पिठीवर पुरीएवढी व पुरीप्रमाण लाटावी व ती तव्यावर दोन्ही बाजूंनी

भाजून नंतर निखाऱ्यांवर टाकावी. फुगली, म्हणजे परतावी म्हणजे दुसऱ्या बाजूने फुगेल. नंतर ती नारळाच्या पातळ रसात टाकावी, म्हणजे रस ओढून घेईल. याप्रमाणे सर्व रोट्या भरून रसात टाकाव्यात. खाण्यास देताना जाड रसाबरोबर खावयास द्याव्यात.

## ७. तांदळाच्या शेवया (गोडाच्या)

**साहित्य :** दोन वाट्या चांगले पांढरे स्वच्छ तांदूळ, एक नारळ, अर्धा लिटर दूध, साखर अगर गूळ, वेलदोडे.

**कृती :** तांदूळ स्वच्छ धुऊन ते फडक्यावर वाळवावेत. सुकल्यावर ते दळून त्याचे पीठ करावे व ते बारीक चाळणीने चाळून घ्यावे. जितके पीठ होईल, तितकेच पाणी घेऊन ते एका पातेल्यात उकळावयास ठेवावे. त्यात चवीला मीठ व दोन चमचे तूप घालावे. उकळी आल्यावर पातेले खाली उतरून लागलीच त्यात पीठ घालावे. नंतर ते ढवळून, मंद विस्तवावर ठेवून, दोन वाफा आणून घ्याव्यात. नंतर पातेले खाली घेऊन उकड गरम असतानाच एखादे भांडे घेऊन मळावी. उकड मळून झाल्यावर त्याचे मुटके करावेत. ते मुटके मोदकपात्रात ठेवून वाफ येऊ द्यावी. चांगली वाफ आल्यावर एक एक मुटका शेवपात्रात घालून त्याचा एक एक निरनिराळा चवंगा पाडावा. याप्रमाणे सर्व मुटक्यांचे चवंगे पाडून ठेवावेत. नारळ खोवून त्याचे दूध काढावे. अर्धा लिटर दूध घेऊन त्यात हे नारळाचे दूध घालावे. त्यात, चांगले गोड होईल, इतकी साखर अगर गूळ व वेलदोड्यांची पूड घालावी. खावयास देते वेळी डिशमध्ये शेवयांचा चवंगा व तो बुडेपर्यंत त्यावर दूध घालून खावयास द्यावे.

## ८. दूध-बुंदी

**साहित्य :** तीन वाट्या बुंदीच्या कळ्या, एक वाटी साखर, दोन वाट्या दूध, वेलदोडे, बदाम.

**कृती :** बुंदीच्या लाडवाकरिता कळ्या तयार करतात. त्या कळ्या घ्याव्यात. दूध गरम करत ठेवावे. त्याला उकळी आल्यावर त्यात साखर घालावी. साखर विरघळल्यावर त्यात बुंदीच्या कळ्या घालून दोन वाफा आणाव्यात. नंतर वेलदोड्यांची पूड व बदामाचे काप अगर काजूचे तुकडे घालावेत.

दूध-बुंदीच्या बरोबर पुऱ्या वाढाव्यात अगर नुसती दूध-बुंदी द्यावी. हे एक नावीन्यपूर्ण व चविष्ट असे पक्वान्न आहे. जेवणातही पक्वान्न म्हणून पुऱ्यांबरोबर वाढता येईल.

## ९. मालपोवा

**साहित्य :** अर्धी वाटी रवा, अर्धी वाटी मैदा, दीड वाटी साखर, तूप, केशर अगर खाण्याचा केशरी रंग.

**कृती :** मालपोवा करण्याच्या आदल्या रात्री रवा व मैदा दोन चमचे तूप घालून, कोमट पाण्यात सैलसर भिजवून ठेवावा. दुसऱ्या दिवशी सकाळी साखरेचा जिलबीप्रमाणे पाक करावा व त्यात केशर अगर खाण्याचा रंग घालावा. भिजवून ठेवलेल्या रवा-मैद्याचे पीठ हाताने फेसून त्या पिठाचे भज्यांसारखे गोल अगर चपटे गोळे करून तुपात टाकावेत व तळून झाल्यावर पाकात सोडावेत. दुसरे तळून होईपर्यंत पहिले पाकात ठेवावेत व नंतर काढून ताटात ठेवावेत. गोल अगर चपट्या गोळ्यांऐवजी तव्यावर तूप सोडून, त्यावर पिठाची तळहाताएवढी लहान लहान धिरडी घालावीत व परतून झाल्यावर तयार पाकात सोडावीत.

## १०. फिरणी

**साहित्य :** दीड वाटी चांगले तांदूळ, एक लिटर दूध, दोन वाट्या साखर, बदामाचे व पिस्त्यांचे काप, चारोळी, गुलाबपाणी.

**कृती :** तांदूळ स्वच्छ धुऊन घेऊन ते कोरडे करावेत व बारीक वाटून रवा काढावा. नंतर दूध तापत ठेवावे व एक-दोन उकळ्या आल्यावर त्यात प्रथम तांदळाचा रवा टाकावा व मग थोड्या वेळाने साखर घालावी. शिजनू घट्ट होत आल्यावर ते मिश्रण काचेच्या अगर चिनीमातीच्या खोलगट डिशमध्ये अगर पेल्यामध्ये घालून त्यावर थोडे गुलाबपाणी शिंपडावे आणि बदामाचे व पिस्त्याचे काप व चारोळी पसरावी. थंड झाल्यावर घट्ट होईल. रेफ्रिजरेटर असल्यास त्यात ठेवल्यास जास्त चांगले.

## ११. खांडवीच्या वड्या

**साहित्य :** तांदळचा रवा, गूळ अगर साखर, नारळ, तूप, वेलदोडे.

**कृती :** तांदळाचा रवा तुपावर चांगला तांबूस होईपर्यंत भाजावा. रव्याच्या दुप्पट पाणी घेऊन, त्यात रव्यापेक्षा थोडा जास्त गूळ अगर साखर घालावी. चवीला थोडेसे मीठ घालावे व उकळी आल्यावर भाजलेला रवा त्यात घालून चांगला शिजवावा. वेलदोड्यांची पूड घालावी. चांगला शिजून घट्ट झाल्यावर परातीला अगर ताटाला तुपाचा हात लावून शिजलेला रवा ओतावा व वर ओले खोबरे घालून थापावा व वड्या कापाव्यात.

## १२. क्रीम कोशिंबीर

**साहित्य :** कोवळी फरसबी (श्रावण-घेवडा), फ्लॉवर, ओला मटार, गाजर (शक्यतो लाल रंगाचे) व बटाटा. या सर्व भाज्यांच्या फोडी प्रत्येकी अर्धी वाटी, दूध दोन वाट्या, क्रीम एक वाटी, कॉर्नफ्लोअर दोन चमचे, मीठ, साखर व मिरीची पूड चवीपुरती.

**कृती :** वर लिहिलेल्या सर्व भाज्या वाफवून घ्याव्या. कॉर्नफ्लोअर दुधात शिजवून त्याची पातळसर पेस्ट तयार करावी. त्यात चवीप्रमाणे मीठ व साखर घालावी. हे शिजविलेले कॉर्नफ्लोअर गरमच घेऊन ते वाफवलेल्या गरम भाज्यांवर घालावे व त्यावर क्रीम व मिरीची पूड घालावी. ही कोशिंबीर विशेषत: गरम अशी खाण्यास चांगली लागते. अथवा रेफ्रिजरेटरमध्ये ठेवून एकदम थंड करून घेऊनही खाण्यास चांगली लागते. क्रीम नसल्यास दुधाची साय चमच्याने घोटून घालावी.

ही कोशिंबीर जेवणातील इतर कोशिंबीरीप्रमाणे न वाढता स्वतंत्रपणे एक उपाहाराचा पदार्थ म्हणून डिशमध्ये घालून देण्याजोगी आहे.

## १३. फ्रूट-सॅलड

**साहित्य :** दूध, साखर, क्रीम, सफरचंद, द्राक्षे, चिक्कू, मऊ बियांचे डाळिंब, संत्री, मोसंबी, केळी, आंबा, अननस, काजूचे तुकडे, साखर.

**कृती :** दूध आटवून घ्यावे. बासुंदीपेक्षा थोडे कमी आटवले, तरी चालेल. नंतर त्यात साखर घालावी. नंतर वर दिलेल्या फळांपैकी मिळतील ती व आवडत असतील, ती अगर इतर कोणती फळे आवडत असल्यास, ती फळे घेऊन त्यांच्या साली काढून फोडी (डाळिंबाखेरीज) कराव्यात व आपल्या आवडीप्रमाणे कमी-जास्त प्रमाणात त्या फोडी वरील दुधात घालाव्यात. डाळिंबाचे दाणे घालावेत. काजूचे तुकडे घालावेत. मिळाल्यास दुधाचे क्रीम, नाही तर सायीचे तुकडे करून वर घालावेत. किंवा दुधात कस्टर्ड पावडर शिजवून तयार करून घेऊन ती वर घालावी. नंतर आपल्या आवडीप्रमाणे साखर घालून व मिसळून फ्रूट-सॅलड तयार करावे.

दुधाऐवजी सायीचे दही अथवा श्रीखंड तयार करून त्यातही वरीलप्रमाणे फळांच्या फोडी व क्रीम वगैरे घालून फ्रूट सॅलड करावे. दही घातल्यास ते फडक्यावर टाकून जरा घट्ट करून घ्यावे व त्यात साखर घालावी.

जेवणातही फ्रूट-सॅलड हे एक मिष्टान्न म्हणून पुरीच्या बरोबर वाढता येण्यासारखे आहे.

## १४. पेरूची स्वीट डिश

**साहित्य :** पेरू (शक्यतो बिनबियांचे अगर कमी बियांचे घ्यावेत), साखर, लिंबू, आले, शेंदेलोण, पादेलोण, मीठ.

**कृती :** पेरूची साल काढावी आणि पेरू चिरून आतील बिया काढून टाकून बारीक फोडी कराव्यात. त्या फोडींवर तेवढीच साखर घालावी व थोडेसे पाणी घालून एक तास ठेवून द्यावे. नंतर त्यात किंचित मीठ व चवीप्रमाणे शेंदेलोण व पादेलोण यांची पूड, आल्याचा रस व लिंबाचा रस घालावा व कालवून डिशमधून खावयास द्यावे. फार चविष्ट लागते.

## १५. आईस्क्रीम

**साहित्य :** एक लिटर दूध, पाव किलो साखर, केशर, बदाम, वेलदोडे, दोन चमचे कस्टर्ड पावडर अगर आईस्क्रीम पावडर.

**कृती :** मलईसकट दूध घ्यावे. ते तापवून, त्यात साखर घालून थंड करून घ्यावे. नंतर केशराची पूड, बदामाचे काप व वेलदोड्यांची पूड घालून ते चांगले ढवळावे. नंतर आईस्क्रीम पॉट घेऊन, त्याच्या मधल्या भांड्यात वरीलप्रमाणे तयार केलेले दूध घालावे व भांडे जागेवर बसवून त्याच्या भोवताली बर्फाचे खडे व मधूनमधून मिठाचे खडे घालून यंत्र हाताने फिरवावे. पुन्हा मधूनमधून लागेल तसा बर्फ व मिठाचे खडे घालावेत. आईस्क्रीम होत आल्यावर यंत्र फिरावयास जड लागू लागते. आईस्क्रीम झाल्यावर यंत्र फिरवणे थांबवावे.

आईस्क्रीममध्ये दुधात आंब्याचा रस अगर फोडी अगर संत्रे, अननस, चेरी वगैरे फळांच्या फोडी घालतात. तसेच दुधात आवडत असेल तो इसेन्स व खाण्याचा रंगही घालतात. त्याचप्रमाणे दुधाला कस्टर्ड पावडर अगर आईस्क्रीम पावडरही लावतात. त्यामुळेही आईस्क्रीम चांगले होते.

## १६. पेरूटॉफी

**साहित्य :** दहा-बारा मोठे तयार पेरू, पाच वाट्या साखर, दोन चमचे तूप, अर्धा चमचा मीठ, लाल किंवा केशरी रंग.

**कृती :** पेरू धुऊन त्यांच्या फोडी कराव्या. त्या कुकरमध्ये चाळणीत ठेवून चांगल्या वाफवून घ्याव्या. पुरण वाटण्याच्या यंत्रातून फोडी घोटून घ्याव्या. चाळणीवर घासून बिया काढून टाकाव्या. तयार गर किती वाट्या झाला, हे पाहून, त्यात एक वाटी गरास पाऊण वाटी या प्रमाणात साखर घालावी. मीठ घालावे व मिश्रण शिजत ठेवावे. मिश्रण आळत आल्यावर तूप व रंग घालावा. मिश्रण घट्ट होत

आल्यावर ते थाळ्याला तुपाचा हात लावून त्यात ओतावे व थापून वड्या पाडाव्यात.

## १७. धोका

**साहित्य :** दोन वाट्या हरभरा डाळ, पाव वाटी मैदा किंवा कणीक, दोन कांदे, आठ लसूण-पाकळ्या, एक चमचा आल्याचा कीस, चार मिरच्या, अर्धा चमचा लाल तिखट, कोथिंबीर, पाव वाटी खोवलेले खोबरे, साखर, हळद, तेल, गरम मसाला, चिंच.

**कृती :** कांदे, लसूण, आले, कोथिंबीर, खोबरे व मिरच्या एकत्र वाटून, मसाला तयार करून, त्याचे दोन भाग करावे. हरभऱ्याची डाळ बारीक वाटावी. वाटलेली डाळ, मैदा किंवा कणीक, लाल तिखट, मीठ, चवीपुरती साखर व मसाल्याचा एक भाग घालून, एकत्र मळून, त्याचे छोटे चपटे वडे थापून तयार करावेत. पातेल्यात चार वाट्या पाणी ठेवून, उकळी आल्यावर केलेले वडे पाण्यात सोडून, पाच मिनिटे आचेवर ठेवावे. हे वडे नंतर पाण्यातून काढून प्रत्येक वड्याचे चार-चार तुकडे करावेत व तेलातून तळून काढावेत.

कढईमध्ये चार चमचे तेल घालून, त्यात मसाल्याचा राहिलेला भाग, थोडी हळद व साखर घालून परतून घ्यावे. बदामी रंग येताच एक वाटी पाणी घालून उकळी आल्यावर तळून घेतलेले वडे त्यात सोडावे. त्यांवर गरम मसाला व मीठ घालून हलवावे. आवडत असल्यास वडे पाण्यात सोडण्यापूर्वी उकळणाऱ्या पाण्यात चिंच घालावी.

हा प्रकार फार चविष्ट लागतो.

## १८. पाणी-पकोडे

**साहित्य :** हरभरा डाळ, कणीक व जाड रवा प्रत्येकी अर्धी वाटी, हिरव्या मिरच्या सहा, एक इंच लांब आले, पाव चमचा हळद, एक वाटी दही, मीठ व तेल.

**चटणीसाठी साहित्य :** पाव वाटी चिंच, सहा चमचे किसलेला गूळ, जिरेपूड एक चमचा, चार लवंगा, दालचिनी पूड व ओवा पूड प्रत्येकी पाव चमचा, बारा पुदिन्याची पाने, अर्धा चमचा तिखट, मीठ.

**कृती :** हरभरा डाळ भिजत घालावी. रवा व कणीक तीन चमचे मोहनासाठी तेल, चवीपुरते मीठ व पाणी घालून घट्ट भिजवून ठेवावी. चिंच भिजत घालावी. साधारण पाच तासांनंतर भिजलेल्या डाळीत मिरच्या, आले, मीठ व हळद घालून एकत्र वाटावे. डाळ फार बारीक वाटू नये. भिजवलेला रवा व कणीक कुटून मळून

घ्यावी व नेहमीपेक्षा लहान आकाराच्या पातळ पुऱ्या लाटाव्या. एका पुरीवर वाटून ठेवलेले डाळीचे मिश्रण थोडे पसरून, त्यावर दुसरी पुरी ठेवून, पाणी लावून कड दाबून घ्यावी. अशा सर्व पुऱ्या कराव्या. उंडा करून, त्यात डाळीचे सारण भरून, पुऱ्या केल्या, तरी चालेल. पुऱ्या तेलात तळून घ्याव्या. भिजलेल्या चिंचेचा कोळ काढून त्यात गूळ, जिरे, लवंगा, दालचिनी यांची पूड, तिखट-मीठ व पुदिन्याची वाटलेली पाने घालून एक उकळी आणावी. ही चटणी थंड झाल्यावर जरुरीप्रमाणे पाणी घालून सरबरीत करावी. प्लेटमध्ये पुऱ्या ठेवून त्यावर थोडे दही व चटणीचे पाणी घालून खावयास द्यावे.

♦

# भाग ४ उपवासाचे पदार्थ

कुटंबात काहींना उपवास असतो व त्याकरिता उपवासाचे पदार्थ आपण करतो. उपवासाची कल्पना नेहमीचे जड जेवण वर्ज्य करून प्रकृतिस्वास्थ्याच्या दृष्टीने पचनास हलके असे काहीतरी खावयाचे, अशी आहे. याकरिता उपवासाचे पदार्थ कोणत्या जिनसांचे करावेत, याचाही संकेत ठरलेला आहे. तथापि, नेहमी उपवास करणाऱ्यांना तेच तेच पदार्थ खाऊन कंटाळा येतो. त्यांना रुचिपालट हवा असतो. आषाढी कार्तिकीसारख्या मोठ्या एकादशीला व शिवरात्रीला लहान मुलाबाळांसह सर्वांनाच उपवास असतो. अशा प्रसंगी, किंवा पाहुणे वगैरे उपवासाच्याच दिवशी आल्यास, त्या वेळी, उपवासास चालणारेच, पण काही नावीन्यपूर्ण पदार्थ करावेत, असे सुगरणींना वाटते व जरूरही भासते. म्हणून उपवासाच्या साध्या पदार्थांबरोबरच विशेष अशा काही नावीन्य असलेल्या पदार्थांच्या कृती या विभागात दिल्या आहेत.

तसेच, उपवासाखेरीज इतर दिवशीही रुचिपालट म्हणून हेच पदार्थ नावीन्य म्हणून देता येण्यासारखे आहेत. उदाहरणार्थ, साबुदाण्याची खिचडी, साबुदाण्याचे बुंदीचे लाडू, बटाट्याचा चिवडा, बटाट्याची जिलबी, साबुदाण्याचे वडे व कुरड्या, भरली केळी, शेंगदाण्याचा म्हैसूर, बटाट्याचा बदामी हलवा वगैरे बरेच पदार्थ उपाहारात व इतर वेळीही देता येतील.

## १. वऱ्याच्या तांदळाची खिचडी : प्रकार १

**साहित्य :** वऱ्याचे तांदूळ दोन वाट्या, भाजलेल्या शेंगदाण्याचे जाडसर कूट एक वाटी, मीठ, मिरच्यांचे चार-पाच तुकडे, चवीपुरता गूळ, एक चमचा जिरे, दोन-तीन लवंगा, दालचिनीचा तुकडा, कोथिंबीर, अर्धी वाटी ओले खोबरे, तूप.

राजगिऱ्याचे लाडू

साबुदाण्याचा चिवडा व बटाट्याचा चिवडा

# भाग ४

# उपवासाचे पदार्थ

साबुदाण्याची चकली व पापडी

साबुदाण्याचे व

**कृती :** तूप गरम करून त्यावर जिरे टाकून फोडणी करावी. फोडणीत मिरच्यांचे तुकडे घालावेत व त्यावर तांदूळ परतावेत. चांगले परतल्यावर त्यात आधणाचे पाणी घालावे. थोडे शिजत आल्यावर त्यात चवीप्रमाणे मीठ, गूळ व दाण्याचे कूट घालावे. लवंगा व दालचिनी भाजून, जाडसर कुटून घालावी व चांगली वाफ येऊ द्यावी. शिजून झाल्यावर त्यात थोडे तूप सोडावे व वर ओले खोबरे व कोथिंबीर घालावी. ह्या खिचडीत बटाट्याच्या फोडी पण घालतात.

ही खिचडी करण्याचा दुसराही एक प्रकार आहे. तो असा : वऱ्याचे तांदूळ परतून त्यावर आधणाचे पाणी घालावे व तांदूळ मऊ व मोकळे असे शिजवून घ्यावेत. नंतर ते ताटात काढून मोकळे करावेत. तांदूळ दोन वाट्या असल्यास दाण्याचे कूट दीड वाटी घेऊन ते शिजवलेल्या तांदळात घालावे. चवीप्रमाणे मीठ व साखर घालावी. कढईत तूप घालून जिरे व मिरच्यांचे तुकडे घालून फोडणी करावी व त्यात वरील तांदूळ घालून चांगली वाफ आणावी. खावयास देतेवेळी कोथिंबीर व खोबरे घालावे. लिंबाची फोड बरोबर द्यावी.

## २. वऱ्याच्या तांदळाची खिचडी : प्रकार २

**साहित्य :** चार वाट्या वऱ्याचे तांदूळ, दोन वाट्या दाण्याचे कूट, पाच-सहा ओल्या मिरच्या, कोथिंबीर, ओले खोबरे, मीठ, जिरे, तूप, साखर.

**कृती :** वऱ्याचे तांदूळ तांबूस भाजून घ्यावे. तांदळाच्या दुप्पट आधण पाणी घेऊन त्यात हे तांदूळ घालून झाकून ठेवावेत. वरचेवर ढवळावे. याप्रमाणे एक तास तांदूळ भिजत ठेवावेत. नंतर ते मोकळे होतील. नंतर तूप-जिऱ्याची फोडणी करून त्यात मिरच्यांचे तुकडे टाकावेत व या फोडणीत वऱ्याचे तांदूळ व दाण्याचे कूट घालावे. चवीला मीठ व साखर घालावी व परतून एक वाफ द्यावी. ही खिचडी साबुदाण्याच्या खिचडीसारखी होते.

## ३. वऱ्याच्या तांदळाचा साखरभात

**साहित्य :** दोन वाट्या वऱ्याचे तांदूळ, तीन वाट्या साखर, बदाम, बेदाणे, केशर अगर खाण्याचा केशरी रंग, तूप, लवंगा, चवीपुरते मीठ.

**कृती :** लवंगा तुपावर टाकून त्यावर वऱ्याचे तांदूळ परतून घ्यावेत व त्यावर उकळते पाणी घालून तांदूळ मऊ मोकळे शिजवून घ्यावेत. नंतर ते ताटात पसरून गार व मोकळे करावेत. साखरेचा पक्का पाक करून त्यात बदामाचे काप, बेदाणे,

केशर अगर रंग व थोडेसे मीठ घालावे व नंतर तांदूळ घालून दोन-तीन वाफा द्याव्यात. वरून थोडे साजूक तूप सोडून झाकण ठेवावे व पुन्हा एक वाफ द्यावी. ह्या भातात ओले खोवलेले खोबरेही घातल्यास भात जास्त चांगला लागतो. खोबरे घालावयाचे झाल्यास पाक झाल्यावर त्यात घालावे व एक कढ येऊ द्यावा.

## ४. वऱ्याच्या तांदळाचा शिरा

**साहित्य :** एक वाटी वऱ्याचे तांदूळ, एक वाटी साखर, अर्ध्या वाटीस थोडे कमी तूप, बदाम, बेदाणे व वेलदोडे.

**कृती :** वऱ्याचे तांदूळ जाडसर दळून घ्यावेत. हे पीठ चाळून घेऊ नये. पीठ तुपावर तांबूस भाजावे. नंतर जेवढे पीठ असेल, त्याच्या दुप्पट आधणाचे पाणी घालावे व नेहमीच्या रव्याच्या शिऱ्याप्रमाणे शिरा करावा. तांदूळ जुने असतील, तर पाणी थोडे जास्त घालावे. हा शिरा स्वादिष्ट लागतो व वऱ्याच्या तांदळाचा शिरा आहे, असे ओळखू येत नाही.

## ५. वऱ्याच्या तांदळाचे लाडू

**साहित्य :** दोन वाट्या वऱ्याचे तांदूळ, दीड वाटी लिसा साखर अगर दळलेली साखर, तूप, वेलदोडे.

**कृती :** वऱ्याचे तांदूळ लाल होईपर्यंत भाजावेत. नंतर ते बारीक दळून पीठ करावे. नंतर पुरेसे तूप घेऊन, त्यात साखर घालून चांगले फेसावे व त्यात हे पीठ व वेलदोड्यांची पूड घालून पीठ मळावे व लाडू वळावेत.

हे तांदळाचे पीठ बरणीत भरून ठेवल्यास पुष्कळ दिवस टिकते व पाहिजे त्या वेळी त्याचे वरीलप्रमाणे लाडू करता येतात.

## ६. वऱ्याच्या तांदळाच्या खांडवीच्या वड्या

**साहित्य :** वऱ्याच्या तांदळाचा जाडसर रवा एक वाटी, गूळ सव्वा वाटी, खोवलेले खोबरे अर्धी वाटी, वेलदोडे, तूप.

**कृती :** वऱ्याच्या तांदळाचा रवा तुपावर तांबूस भाजून घ्यावा. दोन वाट्या पाण्यात गूळ व चवीला मीठ घालावे. पाण्याला उकळी आणावी व त्या पाण्यात वरील भाजलेला रवा घालावा व त्याचा जरा मऊ सांजा करून घ्यावा. एका ताटाला तूप लावून त्यावर तो सांजा पाव इंच जाडीचा थापावा. वर खोबरे व वेलचीची पूड पसरून वड्या कापाव्यात.

## ७. वऱ्याच्या तांदळाचे मोदक

**साहित्य :** दोन वाट्या वऱ्याच्या तांदळाचे पीठ, एक लहान नारळ, दोन वाट्या गूळ अगर साखर, वेलदोडे, दोन चमचे तूप.

**कृती :** वऱ्याचे तांदूळ स्वच्छ धुऊन, बारीक दळून पीठ करावे. नारळ खोवून, त्यात गूळ अगर साखर घालून, शिजवून, सारण तयार करावे. त्यात वेलचीची पूड घालावी. दोन वाट्या पाण्याचे आधण ठेवून, त्यात अर्धा चमचा मीठ व दोन चमचे तूप घालावे. उकळी आल्यावर दोन वाट्या वऱ्याचे पीठ घालून व ढवळून दोन वाफा आणाव्यात. उकड काढत असतानाच मळून, त्याच्या पापड्या करून व त्यांत सारण भरून, नेहमीच्या तांदळाच्या मोदकांप्रमाणे मोदक करून उकडावेत.

## ८. वऱ्याच्या तांदळाचे अनरसे

**साहित्य :** वऱ्याचे तांदूळ, गूळ अगर दळलेली साखर, तूप, खसखस.

**कृती :** वऱ्याचे तांदूळ तीन दिवस भिजत घालून ठेवावेत. नंतर ते रोळीत उपसून, फडक्यावर कोरडे करून घ्यावेत व कुटावेत. बारीक चाळणीने पीठ चाळून घ्यावे. तांदळाच्या वजनाइतकाच गूळ अगर दळलेली साखर घ्यावी. दोन वाट्या पीठ असेल, तर चार चमचे तूप घ्यावे. नंतर पीठ, साखर अगर गूळ व तूप एकत्र करून चांगले कुटावे. कुटलेल्या पिठाचे गोळे तयार करून, ते डब्यात घालून ठेवावेत. पीठ फार कोरडे वाटल्यास त्यावर केळीचे पान अगर केळ्याची साल घालून ठेवावी.

अनरसे करावयाच्या वेळी पाहिजे तेवढे पीठ घेऊन, पुन्हा चांगले कुटून, त्याच्या गोळ्या कराव्यात. साखर व खसखस समप्रमाणात घेऊन मिसळून ठेवावी. पिठाची गोळी साखर व खसखशीच्या मिश्रणावर एका बाजूने दाबावी. प्लॅस्टिकच्या कागदाला तूप लावून त्यावर ती गोळी (साखरेचे मिश्रण लावलेल्या विरुद्ध बाजूने) ठेवून थापावी व तुपात अनरसा तळून काढावा. याप्रमाणे सर्व गोळ्यांचे अनरसे करावेत.

## ९. दह्यातील साबूदाणा

**साहित्य :** एक वाटी साबूदाणा, मीठ, तीन-चार ओल्या मिरच्या, अर्धी वाटी दाण्याचे कूट, साखर, कोथिंबीर, दोन वाट्या गोड ताक, एक वाटी गोड सायीचे दही, तूप.

**कृती :** साबूदाणा प्रथम भाजून घेऊन, धुऊन टाकावा व तो ताकात भिजवून, थोडा वेळ तसाच ठेवावा. तुपात जिरे व मिरच्यांचे तुकडे घालून फोडणी करावी.

भिजवून घेतलेल्या साबूदाण्यामध्ये वरील फोडणी, तसेच चवीप्रमाणे मीठ, साखर आणि दाण्याचे कूट घालावे आणि दही घालून साबूदाणा चांगला कालवावा.

## १०. साबुदाण्याची खिचडी

**साहित्य :** दोन वाट्या साबूदाणा, एक वाटी दाण्याचे कूट, जिरे, मीठ, साखर, सहा-सात ओल्या मिरच्या, कोथिंबीर, अर्धी वाटी ओले खोबरे, लिंबू, तूप.

**कृती :** खिचडी करावयाच्या आधी एक तास साबूदाणा भिजवून, त्याचे पाणी काढून टाकावे. नंतर तूप-जिऱ्याची फोडणी करून, त्यात मिरच्यांचे तुकडे करून टाकावेत. नंतर त्यावर दाण्याचे कूट व साबुदाणा मिसळून टाकावा. मंद विस्तवावर झाऱ्याने चांगले हलवावे व वाफ आल्यावर चवीप्रमाणे मीठ व साखर घालून चांगली वाफ आणावी. ह्या खिचडीत कच्च्या अगर उकडलेल्या बटाट्याच्या फोडीही घालतात. फोडी घातल्यास फोडणीत टाकाव्यात.

खिचडी खावयास देताना वर खोबरे व कोथिंबीर घालावी व लिंबाची फोड बरोबर द्यावी.

## ११. साबुदाण्याची गोड खिचडी

**साहित्य :** दोन वाट्या साबुदाणा, एक वाटी दाण्याचे कूट, दोन वाट्या खोवलेले ओले खोबरे, दीड वाटी साखर, वेलदोडे, तूप.

**कृती :** ही खिचडी करण्याच्या आधी एक तास साबूदाणा भिजवून, त्याचे पाणी काढून टाकावे व साबूदाणा भिजल्यावर मोकळा करून घ्यावा. नंतर थोडे तूप गरम करून त्यावर साबूदाणा, दाण्याचे कूट व खोबरे हे सर्व एकत्र मिसळून घालावे व चांगले हलवावे. एक-दोन वाफा आल्यावर साखर व वेलचीची पूड घालून हलवावे व पुन्हा एक-दोन वाफा आणून घ्याव्या.

## १२. साबुदाण्याचे लाडू

**साहित्य :** साबूदाणा, पिठीसाखर, तूप, वेलची.

**कृती :** साबूदाणा चांगला भाजून घ्यावा. तो गरमच दळून, त्याचे पीठ करून ठेवावे. हे पीठ बरेच दिवस टिकते. दोन वाट्या पिठास एक वाटी पिठीसाखर घ्यावी. तूप फेसून घ्यावे. त्यात पिठीसाखर घालावी व ते पुन्हा चांगले फेसून, त्यात साबूदाण्याचे पीठ व वेलचीची पूड घालावी व चांगले मळून लाडू वळावेत. ह्या लाडवांत खसखसही घालतात. त्यामुळे लाडू खमंग लागतात. खसखस भाजून घालावी.

## १३. दही-पीठ (साबुदाण्याचे)

वर साबुदाण्याच्या लाडवांकरिता पीठ करण्याची कृती दिली आहे. त्याप्रमाणे पीठ तयार करून घ्यावे. त्यात गोड दही घालून पीठ कालवावे व नंतर त्यास जिऱ्याची फोडणी द्यावी व चवीप्रमाणे मीठ, ओल्या मिरच्या वाटून, साखर व कोथिंबीर घालावी.

## १४. दूध-पीठ (साबुदाण्याचे)

वर 'दही-पीठ'मध्ये दिल्याप्रमाणे पीठ घेऊन, त्यात दूध, साखर व वेलदोड्यांची पूड घालून कालवावे.

## १५. साबुदाण्याचे वडे

**साहित्य :** एक वाटी भिजविलेला साबूदाणा, अर्धी वाटी वऱ्याच्या तांदळाचे पीठ अगर शिंगाड्याचे पीठ, अर्धी वाटी उकडलेल्या बटाट्याचा गोळा, अर्धी वाटी भाजलेल्या दाण्यांचे अगदी बारीक कूट, मीठ, सात-आठ ओल्या मिरच्या, एक चमचा जिऱ्याची पूड, कोथिंबीर, तळण्याकरिता तूप, सोडा.

**कृती :** साबूदाणा पाण्यात भिजत घालावा. भिजून मऊ झाल्यावर तो पुरण वाटावयाच्या यंत्राने वाटून घ्यावा. बटाटे उकडून तेही या यंत्रातून वाटून घ्यावेत. नंतर वाटलेला साबूदाणा, उकडलेला बटाटा व वऱ्याच्या तांदळाचे अगर शिंगाड्याचे पीठ घेऊन, सर्व एकत्र मळावे. त्यात चवीप्रमाणे मीठ, मिरच्या वाटून व जिऱ्याची पूड घालावी. भाजलेल्या दाण्यांचे कूट घालावे. किंचित सोडा घालावा. चमचाभर तापलेले तूपही घालावे व पीठ चांगले मळावे. नंतर प्लॅस्टिकच्या कागदावर हे वडे पातळ थापावेत व तुपात तळून काढावेत. हे वडे पुरीप्रमाणे फुगतात व कुरकुरीत लागतात. खोबऱ्याच्या चटणीबरोबर हे वडे खावयास द्यावेत.

## १६. साबुदाण्याची धिरडी

**साहित्य :** एक वाटी साबूदाणा, एक लहान नारळ, एक वाटी गूळ, वेलदोडे.

**कृती :** धिरडी करण्यापूर्वी एक तास आधी साबूदाणा भिजवून ठेवून द्यावा. तासानंतर पाण्याचे आधण ठेवून, त्यात तो साबूदाणा घालून, घट्ट (पळीतून पडेल, इतपत घट्ट) असा शिजवावा. नंतर ओल्या फडक्यावर अगर प्लॅस्टिकच्या कागदावर तो साबूदाणा पळीपळीने पापड्या घालतात, त्याप्रमाणे घालावा. दोन तास ते तसेच

ठेवून द्यावे. नंतर नारळाचे दूध काढून, त्यात गूळ व वेलदोड्यांची पूड घालावी. डिशमध्ये साबुदाण्याची पापडी घालून त्यावर हे नारळाचे दूध घालून खावयास द्यावे.

## १७. साबुदाण्याचा चिवडा

**साहित्य :** दोन वाट्या वाळलेला साबूदाणा, पाव वाटी भाजलेले शेंगदाणे, सुके किसलेले खोबरे पाव वाटी, दोन-तीन ओल्या मिरच्या, जिरे, मीठ, साखर, तूप.

**साबूदाणा वाळवून तयार करून ठेवण्याची कृती :** साबूदाणा भिजत घालून, नंतर पाणी काढून टाकून, मोकळा करून घ्यावा. नंतर साबूदाणा एका थाळीत पाव इंच जाडीचा घालून व ती थाळी साध्या कुकरमध्ये ठेवून, अर्धा ते एक मिनिट वाफ आणून घ्यावी. नंतर ती थाळी गार पाण्याच्या पातेल्यात सोडावी. पाण्यात थाळी सोडल्यावर थाळीपासून साबुदाणा सुटेल. साबूदाणा सुटून मोकळा होईपर्यंत तो पाण्यातच राहू द्यावा. मोकळा झाल्यावर प्लॅस्टिकच्या कागदावर वाळत टाकावा. दोन-तीन दिवस उन्हात वाळवावा. हा वाळलेला साबूदाणा वर्षभर टिकतो. त्याचा चिवडा पुढीलप्रमाणे करावा.

**साबुदाण्याचा चिवडा करण्याची कृती :** चिवड्याकरिता वरीलप्रमाणे वाळवून ठेवलेला साबूदाणा दोन वाट्या घ्यावा व तो तुपात तळावा. ओल्या मिरच्यांचे लहान लहान तुकडे करून, ते तुपात टाकून परतून घ्यावे. किसलेले खोबरे भाजून घ्यावे. नंतर भाजलेले शेंगदाणे, खोबरे, ओल्या मिरच्यांचे तुकडे, चवीप्रमाणे मीठ व साखर आणि जिऱ्याची पूड हे सर्व एकत्र करून, तळलेल्या साबुदाण्यात घालावेत व चिवडा सारखा करावा. हा चिवडा अतिशय हलका होतो व आयत्या वेळी करता येतो.

## १८. गोड साबूदाणा

वरील साबुदाण्याच्या चिवड्याच्या कृतीत दिल्याप्रमाणे वाळवून तयार करून ठेवलेला साबूदाणा घ्यावा. तो तुपात तळावा. त्याच्यावर पिठीसाखर वेलचीची पूड घालावी व मिसळून खावयास द्यावे.

आयत्या वेळी करून देता येण्यासारखा एक नवीन रुचकर पदार्थ होतो.

## १९. साबुदाण्याचे लाडू

वरील साबुदाण्याच्या चिवड्याच्या कृतीत दिलेला वाळवून तयार करून ठेवलेला

साबूदाणा घेऊन, तो तुपात तळून घ्यावा. तो साबूदाणा जेवढा घेतला असेल, तेवढीच साखर घ्यावी. साखरेचा पक्का पाक करून, त्यात थोडे लिंबू पिळावे व त्यात साबूदाणा, बदामाचे काप, बेदाणे व वेलदोड्यांची पूड घालावी व लाडू वळावेत. हे लाडू बुंदीच्या लाडवांप्रमाणे होतात. वाटल्यास त्यात केशर अगर खाण्याचा केशरी रंग घालावा. घालावयाचा झाल्यास पाकात घालावा. हे लाडू करताना सगळ्या पाकात सगळा साबूदाणा एकदम न घालता थोड्या थोड्या पाकात थोडा थोडा साबूदाणा घालून, एका वेळी तीन ते चार लाडू वळावेत. पुन्हा पाकात साबूदाणा घालून, पुन्हा लाडू वळावेत.

## २०. साबुदाण्याच्या कुरडया

**साहित्य :** साबूदाणा, मीठ.

**कृती :** एक वाटी साबुदाणा रात्री धुवून घेऊन, नंतर एक वाटी उकळत्या पाण्यात भिजत घालावा व सकाळी तो पुरण वाटावयाच्या यंत्रामधून वाटून घ्यावा. त्यात चवीप्रमाणे मीठ घालून, ते पीठ मळावे व शेवपात्रातून प्लॅस्टिकच्या कागदावर कुरडया घालाव्यात व उन्हात चांगल्या वाळवून डब्यात भरून ठेवाव्यात.

ह्या कुरडया करावयाला सोप्या असून, आयत्या वेळी खावयास देण्यासाठी तळून देता येतात.

## २१. साबुदाण्याच्या पापड्या

**साहित्य :** एक वाटी साबूदाणा, मीठ.

**कृती :** रात्री गार पाण्यात साबूदाणा धुऊन भिजत घालावा. दुसऱ्या दिवशी सकाळी दोन वाट्या पाण्याच्या आधणात चवीपुरते मीठ घालावे व त्यात भिजवून ठेवलेला साबूदाणा घालून चांगला शिजवावा आणि प्लॅस्टिकच्या कागदावर पळीने अगर चमच्याने, हव्या असतील, तशा लहान अगर मोठ्या पापड्या घालाव्यात. वाळल्यावर डब्यात भरून ठेवाव्यात. वर्षभर टिकतात. आयत्या वेळी तळून खावयास देता येतात.

## २२. साबुदाण्याच्या चकल्या

**साहित्य :** साबूदाणा एक वाटी, वाटलेल्या बटाट्याचा गोळा एक वाटी, सात-आठ ओल्या मिरच्या, मीठ, दोन चमचे जिरे, अगदी बारीक केलेले कच्च्या शेंगदाण्याचे कूट अर्धी वाटी, तूप.

**कृती :** बटाटे उकडून, पुरण वाटावयाच्या यंत्रातून वाटून घ्यावेत. साबूदाणा

भिजवून मोकळा करून घ्यावा. साबूदाणा, बटाट्याचा वाटलेला गोळा व दाण्यांचे कूट एकत्र करावे आणि त्यात मीठ, मिरच्या व लाल तिखट एकत्र वाटून घालावे. नंतर सर्व चांगले मळून, त्याच्या प्लॅस्टिकच्या कागदावर चकलीपात्रातून चकल्या कराव्यात व तुपात तळून काढाव्यात. गरम असतानाच चकल्या खावयास द्याव्यात. गार झाल्यावर त्या मऊ पडतात.

**टीप :** वरील चकल्यांत दाण्याच्या कुटाऐवजी पाव वाटी वऱ्याचे तांदूळ शिजवून घेऊन घालावेत व चकल्या करून, उन्हात वाळवून, भरून ठेवाव्यात. वर्षभर टिकतात. पाहिजेत त्या वेळी तुपात तळून खावयास द्याव्यात.

## २३. साबुदाण्याची खीर

**साहित्य :** साबूदाणा, दूध, साखर, केशर, वेलदोडे.

**कृती :** पाव वाटी साबूदाणा धुऊन घ्यावा. अर्धा लिटर दूध घेऊन, ते तापवून, त्यात तो साबूदाणा शिजवावा. चांगला शिजल्यावर त्यात साखर, वेलदोड्यांची पूड व वाटल्यास केशर घालावे. या खिरीत गूळ घातला, तरी चालेल. मात्र गूळ घातल्यास केशर घालू नये.

## २४. साबुदाण्याचे घीवर

**साहित्य :** साबूदाणा, तूप, पिठीसाखर, वेलदोडे, मीठ.

**कृती :** घीवर करण्याआधी एक तास साबूदाणा धुऊन, ठेवून द्यावा. तासानंतर तो कपड्यावर पसरून मोकळा करावा. चवीला त्यावर थोडे मीठ टाकावे. एका लहान पातेलीत तूप गरम करावयास ठेवावे व भिजवलेला साबूदाणा पाण्याचा हात लावून, गरम तुपावर हाताने भुरभुरावा. साबूदाणा फुलून येऊन मैद्यांच्या घीवराप्रमाणे घीवर तयार होईल. तयार झालेल्या घीवरावर पिठीसाखर व वेलदोड्यांची पूड घालून खावयास द्यावा.

## २५. शेंगदाण्याच्या वड्या

**साहित्य :** भाजून अर्धवट कुटलेले शेंगाचे दाणे दोन वाट्या,
चिक्कीचा गूळ एक वाटी, दोन चमचे तूप.

**कृती :** चिक्कीचा गूळ घेऊन, त्याचा पाक करत ठेवावा. चिक्कीचा गूळ नसल्यास साधा गूळ घेऊन, खलबत्त्यात कुटून, कुटून चिकट करून घ्यावा व मग त्याचा पाक करावा. चिक्कीचा गूळ अगर साधा गूळ यांचा पाक करताना पाणी घालू

नये. पाक होत आला, की त्यात तूप घालावे. त्या पाकाचा थेंब पाण्यात घालून बघावा. कडक गोळी झाली, की पाक झाला, असे समजावे. नंतर त्या पाकात दाण्याचे अर्धवट कुटलेले कूट घालावे व चांगले हलवून, पोळपाटावर घालून लाटावे व गरम असतानाच वड्या पाडाव्यात.

## २६. शेंगदाण्याचा म्हैसूर

**साहित्य :** शेंगाच्या दाण्यांचे कूट दीड वाटी, साखर एक वाटी, तूप तीन वाट्या.

**कृती :** शेंगदाणे बेताचे भाजून व साल काढून, दाण्याचे कूट करण्याच्या यंत्राने कूट करून घ्यावे. साखरेचा एक-तारी पाक करावा. तूप गरम करत ठेवावे. ते चांगले कडकडीत करावे. साखरेच्या पाकात दाण्याचे कूट घालून, हलवून सारखे करून घ्यावे. नंतर कूट घातलेल्या पाकात, तो पाक विस्तवावर असतानाच, पळीपळी कडकडीत तूप घालावे. याप्रमाणे सर्व तूप घालावे. नंतर त्या दाण्यांच्या कुटाला जाळी पडू लागते. जाळी पडू लागली, की ते मिश्रण एका थाळीत ओतावे. साधारण एक इंच जाड होईल, इतके जाड ओतावे. नंतर वड्या कापून, थाळी तिरकी करून ठेवावी, म्हणजे तूप निथळून बाहेर येईल.

## २७. शेंगदाण्याचे लाडू : प्रकार १

**साहित्य :** एक वाटी शेंगाचे कच्चे दाणे, एक वाटी साखर, अर्धी ते पाऊण वाटी खोवलेले खोबरे, वेलदोडे, तूप.

**कृती :** शेंगाचे दाणे भिजत घालून, सोलून, पाट्यावर वाटावेत. हा वाटलेला गोळा तुपावर तांबूस रंगावर भाजावा. साखर व खोबरे यांचा एक-तारी पाक करून, त्यात वरील दाण्यांचा भाजलेला गोळा व वेलचीची पूड घालावी व नंतर लाडू वळावेत.

## २८. शेंगदाण्याचे लाडू : प्रकार २

**साहित्य :** एक वाटी शेंगाचे दाणे, पाऊण ते एक वाटी पिठीसाखर, वेलदोडे.

**कृती :** वरील प्रकार १ मध्ये दिल्याप्रमाणेच दाणे वाटून, तुपावर तांबूस रंगावर भाजून घ्यावेत. नंतर त्यात जेवढे गोड पाहिजे असेल, त्याप्रमाणे पाऊण ते एक वाटी साखर व वेलचीची पूड घालून, सर्व एकत्र चांगले कालवून लाडू वळावेत.

## २९. शेंगदाण्याचे वडे

**साहित्य :** एक वाटी कच्चे शेंगदाणे, पाच-सहा ओल्या मिरच्या, कोथिंबीर, एक चमचा जिरे, चवीपुरती साखर, लिंबू, एक मोठा बटाटा, अर्धी वाटी वऱ्याच्या तांदळाचे पीठ, तूप, एक चिमटी सोडा.

**कृती :** शेंगदाणे भिजत घालावेत. शक्य असल्यास त्यांची साले काढावीत. भिजलेले शेंगदाणे वाटून घ्यावेत. त्यात मीठ, मिरच्या व जिरे वाटून घालावे. कोथिंबीर बारीक चिरून घालावी. बटाटा वाफवून, वाटून घालावा. चवीपुरती साखर घालावी व लिंबू चवीपुरते पिळावे. नंतर वऱ्याच्या तांदळाच्या पिठात चिमटीभर सोडा, एक चमचा तापलेले तूप व थोडे मीठ घालावे व ते पीठ भिजवून पातळ करावे. नंतर शेंगदाण्याच्या तयार केलेल्या पिठाचे हवे असतील त्या आकाराचे लहान-मोठे गोळे करून, वऱ्याच्या तांदळाच्या पिठात बुडवून, बटाटा-वड्याप्रमाणे तळावेत.

## ३०. शेंगदाण्याच्या चकल्या

**साहित्य :** शेंगदाणे, तिखट, मीठ, जिरे, थोडासा खाण्याचा पिवळा रंग, राजगिऱ्याचे पीठ.

**कृती :** कच्च्या शेंगदाण्यांचे यंत्रामधून कूट करून घ्यावे. त्यात थोडेसे पाणी घालून खलबत्त्यात ते कुटावे. तेल सुटेपर्यंत कुटावे. नंतर मुठीने कूट पिळून तेल काढून टाकावे. शेंगदाण्याच्या कुटाच्या निम्मे राजगिऱ्याचे पीठ त्या शेंगदाण्याच्या कुटात घालावे. चवीप्रमाणे तिखट, मीठ व जिऱ्याची पूड घालावी. नंतर कूट पाण्याने घट्ट भिजवून मळावे व चकलीपात्राने चकल्या करून त्या तुपात तळाव्यात. हवा असल्यास पिठात रंग घालावा. रंगामुळे चकल्या चांगल्या दिसतात. ह्या चकल्या आठ-दहा दिवस चांगल्या कुरकुरीत राहतात.

## ३१. शेंगदाण्याची आमटी

**साहित्य :** शेंगदाण्याचे कूट, ओल्या मिरच्या, मीठ, चिंच अगर अमसुले, गूळ, जिरे, कोथिंबीर, ओले खोबरे, लवंगा, दालचिनी, तूप.

**कृती :** भाजलेल्या दाण्यांचे कूट पाणी घालून पाट्यावर बारीक वाटावे. नंतर पाण्याला उकळी आणून, त्या पाण्याला हे वाटलेले दाण्याचे कूट लावावे. जिरे, ओल्या मिरच्या, दोन-तीन लवंगा व दालचिनीचा तुकडा हे सर्व वाटून त्या पाण्यात घालावे. चवीप्रमाणे मीठ व गूळ घालावा. आंबटपणाकरिता चिंच कोळून अगर अमसुले घालावीत. आमटीला उकळी आल्यावर कोथिंबीर बारीक चिरून व ओले खोबरे घालावे. आमटीला वरील साहित्य अंदाजाने व चवीप्रमाणे घालावे.

## ३२. बटाट्याचा चिवडा (उकडलेल्या बटाट्याचा)

**साहित्य :** दोन वाट्या बटाट्याचा कीस, एक वाटी शेंगदाणे, सुक्या खोबऱ्याचे काप पाऊण वाटी, जिऱ्याची पूड, तिखट, मीठ, साखर, तळण्याकरिता तूप.

**कृती :** उन्हाळ्याच्या दिवसांत बटाट्याचा कीस करून ठेवावा. भाजीकरिता बटाटे शिजवतो, त्यापेक्षा कमी शिजवावेत. बटाटे रात्री शिजवून घेऊन, पाण्यात घालून ठेवावेत. म्हणजे सकाळपर्यंत साल चांगली सुटते. त्या बटाट्यांचा जाडसर कीस किसून उन्हात वाळवून ठेवावा. चिवडा करावयाचा असेल, त्या वेळी कीस तुपात तळून घ्यावा. त्यावर सबंध भाजलेले शेंगदाणे अगर भाजलेल्या शेंगदाण्यांचे जाडसर कूट घालावे. खोबऱ्याचे काप तुपावर परतून घालावेत. जिऱ्याची पूड घालावी व चवीप्रमाणे लाल तिखट, मीठ व पिठीसाखर घालावी आणि सर्व एकत्र कालवावे.

## ३३. बटाट्याचा चिवडा (कच्च्या बटाट्याचा)

कच्चे बटाटे किसून, तो कीस पाण्यात घालून धुवावा. पाण्यातून काढून, घट्ट पिळून, तळणीत टाकावा. तळताना खाली-वर हलवून तळावा. कीस मऊ राहू देऊ नये. नंतर वरील उकडलेल्या बटाट्याच्या चिवड्याप्रमाणे साहित्य घालून चिवडा करावा.

## ३४. बटाट्याचा कीस

**साहित्य :** बटाटे, कच्च्या अगर भाजलेल्या शेंगदाण्यांचे कूट, ओल्या मिरच्या, ओले खोबरे, कोथिंबीर, मीठ, साखर, लिंबू, तूप.

**कृती :** बटाटे किसून, तो कीस पाण्यात टाकावा व थोड्या वेळाने पाण्यातून पिळून घ्यावा. तूप-जिऱ्याची फोडणी करावी. त्यावर ओल्या मिरच्यांचे तुकडे घालावेत व त्यावर कीस घालावा. किसाला वाफ आल्यावर त्यावर दाण्यांचे कूट घालावे. कीस तीन वाट्या असल्यास दोन वाट्या शेंगदाण्यांचे कूट घालावे. चवीप्रमाणे मीठ व साखर घालावी व कीस चांगला मऊ होईपर्यंत वाफ आणावी. नंतर खाली उतरवून त्यावर ओले खोबरे व कोथिंबीर घालावी.

ह्याप्रमाणे रताळ्याचा व कच्च्या केळ्याचा कीसही चांगला होतो.

## ३५. बटाट्याचे लाडू

**साहित्य :** बटाटे, साखर, ओले खोबरे, बदाम, बेदाणे, केशर अगर केशरी रंग, वेलदोडे, दूध.

**कृती :** पिठूळ असतात, ते बटाटे घ्यावेत. बटाटे उकडून घेऊन, त्यांची साले काढून, ते अगदी जाड किसणीने किसून घ्यावेत. बटाट्याच्या किसाचा गोळा तुपावर टाकावा. तूप बरेच घ्यावे. गोळा भाजून होत आल्यावर तांबूस रंग यावयास लागून चण्याच्या डाळीच्या रव्याप्रमाणे त्या गोळ्याचा रवा बनू लागतो. तसा रवा होईपर्यंत भाजावे. भाजून झाल्यावर चाळणीत अगर एका पातळ फडक्यावर ओतावे, म्हणजे तूप निघून जाऊन नुसता रवा राहील. एक वाटी रव्यास एक वाटी साखर, एक वाटी खोवलेले खोबरे ह्या प्रमाणात साहित्य घ्यावे. साखर व खोबरे एकत्र शिजवावे. शिजवताना दोन-तीन चमचे दूध घालावे व एकजीव झाल्यावर खाली उतरवून, त्यात बटाट्याचा रवा घालावा. बदामाचे काप, बेदाणे, केशर अगर खाण्याचा केशरी रंग व वेलदोड्यांची पूड घालावी व मिसळून सारखे करून ठेवावे. तास ते दीड तासाने लाडू वळता येतील. हे लाडू खावयास फार चांगले व खमंग लागतात.

## ३६. बटाट्याचा शिरा

**साहित्य :** बटाटे, तूप, साखर, वेलदोडे, बदाम, दूध.

**कृती :** वरील बटाट्याच्या लाडवांच्या कृतीत दिल्याप्रमाणे बटाटे उकडून, ते बटाट्याच्या जाड किसणीने किसावेत. तो कीस तुपावर तांबूस होईपर्यंत भाजावा. रवाळ दिसू लागल्यावर त्यात दोन वाट्या रव्यास अर्धी वाटी दूध व जेवढा बटाट्याचा रवा असेल, तेवढी साखर घालावी व वाफ आणावी. नंतर त्यात वेलदोड्यांची पूड व बदामाचे काप घालावेत. हवे असल्यास केशर अगर केशरी रंग घालावा.

## ३७. बटाट्याचा म्हैसूर

**साहित्य :** बटाटे, साखर, तूप.

**कृती :** वरील बटाट्याच्या लाडवांच्या कृतीत दिल्याप्रमाणे बटाटे शिजवून त्याचा गोळा करून घ्यावा. जेवढा बटाट्याचा गोळा असेल, त्याच्या दीडपट साखर व तिप्पट तूप घ्यावे. साखरेचा पक्का पाक करून, त्यात तो गोळा घालावा व एकजीव झाल्यावर त्यावर पळी-पळी कडकडीत तूप हळूहळू सोडावे. याप्रमाणे सर्व तूप घालावे. जाळी पडेपर्यंत विस्तवावर ठेवून शिजवावे. जाळी पडल लागली, की एका थाळीत एक इंच जाडीचे ओतावे व वड्या पाडाव्यात. थाळी वाकडी करून ठेवावी, म्हणजे तूप निथळून बाहेर येईल.

## ३८. बटाट्याची जिलबी

**साहित्य :** बटाटे, तूप, साखर, केशर, आरारूट.

**कृती :** पिठूळ बटाटे घ्यावेत. ते वाफवून, पुरण वाटावयाच्या यंत्रातून अगदी बारीक वाटून घ्यावेत. एक वाटी गोळ्यास पाव वाटी आरारूट घेऊन, तो त्या गोळ्यात घालून, गोळा चांगला मळावा. नंतर गोळ्याच्या दीडपट साखर घेऊन, त्याचा दोन-तारी पाक करून, त्यात केशर घालावे. वरील बटाट्याचा गोळा जाड भोकाच्या शेवपात्रात घालून, तुपावर शेवेसारखा चवंगा पाडावा व तांबूस रंगावर तळावा व पाकात सोडावा. ही बटाट्याची जिलबी कुरकुरीत व छान लागते.

शेवपात्राऐवजी कडबोळ्यांप्रमाणे हाताने वळूनही जिलबी करण्यास हरकत नाही.

## ३९. बटाट्याचा बदामी हलवा

**साहित्य :** अर्धी वाटी बटाट्याचे सत्त्व, दोन वाट्या साखर, पाऊण वाटी तूप, दोन चमचे लिंबाचा रस, अर्धी वाटी बदामाचे काप अगर काजूचे तुकडे, केशर अगर खाण्याचा आवडत असेल, तो रंग.

**कृती :** बटाटे किसून, तो कीस पाण्यात घालून, चांगला कुस्करून, पिळून काढावा. राहिलेले पाणी बारीक भोकाच्या गाळण्याने अगर पातळ फडक्याने गाळून घ्यावे. पाणी तसेच ठेवून दिल्यावर साधारणपणे अर्ध्या तासाने सत्त्व खाली बसते. सत्त्व खाली बसल्यावर वरचे पाणी हळूच काढून टाकून द्यावे. हे सत्त्व लगेच अगर वाळवून ठेवून पुढे केव्हाही उपयोगात आणता येते. बटाट्याचा कीस करावयाच्या वेळीच हे सत्त्व काढून घेतले, तर किसाचा उपयोग होतो व सत्त्वही मिळते.

प्रथम अर्धी वाटी सत्त्व घेऊन त्यात अर्धी वाटी पाणी घालावे. दीड वाटी साखर घालावी. लिंबाचा रस दोन चमचे घालावा. पाव वाटी तूप घालावे. सर्व एकत्र कालवून पातेल्यात शिजत ठेवावे. सारखे ढवळत राहावे, म्हणजे गुठळ्या होणार नाहीत. शिजून गोळा तयार होईल. नंतर त्यावर चमचा चमचा तूप घालून, तो गोळा हलवून हलवून शिजवावा. खाली लागावयास लागल्यास पुन्हा चमचाभर तूप घालावे. गोळा शिजून झाल्यावर तूप सुटू लागून गोळ्याला चमक येते. नंतर त्यात काजूचे तुकडे अगर बदामाचे काप (थोडे वगळून) घालावेत, पुन्हा थोडे शिजवावे व गोळा पारदर्शक होऊन, आतील काप अगर तुकडे दिसू लागतात, तेव्हा खाली उतरवावे व एका थाळीत तो गोळा घालावा व उरलेले काप अगर तुकडे त्यावर घालावेत. गार झाल्यावर वड्या कापाव्यात.

## ४०. बटाट्याची शेव

**साहित्य :** बटाटे, तिखट, मीठ, जिऱ्याची पूड, थोडे राजगिऱ्याचे पीठ, तळण्याकरिता तूप.

**कृती :** पिठूळ बटाटे घेऊन, ते वाफवून, पुरण वाटावयाच्या यंत्रातून अगदी बारीक वाटून घ्यावेत. ह्या बटाट्याच्या गोळ्यात चवीप्रमाणे तिखट, मीठ व जिऱ्याची पूड व थोडे राजगिऱ्याचे पीठ घालावे. थोडासा खाण्याचा पिवळा रंग घालावा व गोळा चांगला मळून, शेवपात्राने शेव तुपात तळून काढावी. ही शेव कुरकुरीत व चवदार लागते.

## ४१. बटाट्याचे पापड

**साहित्य :** बटाटे, साबुदाण्याचे पीठ, तिखट, मीठ, जिरे, पापडखार, तूप.

**कृती :** बटाटे उकडून, सोलून, पुरण वाटावयाच्या यंत्रातून बारीक वाटून घ्यावेत. साबूदाणा भाजून दळावा. एक वाटी बटाट्याचा गोळा घेतल्यास अर्धी वाटी साबुदाण्याचे पीठ त्यात घालावे. तीन चमचे लाल तिखट अगर वीस ओल्या मिरच्या वाटून घालाव्या व दीड चमचा मीठ, एक चमचा जिऱ्याची पूड व अर्धा चमचा पापडखार घालून, गोळा चिकट होईपर्यंत कुटावा. नंतर पापड लहान-मोठे करावयाचे असतील, त्या मानाने गोळ्या करून साबुदाण्याच्या पिठावर अगदी पातळ पापड लाटावेत. प्लॅस्टिकच्या कागदावर तुपाचा हात लावून लाटल्यास सोपे जाते. पापड उन्हात वाळवून, डब्यात भरून ठेवावेत. वर्षभर टिकतात. पापड जास्त तिखट वाटल्यास लाल तिखट अगर मिरच्या आवडीप्रमाणे कमी करण्यास हरकत नाही.

## ४२. बटाट्यांचे वेफर्स

**साहित्य :** बटाटे, तळण्याकरिता तूप, मीठ.

**कृती :** बटाट्याची साले काढून, त्यांचे कापाच्या किसणीवर अगर काप काढावयाच्या यंत्राने काप काढून घ्यावेत. काप पाण्यात धुऊन घेऊन, पुन्हा पाण्यात घालून ठेवावेत. नंतर तूप तापत ठेवावे. काप पाण्यातून काढून, हाताने घट्ट पिळून, तळणीत टाकावेत. सारखे हलवत राहावे. पूर्ण तळून झाल्यावर बाहेर काढून, त्यांवर थोडे मीठ टाकून, ते सगळीकडे लागेल, अशा तऱ्हेने हलवावेत.

## ४३. राजगिऱ्याचे लाडू व वड्या

**साहित्य :** राजगिरा, गूळ, शेंगदाणे, सुके खोबरे.

**कृती :** मोठ्या कढईत थोडा थोडा राजगिरा घालून, तो फोडून, त्याच्या लाह्या कराव्यात. जुना राजगिरा जास्त चांगला; कारण त्याच्या लाह्या जास्त चांगल्या फुगतात. लाह्या चांगल्या घोळून, नीट करून घ्याव्यात. नंतर दोन वाट्या राजगिरा घेतला असल्यास दोन वाट्या गूळ घेऊन त्या गुळाचा पक्का पाक करावा. त्यात थोडे तूप घालावे व भाजलेल्या शेंगदाण्यांचे कूट दीड वाटी, भाजलेल्या खोबऱ्याचा कीस अर्धी वाटी व राजगिऱ्याच्या लाह्या घालून हलवावे व किंचित थंड झाल्यावर लाडू वळावेत अगर ताटात वड्या थापाव्यात. गरम असतानाच वड्या कापाव्यात. लाडू व वड्या दोन्ही खुसखुशीत होतात. शक्य असल्यास चिक्कीचा गूळ घ्यावा.

## ४४. राजगिऱ्याची खीर

**साहित्य :** एक वाटी राजगिरा, दीड वाटी चिरलेला गूळ, मीठ, खोवलेले खोबरे एक वाटी, वेलदोडे, दूध.

**कृती :** राजगिऱ्याला पाण्याचा हात लावून तो चांगला सडावा. नंतर पाखडून त्याचा कोंडा काढून टाकावा. नंतर राजगिरा पाण्यात शिजत घालावा. चांगला शिजल्यावर गूळ व खोबरे व चवीला मीठ टाकून पुन्हा चांगले शिजवावे. नंतर खाली उतरवून वाढावयाच्या वेळी त्यात दूध व वेलदोड्यांची पूड घालून खीर वाढावी.

राजगिरा जर प्रेशर कुकरमध्ये शिजावयास ठेवला, तर मग तो आधी सडून घेण्याची जरुरी लागत नाही.

## ४५. राजगिऱ्याच्या पुऱ्या

**साहित्य :** राजगिरा, तूप, मीठ.

**कृती :** राजगिरा दळून त्याचे पीठ करावे. दोन वाट्या घेतल्यास अर्धी वाटी उकळते पाणी व चवीपुरते मीठ त्या पिठात घालावे व पीठ चांगले मळावे. नंतर पुऱ्या लाटून तुपात तळाव्यात.

## ४६. राजगिऱ्याच्या दशम्या

**साहित्य :** राजगिऱ्याचे पीठ, दूध.

**कृती :** राजगिऱ्याचे पीठ दुधात भिजवून त्याच्या ज्वारीच्या पिठाप्रमाणे दशम्या कराव्यात. पीठ पाण्यात भिजवले, तरी चालेल. अर्थात दुधातील दशम्या जास्त

चांगल्या लागतात.

## ४७. राजगिऱ्याच्या पोळ्या

राजगिऱ्याच्या पिठात उकळते पाणी व चवीला मीठ घालून कणकेच्या घडीच्या पोळ्यांप्रमाणे तूप लावून पोळ्या कराव्यात.

## ४८. केळ्याची केरोळी

**साहित्य :** पिकलेली राजेळी केळी, साखर, ओले खोबरे, वेलदोडे, खसखस, बेदाणे, काजू, तूप.

**कृती :** राजेळी केळी सोलून, चांगली वाफवून घ्यावीत. नंतर गरम असतानाच पुरण वाटावयाच्या यंत्राने ती वाटून घ्यावीत. केळ्याचा एक वाटी गोळा घेतल्यास एक वाटी खोवलेले खोबरे व पाऊण वाटी साखर घ्यावी. नंतर साखर व खोबरे चांगले शिजवून घ्यावे. त्यात खसखस भाजून, कुटून घालावी. बेदाणे, काजूचे तुकडे व वेलदोड्यांची पूड घालावी व सारण तयार करावे. केळ्याच्या गोळ्यांची मोदकासारखी पातळ पापडी करून, त्यात वरील सारण भरून, पापडी बंद करावी व तुपावर तांबूस भाजावी.

## ४९. भरली केळी

**साहित्य :** मध्यम आकाराची पिकलेली राजेळी केळी सहा, साखर अर्धी वाटी, ओले खोबरे एक वाटी, वेलदोडे, तूप.

**कृती :** पिकलेली राजेळी केळी घेऊन व ती सोलून त्यांचे दोन ते तीन इंचाचे तुकडे करावेत. साखर व खोबरे शिजवून घ्यावे व त्यात वेलचीची पूड घालावी. भरल्या वांग्यास चिरतात, त्याप्रमाणे केळ्यांचे तुकडे चिरावेत व साखर-खोबऱ्याचे मिश्रण त्यात भरावे व ही भरलेली केळी तुपावर तांबूस होईपर्यंत परतावीत.

## ५०. केळ्याची कडबोळी व वडे

**साहित्य :** साधी कच्ची केळी, भाजलेल्या दाण्यांचे कूट, मीठ, ओल्या मिरच्या, जिरे, तूप.

**कृती :** केळी चांगली मऊ होईपर्यंत वाफवून घ्यावीत. नंतर त्यांचे साल काढून, पुरण वाटावयाच्या यंत्रातून गरम असतानाच वाटावीत. एक वाटी गोळा असल्यास पाऊण वाटी दाण्यांचे बारीक कूट, चवीप्रमाणे मीठ व मिरच्या वाटून

व एक चमचा जिऱ्याची पूड असे सर्व केळ्याच्या गोळ्यात घालून मळावे. नंतर कडबोळी करून तुपात तळावीत. याच तयार गोळ्याचे हवे असल्यास वडेही करण्यास हरकत नाही.

## ५१. शिंगाड्याच्या पिठाचा ढोकळा

**साहित्य :** एक वाटी शिंगाड्याचे पीठ, अर्धी वाटी भाजलेल्या दाण्यांचे कूट, मीठ, ओल्या मिरच्या, जिरे, आले, दही, कोथिंबीर, थोडे ओले खोबरे, सोडा, चार चमचे तूप.

**कृती :** शिंगाड्यांवर उकळते पाणी घालून, शिंगाडे उन्हात वाळवून घ्यावे व कुटून, जात्यात दळून पीठ करून ठेवावे. हे पीठ बरणीत भरून ठेवून, वर बिब्बे घालावेत, म्हणजे पिठाला कीड लागत नाही.

रात्री एक वाटी पाण्यात दोन चमचे दही व एक वाटी शिंगाड्याचे पीठ घालून भिजवून ठेवावे. सकाळी त्यात चवीप्रमाणे मीठ, ओल्या मिरच्या, आले व जिरे वाटून घालावे. तसेच चार चमचे तूप घालावे. कोथिंबीर बारीक चिरून घालावी व थोडा सोडा किंवा फ्रूट सॉल्ट घालून पीठ कालवून घ्यावे. नंतर थाळीला तूप लावून त्यावर हे पीठ घालावे व थाळी कुकरमध्ये ठेवून वाफवून घ्यावे. वड्या कापून वर ओले खोबरे घालावे.

## ५२. शिंगाड्याचे लाडू

**साहित्य :** दोन वाट्या शिंगाड्याचे पीठ, पाऊण वाटी तूप, दीड वाटी पिठीसाखर, पाव वाटी भाजलेल्या शेंगदाण्यांचे कूट.

**कृती :** तुपावर शिंगाड्याचे पीठ तांबूस होईपर्यंत भाजावे. नंतर त्यात दाण्यांचे कूट व पिठीसाखर घालून मळून लाडू वळावेत.

## ५३. शिंगाड्याच्या पिठाच्या सुरळीच्या वड्या

**साहित्य :** एक वाटी शिंगाड्याचे पीठ, दीड वाटी पाणी, अर्धी वाटी ताक, ओल्या मिरच्या, मीठ, साखर, जिऱ्याची पूड, कोथिंबीर, ओले खोबरे.

**कृती :** शिंगाड्याच्या पिठात पाणी, ताक व थोडे मीठ घालून पीठ कालवावे व शिजवावे. नंतर मीठ, मिरच्या व जिरे एकत्र वाटावे व तो वाटलेला गोळा, खोबरे व चिरलेली कोथिंबीर असे एकत्र मिसळावे. शिजविलेले पीठ गरम असतानाच ताटाला अगदी पातळ लावावे. त्यावर खोबरे, कोथिंबीर वगैरे जिनसांचे तयार

केलेले मिश्रण पसरावे व त्याच्या उभ्या पट्ट्या कापून पट्ट्यांची वळकटी करावी.

## ५४. शिंगाड्याचा गोड केक

**साहित्य :** एक वाटी शिंगाड्याचे पीठ, पाऊण वाटी साखर, अर्धी वाटी दही, अर्धी वाटी तूप, एक वाटी दूध , अर्धी वाटी ओले खोबरे, थोडा सोडा अगर फ्रूट सॉल्ट.

**कृती :** दह्यामध्ये साखर, तूप, दूध व शिंगाड्याचे पीठ असे सर्व कालवून, चार तास ठेवून द्यावे. नंतर केक करावयाच्या वेळी त्यात अर्धा चमचा सोडा अगर एक चमचा फ्रूट सॉल्ट घालून फेसावे. ओव्हन असल्यास ओव्हनमध्ये हा केक करावा. ओव्हन नसल्यास दोन जाड तवे विस्तवावर ठेवून, त्यांवर वाळू घालून तापवावेत. शिंगाड्याचे फेसलेले पीठ एका थाळीत घालून, ती थाळी ओव्हनमध्ये ठेवावी किंवा एका तव्यावरील तापलेल्या वाळूवर ठेवावी व दुसरा तवा तापलेल्या वाळूसह झाकण ठेवावा. विस्तव मंद असावा. केक तयार झाल्यावर काढून सुरीने वड्या कापाव्यात.

## ५५. शिंगाड्याची भजी

**साहित्य :** एक वाटी शिंगाड्याचे पीठ, जिरे, मीठ, ओल्या मिरच्या, कोथिंबीर, अर्धी वाटी दाण्यांचे कूट, चिमटीभर सोडा, तळण्याकरिता तूप, पाव वाटी ताक.

**कृती :** शिंगाड्याच्या पिठात दाण्याचे कूट व जिऱ्याची पूड घालावी. चवीप्रमाणे मीठ व मिरच्या वाटून त्यात घालाव्या. कोथिंबीर बारीक चिरून घालावी. तसेच ताक, चिमटीभर सोडा व गरम तुपाचे मोहन दोन चमचे घालावे. भज्याच्या पिठाप्रमाणे हे पीठ भिजवून, तुपामध्ये भजी तळून काढावीत. हवे असल्यास या भज्यांत बटाट्याचे अगर केळ्याचे कापही घालावेत.

शिंगाड्याच्या पिठाच्या भज्याप्रमाणेच केळ्याच्या पिठाचीही भजी करावीत. इतर साहित्य व कृती वरीलप्रमाणेच.

## ५६. शिंगाड्याची धिरडी

**साहित्य :** वरील शिंगाड्याच्या भज्यांच्या साहित्याप्रमाणेच (सोडा न घालता).

**कृती :** शिंगाड्याच्या भज्यांच्या पिठाप्रमाणेच सर्व साहित्य घालून पीठ भिजवावे व पातळ करावे. नंतर तव्याला तूप लावून त्यावर पातळ पिठाचे धिरडे करावे.

## ५७. रताळ्याचे काप

**साहित्य :** रताळी, साखर, तूप, वेलदोडे.

**कृती :** रताळी धुऊन, त्यांची साले काढून, रताळ्याचे अगदी पातळ गोल काप करावेत. नंतर ते काप तुपामध्ये तांबूस रंगावर तळावेत. जितके काप असतील, त्याच्या पावपट अंदाजे साखर घेऊन एका पातेल्यात त्याचा पक्का पाक करावा. त्यात वेलचीची पूड घालावी व तळून घेतलेले गरम गरम काप त्या पाकात घालून ते सुकेपर्यंत हलवत राहावे. नंतर ते पातेले खाली उतरवून, काही वेळ ठेवून द्यावे. नंतर काप काढून घ्यावेत. हे काप चांगले कुरकुरीत होतात.

## ५८. रताळ्याच्या फोडी

**साहित्य :** अर्धा किलो रताळी, सहा चमचे साखर, चार चमचे साजूक तूप.

**कृती :** रताळ्याची साले काढून त्याच्या फोडी कराव्यात. त्या फोडी कुकरमध्ये वाफविण्याकरिता ठेवाव्यात. त्यांवर साखर व तूप घालावे. रताळ्याला चांगली वाफ येऊ द्यावी. नंतर काढून खावयास घ्यावीत.

**टीप :** रताळी स्वच्छ धुऊन, नेहमीचे दूध तापवतो, त्या वेळी त्यातच शिजत टाकावीत. चांगली लागतात.

## ५९. रताळ्याची खीर

**साहित्य :** रताळ्याचा कीस एक वाटी, साखर पाऊण वाटी, ओले खोबरे अर्धी वाटी, पाच-सहा वेलदोडे, दूध पाऊण लिटर.

**कृती :** रताळी अगदी बारीक किसणीने किसून घ्यावीत. तो कीस दुधात घालून शिजवावा व जरा वेळ दूध आटू द्यावे. कीस मऊ झाल्यावर त्यात साखर, वेलदोड्यांची पूड व खोबरे घालावे. शेवयांच्या खिरीप्रमाणे ही खीर दिसते व चांगली लागते.

## ६०. रताळ्याची फेणी

**साहित्य :** रताळ्याचा बारीक कीस, दळलेली साखर, तूप, वेलदोडे, बदाम अगर पिस्ते.

**कृती :** रताळी शक्य तितकी बारीक किसून घ्यावीत. तो कीस पाण्यातून धुऊन काढावा. तव्यावर दोन-तीन चमचे तूप घालून, रताळ्याचा कीस त्या तव्यावर गोल

असा साधारण पाव इंच जाडीचा पसरावा. तो थर खालील बाजूने तळून झाल्यावर उलटा करून टाकावा व पुन्हा दोन चमचे तूप सोडावे. याप्रमाणे फेणी चांगली तळून घेऊन खाली ताटात ठेवावी व त्यावर दळलेली साखर, वेलदोड्यांची पूड व बदामाचे अगर पिस्त्याचे काप घालून खावयास द्यावे.

## ६१. बदाम-खीर

**साहित्य :** अर्धी वाटी बदाम-बी, चार कप दूध, वेलदोडे, साखर.

**कृती :** बदाम गरम पाण्यात भिजत घालून, साल काढावी. नंतर बदामाचा गर गंधासारखा अगदी बारीक वाटावा. एका पातेल्यात दूध तापत ठेवून, उकळी आल्यावर त्यात बदामाचा वाटलेला गर, वेलचीची पूड व चवीप्रमाणे साखर घालून पाच मिनिटे शिजत ठेवावे. गार झाल्यानंतर पिण्यास द्यावे.

## ६२. खारीक खीर

**साहित्य :** दहा खारका, चार कप दूध, वेलदोडे, साखर.

**कृती :** खारकांचे बारीक तुकडे करून, ते गरम दुधात भिजत घालावेत. तुकडे बुडण्यापुरते दूध घ्यावे. नंतर खारकांचे तुकडे गंधासारखे बारीक वाटावेत. बाकीची कृती बदामाच्या खिरीप्रमाणे करावी.

## ६३. खसखशीची खीर

**साहित्य :** अर्धी वाटी खसखस, चार कप दूध, वेलदोडे साखर.

**कृती :** खसखस भिजेल, एवढे दूध घ्यावे व त्यात ती दोन तास भिजत घालावी. नंतर खसखस बारीक वाटावी. बाकीची कृती बदामाच्या खिरीप्रमाणे करावी.

## ६४. भाजणीचे थालीपीठ (उपवासाचे)

**साहित्य :** राजगिरा, साबूदाणा, वऱ्याचे तांदूळ, भाजलेल्या शेंगदाण्याचे कूट, मीठ, ओल्या मिरच्या व लाल तिखट, जिरे, कोथिंबीर, तूप.

**भाजणी करण्याची कृती :** राजगिरा, साबूदाणा व वऱ्याचे तांदूळ समप्रमाणात घेऊन भाजावेत व एकत्र दळून पीठ करावे. थालीपिठाकरिता याप्रमाणे भाजणी तयार करून ठेवावी. पुष्कळ दिवस टिकते.

**थालीपिठाची कृती :** थालीपीठ करावयाच्या वेळी एक वाटी भाजणी घेतल्यास अर्धी वाटी दाण्यांचे कूट घ्यावे. भाजणी व कूट एकत्र करावे. चवीप्रमाणे मीठ, ओल्या मिरच्या व जिरे वाटून घालावे. ओल्या मिरच्यांऐवजी लाल तिखट घातले, तरी चालेल. कोथिंबीर चिरून घालावी. नंतर पिठात पाणी घालून, पीठ मळून घ्यावे व तव्यावर तूप घालून थालीपीठ लावावे. वर झाकण ठेवावे. थालीपीठ मंद भाजावे.

## ६५. शिंगाड्याचे थालीपीठ

**साहित्य :** शिंगाड्याचे थालीपीठ व वरील भाजणीच्या थालीपिठाकरिता दिलेले (भाजणीखेरीज) इतर सर्व साहित्य.

**कृती :** शिंगाड्याचे पीठ एक वाटी घ्यावे व वर 'भाजणीचे थालीपीठ' मध्ये दिल्याप्रमाणे साहित्य घालून थालीपीठ करावे.

## ६६. केळ्याचे थालीपीठ

**साहित्य :** केळ्याचे पीठ एक वाटी, वरील भाजणीच्या थालीपिठाकरिता दिलेले (भाजणीखेरीज) इतर सर्व साहित्य.

**कृती :** कच्ची केळी घेऊन, त्यांची साल काढून टाकून, त्यांच्या चकत्या कराव्यात व त्या उन्हात वाळवाव्यात. नंतर दळून पीठ करावे. पीठ बरणीत भरून ठेवावे. ते पुष्कळ दिवस टिकते.

एक वाटी केळ्याचे पीठ घ्यावे व वर भाजणीच्या थालीपीठात दिल्याप्रमाणे साहित्य घालून थालीपीठ करावे.

## ६७. उपवासाच्या भाज्या

सुरण, बटाटा, भेंडी, लाल भोपळा वगैरे भाज्यांची उपवासाकरिता भाजी होते. उपवासाच्या भाजीकरिता तेलाची फोडणी व मोहरी यांच्याऐवजी तूप व जिऱ्याची फोडणी देऊन या भाज्या कराव्यात. उपवासाकरिता चालणाऱ्या भाज्यांचे प्रकार व इतर भाज्यांबरोबर मागे भाग २ मध्ये 'भाज्या' या विभागात दिले आहेत व या पुस्तकात सूचीमध्ये 'उपवासाचे पदार्थ' याखाली त्यांचा निर्देश केला आहे.

## ६८. उपवासाच्या चटण्या, कोशिंबिरी व लोणची

उपवासाला चालतील अशा चटण्या, कोशिंबिरी व लोणची हे पदार्थ मागे भाग २ मध्ये 'चटण्या', 'कोशिंबिरी' व 'लोणची' या विभागात दिले आहेत व या

पुस्तकाच्या सूचीमध्ये 'उपवासाचे पदार्थ' याखाली त्यांचा निर्देश केला आहे.

## ६९. कच्च्या केळ्यांचे दहीवडे

**साहित्य :** एक डझन कच्ची केळी, पाऊण वाटी वऱ्याचे अगर शिंगाड्याचे अगर राजगिऱ्याचे पीठ, अर्धी वाटी दाण्याचे कूट, दहा-बारा मिरच्या, खाण्याचा सोडा, साखर, जिऱ्याची पूड, मीठ व कोथिंबीर, तीन वाट्या दही.

**कृती :** केळी सोलून, कुकरमध्ये उकडून घ्यावीत. केळी थंड झाल्यावर पाट्यावर वाटून घ्यावी. त्यात जिऱ्याची पूड, चवीप्रमाणे मीठ व वाटून घेतलेल्या मिरच्या घालाव्या. या मिश्रणाचे गोल चपटे वडे करून ठेवून द्यावेत. वरी, शिंगाडा अगर राजगिऱ्याचे पीठ पाण्यात कालवून पातळ करावे. तयार केलेले वडे या पिठातून बुडवून काढून तळावेत. तळलेले वडे थोडा वेळ पाण्यात ठेवून, बाहेर काढून, हलक्या हाताने दाबून पाणी काढून टाकावे. दही थोडे घुसळून घेऊन त्यात वाटलेले आले, साखर, मीठ व चिरलेली कोथिंबीर घालावी. तयार केलेले वडे या दह्यात सोडावेत. खावयास देताना थोडे लाल तिखट वर भुरभुरावे.

**टीप :** उपवासाशिवाय हे दहीवडे करावयाचे झाल्यास वऱ्याच्या वा शिंगाड्याच्या पिठाऐवजी डाळीचे पीठ वापरावे.

## ७०. सुरणाचे काप

**साहित्य :** सुरण, तिखट, मीठ, जिरे-पूड, मिऱ्याची पूड, चिंच व तूप.

**कृती :** सुरण स्वच्छ धुऊन त्याची साले काढावी. नंतर सुरणाचे मोठे तुकडे करून त्यापासून साधारण बिस्किटाच्या जाडीचे व आकाराचे काप (काचऱ्या) काढावे. हे काप पाण्यात घालून, त्यात चिंचेची दोन बुटके टाकून उकडून घ्यावेत. यामुळे सुरणाचा खाजरेपणा जाईल. उकडलेले काप निथळत ठेवावे व तुपातून तळून काढावे. गरम असताना त्यांवर तिखट, मीठ, जिऱ्या-मिऱ्याची पूड भुरभुरावी व खाण्यास द्यावेत.

♦

भाग ५

# पेये व सरबते

भाग ५

# पेये व सरबते

## १. पेये

या ठिकाणी काही शीत व उष्ण पेये, सरबते व टिकाऊ सरबते यांची माहिती दिली आहे.

(शीत पेये अगर सरबते यांत शक्य असल्यास बर्फ घालून, गार करून द्यावीत. यामुळे त्यांची रुची वाढते.)

### १. ॲपिटायझर (क्षुधावर्धक)

**साहित्य :** खसखस, पुदिन्याचा पाला, आले, काळी मिरी, आमली (सुकवलेली कैरी), हिंग, जिरे, शेंदेलोण, पादेलोण.

**कृती :** वरील सर्व साहित्य अंदाजानेच– म्हणजे वैयक्तिक आवडीप्रमाणे कमी-जास्त घ्यावे. प्रथम पुदिन्याचा पाला वाटून बारीक करावा. नंतर पुदिना व इतर सर्व साहित्य एकत्र करून, त्यात वाटण्यापुरते पाणी घालून, ते सर्व मिक्सरमध्ये अगर पाट्यावर अगदी बारीक वाटून घेऊन, नंतर त्यात जरूर तेवढे पाणी घालून पिण्यास द्यावे.

ॲपिटायझर म्हणजे जिभेला चव आणून जठराग्नी प्रदीप्त करणारे व त्यामुळे जेवणाचा अस्वाद पूर्णपणे घेण्यास मदत करणारे पेय अशी समजूत असून पाश्चिमात्य देशांत जेवणाच्या आरंभी ॲपिटायझर देण्याची पद्धत आहे. आपल्याकडेही जेवणाच्या प्रारंभी व विशेषत: पार्टीच्या वेळी ॲपिटायझर द्यावे. त्यामुळे जेवणाला गंमत येईल. वरील ॲपिटायझरमध्ये दिलेले साहित्य हे सर्व आपल्याकडीलच दिले आहे.

# २. सरबते

## १. कोकम सरबत

**साहित्य :** कोकमाची (अमसुलाच्या झाडाची) फळे अगर अमसुले, साखर, मीठ, तूप, जिरे.

**कृती :** कोकमाची फळे चिरून पाण्यात घालावीत. फळे नसल्यास अमसुले गरम पाण्यात भिजत ठेवावीत. नंतर पाणी गाळून घेऊन, त्यात चवीप्रमाणे मीठ व साखर घालून सरबत तयार करावे. वाटल्यास त्याला जिरे घालून केलेली तुपाची फोडणी द्यावी.

## २. पिकलेल्या कवठाचे सरबत

**साहित्य :** पिकलेले कवठ, मीठ, साखर, वेलदोड्यांची पूड.

**कृती :** कवठाचा गर पाट्यावर वाटून अगर पाण्यात कोळून, ते पाणी गाळून घ्यावे व त्यात साकर व चवीपुरते मीठ घालावे. वेलदोड्यांची पूड हवी असल्यास घालावी.

## ३. कच्च्या कैरीचे पन्हे : प्रकार १

कैरीचा कीस पाण्यात कोळून पाणी गाळून घ्यावे व त्यात चवीपुरते मीठ, चवीप्रमाणे साखर व केशर घालावे. वेलदोड्यांची पूड घालावी.

## ४. कच्च्या कैरीचे पन्हे : प्रकार २

कैऱ्या उकडून घेऊन, त्यांचा गर काढावा. तो गर पाण्यात मिसळून घेऊन त्यात साखर, केशर व वेलदोड्यांची पूड घालावी.

## ५. लिंबाचे सरबत

लिंबाचा रस काढून, त्यात साखर, वेलदोड्यांची पूड, चवीला मीठ व केशर घालावे व त्यात पाणी घालून ढवळावे.

## ६. अननसाचे सरबत

अननस चांगला सोलून त्याच्या फोडी कराव्यात व फोडींच्या तिप्पट पाणी घालून उकळी आणावी. गार झाल्यावर गाळून घेऊन, त्यात किंचित मीठ आणि

चवीपुरती साखर घालावी.

## ७. संत्र्याचे सरबत

संत्री सोलून त्यांचा रस काढून घ्यावा व तयात थोडा लिंबाचा रस, साखर व किंचित मीठ घालावे.

## ८. द्राक्षांचे सरबत

द्राक्षांचा रस काढून त्यात मीठ व साखर घालावी. द्राक्षे अगदी गोड असल्यास चवीकरिता थोडासा लिंबाचा रस घालावा.

## ९. टोमॅटोचे सरबत

पिकलेले लाल टोमॅटो घेऊन त्यांची साल काढून टाकावी. नंतर गर कुस्करून घेऊन अगर श्रीखंड गाळावयाच्या यंत्राने गाळून घेऊन, त्यात पुरेसे पाणी घालून, ते पाणी पाच मिनिटे उकळावे. नंतर तो रस तसाच घेऊन अगर गाळून घेऊन त्यात चवीप्रमाणे साखर, थोडी मिरीची पूड व चवीपुरते मीठ घालावे. पाहिजे असल्यास बर्फ घालून प्यावयास द्यावे.

हे पेय चविष्ट, पौष्टिक व उत्साहवर्धक आहे.

## १०. खरबुजाचे सरबत

खरबुजाची जाड साल काढून टाकून, आतील गराच्या फोडी करून, त्या फोडी पाण्यात कुस्कराव्यात. चवीप्रमाणे साखर, चवीपुरते मीठ व थोडा लिंबाचा रस घालावा. कोणास आवडत असल्यास मिरीची पूड घालावी. गाळून घेऊन, बर्फ घालून प्यावयास द्यावे.

# ३. इतर पेये

## १. उसाच्या रसाचे पेय

आले घालून काढलेला उसाचा ताजा रस घ्यावा. किंवा उसाचा रस काढून त्यात थोडा आल्याचा रस घालावा. या रसात तितकेच दूध घालावे. आवडत असल्यास थोडी मिरीची पूड अगर जिऱ्याची पूड घालावी. इच्छा असेल त्याप्रमाणे बर्फ घालून प्यावयास द्यावे. हे पेय फारच मधुर व रुचकर लागते.

## २. लस्सी

**साहित्य :** गोड मलईचे दही, साखर, मीठ, गुलाबाचे पाणी, बर्फ.

**कृती :** दह्यात पाणी, साखर व चवीपुरते मीठ घालून खूप घुसळावे. नंतर ग्लासमध्ये पिण्यास देताना वर थोडी साय व गुलाबाचे पाणी घालावे. बर्फ घालावा. मिक्सर असेल, तर त्यातच पुरेसे पाणी, बर्फ, दही, चवीला मीठ व साखर घालून घुसळून द्यावे.

गुलाबपाण्याऐवजी दुसरा कोणताही इसेन्स व कोणताही आवडत असेल, तो खाण्याचा रंग घालण्यास हरकत नाही.

## ३. पीयूष

**साहित्य :** गोड ताजे ताक, लिंबू, साखर, मीठ, जायफळाची पूड, केशर अगर खाण्याचा केशरी रंग.

**कृती :** ताक गाळून घ्यावे. त्यात वाटल्यास थोडा लिंबाचा रस घालावा व चवीप्रमाणे साखर घालावी. तसेच किंचित, मीठ व थोडी जायफळाची पूड घालावी. केशराची पूड अगर केशरी रंग घालावा व चांगले ढवळावे. हवा असल्यास बर्फही घालावा.

## ४. दूध-कोल्ड्रिंक

दुधात साखर घालून जरा घुसळावे, म्हणजे एकजीव होईल. नंतर त्यात खाण्याचा गुलाबी रंग, गुलाबाचा इसेन्स व बर्फ घालावा. मिक्सरमध्ये घुसळून घेतल्यास आणखी लज्जत येईल.

## ५. फालुदा

**साहित्य :** चार चमचे काळ्या तुळशीचे अगर सब्जाचे बी, आठ चमचे कॉर्नफ्लोअर, एक कप पाणी, आठ चमचे साखर, सहा कप दूध, दुधावरचे क्रीम अगर आईस्क्रीम, दीड कप साखरेचा पाक.

**कृती :** तुळशीचे बी दोन तास दुधात भिजत ठेवावे. कॉर्नफ्लोअर, साखर व पाणी विस्तवावर ठेवून शिजवावे. घट्ट झाल्यावर शेवपात्रातून शेव पाडावी. नंतर दुधात, गोड पाहिजे असेल, त्या मानाने साखरेचा पाक, तयार करून घेतलेली शेव, तुळशीचे बी व गुलाबपाणी अगर इसेन्स घालावा व त्यावर क्रीम अगर आईस्क्रीम घालावे.

## ६. संत्रा-शेक

ताज्या संत्र्यांचा दोन कप रस घेऊन, त्यात दोन कप दूध (साय न काढता तापवून गार केलेले) व चवीपुरती साखर घालून मिक्सरमध्ये घुसळून घ्यावे. मिक्सर नसल्यास अंडे फेसून घेण्याच्या रवीने चांगले घुसळावे. वर चांगला फेस येईल. फेसासकट पिण्यास द्यावे.

## ७. बनाना (केळ्याचा) शेक

एक ग्लास दूध, एका केळ्याच्या फोडी व चवीपुरती साखर घालून मिक्सरमध्ये घुसळून घ्यावे. हवा असल्यास घुसळतानाच बर्फ घालावा. फार गार नको असल्यास बर्फ नंतर घालावा. मिक्सरमध्ये शेक चांगला होतो. मिक्सर नसेल, तर अंडी फेसण्याच्या रवीने घुसळावे. दूध व केळे एकजीव झाल्यामुळे आणि फेसामुळे शेक लज्जतदार लागतो.

याप्रमाणेच अननसाचा शेक व पिकलेल्या आंब्याचा शेक करावा.

## ८. कोल्ड कॉफी : प्रकार १

नेहमीप्रमाणे कॉफी करावी. जरा कडक करावी व वर क्रीम घालावे. गार करून रेफ्रिजरेटर असल्यास त्यात ठेवावी, नाहीतर काही काळ बर्फात ठेवावी.

## ९. कोल्ड कॉफी : प्रकार २

कॉफी जास्त कडक करून घ्यावी. नंतर आईस्क्रीम घालावयाचे असल्यामुळे कॉफी करताना साखर बेतानेच घालावी. नंतर तयार केलेली कॉफी रेफ्रिजरेटरमध्ये ठेवावी. अगदी थंड झाल्यावर त्यात आईस्क्रीम घालून अंडी फेसण्याच्या रवीने चांगले घुसळावे. फेसासकट ग्लासमध्ये घालून वर पुन्हा थोडे आईस्क्रीम घालून पिण्यास द्यावे.

## १०. आईस्ड टी (थंड चहा)

साखर अगर दूध न घालता कोरा चहा तयार करून घ्यावा. चहा जरा कडकच करावा. एका मोठ्या ग्लासमध्ये, एक तृतीयांश ग्लास भरेल, इतका बर्फ घालून, त्यावर एक कप चहा घालून आपल्याला पाहिजे तेवढी साखर घालावी. नंतर लिंबाची चकती करून, त्याला चीर पाडून, ती ग्लासाच्या काठावर खोचावी व ग्लास पिण्यासाठी द्यावा. पिण्याच्या वेळी लिंबाची फाक चहात पिळून चहा प्यावा.

हे एक उत्तेजक पेय होते.

## ११. थंडाई

**साहित्य :** पंचवीस ते तीस बदाम-बी, दोन चमचे खसखस, आठ-दहा पिस्ते, दोन-तीन चमचे काकडीचे बी, चार चमचे चारोळी, दोन चमचे बडीशेप, सात-आठ वेलदोडे, दहा-बारा दाणे पांढरी मिरी, थोडे बेदाणे, दोन ग्लास दूध, दोन ग्लास पाणी, पाच-सहा गुलाबकळ्या किंवा गुलाबाचे पाणी, साखर.

**कृती :** बदाम भिजत घालून, त्यांची साल काढून टाकावी. पांढरी मिरी नसल्यास व काळी मिरी असल्यास पाणी लावून, हाताने चोळून त्यांची साल काढावी. नंतर बदामाचा गर, मिरी, वेलदोडे, खसखस, पिस्ते, काकडीचे बी, चारोळी, बडीशेप, बेदाणे (वाटल्यास घालावेत) हे सर्व जिन्नस एकत्र करून, गंधासारखे अगदी बारीक वाटावे. जितके बारीक वाटावे, तितकी थंडाई जास्त रुचकर व स्वादिष्ट होते. वाटून झाल्यावर तो गोळा व दूध व पाणी एकत्र करावे व गोड पाहिजे असेल त्या प्रमाणात साखर घालून चांगले ढवळावे. साखर विरघळल्यावर त्यात गुलाबाचे पाणी घालावे. गुलाबाच्या पाण्याऐवजी गुलाबकळी घालावयाची असल्यास ती वाटतानाच घालावी. जास्त दाट वाटल्यास दूध अगर पाणी– जरूर असेल, ते घालावे. हवा असल्यास थोडा बर्फ घालून थंडाई पिण्यास द्यावी.

# काही टिकाऊ सरबते

**थोडी प्राथमिक माहिती :** फळांचे रस टिकवण्याकरिता १) सोडियम बेंझोएट, अगर २) पोटॅशियम मेटा-बाय-सल्फाईट ही रासायनिक द्रव्ये घालण्याची जरुरी असते. त्यामुळे सरबतांना बुरशी न येता ती पुष्कळ दिवस टिकतात. साधारणपणे पाच किलो तयार सरबतात वरीलपैकी कोणतेही द्रव्य तीन ग्रॅम मिसळावे. लोणची व मुरंबे टिकवण्याकरिताही ही द्रव्ये घालतात.

सरबताकरिता फळे घ्यावयाची, ती पूर्ण पिकलेली, रसदार व स्वाद असलेली निवडावीत. खाण्याचा रंग व इसेन्स (अर्क) चांगल्या कंपनीचा व खाण्यासाठी म्हणून सरकारमान्य असेल, असा घ्यावा.

**साखरेचा पाक बनविणे :** कल्हईच्या पातेल्यात साखर व पाणी मिसळून गरम करण्यास ठेवावे. एक उकळी आल्यावर त्यात सायट्रिक ॲसिड मिसळून पाणी गाळावे. नंतर पातेले पाण्यात ठेवून थंड करावे. नंतर फळांचा रस व पाक यांचे मिश्रण करावे.

तयार करून ठेवलेले सरबत प्यावयास देताना पुरेसे पाणी घालून द्यावे. पाहिजे असल्यास बर्फ घालावा. बर्फामुळे सरबत गार होते व त्यामुळे जास्त रुचकर लागते.

पुढे काही टिकाऊ सरबतांच्या कृती दिल्या आहेत.

## १. लिंबाचे सरबत

**साहित्य :** लिंबाचा रस दोन वाट्या, साखर सहा वाट्या, पाणी दोन वाट्या, लेमन यलो कलर थोडासा, लेमन ऑईल अर्धा चमचा, पोटॅशियम मेटा-बाय-सल्फाइट पाव चमचा. मुळातच लिंबू असल्यामुळे पाकात सायट्रिक ॲसिड घालण्याची जरुरी नाही.

**कृती :** लिंबाचा रस काढून घ्यावा. साखरेचा पाक तयार करून घेऊन, त्यात लिंबाचा रस व बाकीची द्रव्ये घालावीत व सरबत काचेच्या बाटलीत भरून ठेवावे.

## २. अननसाचे सरबत

**साहित्य :** अननसाचा रस दोन वाट्या, साखर चार वाट्या, पाणी दोन वाट्या, सायट्रिक ॲसिड पाऊण चमचा, पाइनॲपल (अननस) इसेन्स जरुरीप्रमाणे, पोटॅशियम मेटा-बाय-सल्फाइट पाव चमचा.

**कृती :** वरील लिंबाच्या सरबताप्रमाणेच हे सरबत तयार करावे. अननसाची साल व डोळे पूर्णपणे काढून अननसाच्या बारीक फोडी कराव्यात व रस काढण्याच्या यंत्रातून (मिक्सर अगर ज्यूसर) रस काढावा. यंत्र नसेल, तर फोडी शिजवून घेऊन, श्रीखंड गाळण्याच्या यंत्रातून रस काढावा. बाकीची कृती वरील 'लिंबाच्या सरबता'-प्रमाणेच.

## ३. द्राक्षांचे सरबत

**साहित्य :** द्राक्षांचा रस दोन वाट्या, पाणी दोन वाट्या, साखर चार वाट्या, सायट्रिक ॲसिड पाव चमचा, पोटॅशियम मेटा-बाय-सल्फाइट पाव ग्रॅम.

**कृती :** साखरेचा पाक करावयास ठेवून, त्यात सायट्रिक ॲसिड घालावे व उकळी आल्यावर खाली उतरवून, पाक गाळून घेऊन, गार करावा. नंतर त्यात द्राक्षांचा रस घालावा व पोटॅशियम मेटा-बाय-सल्फाइट घालावे.

## ४. पिकलेल्या आंब्याचे सरबत

**साहित्य :** पिकलेल्या आंब्याचा रस दोन वाट्या, साखर एक वाटी, पाणी एक वाटी, सायट्रिक ॲसिड अर्धा चमचा, पोटॅशियम मेटा-बाय-सल्फाईट पाव चमचा.

**कृती :** आंब्याचा रस श्रीखंड गाळण्याच्या यंत्रातून गाळून घ्यावा. बाकीची कृती लिंबाच्या सरबताप्रमाणेच करावी.

## ५. जांभूळ व डाळिंब यांची सरबते

जांभूळ व डाळिंब यांची सरबते वरील द्राक्षांच्या सरबताप्रमाणेच व त्याच प्रमाणात साहित्य घेऊन करावी.

## ६. कच्च्या आंब्याचे सरबत

**साहित्य :** कच्च्या हिरव्या आंब्यांचा रस दोन वाट्या, साखर पाच वाट्या, पाणी दोन वाट्या, पोटॅशियम मेटा-बाय-सल्फाईट पाव चमचा.

**कृती :** आंबे सोलून, स्टेनलेस् स्टीलच्या किसणीवर किसून रस काढावा. बाकीची कृती लिंबाच्या सरबताप्रमाणेच करावी.

## ७. ऑरेंज स्क्वॅश

**साहित्य :** संत्र्यांचा रस दोन वाट्या, साखर अडीच वाट्या, सायट्रिक ॲसिड एक चमचा, ऑरेंज कलर थोडासा, ऑरेंजक्रश इसेन्स थोडासा, पोटॅशियम मेटा-बाय-सल्फाईट पाव चमचा.

**कृती :** वरील द्राक्षांच्या सरबताप्रमाणेच.

## ८. मँगोला

मँगोला हे पेय सर्वांच्याच आवडीचे आहे. विशेषत: मुलांच्या. टाकाऊ वस्तूंपासून हा आवडीचा पदार्थ करण्याची ही कृती.

**साहित्य :** एक वाटी साखर, एक वाटी पाणी, अर्धा चमचा सायट्रिक ॲसिड, एक चमचा पोटॅशियम मेटा-बाय-सल्फाईट, पाव चमचा मीठ.

**कृती :** एका बाटलीत पाणी, साखर, सायट्रिक ॲसिड, पोटॅशियम मेटा-बायसल्फाईट व मीठ घालून, बाटली हलवून, मिश्रण एकजीव करून ठेवावे.

आंब्याच्या हंगामात आमरस, मुरंबा करण्यासाठी आपण आंब्याचा रस किंवा फोडी करतो, त्या वेळी साली व कोयी बाजूला काढून ठेवाव्यात. बाटलीतले पाणी पातेल्यात काढून घेऊन, त्यात साली व कोयी कोळाव्यात. म्हणजे राहिलेला रस पाण्यात उतरेल. अशा प्रकारे साली, कोयी कोळून योग्य तो दाटपणा पाण्याला आल्यावर व बाटली भरल्यावर बंद करावी. दुसरी बाटली घेऊन वरील कृतीप्रमाणे मँगोला करावा.

अशा प्रकारे सीझनमध्ये टाकाऊ वस्तूंपासून दहा-बारा बाटल्या मँगोला करता येईल.

## ९. रसना (कृत्रिम सरबत)

**साहित्य :** अर्धी वाटी जिलेटीन किंवा जेली क्रिस्टल्स, सहा चमचे सायट्रिक ॲसिड, दोन वाट्या साखर, इसेन्स, रंग व मीठ.

**कृती :** जिलेटीन किंवा जेली क्रिस्टल्स दोन वाट्या गरम पाण्यात विरघळवून घ्यावे. त्यात सायट्रिक ॲसिड, साखर, जेली क्रिस्टलला जुळता रंग व इसेन्स, पाव चमचा मीठ घालून ढवळावे. एक ग्लास पाण्यात तयार मिश्रण व बर्फ घालून पिण्यास द्यावे.

♦

# भाग ६ मुरंबे, रायती, जॅम, जेली

## १. मुरंबे

### सामान्य माहिती

कोणत्याही फळांच्या फोडी, चकत्या अगर कीस साखरेच्या अगर गुळाच्या पाकात मुरवून ठेवल्या असता त्याला त्या फळांचा मुरंबा म्हणतात. मुरंबा करण्याकरिता लागणारी भांडी अगर साधने शक्यतो स्टेनलेस् स्टीलची किंवा निदान चांगली कल्हई असलेली वापरावीत. नाहीतर मुरंबा कळकण्याचा व फोडी, कीस वगैरे काळे पडण्याचा संभव असतो. ज्या फळात रेषा असतात, उदाहरणार्थ, आवळे, अननस, कोहाळा अशी फळे प्रथम एक दिवस चुन्याच्या निवळीत घालून ठेवावीत. म्हणजे रेषा नरम पडतात व फळे चांगली शिजतात. फोडी पाकातच जास्त वेळ शिजविल्यास त्या कडक होण्याचा संभव असतो, म्हणून फळे अगर फोडी प्रथम शिजवून, अगर वाफवून घेऊन, मग पाकात टाकून शिजवाव्यात. तसेच, काही फळांच्या फोडी पाकात घातल्यावर पाणी सुटते व पाक पातळ होतो. अशा वेळी पाक पुन्हा घट्ट होईपर्यंत फोडी तशाच पाकात शिजत ठेवल्यास फोडी कडक व चिवट होण्याचा संभव असतो. म्हणून फोडींना पाणी सुटल्यावर फोडी काढून घेऊन, पाक पुन्हा पक्का करून घेऊन, त्यात फोडी घालून शिजवाव्या. मुरंबे शक्यतो काचेच्या पारदर्शक बरणीत भरावेत, म्हणजे आत बुरशी अगर फेस आला आहे, की काय, हे बाहेरून समजेल. मुरंबे समशीतोष्ण हवेच्या व कोरड्या हवेच्या ठिकाणी ठेवावेत, म्हणजे आंबण्याचा व बुरशी येण्याचा संभव कमी असतो. मुरंबे जेवणात अगर उपाहारातही पुरी, पोळीबरोबर गोड पदार्थ म्हणून वाढता येतात. मुरंबे टिकविण्याकरिता प्रिझर्व्हेटिव्ह म्हणून सोडियम बेंझोएट अगर पोटॅशियम मेटा-बाय-सल्फाईट ही द्रव्ये घालतात. त्यांची माहिती भाग ५ मध्ये 'टिकाऊ सरबते'

भाग
६

# मुरंबे, रायती, जॅम, जेली

या विभागात दिली आहे. मुरंबे टिकविण्याकरिता यापैकी एखादे द्रव्य हवे तर अल्प प्रमाणात घालावे.

## १. पिकलेल्या आंब्याचा मुरांबा

**साहित्य :** हापूसचे पिकलेले आंबे, साखर, केशर, वेलदोडे.

**कृती :** मुरंब्याकरिता शक्यतो हापूसचे आंबे घ्यावेत. कारण त्यांना नैसर्गिकपणेच चांगला स्वाद व रंग असतो. आंबे चांगले पिकलेले, पण नरम अगर मऊ न झालेले असे निवडून घ्यावेत. आंब्याची साल काढून टाकून, साधारण चौकोनी आकाराच्या फोडी कराव्यात. फोडींच्या वजनाच्या दीडपट साखर घेऊन, पाणी घालून, पक्का पाक करावा. पाक तयार झाल्यावर त्यात फोडी घालून, मंद विस्तवावर या फोडी शिजवाव्यात. फोडी घातल्यावर थोडे पाणी सुटेल, म्हणून पाक दाट होईपर्यंत शिजवावे. अगर पाणी सुटल्यावर फोडी काढून घेऊन, पाक जरा घट्ट झाल्यावर पुन्हा त्यात फोडी घालून शिजवाव्यात, म्हणजे त्या कडक होणार नाहीत. पूर्ण शिजून झाल्यावर खाली उतरवून, मुरंबा थंड झाल्यावर बरणीत भरावा. ह्या मुरंब्याला नैसर्गिकपणेच केशरी रंग व मधुर स्वाद असतो, म्हणून केशर अगर वेलदोडे घालण्याची जरुरी नाही. तथापि, पाहिजे असल्यास केशर व वेलदोड्यांची अर्धवट कुटलेली पूड घालावयास हरकत नाही. त्यामुळे त्यांचाही रंग व स्वाद येईल.

## २. कच्च्या आंब्याचा मुरंबा : प्रकार १ (फोडीचा)

**साहित्य :** दोन किलो कच्चे आंबे, चार किलो साखर, दहा ग्रॅम वेलदोडे, केशर.

**कृती :** साधारण पाडाला आलेले व बिनरेषेचे आंबे घ्यावेत. आंब्याची साल काढून टाकून चौकोनी फोडी कराव्यात. मोदकपात्रात अगर तशाच तऱ्हेच्या भांड्यात पाणी उकळत ठेवून त्यावर चाळण अगर भोके असलेली थाळी अगर ताटली ठेवावी व त्यावर त्या फोडी घालाव्यात व वर नीट बसेल, असे झाकण ठेवून, फोडी वाफवून घ्याव्यात. जर चाळण अगर भोकाची थाळी नसेल, तर पातळ असे मलमलीचे फडके भांड्याच्या किंवा मोदकपात्राच्या तोंडावर बांधावे व त्यावर फोडी घालून व वर झाकण ठेवून वाफवून घ्याव्यात. फोडी वाफवून नरम झाल्यावर कोरड्या फडक्यावर ठेवून दोन तास ठेवाव्यात. विस्तवावर पातेले ठेवून त्यात साखर व पाणी घालावे. पाक पक्का झाल्यावर त्यात आंब्याच्या फोडी घालाव्यात व पाक मधाइतपत घट्ट झाल्यावर विस्तवावरून उतरवून घ्यावा व थंड झाल्यावर त्यात वेलदोड्यांची अर्धवट कुटलेली पूड व केशर (चुरडून) घालावे व मुरंबा बरणीत भरून ठेवावा.

## ३. कच्च्या आंब्याचा मुरंबा : प्रकार २ (किसाचा)

**साहित्य :** कच्चे बिनरेषेचे आंबे (विशेषत: हापूस, राजापुरी वगैरे जातीचे), साखर, वेलदोडे, केशर, लवंगा.

**कृती :** आंब्याची साल काढून टाकून आंबे किसावेत. कीस पिळून घेऊन किसाच्या दुप्पट साखर घेऊन, साखर व कीस चांगल्या कल्हईच्या भांड्यात किंवा जाड बुडाच्या स्टेनलेस् स्टीलच्या भांड्यात एकत्र कालवून, ते मिश्रण तसेच दोन-तीन तास ठेवून द्यावे. नंतर ते भांडे मंद आचेवर ठेवून मधूनमधून ढवळावे, म्हणजे बुडाला लागणार नाही. शिजत असतानाच त्यात लवंगा, केशराची अर्धवट केलेली पूड व वेलदोड्यांची अर्धवट केलेली पूड घालावी. बोटाला चिकटेल, इतपत मिश्रण शिजून झाल्यावर खाली उतरवून थंड करावे व मुरंबा बरणीत भरून ठेवावा. आंबा जास्त आंबट असल्यास साखर जास्त घालावी.

आंब्याचा कीस व साखर यांचे मिश्रण करून घेतल्यावर ते वरीलप्रमाणे शिजविण्याऐवजी बरणीत भरून, त्यातच लवंगा घालून, कडक उन्हात दहा-पंधरा दिवस ठेवावे व मधूनमधून हलवावे. याप्रमाणे कीस व साखर मुरल्यावर मुरंबा चांगला होतो. त्याचप्रमाणे कीस व साखर उन्हात ठेवण्याऐवजी ते मिश्रण कुकरमध्ये ठेवून वाफवून घेतल्यासही मुरंबा चांगला होतो.

हा मुरंबा जेवताना पोळी अगर पुरीबरोबर घेता येतो. तसेच ब्रेड अगर टोस्टवर लावता येतो. तसेच, केक अगर पुडिंगवर सजावटीकरिता पसरण्यासाठी उपयोगी पडतो.

## ४. आंब्याचा तिखट-मधुर मुरंबा

**साहित्य :** कच्चे आंबे (कैऱ्या), आंब्याच्या वजनाच्या दुप्पट गूळ, गोडे तेल, मीठ, हिंग, सुक्या मिरच्या.

**कृती :** आंब्याची साल काढून टाकून आंब्याच्या बाठीसकट पातळ चकत्या अगर फोडी कराव्यात. साधारणपणे पंचवीस कैऱ्या असतील, तर अर्धा किलो तेल घ्यावे व विस्तवावर पातेले ठेवून त्यात ते घालावे. कडक तापल्यावर त्यात हिंग व आंब्याचे तुकडे घालावेत. थोडा वेळ परतल्यावर चवीप्रमाणे मीठ व पंधरा-वीस लाल सुक्या मिरच्या (तशाच न मोडता) घालाव्यात. नंतर गूळ किसून घेऊन तो त्यात घालावा व शिजवावे. बोटाला चिकटेल, इतपत शिजवून झाल्यावर खाली उतरवून गार झाल्यावर मुरंबा बरणीत भरून ठेवावा. गुळामुळे गोड, पण त्यातच मिरच्यांमुळे तिखट अशी संमिश्र चव आल्यामुळे हा मुरंबा रुचकर लागतो.

## ५. संत्र्याचा मुरंबा

**साहित्य :** एक डझन तयार संत्री, दीड किलो साखर, संत्र्यांच्या साली, लिंबू.

**कृती :** संत्र्यांची साल काढून टाकावी. आतील फोडींवर पातळ पापुद्रा असतो. तोही काढून टाकावा व बियाही काढून टाकाव्यात. नंतर संत्र्यांच्या फोडी व साखर व संत्र्यांच्या सालीचे थोडे लहान तुकडे स्टेनलेस् स्टीलच्या भांड्यात एकत्र करून, वर झाकण घालून, भांडे तसेच सात-आठ तास ठेवावे. नंतर ते भांडे विस्तवावर ठेवावे. थोडासा लिंबाचा रस घालावा व शिजवावे. मधाइतपत पाक घट्ट होईपर्यंत शिजवावे. नंतर गार झाल्यावर मुरंबा बरणीत भरावा.

## ६. अननसाचा मुरंबा

**साहित्य :** चांगला पिकलेला अननस, साखर.

**कृती :** अननसाची साल पूर्णपणे काढून व मधला कठीण भाग (दांडा) काढून टाकून अननसाचे लहान लहान तुकडे अगर चकत्या कराव्यात. ते तुकडे अगर चकत्या स्टेनलेस् स्टीलच्या भांड्यात घालून, फोडी बुडेपर्यंत पाणी घालावे व विस्तवावर ठेवून फोडी मऊ होईपर्यंत शिजवावे. शिजवलेल्या फोडी अगर चकत्या काढून घेऊन, फडक्यावर पसरून कोरड्या कराव्या. नंतर एका भांड्यात पाणी घ्यावे. त्यात अननसाच्या दुप्पट साखर घालून पक्का पाक करावा. नंतर त्यात अननसाचे तुकडे अगर चकत्या घालून पाक मधाइतपत घट्ट होईपर्यंत शिजवावे. नंतर खाली उतरवून गार झाल्यावर मुरंबा बरणीत भरावा.

फोडी शिजवून घेतल्यावर राहिलेल्या पाण्यात साखर घालून सरबत करता येईल.

## ७. सफरचंदाचा मुरंबा

**साहित्य :** सफरचंदे, साखर, चुन्याची निवळी.

**कृती :** सफरचंदांची साल काढून टाकावी व कोचणीने (टोचणीने) टोचून सफरचंदे मिठाच्या पाण्यात टाकावी, म्हणजे ती काळी पडत नाहीत. एक शेर पाण्यात लिंबाएवढा चुना (खाण्याचा) मिसळावा व निवळी वर आल्यावर ती काढून घेऊन त्यात सफरचंदे एक दिवस बुडवून ठेवावीत. नंतर काढून घेऊन तीन मिनिटे गरम पाण्यात ठेवावीत. नंतर गार पाण्यात घालून थंड करावीत. नंतर सफरचंदांच्या फोडी कराव्या व त्या पाण्यात उकडून घेऊन, फडक्यावर पसरून, कोरड्या कराव्या. सफरचंदाइतकीच साखर घेऊन तिचा पक्का पाक करावा व त्यात थोडे

लिंबू पिळावे. नंतर त्या पाकात सफरचंदांच्या फोडी घालून, शिजल्यावर खाली उतरवून, गार झाल्यावर मुरंबा बरणीत भरावा.

## ८. मोरावळा (आवळ्याचा मुरंबा) : प्रकार १

**साहित्य :** एक किलो आवळे, दोन किलो साखर, केशर, वेलदोडे.

**कृती :** शक्यतो बनारसी मोठे आवळे घ्यावेत. या आवळ्यांना रेषा कमी असतात. आवळे कोचून व वाफवून घ्यावेत. साखरेचा पक्का पाक करून, त्यात आवळे घालून शिजवावे. शिजल्यानंतर खाली उतरवून त्यात केशर आणि वेलदोडे घालावेत व मोरावळा बरणीत भरून ठेवावा.

## ९. मोरावळा : प्रकार २

**साहित्य :** एक किलो आवळे, दोन किलो साखर, चुन्याची निवळी, अर्धा चमचा तुरटी, केशर.

**कृती :** शक्यतो बनारसी मोठे आवळे घ्यावेत. या आवळ्यांना रेषा कमी असतात. आवळे कोचणीने कोचावेत. एका भांड्यात पुष्कळ पाणी घेऊन, त्यात चुन्याची निवळी व तुरटी घालावी व त्यात कोचलेले आवळे दीड ते दोन दिवस बुडवून ठेवावेत. नंतर काढून घेऊन, साध्या पाण्यात आवळे नरम होईपर्यंत शिजवावेत अगर वाफवून घ्यावेत. शिजल्यावर काढून घेऊन, फडक्यांवर पसरून, तीन ते चार तास राहू द्यावेत. नंतर साखरेचा पक्का पाक करून, त्यात आवळे घालून, पाकाला उकळी आणावी. हवे असल्यास केशर व वेलदोडे घालावेत व पाक मधाइतका दाट झाल्यावर खाली उतरवावा. गार झाल्यावर मुरंबा बरणीत भरून ठेवावा. हा मुरंबा औषधीही असून तो पित्तावर गुणकारी आहे.

## १०. गाजराचा मुरंबा

**साहित्य :** सात ते आठ लाल गाजरे, गाजराच्या फोडींइतकी साखर, वेलदोडे, दोन लिंबे, चुन्याची निवळी व तुरटी.

**कृती :** गाजरे सोलून त्यांचे तुकडे करावेत. नंतर ते तुकडे पाणी, चुन्याची निवळी व तुरटी यांच्या मिश्रणात एक दिवस बुडवून ठेवावेत. नंतर ते साध्या पाण्यात शिजवून घ्यावेत व नरम होईपर्यंत शिजवावेत. नंतर फडक्यावर दोन ते तीन तास पसरून ठेवावेत. नंतर गाळून घेतलेले पाणी एका भांड्यात घेऊन, ते भांडे विस्तवावर ठेवावे व त्यात साखर घालून साखरेचा पक्का पाक करावा. नंतर

त्यात गाजराचे तुकडे घालून, पाक पुन्हा दाट होईपर्यंत शिजवावे. हवे असल्यास याच वेळी संत्र्याच्या सालीचे बारीक तुकडेही घालावेत. खाली उतरवून वेलदोड्यांची पूडही घालावी व गार झाल्यावर लिंबाचा रस घालावा. हा मुरंबा साधारणपणे महिनाभर टिकतो.

## ११. स्ट्रॉबेरीचा मुरंबा

स्ट्रॉबेरी स्वच्छ करून घ्यावी. स्ट्रॉबेरीच्या दीडपट साखर घेऊन त्याचा पक्का पाक करावा व त्या पाकात स्ट्रॉबेरी घालून पाक दाट होईपर्यंत शिजवावे. मुरंबा मंद आचेवर शिजवावा. गार झाल्यावर बरणीत भरावा.

## १२. कोहाळ्याचा मुरंबा

कोहाळ्याची साल काढून टाकावी व त्याच्या चौकोनी अगर जरा लांबट मध्यम आकाराच्या फोडी कराव्यात. या फोडी चुन्याच्या निवळीत एक ते दोन दिवस बुडवून ठेवाव्या. नंतर काढून, स्वच्छ पाण्याने धुऊन, साध्या पाण्यात नरम होईपर्यंत शिजवाव्यात अगर वाफवून घ्याव्यात. फोडी शिजवून घेतल्या असल्यास त्या फडक्यावर तीन-चार तास पसरून ठेवाव्यात. कोहाळ्याच्या फोडींच्या मापाइतकी अगर वजनाइतकी साखर घेऊन तिचा पक्का पाक करावा व त्यात फोडी घालून, पाक दाट होईपर्यंत शिजवावे. नंतर खाली उतरवून गार झाल्यावर त्यात हवा असल्यास गुलाबाचा इसेन्स अगर अन्य कोणताही आवडत असेल तो इसेन्स घालावा. कैरीचा इसेन्स घातल्यास कच्च्या आंब्याच्या मुरंब्याप्रमाणे स्वाद येतो. नंतर बरणीत भरून ठेवावा.

## १३. अलुबुखारचा मुरंबा

'अलुबुखार' नावाची फळे मिळतात, ती घ्यावीत. स्वच्छ करून प्रथम ती कोचणीने कोचून घ्यावीत. नंतर साध्या पाण्यात शिजवून अगर वाफेवर वाफवून घ्यावीत. शिजवून घेतल्यास कोरड्या फडक्यावर दोन-तीन तास पसरून ठेवावीत. फळांच्या वजनाच्या इतकीच साखर घेऊन तिचा पक्का पाक करावा व पाकात अलुबुखारची फळे घालून, पाक मधासारखा दाट होईपर्यंत शिजवावे. नंतर खाली काढून गार झाल्यावर मुरंबा बरणीत भरावा. या मुरंब्याला एक विशिष्ट असा चांगला रंग येतो.

## २. रायती

## सामान्य माहिती

रायते हा एक मुरंब्याचाच प्रकार आहे. मुरंब्यात फळांच्या फोडी, तुकडे अगर चकत्या असतात. रायत्यामध्ये त्या फळांचा गर असतो. रायत्यांचा जेवणामध्ये उपयोग होतोच. शिवाय रायते नुसते पोळीबरोबर अगर पुरीबरोबर खाण्यास देता येते. विशेषत: ते ब्रेडवर अगर टोस्टवर लावण्याकरिता उपयोगी पडते.

काही रायत्यांच्या कृती खाली दिल्याप्रमाणे आहेत.

### १. लाल अंबाडीचे रायते

लाल अंबाडीच्या बोंडांच्या वरील पाकळ्या काढून घेऊन, त्या पाण्यात चांगल्या शिजवाव्यात व झिरझिरीत फडक्यावर गाळून रस काढून घ्यावा. पाकळ्यांच्या वजनाइतकीच साखर घेऊन, तिचा पक्का पाक करावा व त्यात तो रस घालून पुन्हा शिजवावे. रस मधासारखा दाट झाल्यावर, खाली उतरवून, गार झाल्यावर रायते बरणीत भरावे.

### २. आंब्याचे रायते

कच्चे हिरवे आंबे घेऊन ते मोदकपात्रात चाळणीवर अगर कुकरमध्ये ठेवून वाफवून घ्यावेत. वाफवून चांगले मऊ झाल्यावर त्या आंब्यांचा रस काढून घ्यावा. जेवढा गर असेल, त्याच्या दुप्पट साखर अगर चांगला पिवळा गूळ (किसून) त्या गरात घालावा. चवीला मीठ व वेलदोड्यांची पूड घालून गर चांगला शिजवावा व गार झाल्यावर बरणीत भरून ठेवावा.

गर शिजविण्याऐवजी त्यात साखर अगर गूळ, चवीला मीठ व वेलदोड्यांची पूड घालून तो गर रुंद तोंडाच्या काचेच्या बरणीत भरावा व झाकण घालून ती बरणी चांगल्या कडक उन्हात एक महिनाभर ठेवावी.

---

## ३. जॅम

## प्राथमिक माहिती

आंबा, अननस, पपई, सफरचंद, जर्दाळू, पेरू वगैरे फळांचा जॅम करता येतो. फळांची साले काढून टाकावीत. बाठी अगर बिया असल्यास काढून टाकाव्यात. फळे कच्ची असल्यास जास्त बारीक तुकडे करावेत.

फोडी शिजविण्याकरिता फोडींच्या एकचतुर्थांश पाणी घ्यावे. फोडी चांगल्या मऊ होतील, अशा शिजवून घ्याव्यात.

जॅमकरिता साखर घालावयाची, ती फळे गोड असतील, तर एक किलो तयार तुकड्यांना पाऊण किलो घ्यावी. फळे आंबट असल्यास बरोबरीने म्हणजे- एक किलो तुकड्यांना एक किलो साखर घ्यावी.

फळे गोड असतील, तर एक किलो साखरेत चार ग्रॅम सायट्रिक ॲसिड मिसळावे. फळे आंबट असल्यास दोन ग्रॅम सायट्रिक ॲसिड मिसळावे.

पाण्यात जॅमचा थेंब टाकल्यास तो थेंब तसाच तळाला गेल्यास जॅम तयार झाला व थेंब विरघळल्यास अद्याप तयार झाला नाही, असे समजावे.

जॅम टिकविण्याकरिता त्यात सोडियम बेंझोएट घालावे.

### १. सफरचंदाचा जॅम

चांगली निवडून आंबटसर अशी सफरचंदे घ्यावीत. त्यांची साले न काढता लहान-लहान तुकडे करावेत व ते पातेल्यात घालून, फोडी बुडेपर्यंत पाणी घालावे व एका लहान लिंबाची साल बारीक तुकडे करून घालावी. फोडी अगदी मऊ होईपर्यंत शिजवाव्या. नंतर त्या फोडी चाळणीवर घालून अगर श्रीखंड करण्याच्या यंत्रातून गाळून घ्याव्या. नंतर गराच्या पाऊणपट साखर त्या गरात घालून तो गर मंद आचेवर शिजवावा. गर शिजल्यावर त्यात एक किलो गर असल्यास पाव चमचा सायट्रिक ॲसिड घालावे. तसेच, जॅम टिकविण्याकरिता सोडियम बेंझोएट (पाव चमच्याहून जरा कमी) घालावे व पुन्हा एकदा गर शिजवून, गार झाल्यावर बरणीत भरावा.

या पद्धतीप्रमाणेच आंबा, अननस, पपई, पेरू यांचा जॅम करावा.

---

# ४. जेली

## प्रास्ताविक माहिती

जेली हा जॅमसारखा एक प्रकार आहे. फळांपासून जेली बनवितात. जॅम अपारदर्शक असतो व जेली पारदर्शक असते. जेली बनविण्यासाठी फळांत आंबटपणा व पेक्टिन हे द्रव्य असावे लागते. ज्या फळांत आंबटपणा व पेक्टिन योग्य प्रमाणात असते, त्यांची जेली जास्त चांगली होते. पेक्टिन जास्त असलेली फळे म्हणजे आंबटसर सफरचंद, द्राक्षे, संत्री, पेरू, प्लम, कवठ, आंबट चेरी, करवंदे वगैरे कच्च्या फळांत प्रोटोपेक्टिन हे रासायनिक द्रव्य असते. फळे शिजल्यावर त्याचे

पेक्टिन बनते व जेली घट्ट होण्यासाठी या पेक्टिनचा उपयोग होतो.

वर दिलेल्या फळांपैकी आंबट सफरचंदे, पेरू, करवंदे व कवठ यांची जेली जास्त चांगली होते.

## १. पेरूची जेली

अगदी कच्चे नाहीत व फार पिकलेले नाहीत, असे मध्यम प्रमाणात पिकलेले पेरू घ्यावेत. त्यांची डेखे काढून टाकून व पेरू धुऊन त्यांचे बारीक तुकडे करावेत व ते तुकडे ॲल्युमिनियमच्या अगर स्टेनलेस् स्टीलच्या पातेल्यात घालून, तुकडे बुडेपर्यंत पाणी घालावे व त्यात एका लिंबाचा रस अगर एक चमचा सायट्रिक ॲसिड घालून, ते तुकडे चांगले मऊ होईपर्यंत शिजवावेत. शिजून तयार झाल्यावर फडक्यावर ओतून रस गाळून घ्यावा. नंतर तो रस एका पातेल्यात घालून चुलीवर ठेवावा. रसाच्या पाऊणपट साखर त्या रसात घालावी. साखर विरघळल्यानंतर पुन्हा कपड्याने गाळून घेऊन, तो रस चुलीवर ठेवून घट्ट होईपर्यंत शिजवावा. रस घट्ट होऊन जेली तयार होण्यापूर्वी त्या रसात तीन चमचे लिंबाचा रस अगर अर्धा चमचा सायट्रिक ॲसिड घालावे. शिजत आल्यावर त्याचा थेंब पाण्यात टाकल्यास तो तसाच राहिला, तर जेली तयार झाली, असे समजावे. जेलीत रंग अगर टिकविण्याकरिता रासायनिक द्रव्य (प्रिझर्व्हेंटिव्ह) मिसळण्याची जरुरी नाही. जेलीला नैसर्गिकच रंग येतो. जर आलाच नाही, तर थोडासा ऑरेंज कलर घालण्यास हरकत नाही.

वरील कृतीप्रमाणेच सफरचंद (आंबटसर), करवंदे, कवठ वगैरे फळांची जेली करावी.

## २. सासव

**साहित्य :** पंधरा ते वीस गोटी आंबे, एक वाटी खोवलेले खोबरे, पाव वाटी साखर, एक चमचा मीठ, अर्धा चमचा लाल तिखट, एक चमचा मोहरी, हिंग, तूप, मिरपूड.

**कृती :** आंबट-गोड चवीचे लहान आकाराचे पिकलेले, पण घट्ट आंबे घ्यावेत. धुऊन आंब्यांच्या साली काढाव्या. फक्त साली पिळून रस काढावा. खोबरे व मोहोरी एकत्र वाटून घ्यावी. सालीचा निघालेला रस, वाटलेली मोहरी-खोबरे, मीठ, साखर, लाल तिखट व पाव वाटी पाणी घालून एकत्र मिसळावे. त्यात साल काढून ठेवलेले आंबे (बाठीसकट) घालावेत. हिंग-तुपाची फोडणी घालून, सर्व मिश्रण दहा मिनिटे उकळावे. मिरपूड घालून खाण्यास द्यावे.

## ३. कवठाचा जेली मार्मालेड

**साहित्य :** तीन ते चार चांगली पिकलेली मोठी कवठे, तीन ते

चार कच्ची (आंबट) कवठे, साखर, संत्र्याच्या किंवा लिंबाच्या सालीचे तुकडे, सायट्रिक ॲसिड.

**कृती :** कवठे फोडून, सर्व गर एकत्र करावा. गराचे वजन करून, एक किलो गरास पाऊण किलो साखर, साली पन्नास ग्रॅम, एक चमचा सायट्रिक ॲसिड याप्रमाणे गराच्या वजनाच्या मानाने साहित्य घ्यावे. एक किलो गरास आठ वाट्या याप्रमाणे पाणी घालून, गर अर्धा तास शिजवावा व तो नंतर फडक्यातून गाळून घ्यावा. गाळलेले पाणी सहा तास झाकून ठेवावे व पुन्हा एकदा गाळून, या पाण्यात साखर व सायट्रिक ॲसिड घालून, ते मिश्रण उकळी येईपर्यंत मंद आचेवर व नंतर पूर्ण आचेवर आटविण्यास ठेवावे. मलमलसारख्या पातळ कापडात संत्र्याच्या सालींची पुरचुंडी बांधून, ती पुरचुंडी आटविण्यास ठेवलेल्या रसात सोडावी. साली शिजून मऊ झाल्यावर त्या पुरचुंडीमधून बाहेर काढून रसात टाकाव्या. जेली तयार झाली किंवा नाही, ही चाचणी नेहमीप्रमाणे घेऊन आच बंद करावी व साधारण गरम असताना जेली बाटल्यांत भरावी.

याप्रमाणेच ग्रेपफ्रूटचा मार्मालेड करता येतो. ग्रेपफ्रूटचा आंबटपणा लक्षात घेता, एक किलो गरास दोन वाट्या पाणी व सव्वा किलो साखर हे प्रमाण घ्यावे.

## ४. चिंचेची जेली

**साहित्य :** एक वाटी चिंच, दोन वाट्या साखर, सहा वेलदोडे.

**कृती :** चिंच साधारण पिकलेली बघून घ्यावी. तीत एक वाटी पाणी घालून सुमारे दहा मिनिटे मंद आचेवर उकळत ठेवावी. थंड झाल्यावर चिंचेच्या साली, शिरा व चिंचोके काढून टाकून ती कोळून घ्यावी. या कोळाच्या दुप्पट साखर मोजून घालावी. हे मिश्रण कल्हईच्या किंवा स्टीलच्या पातेल्यात शिजत ठेवावे. आटत आल्यावर वेलदोड्याची पूड घालावी. ब्रेडबरोबर ही जेली चांगली लागते.

## ५. गाजराची जेली

**साहित्य :** अर्धा किलो शेंदरी रंगाची गाजरे, साखर, लिंबू, सहा वेलदोडे.

**कृती :** गाजरे स्वच्छ धुऊन किसावीत. किसात थोडे पाणी घालून तो शिजण्यास ठेवावा. शिजून मऊ झाल्यावर तो चांगला घोटून मऊ करावा. एक वाटी किसाला अर्धी वाटी साखर व अर्ध्या लिंबाचा रस या प्रमाणात साखर, लिंबूरस व वेलदोड्याची पूड घालून पुन्हा थोडा वेळ घोटून शिजवावे.

◆

# भाग ७ चॉकलेट, टॉफी, चिक्की वगैरे

चॉकोलेट, टॉफी, चिक्की वगैरे पदार्थांचा हल्ली बराच प्रसार आहे. असे मिठाईवजा पदार्थ मुले आवडीने रमतगमत खात असतात. अर्थात प्रौढांनाही त्यांचा मोह आवरत नाही. या पदार्थांचे उत्पादन विपुल प्रमाणावर होत असून, बाजारात ते विकत मिळतात. हे पदार्थ घरीही करता येण्यासारखे आहेत. असे जिन्नस विकत घेण्यापेक्षा घरीच तयार करणे सुगरणींना हौसेचे वाटेल. म्हणून अशा काही पदार्थांच्या कृती येथे दिल्या आहेत.

## १. चॉकोलेट : प्रकार १

**साहित्य :** सहा चमचे कोको किंवा आठ चमचे ड्रिंकिंग चॉकोलेट, एक सपाट वाटी दुधाची पावडर, दीड वाटी साखर, अर्धी वाटी लोणी.

**कृती :** साखर बुडेपर्यंत पाणी घालून साखरेचा एक-तारी पाक करावा. त्यात दुधाची भुकटी (पावडर) व कोको अगर ड्रिंकिंग चॉकोलेट घालावे. एकजीव करून घेऊन, त्यात लोणी घालावे व चांगले शिजवावे. शिजत असताना चांगले घोटत राहावे. शिजून गोळा झाल्यावर तो गोळा ताटात थापावा व लगेच वड्या पाडाव्यात.

## २. चॉकोलेट : प्रकार २

**साहित्य :** अर्धी वाटी कोको अगर ड्रिंकिंग चॉकोलेट, अर्धी वाटी लोणी, अर्धी वाटी कॉर्नफ्लोअर अगर आरारूट, अर्धी वाटी काजूचे तुकडे अगर बदामाचे काप, चार वाट्या दूध, चार वाट्या साखर.

**कृती :** वरील साहित्यापैकी बदामाचे काप अगर काजूचे तुकडे खेरीजकरून

भाग ७

# चॉकलेट टॉफी, चिक्की वगैरे

बाकी सर्व साहित्य एका पातेल्यात घालून शिजत ठेवावे व न थांबता सारखे ढवळत राहावे. शिजल्यावर पातेल्याच्या कडेला साखर बनू लागली, की पातेले खाली उतरवावे व पळीने सारखे घोटत राहावे. वड्या होतील, इतपत घट्ट होईपर्यंत घोटत राहावे. घोटण्यास कमी पडले, तर साखरेचे कण होतात. म्हणून सतत घोटत राहणे जरूर आहे. नंतर पोळपाटाला तूप लावून त्यावर घट्ट झालेला गोळा थापावा. त्यावर बदामाचे काप अगर काजूचे तुकडे घालावेत व लहान लहान वड्या कापाव्या.

## ३. टॉफी

**साहित्य :** नारळाचे दूध एक वाटी, साखर एक वाटी, दूध दोन वाट्या.

**कृती :** नारळाचे दूध घ्यावयाचे, ते नारळाच्या चवात पाणी न घालता काढलेले दूध घ्यावे. ते नारळाचे दूध, साखर व साधे दूध एकत्र करून शिजत ठेवावे. शिजत असताना त्याचा थेंब पाण्यात टाकून बघावे. थेंबाची गोळी झाली, की शिजले, असे समजावे व खाली उतरवून घ्यावे. ताटाला तूप लावून त्यावर ओतावे व लहान लहान चौकोनी वड्या कापाव्यात.

## ४. कोकोच्या वड्या

**साहित्य :** पाव वाटी कोको, एक वाटी साखर, चार वाट्या दूध.

**कृती :** दूध घेऊन, त्यात साखर घालून आटवावे. दूध आटत आल्यावर त्यात कोको घालावा व मिश्रण आटत येऊन गोळा होईपर्यंत विस्तवावर ठेवावे. घट्ट झाल्यावर ताटावर थापावे व लहान लहान वड्या कापाव्यात.

## ५. कोको-स्वीट

**साहित्य :** एक कप दूध, पाव किलो साखर, दोन वाट्या किसलेले खोबरे, चार चमचे कोको-पूड, तांबडा खाण्याचा रंग.

**कृती :** उथळ भांड्यात दूध घालून, त्यात साखर घालून, ती पूर्ण विरघळवावी. नंतर दूध-साखरेचे मिश्रण उकळण्यास ठेवावे. थंड पाण्यात थेंब टाकल्यास त्याची गोळी बनेल, इतपत पाक करावा. नंतर विस्तवावरून उतरवून त्यात खोबरे व किंचित रंग टाकावा. नंतर एक चौकोनी आकाराचे भांडे किंवा थाळा घ्यावा व त्यात वरीलपैकी निम्मे मिश्रण घालावे. राहिलेल्या निम्म्या मिश्रणात कोको घालून एकजीव करावे व ते पहिल्या थरावर घालावे. आळले, म्हणजे चौकोनी वड्या कापाव्यात.

## ६. मिल्क कॅन्डी

**साहित्य :** अर्धा लिटर दूध, पाव लिटर दही, एक किलो साखर, एक वाटी पिठीसाखर, चारोळी, बदामाचे काप, वेलदोड्यांची पूड.

**कृती :** दूध गरम करून, नंतर गार करून घ्यावे. कल्हईचे पातेले घेऊन त्यात दूध, दही व साखर एकत्र करून मिश्रण करावे. नंतर विस्तवावर ठेवून ते मिश्रण चागंले घोटावे. मिश्रण घट्ट होत आल्यावर ते खाली उतरवून, त्यात पिठीसाखर व वेलदोड्यांची पूड घालून चांगले मिसळावे व ताटाला तुपाचा हात लावून त्यावर ते मिश्रण थापावे. त्यावर बदामाचे काप व चारोळ्या घालून लहान लहान वड्या पाडाव्यात.

## ७. काजूची चिक्की व चिक्कीचे इतर प्रकार

**साहित्य :** एक वाटी काजू, एक वाटी साखर, थोडा आरारूट, अर्धी वाटी लिक्विड ग्लूकोज (Liquid Glucose), तूप.

**कृती :** काजूचे बारीक तुकडे करून, ते किंचित भाजून घ्यावेत. साखरेचा पाणी न घालता पाक करावा. हा पाक अगदी मंद विस्तवावर करावा लागतो. साखर विरघळली, की त्यात ग्लूकोज घालावा. साखर व ग्लूकोज एकजीव झाल्यावर त्यात दोन चमचे तूप घालून काजूचे तुकडे घालावेत. पोळपाटास आधीच तूप लावून ठेवावे व त्यावर थोडा आरारूट टाकावा. लाटण्यालाही तुपाचा हात लावावा. पोळपाटावर वरील मिश्रण घालावे व लाटून लगेचच वड्या कापाव्यात. ही चिक्की पारदर्शक होते.

याप्रमाणेच बदाम अगर पिस्ते यांची चिक्की करावी, अथवा बदाम, पिस्ते व काजू यांची संमिश्र चिक्कीही करावी.

तसेच सुक्या खोबऱ्याचा कीस, शेंगदाणे, चुरमुरे, डाळे ह्यांचीही चिक्की होते. साखरेऐवजी चिक्कीचा गूळ मिळतो, तोही घातला, तरी चालतो.

## ८. सुकी केळी

**साहित्य :** पिकलेली राजेळी केळी, गंधक, तूप.

**कृती :** केळी सोलून चाळणीत ठेवावीत. कुकरमध्ये निखारे घालून त्यावर गंधकाची पूड घालावी. लगेच त्यावर एखादी लहान तिवई ठेवून अगर दुसरा काही आधार देऊन त्यावर वरील चाळण ठेवावी व कुकरचे झाकण बंद करावे. एका

तासाने काढून केळ्याला तुपाचा हात लावावा व केळी ताटात पसरून वाळत ठेवावीत. वरचेवर ती खाली-वर करावीत. सुकेपर्यंत वाळत ठेवावीत. गंधकाचा धूर केळ्यांना चांगला लागेल, इतका गंधक घालावा.

## ९. खोबऱ्याचे शेवखंड

**साहित्य :** सुक्या खोबऱ्याचा कीस एक वाटी, एक वाटी मैदा, दीड कप दूध, दोन चमचे पिठीसाखर, एक वाटी साखर, पाव चमचा खाण्याचा सोडा, पाच चमचे कोको, पाव वाटी काजूचे कूट, व्हॅनिला इसेन्स पाव चमचा.

**कृती :** दुधात मैदा घालून, एकजीव मिसळून घ्यावा. त्यात पिठीसाखर व खोबऱ्याचा कीस घालून शिजण्यास ठेवावे. मिश्रण जाडसर होताच काजूचे कूट, इसेन्स व सोडा घालून मिसळावे.

सोऱ्यात मोठ्या भोकाची चकती किंवा चकलीची चकती घालावी. सोऱ्यात मैद्याचा गोळा घालून जाड कांड्या (शेवखंडे) बटरपेपरवरपाडाव्या. या कांड्या गरम ओव्हनमध्ये ट्रेमध्ये ठेवून पंधरा मिनिटे भाजून काढाव्या. साखरेचा पक्का पाक करून, त्यात कोको मिसळावा. हा पाक भाजून काढलेल्या खोबऱ्याच्या शेवखंडांवर ओतून शेवखंडे पाकात घोळवावीत.

## १०. चॉकोलेट बर्फी

**साहित्य :** दोन वाट्या खवा, तीन चमचे कोको, पाऊण वाटी साखर, चार चमचे दूध, पंधरा वेलची दाणे, तूप, वर्ख.

**कृती :** खवा व साखर एकत्र करून चांगली मळावी व हे मिश्रण पुरण वाटण्याच्या यंत्रातून वाटून काढावे. मंद आचेवर हे मिश्रण ढवळत राहावे. तूप सुटू लागल्यावर आच बंद करून वेलचीची पूड घालावी. या मिश्रणाचे चार भाग करून त्यांपैकी तीन भाग थाळ्याला तुपाचा हात लावून, त्यात ओतून थापावे व थंड होण्यास ठेवून द्यावे. राहिलेला खव्याचा भाग घेऊन, त्यात कोको व दूध घालून, मंद आचेवर घोटावे. मिश्रण घट्ट होताच थाळ्यातील बर्फीवर पसरून ओतावे. हा थर सारखा करावा व साधारण गरम असताना वर्ख लावावा व वड्या पाडाव्या.

◆

# भाग ८

# ब्रेड, ब्रेडचे पदार्थ, केक, बिस्कीटे

परंपरागत खाद्यपदार्थांबरोबर ब्रेड व केक करण्याची अगर करून पाहण्याची आवड व उत्सुकता अलीकडे गृहिणींमध्ये व विशेषत: नवीन पिढीमध्ये निर्माण झाली आहे. ब्रेड व केक करण्याकरिता ओव्हन व कुकिंग रेंज अशी आधुनिक साधनेही आता उपलब्ध होत आहेत. त्या दृष्टीने ब्रेडचे व केकचे काही प्रकार करण्याची माहिती देणे योग्य वाटल्यावरून ती या विभागात दिली आहे. ब्रेड व केक हे परदेशातील खाद्यपदार्थांचे वैशिष्ट्य. हे पदार्थ आता आपल्याकडेही खाण्यात येऊ लागले आहेत. ब्रेडचा (पाव) तर आता सर्रास आपल्या नेहमीच्या खाण्यामध्ये समावेश झाला आहे. केकमध्ये प्रामुख्याने अंडे असते व अंड्याशिवाय केक चांगला फुगून येत नाही. अंडे हे बिनशाकाहारी गणले जाते. तथापि, आता शाकाहारी अंडी मिळू लागल्याने तीही अडचण फारशी भासणार नाही. गृहिणींची ब्रेड व केक करण्याची आवड लक्षात घेऊन काही निवडक ब्रेड व केक यांची माहिती येते दिली आहे. तसेच, ब्रेडचे काही पदार्थ व बिस्किटे यांचीही माहिती दिली आहे.

केकचा आकर्षकपणा वाढविण्यासाठी त्यावर सजावट (डेकोरेशन) करण्याकडे विशेष लक्ष दिले जाते. याला आईसिंग (Icing) करणे म्हणतात. आईसिंग क्रीम तयार करून, पिचकारीने अगर कागदी पिशवीच्या साहाय्याने तऱ्हेतऱ्हेच्या चित्राकृती केकवर काढतात. आईसिंग करण्याकरिता स्वतंत्र पिचकारी असते व त्याच्या तोंडावर बसविण्याकरिता निरनिराळ्या डिझाइनच्या नळ्याही (Nozzles) मिळतात. ज्या प्रकारचे डिझाईन काढावयाचे असेल, ती नळी तोंडाला बसवायची व पिचकारीत आईसिंग क्रीम घालून, पिचकारी दाबून केकवर डिझाईन काढावयाचे. पिचकारी नसली, तर बटर पेपरसारख्या चिवट कागदाची पिपाणीसारखी पिशवी करून व तिच्या निमुळत्या तोंडाला आतून नळी बसवून, पिशवी दाबून, डिझाइन काढावयाचे. अर्थात आईसिंगकरिता हस्तकौशल्याची व कल्पकतेची फार जरुरी आहे. आइसिंग

भाग ८

# ब्रेड, ब्रेडचे पदार्थ केक, बिस्किटे

सँडविच

ब्रेडरोल

पुडिंग

के

केकची झोपडी

क्रीम करण्याची त्यांतल्या त्यात सोपी कृती पुढीलप्रमाणे आहे.

### बटर आईसिंग

**साहित्य :** २ औंस (अंदाजे ६० ग्रॅम किंवा ४ टेबलस्पून) लोणी, ३ ते ४ औंस (अंदाजे १२५ ग्रॅम) आईसिंग शुगर, इसेन्स व खाण्याचा रंग.

**कृती :** आईसिंग शुगर विशेष प्रकारची, खास बनविलेली बारीक साखर असते. तथापि, पांढरी शुभ्र साखर घेऊन, ती अगदी बारीक दळून व अगदी बारीक चाळणीने चाळून अगर वस्त्रगाळ करून घेतली असता चालेल. लोणी अगदी मऊ, मुलायम व बर्फासारखे पांढरे शुभ्र होईपर्यंत फेसावे. त्यात साखर घालून खूप घोटावे, म्हणजे चिकटसर मिश्रण होईल. नंतर त्यात हवा असल्यास इसेन्स व पाहिजे असेल तो रंग घालून मिश्रण सारखे करावे. मिश्रण पातळ वाटल्यास, म्हणजे डिझाईन पाघळेल, असे वाटल्यास, आणखी साखर घालून घोटावे.

## १. ब्रेड व ब्रेडचे पदार्थ

### १. ब्रेड : प्रकार १

**साहित्य :** चार वाट्या मैदा, दोन चमचे मीठ, चार चमचे साखर, दोन चमचे डालडा, आठ चमचे ताक, दीड चमचा यीस्ट.

**कृती :** एक कप उकळते पाणी साखरेवर ओतावे. साखर विरघळल्यावर यीस्ट पसरून घालावे. यीस्ट घातल्यावर पाणी हलवू नये. साधारणपणे दहा मिनिटांनी ते फुगेल.

एका थाळ्यात दोन चमचे डालडा घेऊन, त्यात ताक घालून, खूप फेसावे. मग त्यात अर्धा कप गरम पाणी घालावे. नंतर त्यात मैदा घालावा व पीठ सारखे करावे. गोळी होऊ देऊ नये. नंतर त्यात वर तयार करून ठेवलेले यीस्ट घालावे व चांगले मळावे व ते पीठ ब्रेड करावयाच्या भांड्यात घालावे. ते फुगून आल्यावर ओव्हनमध्ये ठेवून भाजावे.

### २. ब्रेड : प्रकार २

**साहित्य :** दोन वाट्या गव्हाची कणीक, एक चमचा मीठ, दोन चमचे साखर, चार चमचे भरून डालडा, एक चमचा यीस्ट, दीड

वाटी पाणी (कोमट).

**कृती :** अर्धी वाटी कोमट पाण्यात एक चमचा साखर व एक चमचा यीस्ट घालून अर्धा तास भिजत ठेवावे.

एक वाटी कोमट पाणी, मीठ, साखर व डालडा असे एकत्र करून चांगले कालवावे. नंतर त्यात यीस्टचे फुगलेले मिश्रण ओतावे व बारीक चाळणीने चाळून घेतलेली गव्हाची कणीक दोन वाट्या घालावी. मिश्रण हाताने सारखे करून मळावे व नंतर ब्रेडच्या भांड्यात घालावे. चांगले फुगून वर आल्यावर ओव्हनमध्ये भांडे ठेवून, ब्रेड भाजून काढावा. मिश्रण फुगून येण्यासाठी अंदाजे एक तास तरी लागेल.

## ३. ब्रेडचा शिरा

**साहित्य :** एक मोठा ब्रेड, साखर, दूध, तळण्याकरिता तूप, वेलदोडे, बदाम, बेदाणे.

**कृती :** मोठा ब्रेड घ्यावा. साधारण चारशे ग्रॅमचा ब्रेड असतो. तो घेतल्यास एक लिटर दूध व अर्धा किलो साखर घ्यावी. ब्रेडचे लहान तुकडे करून, ते तुपात चांगले तांबूस रंगावर तळून घ्यावेत. दूध तापत ठेवून, उकळी आल्यावरत्यात पावाचे तुकडे घालून, ते तुकडे चांगले घोटून मऊ करावेत. पावाचा घोटून, गोळा झाल्यावर त्यात साखर घालावी. आपल्या आवडीप्रमाणे साखर कमी-जास्त करण्यास हरकत नाही. नंतर रव्याच्या शिऱ्याप्रमाणे वाफ देऊन पावाचा शिरा तयार करावा. नंतर त्यात वेलदोड्यांची पूड, बदामाचे काप व बेदाणे घालावेत.

## ४. शाही ब्रेड

**साहित्य :** ब्रेड, साखर, दूध, तूप, साय अगर क्रीम, पिठीसाखर, वेलदोडे.

**कृती :** ब्रेडचे लांबट, चौकोनी वगैरे आपल्याला पाहिजे त्या आकाराचे तुकडे करावेत. नंतर पुरेसे दूध घेऊन, त्यात ते तुकडे बुडवून घेऊन, लगेच तुपाच्या तळणीत टाकून तळून घ्यावेत. तांबूस रंगावर तळून घ्यावेत. ब्रेडच्या मानाने साखर घेऊन, पातळ पाक करून, त्या पाकात तळलेले पावाचे तुकडे सोडावेत. नंतर ते तुकडे काढून घेऊन एका डिशमध्ये ठेवावेत. दुधाची साय अगर क्रीम व पिठीसाखर एकत्र करून फेसावे. ते फेसलेले मिश्रण पावाच्या तुकड्यांना लावावे आणि त्याच्यावर सबंध चेरी अगर चेरीचे तुकडे, पिस्त्याचे काप व वेलचीची पूड घालावी.

## ५. ब्रेडचे सँडविच

**साहित्य :** ब्रेड, लोणी, टोमॅटो, काकडी, निरनिराळ्या प्रकारच्या हिरव्या चटण्या, टोमॅटो-चटणी, जॅम, जेली, मुरंबे, चीझ, उकडलेला बीट, कांदा, कोरड्या चटण्या वगैरे.

**कृती :** हल्ली बाजारात स्लाईस केलेले ब्रेड मिळतात, ते घ्यावे अगर ब्रेड घेऊन त्याच्या स्लाईसेस् पाडाव्यात. नंतर स्लाईसच्या कडा काढून टाकाव्यात.

दोन स्लाईस घेऊन, त्यांना एका बाजूने लोणी लावावे. हे लोणी बाजारात तयारही मिळते. अथवा घरचे ताजे लोणी घेऊन, त्यात थोडे बारीक मीठ व पाहिजे तर थोडासा लेमन अगर केशरी रंग (खाण्याचा) घालून, लोणी सुरीने चांगले मिसळून घ्यावे. या दोन स्लाईसपैकी एकावर (लोण्याच्या बाजूवर) खालीलपैकी काहीही घालावे व दुसरी स्लाईस त्याच्यावर (लोण्याच्या बाजूने) बसवावी.

१) टोमॅटो अगर काकडी अगर दोन्हींच्या चकत्या, उकडलेल्या बीटचे काप.

२) हिरवी चटणी– खोबऱ्याची, पालकाची, पुदिन्याची, कैरीची अगर अन्य कोणतीही हिरवी चटणी. कोणत्याही हिरव्या चटणीत पालकाचा पाला घातल्यास हिरवा रंग चांगला येतो.

३) वाटलेली चटणी– अमसुलाची अगर कवठाची अगर अनारदाण्याची.

४) कोरडी चटणी– तिळाची, कोरट्याची, शेंगदाण्याची, डाळ्याची वगैरे चटण्या. क्वचितच मेतकूटही घातल्यास एक निराळी चव लागते.

५) जॅम, जेली– कोणत्याही फळाचा जॅम अगर जेली.

६) सॉस, केचप– कोणतेही सॉस अगर टोमॅटो केचप.

७) चीझचे पातळ काप.

८) फळे– आवडत असतील, त्या फळांच्या पातळ चकत्या.

९) बारीक चिरलेला कांदा, अगर काकडी, त्यात गोड दही घालून.

१०) ऑम्लेट अगर त्याच्याचसारखा असणारा मऊ थालीपिठाचा प्रकार.

११) कोणताही मुरंबा.

दोनच्या ऐवजी तीन स्लाईस घेतल्या, तरी चालतील. अशा घेतल्यास दोन्हींमध्ये एक पदार्थ व दुसऱ्या दोन्हींमध्ये दुसरा, असे वरील पदार्थांपैकी घालावे. त्यामुळे रंगाचे वैचित्र्यही आणता येईल.

सँडविच तयार केल्यावर वाटल्यास दोन्ही बाजूंनी ते तिरके कापावे. म्हणजे चार त्रिकोणी तुकडे होतील. अर्थात ते निराळे न करता डिशमध्ये तसेच जोडलेले ठेवावेत.

सँडविच तयार झाल्यावर खावयास घेईपर्यंत ते एका सैलसर फडक्यात गुंडाळून ठेवावेत. म्हणजे सुकून वाकडे होणार नाहीत.

हे सँडविच डिशमध्ये जरा कलात्मक रीतीने मांडून टेबल-सजावटही करता येईल. पिवळे गाजर व कच्चा बीट यांचे लांब बारीक धागे काढता येतात. तसे काढून सँडविचवर टाकल्यास आकर्षक दिसते.

## ६. टोस्ट सँडविच

ब्रेडच्या स्लाइस घेऊन त्या टोस्टरमध्ये अगर तव्यावर थोड्या भाजून घ्याव्या. गरम असतानाच त्यांना लोणी लावून वरील ब्रेड सँडविचप्रमाणे कोणताही पदार्थ दोन स्लाइसमध्ये घालून सँडविच करावेत. हे सँडविच कुरकुरीत व खमंग लागतात.

## ७. सँडविच टोस्ट

**साहित्य :** उकडून घेतलेल्या बटाट्याच्या बारीक फोडी एक वाटी, चिरलेला कांदा अर्धी वाटी, तीन-चार ओल्या मिरच्या, मीठ, साखर, कोथिंबीर, पाव वाटी गोड सायीचे दही, अर्धी वाटी तूप.

**कृती :** बटाट्याच्या फोडी कुस्करून घ्याव्या. मिरच्यांचे बारीक तुकडे करून घ्यावेत. एका पातेल्यात दोन-तीन चमचे तूप घालून, त्यात मिरच्यांचे तुकडे आणि चिरलेला कांदा घालून एक वाफ द्यावी. नंतर त्यात कुस्करलेला बटाटा व चवीप्रमाणे मीठ व साखर घालून ढवळावे व खाली उतरवून ठेवावे. गार झाल्यावर त्यात दही व कोथिंबीर घालावी. नंतर पावाच्या दोन स्लाइस घेऊन त्यांमध्ये वरील तयार केलेले भाजीचे सारण (साधारणपणे स्लाइसच्या जाडीइतके) घालून सँडविच टोस्ट करण्याच्या साच्यात (हा बाजारात मिळतो) घालून भाजून घ्यावे, अथवा तव्यावर तूप टाकून परतून घ्यावे.

## ८. ब्रेडची मिठाई

**साहित्य :** एक मोठा ब्रेड, अर्धा किलो साखर, केशर अगर खाण्याचा केशरी रंग, वेलदोडे.

**कृती :** ब्रेडचे चौकोनी अगर लांबट लहान तुकडे करावेत. साखरेचा पक्का पाक करून, त्यात वेलदोड्यांची पूड व केशर अगर खाण्याचा केशरी रंग घालावा. नंतर ब्रेडचा एक एक तुकडा घेऊन तो पाकात टाकून, पाक सगळीकडून चांगला लागल्यावर काढून ताटात ठेवावा. असे सर्व तुकडे पाकातून काढून निरनिराळे ठेवावेत. निवल्यावर ते तुकडे खुटखुटीत होतील.

## ९. ब्रेडचे रोल : प्रकार १

**साहित्य :** ब्रेड, अर्धा नारळ, ओल्या मिरच्या, कोथिंबीर, लसूण, लिंबू, साखर, मीठ, तूप अगर तेल.

**कृती :** नारळाचे खोवलेले खोबरे व चवीप्रमाणे मिरच्या व मीठ, लसूण, कोथिंबीर, चवीपुरती साखर व लिंबू हे सर्व एकत्र घेऊन चटणी वाटावी. ब्रेडच्या चकत्या (स्लाइस) कराव्यात. थोडे गरम पाणी करून, त्यात त्या चकत्या बुडवून घेऊन, त्या तळहातावर ठेवून दाबाव्यात व पाणी काढून टाकावे व चकत्या फडक्यावर ठेवाव्यात. नंतर त्या चकत्यांना चटणी लावावी व चकत्यांची वळकटी करावी. फडक्याला धरूनच चकतीची वळकटी करीत जावे. चकती जशी जशी वळेल, तसतसे फडके सोडवून घ्यावे. नुसती चकती घेऊन वळकटी करणे जमत नाही, म्हणून फडक्याच्या आधाराने करावी. वळकटी झाल्यावर तिची दोन्ही तोंडे हाताने जरा दाबावीत व नंतर तेल अगर तुपात हे रोल तळून काढावे.

## १०. ब्रेडचे रोल : प्रकार २

**साहित्य :** ब्रेड, बटाटे, ओल्या मिरच्या, मीठ, हळद, साखर, लिंबू, कोथिंबीर, लसूण, आले, मटाराचे दाणे, लोणी.

**कृती :** बटाटे उकडून घेऊन वाटावेत. वाटलेल्या बटाट्यात चवीप्रमाणेच मीठ, हळद व साखर घालावी. लसूण वाटून घालावी व कालवून घ्यावे. मटाराचे दाणे थोडा सोडा घालून वाफवून घ्यावेत. मटार गार झाल्यावर त्यात ओल्या मिरच्या वाटून व कोथिंबीर घालून एकत्र मिसळून घ्यावे. ब्रेडच्या चकत्या (स्लाइस) करून घ्याव्यात व त्यांच्या बाजूच्या कठीण कडा काढून टाकाव्यात. नंतर त्या चकत्या लाटण्याने लाटून पातळ कराव्यात. चकतीवर बटाट्याचे वाटलेले मिश्रण पाव इंच जाडीचे पसरावे व चकतीच्या मध्यावर दोन्ही टोकांपर्यंत मटाराच्या दाण्यांची एक ओळ घालावी. नंतर चकतीची गुंडाळून वळकटी करावी. ह्या चकत्यांची गुंडाळी करणे अवघड जाते. म्हणून हवे तर या चकत्या थोडा वेळ ओल्या फडक्यात घालून ठेवाव्यात व नंतर वरील प्रकार १ मध्ये दिल्याप्रमाणे फडक्याच्या आधाराने गुंडाळी करावी. वळकटी केल्यावर बटाट्याचा पिवळा, पावाचा पांढरा व मटाराचा हिरवा असे तीन रंग दिसतील. नंतर त्या वळकट्या तेलात अगर तुपात तळून काढाव्यात अगर वर लोणी लावून ओव्हनमध्ये ठेवून भाजून काढाव्यात.

## ११. ब्रेडचे रोल : प्रकार ३

**साहित्य :** ब्रेड, ओले खोबरे, साखर, वेलदोडे, इसेन्स, गुलकंद, कोणत्याही फळाचा जॅम अगर जेली.

**कृती :** वरील प्रकार २ मध्ये दिल्याप्रमाणे ब्रेडच्या चकत्या करून, त्या लाटून पातळ कराव्यात. साखर व खोबरे मिसळून व शिजवून त्याचे सारण करावे. त्यात वेलदोड्यांची पूड व हवा असल्यास आवडत असेल, तो रोझ अगर व्हॅनिला, अगर दुसरा आवडेल, तो इसेन्स घालावा. नंतर वरील चकत्यांवर हे सारण पसरावे अगर साखर-खोबऱ्याच्या सारणाऐवजी नुसता गुलकंद अगर कोणत्याही फळाचा जॅम अगर जेली पसरावी. नंतर वरील प्रकार २ मध्ये दिल्याप्रमाणे चकत्यांची गुंडाळी करून वळकटी करावी व त्याला लोणी लावून ओव्हनमध्ये भाजून काढावे.

## १२. ब्रेडचे पुडिंग

**साहित्य :** एक कप भरून ब्रेडचे तुकडे, पाच चमचे साखर, एक कप दूध, एक अंडे अगर लिंबाएवढे लोणी, व्हॅनिला अगर दुसरा आवडेल तो इसेन्स.

**कृती :** थोड्या दुधात ब्रेडचे तुकडे भिजवून ठेवावेत. अंडे घालावयाचे असल्यास ते फेसून पावावर घालावे. अंडे घालावयाचे नसल्यास, राहिलेल्या दुधात लोणी घालून चमच्याने फेसावे व पावावर घालावे. नंतर व्हॅनिला अगर आवडत असेल तो इसेन्स अगर वेलदोड्यांची पूड पावावर घालून, चमच्याने चांगले कालवावे. हे सर्व एका भांड्यात ओतावे व वर झाकण ठेवून, कुकरमधून शिजवून काढावे. नंतर ते रेफ्रिजरेटरमध्ये अगर बर्फात गार करावयास ठेवावे.

## १३. ब्रेड + सफरचंद पुडिंग

**साहित्य :** दोन सफरचंदे, एक शिळा पाव (ब्रेड), दूध, लोणी, साखर.

**कृती :** पावाचे तुकडे करून लोणी व साखर लावून ठेवावे. सफरचंदाची साल काढून, त्याचे बारीक तुकडे करून शिजवून घ्यावेत. पाव भिजेल, इतके दूध घेऊन त्यात पावाचे तुकडे भिजवावेत व हाताने जरा कुस्करून घ्यावे. नंतर एका भांड्याला लोण्याचा हात लावून, त्यात प्रथम थोडा पावाचा थर घालावा. त्यावर थोडे सफरचंदाचे तुकडे घालून थर द्यावा. त्याच्यावर पुन्हा पावाचा थर घालावा. याप्रमाणे एकावर एक असे दोन-तीन थर घालून नंतर ओव्हनमध्ये अगर खाली-वर निखारे ठेवून भाजून काढावे.

### १४. मेक्सिकन् पुडिंग

**साहित्य :** एक संत्रे, दोन केळी, अर्धी वाटी द्राक्षे, दोन चिक्कू, चार चमचे साखर, ग्लूकोजची आठ-दहा बिस्किटे, ब्रेडच्या चार चकत्या (स्लाइस), कस्टर्ड पावडर दोन चमचे, एक कप दूध, एक कप क्रीम, लिंबू.

**कृती :** सर्व फळे बारीक चिरून, त्याला लिंबाचा रस (दोन-तीन थेंब) लावून ठेवावा. एक कप दुधात कस्टर्ड तयार करावे. एका डिशमध्ये पावाच्या दोन स्लाइस ठेवाव्यात. त्यावर चार-पाच बिस्किटे मोडून घालावीत. त्यावर कस्टर्ड घालावे. मग त्याच्यावर फळांचे तुकडे घालावेत. नंतर राहिलेल्या पावाच्या दोन स्लाइस घालाव्यात व त्यावर राहिलेल्या बिस्किटांचे तुकडे घालावेत. नंतर त्यावर क्रीम ओतावे व चेरीचे डेकोरेशन करून ही डिश रेफ्रिजरेटरमध्ये सहा तास ठेवून द्यावी.

## २. केक

### १. रव्याचा केक

**साहित्य :** दीड वाटी रवा, एक वाटी दूध, एक वाटी दही, एक वाटी साखर, सात-आठ वेलदोडे, बेदाणे, चिमूटभर खाण्याचा सोडा, अर्धी वाटी साजुक तूप अगर लोणी, खाण्याचा केशरी रंग.

**कृती :** प्रथम दह्यात साखर घालून चांगले घोटून घ्यावे. नंतर त्यात दूध, रवा, वेलदोड्यांची पूड, बेदाणे, थोडेसे मीठ, तूप, सोडा व हवा असल्यास इसेन्स व रंग घालून पुन्हा चांगले खूप घोटावे. नंतर हे मिश्रण तसेच चार ते पाच तास ठेवून द्यावे. नंतर एका पसरट भांड्याला एक चमचा तूप लावून त्यात ते मिश्रण ओतावे. नंतर ओव्हनमध्ये ते भांडे ठेवून केक भाजून घ्यावा. ओव्हन नसल्यास मंद विस्तवावर एक जाड तवा ठेवून, त्यावर वाळू घालावी व त्यावर ते भांडे ठेवावे. त्या भांड्यावर दुसरा जाड तवा ठेवून, त्यावरही तापलेली वाळू घालावी.

### २. केक (अंड्याचा अगर बिनअंड्याचा)

**साहित्य :** २५० ग्रॅम मैदा, १२५ ग्रॅम खोवलेले खोबरे, १७५ ग्रॅम साखर, चार चमचे डालडा, दोन चमचे बेकिंग पावडर, आठ चमचे दूध, एक अंडे, पाव चमचा व्हॅनिला इसेन्स.

**कृती :** मैदा व बेकिंग पावडर एकत्र करून चाळणीने चाळून घ्यावे. नंतर दूध,

साखर, डालडा, अंड्यातील बलक व खोबरे हे सर्व एकत्र करून खूप फेसून घ्यावे. अथवा मिक्सर असल्यास त्यात घालून एकजीव करून घ्यावे. नंतर त्यात मैदा व बेकिंग पावडर यांचे मिश्रण घालून, चांगले मिसळून, सारखे करून घ्यावे. नंतर केकच्या भांड्याला खाली व बाजूने तूप लावून त्यावर सगळीकडून थोडासा मैदा घालावा व सगळीकडे मैदा लागल्यावर भांडे पालथे करावे, म्हणजे जास्तीचा मैदा निघून येईल. याला केक-पॅन तयार करून घेणे असे म्हणतात. त्यामुळे केक भांड्याला चिकटत नाही. याप्रमाणे भांडे तयार केल्यावर केकचे मिश्रण आत ओतावे व बदामी रंग येईपर्यंत ओव्हनमध्ये भांडे ठेवून केक तयार करावा.

हा केक अंडे न घालता होतो. अंडे न घातल्यास बेकिंग पावडर जरा जास्त घालावी.

## ३. मॉर्निंग केक

**साहित्य :** एक मोठा कप मैदा, पाऊण कप साखर, अर्धा कप दूध, दोन सपाट चमचे बेकिंग पावडर, चार चमचे डालडा, एक अंडे, चार चमचे गुळी साखर, अर्धा चमचा दालचिनी पूड, दोन चमचे लोणी, काजू, बदाम व मनुका.

**कृती :** साखर, दूध, बेकिंग पावडर, डालडा, अंड्यातील बलक हे सर्व एकत्र करून फेसावे अगर मिक्सरमध्ये घालून मिसळून घ्यावे. नंतर त्यात मैदा मिसळून मिश्रण सारखे करावे. नंतर वरील केकच्या कृतीत दिल्याप्रमाणे केकच्या भांड्याला डालडा व मैदा लावून घेऊन त्यात वरील मिश्रण ओतावे. मिश्रण एक इंच जाड होईल, अशा आकाराचे भांडे घ्यावे. सर्व मिश्रण भांड्यात ओतल्यावर त्यावर लोणी पातळ करून घालावे. गुळीसाखर, काजूच्या फाकी, बदामाचे काप, मनुका हे सर्व एकत्र कालवून लोण्यावर घालावे व मग ओव्हनमध्ये ठेवून केक भाजून घ्यावा.

## ४. बनाना (केळ्याचा) केक

**साहित्य :** एक वाटी साखर, दोन वाट्या मैदा, अर्धा कप लोणी अगर डालडा, दोन अंडी, एक चमचा सोडा, एक चमचा बेकिंग पावडर, थोडे दूध, पाव चमचा मीठ, चांगली तयार झालेली तीन केळी, पाव चमचा लिंबाचा रस.

**कृती :** साखर, लोणी आणि मीठ एकत्र करून चांगले मिसळावे. नंतर त्यात अंड्याचा बलक, लिंबाचा रस व केळी बारीक कुस्करून घालावी व मिश्रण सारखे करावे. मैदा, सोडा व बेकिंग पावडर एकत्र मिसळून चाळून घ्यावे व तो मैदा वरील मिश्रणात घालून चांगले कालवून घ्यावे. घट्ट वाटल्यास थोडे दूध घालावे. केकच्या

भांड्याला डालड्याचा हात लावून त्यात वरील मिश्रण ओतून ओव्हनमध्ये केक भाजून काढावा.

## ५. चेरी केक

**साहित्य :** तीन वाट्या मैदा, दोन वाट्या साखर, तीन अंडी, एक वाटी लोणी, पाव चमचा मीठ, दोन सपाट चमचे बेकिंग पावडर, लिंबाची किसलेली साल, अंदाजे एक सपाट वाटी चेरीची फळे, भिजविण्यापुरते दूध.

**कृती :** साखर व लोणी एकत्र फेसून घ्यावे. नंतर त्यात अंड्यातील बलक घालून मिश्रण सारखे करावे. मैदा, मीठ आणि बेकिंग पावडर एकत्र मिसळून, चाळून घ्यावे. त्यात लिंबाची किसलेली साल घालावी व हे पीठ लोणी, साखर व अंडी यांच्या तयार करून घेतलेल्या मिश्रणात घालून हलक्या हाताने कालवावे. चेरीची फळे अर्धी कापून, त्या तुकड्यांना थोडासा मैदा लावून, ते तुकडे वरील तयार केलेल्या मिश्रणात घालावेत व पुरेसे दूध घालून पीठ भिजवावे व सैलसर गोळा तयार करून घ्यावा. केकच्या भांड्याला आतून तुपाचा हात लावून वरीलप्रमाणे तयार केलेले पीठ त्या भांड्यात घालावे व भांडे ओव्हनमध्ये ठेवून मंद आचेवर केक भाजून घ्यावा.

## ६. ऑरेंज केक

**साहित्य :** दोन वाट्या मैदा, पाऊण वाटी लोणी, एक वाटी साखर, तीन अंडी, पाव चमचा मीठ, दीड सपाट चमचा बेकिंग पावडर, एक संत्रे.

**कृती :** साखर व लोणी एकत्र करून पांढरा रंग येईपर्यंत फेसावे. नंतर त्यात अंड्यातील बलक थोडा थोडा व वरचेवर ढवळत-ढवळत घालावा. मैदा, मीठ व बेकिंग पावडर एकत्र करून चाळणीतून चाळून घ्यावे. संत्र्याची साल किसून घेऊन ती त्यात घालावी. तसेच संत्र्याचा रस व वरील तयार करून घेतलेले लोणी व साखर यांचे मिश्रण मैद्यात घालावे व पीठ एकजीव होईल, असे कालवून घ्यावे. नंतर केकच्या भांड्याला आतून तुपाचा हात लावून, त्या भांड्यात तयार केलेले पीठ घालावे व ते भांडे ओव्हनमध्ये ठेवून मंद आचेवर केक भाजून घ्यावा.

## ७. फाऊंडेशन केक

**साहित्य :** मैदा ३७५ ग्रॅम (अंदाजे मोठा दीड कप), बेकिंग

पावडर, दोन सपाट चमचे तूप किंवा लोणी अर्धी वाटी, साखर १८५ ग्रॅम, अंडी दोन, दूध अर्धा कप (अंडी मोठी असल्यास दूध जरा कमी घ्यावे), व्हॅनिला इसेन्स अर्धा चमचा.

**कृती :** बेकिंग पावडर, तूप किंवा लोणी, साखर, अंड्यातील बलक आणि दूध एकत्र करून, मिक्सरमधून एकजीव करून घ्यावे. मिक्सर नसल्यास अंडी व तूप वेगवेगळे फेसून मग सर्व जिन्नस एकत्र करून चांगले मिसळून फेसावेत. ह्या मिश्रणावर मैदा व इसेन्स घालावा. सर्व मिश्रण श्रीखंडाइतपत पातळ ठेवावे व त्याकरिता लागल्यास थोडे दूध घालावे. हे मिश्रण पुन्हा एकाच दिशेने आणखी थोडे फेसावे. नंतर केकच्या भांड्याला आतून सगळीकडे तूप लावून, त्यावर थोडा मैदा घालून, तो सर्व बाजूंनी चिकटून बसेल, एवढा ठेवून, बाकीचा भांडे पालथे करून काढून घ्यावा. केककरिता भांडे छोटेच घ्यावे व त्यात वरील मिश्रण घालून, ओव्हनमध्ये ठेवून, केक तयार करावा. केक व्हायला साधारणपणे तीस ते पस्तीस मिनिटे लागतील. वरील साहित्याचे साधारण दहा केक तयार होतील.

## ८. फिरकी (अपसाइड-डाऊन) केक

**साहित्य :** वर दिलेले फाऊंडेशन केककरिता लागणारेच सर्व साहित्य. शिवाय अननसाच्या चकत्यांचा डबा, काजू, चेरी किंवा मनुका किंवा खजूर.

**कृती :** अननसाच्या चकत्या फडक्यावर दोन तास पसरुन सुकत ठेवाव्यात. केकच्या भांड्याला नेहमीप्रमाणे सर्व बाजूंनी डालडा व मैदा लावतो, तसे न करता फक्त बाजूंनीच डालडा व मैदा लावावा. खाली फक्त डालडाच लावावा. नंतर अननसाच्या चकत्या भांड्याच्या तळावर एकमेकांना लागून बसवाव्यात. चकत्यांच्या मधील भोकांत चेरी, मनुका अगर खजूर यांपैकी काहीही भरावे व चकत्या सोडून जो भाग मोकळा राहतो, त्यात काजूचे तुकडे भरावे. नंतर फाऊंडेशन केकप्रमाणे मिश्रण तयार करून ते त्या चकत्यांवर ओतावे व ओव्हनमध्ये ठेवून केक भाजून घ्यावा.

भांड्यातून केक काढून घेऊन डिशमध्ये ठेवताना खालची बाजू (म्हणजे अननसाच्या चकत्या असलेली) वर करून ठेवावी. अननसाच्या चकत्या व फळे यांच्यामुळे त्या बाजूवर चांगले डिझाइन दिसेल.

## ९. स्पाँज केक

**साहित्य :** एक वाटी मैदा, चिमटीभर मीठ, तीन अंडी, अर्धी

वाटी (थोडी जास्त) साखर, लिंबाची किसलेली साल.

**कृती :** मैदा व मीठ एकत्र चाळून घ्यावे. गरम पाण्यावर एक थाळी ठेवून, त्या थाळीत अंड्यातील बलक व साखर घालून एकत्र फेसावे. नंतर त्यात चाळून घेतलेले मैदा व लिंबाची किसलेली साल घालून मिश्रण चांगले कालवावे. केकच्या भांड्याला आतून तुपाचा हात व त्यावर एक चमचा मैदा व एक चमचा साखर यांच्या मिश्रणाचा हात लावावा. त्यात वरील तयार करून घेतलेले मैद्याचे मिश्रण घालावे व भांडे ओव्हनमध्ये ठेवून मंद आचेवर केक भाजून घ्यावा.

## १०. जॅम-रोल केक

**साहित्य :** दोन अंडी, चार चमचे मैदा, चार चमचे साखर, अर्धा चमचा बेकिंग पावडर, जॅम, व्हॅनिला इसेन्स.

**कृती :** अंड्यातील पिवळा भाग व साखर एकत्र करून फेसावे. मैद्यामध्ये बेकिंग पावडर मैदा चाळणीने चाळून घ्यावा. त्या मैद्यात अंड्यातील पांढरा भाग, तसेच, साखर व पिवळा भाग यांचे फेसून घेतलेले मिश्रण व इसेन्स घालून एकत्र कालवावे, (ते फेसावयाचे नाही). तयार केलेले मिश्रण केक पॅनमध्ये पाव इंच जाडीचे होईल, एवढे ओतावे व ओव्हनमध्ये ठेवून भाजून घ्यावे. केक भाजून होण्यास फार वेळ लागत नाही. भाजून झाल्यावर ओल्या फडक्यावर पॅन पालथे घालावे. केक सुटून आल्यावर त्यावर जॅम पसरावा व त्याचा रोल करावा (गुंडाळी करावी). तो रोल तसाच पाच-दहा मिनिटे ओल्या फडक्यात गुंडाळून ठेवावा. नंतर त्याच्या चकत्या कापून, त्या चकत्यांवर खावयास द्यावयाच्या वेळी हवे असल्यास आईस्क्रीम अथवा कस्टर्ड तयार करून घालावे अगर नुसतेच चेरी वगैरे घालून डेकोरेशन करावे.

## ११. अमेरिकन लोफ

**साहित्य :** एक वाटी मैदा, एक वाटी आटा, एक वाटी दही, पाव वाटी लोणी, दोन अंडी, एक कप साखरेचा अगर गुळाचा पाक अगर मध, चिमटीभर मीठ, दोन चमचे सोडा, बेदाणे.

**कृती :** आटा व मैदा एकत्र करून, त्यात सोडा व मीठ घालून सर्व चाळणीतून चाळून घ्यावे. नंतर त्या पिठात लोणी घालून, चांगले कालवून, सारखे करावे. नंतर अंडी फेटून घेऊन ती व दही आणि साखरेचा अगर गुळाचा पाक अगर मध वरील पिठात घालून मिश्रण हाताने चांगले कालवून घ्यावे व नंतर डब्यात अगर केकच्या भांड्यात घालून वर बटरपेपर घालावा. साधारणपणे तीन तास ते भांडे वाफेवर

शिजत ठेवावे.

विशेष म्हणजे, हा लोफ करण्यास ओव्हनची जरुरी लागत नाही.

### १२. डोनट

**साहित्य :** दीड कप मैदा, एक अंडे, दीड चमचा बेकिंग पावडर, पाव कप साखर (आवडीप्रमाणे कमी किंवा जास्त करावी), पाव कप मोहन (डालडा किंवा तूप), थोडे मीठ, व्हॅनिला.

**कृती :** प्रथम अंड्यातील पांढरा व पिवळा भाग वेगवेगळे करून चांगले फेसावेत, मैद्यात किंचित मीठ, बेकिंग पावडर व मोहन घालून चांगले मिसळावे. नंतर प्रथम अंड्यातील पांढरा भाग मैद्यात घालावा व चांगले मिसळावे. नंतर साखर, व्हॅनिला व अंड्यातील पिवळा भाग घालावा व मैदा भिजवावा. साधारणपणे अंड्यातच मैदा भिजेल. न भिजल्यास दुधाचा हात लावावा. नंतर ते भिजवलेले पीठ दोन-तीन तास ठेवावे व मग पोळी लाटून, डोनटचा साचा मिळतो, त्याने कापून, डोनट गुलाबी रंगावर तुपात अगर डालडामध्ये तळावेत. डोनट पंधरा-वीस दिवस राहतात. हवे असल्यास डोनट तळल्यावर बारीक साखरेत घोळावेत.

## ३. बिस्किटे

### १. लोण्याची बिस्किटे

**साहित्य :** अर्धा किलो मैदा, एक वाटी दही, पाव किलो साखर, पाच ग्रॅम अमोनिया, एक चमचा सोडा, पाव किलो लोणी.

**कृती :** लोणी, साखर, दही, अमोनिया व सोडा हे सर्व एका थाळीत अगर परातीत एकत्र करून चांगले फेसावे. नंतर त्यात मैदा घालून, एकत्र मिसळून, मळावे. पीठ घट्ट वाटल्यास आणखी थोडे दही घालावे. एक तासभर हे पीठ ठेवून द्यावे. नंतर पोळ्या लाटून, बिस्किटे कापून घेऊन, खाली-वर निखारे ठेवून अगर ओव्हनमध्ये भाजावीत.

### २. मलई बिस्किटे

**साहित्य :** अर्धा किलो मैदा, पाव किलो साखर, दोन वाट्या सायीचे दही, पाच ग्रॅम अमोनिया, दोन चमचे बेकिंग पावडर, अर्धा चमचा सोडा, एक वाटी तूप, व्हॅनिला अगर कोणता आवडत

असेल, तो इसेन्स.

**कृती :** मैद्यात बेकिंग पावडर व सोडा घालून चांगले मिसळावे. दही, साखर, तूप व अमोनिया हे सर्व एकत्र करून हाताने फेसून घ्यावे. नंतर त्यात वरील मिसळलेला मैदा घालून पीठ मऊसर भिजवावे. फार घट्ट वाटल्यास थोडे दूध घालावे. आदल्या दिवशी पीठ तयार करून ठेवून दुसऱ्या दिवशी त्याची जाड पोळी लाटावी व बिस्किटे कापून, ती खालीवर निखारे ठेवून अगर ओव्हनमध्ये भाजावीत.

## ३. शुगर-कुकी

**साहित्य :** एक वाटी मैदा, एक वाटी साखर, अर्धी वाटी लोणी अगर डालडा, एक अंडे, दोन चमचे बेकिंग पावडर, पाव चमचा मीठ, पाऊण वाटी दूध, एक चमचा व्हॅनिला इसेन्स.

**कृती :** साखर, लोणी अगर डालडा व मीठ एकत्र करून चांगले फेसावे. त्यात अंडे फोडून त्याचा बलक घालावा व मिश्रण सारखे करावे. नंतर त्यात मैदा, बेकिंग पावडर, दूध व व्हॅनिला इसेन्स घालून, सर्व जिन्नस चांगले मिसळून व मळून गोळा तयार करावा. तो गोळा पोळपाटावर लाटून, पाहिजे त्या आकाराची बिस्किटे पाडावीत व ओव्हनमध्ये भाजावीत.

## ४. क्रीम बिस्किटे

**साहित्य :** पाऊण वाटी मैदा, अर्धी वाटी साखर, पाव वाटी लोणी, चार चमचे भरून कस्टर्ड पावडर किंवा कॉर्नफ्लोअर, व्हॅनिला इसेन्स साधारणपणे अर्धा चमचा, एक अंडे.

**कृती :** साखर, लोणी व इसेन्स एकत्र करून चांगले फेसावे. मैदा व कस्टर्ड पावडर (अगर कॉर्नफ्लोअर) एकत्र करून चाळावे. चाळून घेतलेले पीठ वरील लोणी-साखरेच्या मिश्रणात घालावे. नंतर त्यात अंड्याचा बलक घालून, मिश्रण सारखे करून घ्यावे. पोळपाटावर पीठ लावून त्यावर तो गोळा लाटावा व एक इंच रुंद व दोन इंच लांब असे तुकडे कापून ओव्हनमध्ये भाजून घ्यावेत.

पाव वाटी लोणी व पाऊण वाटी दळलेली साखर घ्यावी. लोणी खूप फेसावे व त्यात थोडी थोडी साखर घालत जाऊन, ते मिश्रण खूप मळावे. त्यात थोडा व्हॅनिला इसेन्स घालावा. याप्रमाणे बटर आईसिंग क्रीम तयार करून घ्यावे. नंतर वरीलप्रमाणे तयार करून घेतलेल्या बिस्किटांपैकी (गार झाल्यावर) दोन-दोन बिस्किटांमध्ये आईसिंग क्रीम घालून व ती एकमेकाला चिकटवून क्रीम बिस्किटे तयार करावीत.

## ५. काजू बिस्किटे

**साहित्य :** एक वाटी मैदा, एक वाटी दळलेली साखर, दूध, एक वाटी काजूची पूड, पाच चमचे तूप, एक चमचा बेकिंग पावडर, बदामाचा इसेन्स.

**कृती :** काजूची पूड यंत्राने करून घ्यावी. मैदा, दळलेली साखर, तूप, बेकिंग पावडर व काजूची पूड एकत्र करून, त्यात इसेन्स घालावा व चांगले एकत्र मिसळून घ्यावे. हे मिश्रण भज्याच्या पिठाइतपत घट्ट होईल, इतके त्यात दूध घालावे व मिश्रण कालवून सारखे करावे. नंतर थाळीला तुपाचा हात लावून त्यावर त्या मिश्रणाची हाताने बत्ताशासारखी बिस्किटे घालून ओव्हनमध्ये ठेवून भाजून काढावीत.

## ६. श्रूजबेरी बिस्किटे

**साहित्य :** पाऊण किलो मैदा, पाव किलो बारीक रवा, अर्धा किलो लोणी, बारीक साखर अर्धा किलो (वाटल्यास थोडी जास्त), खवा (मावा) अर्धा किलो अगर कन्डेन्स्ड मिल्क, अर्धे जायफळ (बारीक पूड), दालचिनीचा दोन इंच लांबीचा तुकडा (बारीक पूड करून), सात ग्रॅम अमोनिया, पाव चमचा मीठ, दूध.

**कृती :** मैदा, रवा, साखर, जायफळाची पूड, दालचिनीची पूड, मीठ व अमोनिया एकत्र करून, मिसळून, बारीक चाळणीने चाळून घ्यावे. नंतर त्यात लोणी घालून कालवावे व कन्डेन्स्ड मिल्क किंवा खवा घालावा व पीठ घट्ट होईल, इतपत दूध घालून भिजवावे व गोळा करावा. तो गोळा तीन-चार तास तसाच ठेवून द्यावा. नंतर पाट्यावर कुटून मऊ करावा. नंतर पोळपाटावर लाटून, पाहिजे त्या आकाराची बिस्किटे कापून, बिस्किटपात्रात अगर ओव्हनमध्ये ठेवून भाजून काढावीत.

## ७. खारी बिस्किटे : प्रकार १

**साहित्य :** मैदा अर्धा किलो, लोणी १२५ ग्रॅम, मीठ ६ ग्रॅम, अमोनिया ३ ग्रॅम, दालचिनी, लवंग, जिरे, धने, हिंग, मिरे व सुंठ हे सात जिन्नस कुटून एकत्र केलेल्या मसाल्याची पूड ९ग्रॅम, दूध व पाणी.

**कृती :** मैदा, अमोनिया, मसाल्याची पूड व मीठ एकत्र करून बारीक चाळणीने चाळून घ्यावे. नंतर त्यात लोणी घालावे आणि दूध व पाणी समभाग घालून, घट्ट गोळा भिजवावा. तो गोळा तीन-चार तास तसाच ठेवून द्यावा व नंतर पाट्यावर कुटून मऊ करावा. नंतर पोळपाटावर लाटून, आवडत असतील, त्या आकाराची

बिस्किटे कापून, बिस्किटपात्रात अगर ओव्हनमध्ये ठेवून भाजून काढावीत.

## ८. खारी बिस्किटे : प्रकार २

**साहित्य :** मैदा पाव किलो, निरसे दूध एक कप, कॉर्नफ्लोअर एक वाटी, दोन चमचे लोणी, दोन चमचे मीठ.

**कृती :** मैद्यात एक वाटी लोणी व मीठ घालून, मैदा दुधात सैलसर भिजवून, दोन तास ठेवून द्यावा. नंतर थोडासा कुटावा. एक चमचा लोण्यात कॉर्नफ्लोअर मिसळून चांगले फेसावे. त्यातील थोडे त्या पिठाला लावून पुन्हा पीठ कुटावे. नंतर चिराट्यांप्रमाणे पोळ्या लाटाव्यात. प्रत्येक पोळीला कॉर्नफ्लोअर व लोणी यांचे फेसून ठेवलेले मिश्रण लावावे व एकावर एक अशा तीन पोळ्या पसराव्यात. एकावर एक पोळी घातल्यावर त्याची चिरोट्याप्रमाणे घडी घालावी व त्याचे एक इंचाचे तुकडे पाडून, ते ओव्हनमध्ये भाजून घ्यावेत. ओव्हन नसल्यास तव्यावर वाळू घालून भाजून काढावेत.

**टीप :** मैदा दुधाऐवजी पाण्यात भिजविला, तरी चालेल.

## ९. नानकटाई

**साहित्य :** अर्धा किलो मैदा, पाव किलो तूप, पाव किलो साखर, चिमटीभर सोडा, वेलदोडे, पिस्ते, चारोळी, जायफळ, केशर.

**कृती :** तूप व साखर एकत्र करून चांगले फेसावे, मग त्यात थोडा थोडा मैदा टाकून सारखे करावे. नंतर वेलचीची पूड व सोडा घालून पीठ मळावे. मैद्याचा गोळा चांगला मऊसर होईपर्यंत तिंबावा, नंतर त्यात केशर अगर जायफळ (पूड करून) घालावे. नंतर पेढ्यासारख्या लाट्या करून, त्यांवर पिस्त्याच्या पातळ चकत्या अगर चारोळी अथवा दोन्ही घालावीत. पिस्त्याचे काप व चारोळी यांचे त्याच्यावर डिझाइन केल्यास चांगले दिसेल.

पत्र्याच्या ट्रेला अगर थाळीला तुपाचा हात लावून, त्यावर लाट्या अंतरा-अंतराने ठेवाव्यात. मोठ्या तोंडाच्या शेगडीवर, मंद विस्तवावर ट्रे अगर थाळी ठेवून त्यावर झाकण घालावे व वर निखारे घालावेत, अगर ओव्हन असल्यास ओव्हनमध्ये ठेवून भाजून काढावे.

## १०. मधुगोल

**साहित्य :** एक वाटी कंडेन्स्ड मिल्क, एक वाटी मैदा, पाव

वाटी लोणी, एक सपाट चमचा बेकिंग पावडर, अर्धा चमचा खाण्याचा सोडा, अर्धी वाटी कोणत्याही फळाचा जॅम, एक चमचा पिठीसाखर, बटरपेपर, इसेन्स.

**कृती :** केकच्या चौकोनी ट्रेला तुपाचा हात फिरवून त्यावर मैदा भुरभुरावा. ट्रे उलटा करून जास्तीचा मैदा काढून टाकावा.

मैदा, बेकिंग पावडर व सोडा एकत्र करून, हे मिश्रण चाळून घ्यावे. पातेल्यात लोणी मंद आचेवर विरघळवून घ्यावे. आच बंद करून, लोणी थोडे गार झाल्यावर त्यावर मैदा, कंडेन्स्ड मिल्क, एक चमचा आवडीचा इसेन्स व जरुरीइतकेच पाणी घालून एकजीव घोटावे. हे मिश्रण ट्रेमध्ये ओतून सारखे पसरावे व गरम करून घेतलेल्या ओव्हनमध्ये ट्रे ठेवून ४५०° तापमानावर दहा मिनिटे भाजावे. हे मिश्रण जास्त भाजू नये. चमच्याने दाबून पाहता ते थोडे दाबले गेले पाहिजे व असे भाजूनहोताच ट्रे बाहेर काढावा. बटरपेपरवर पिठीसाखर भुरभुरून, त्यावर ट्रे उपडा करून आतले मिश्रण पडले, म्हणजे त्यावर जॅम सगळीकडे पसरून लावावा. बटरपेपरसकट मिश्रणाची बोटाचा दाब देऊन गुंडाळी करावी. जमले, तर गुंडाळी करत असताना पेपर सोडवून घेत जावे. थंड झाल्यावर त्याच्या चकत्या कराव्या. थंड करून घेतलेल्या फळांच्या फोडी क्रीम किंवा तयार कस्टर्ड घालून खावयास द्यावे.

◆

# भाग ९ काही गुजराती पदार्थ

घिवर व बालुशाही

मैद्याच्या फरसबी शेंगा व रंगीत शंकरपाळी । बाकरवडी

मेथीचे ठेपले

सुरळीच्या वड्य

# भाग ९ काही गुजराती पदार्थ

## १. डाळ (आमटी)

**साहित्य :** एक वाटी तूर डाळ, दोन चमचे लाल तिखट, पाव वाटी गूळ, दोन चमचे मीठ, एक चमचा हळद, तीन चार पांढरी अमसुले (ओट) किंवा लिंबू, चार-पाच ओल्या मिरच्या, एक चमचा जिऱ्याची पूड, दोन चमचे धन्याची पूड, एक इंच आल्याचा तुकडा, कोथिंबीर, फोडणीचे साहित्य.

**कृती :** डाळ चांगली शिजवून, ती रवीने घुसळून घ्यावी. त्यात लाल तिखट, हळद, मीठ, धन्या-जिऱ्याची पूड, अमसुले (ओट) किंवा लिंबाचा रस व गूळ घालावा. ओल्या मिरच्या उभ्या चिरून टाकाव्यात. आल्याचे बारीक तुकडे करून घालावेत. नंतर तेल तापवून त्यात जिरे, मोहरी, हिंग, हळद व कढीलिंब घालून फोडणी करावी. ही फोडणी वरील डाळीत घालावी. आपल्याला आवडेल, इतपत पाणी घालून आमटी दाट अगर पातळ करून चांगली उकळावी. नेहमीच्या आमटीपेक्षा या आमटीचा रंग चांगला दिसतो व एक वेगळी व चांगली चव लागते.

## २. ओसामण

**साहित्य :** तुरीची डाळ दोन वाट्या, पाव वाटी गूळ, सुपारीएवढी चिंच, चवीपुरते मीठ, एक चमचा तिखट, चार-पाच लवंगा, एक इंच दालचिनीचा तुकडा, आले, चार-पाच ओल्या मिरच्या, कढीलिंब, कोथिंबीर, फोडणीचे साहित्य.

**कृती :** तुरीची डाळ जास्त पाण्यात म्हणजे साधारण आठ ते दहा वाट्या पाणी घालून शिजत ठेवावी. डाळ चांगली शिजल्यावर ती चाळणीत ओतून, ते पाणी

एका पातेल्यात घ्यावे. नंतर त्या पाण्यात चिंच, मीठ व गूळ घालावा. आल्याचे तुकडे करून व मिरच्या उभ्या चिरून टाकाव्यात. फोडणी करून त्यात लवंगा, दालचिनी व कढीलिंब घालून ती फोडणी वरील पाण्याला द्यावी व ते पाणी बराच वेळ उकळावे. उकळून झाल्यावर त्यात कोथिंबीर टाकावी. हे ओसामण हा आमटीचाच प्रकार असून ते चवीला फार रुचकर लागते.

पाणी काढून घेतल्यावर जी शिजलेली डाळ राहते, त्यात मीठ, हळद, हिंग व पाणी घालून ते भातावर वरण म्हणून घ्यावे. अथवा हळद, हिंग, मीठ, चिंच, गूळ, तिखट, थोडे पाणी व फोडणी घालून दाट वरण आमटीप्रमाणे करावे.

## ३. उंधियुँ

**साहित्य :** अर्धा किलो सुरती पापडी, पाव किलो सुरण, सहा बारीक वांगी, तीन साधारण पिकलेली केळी, पाव किलो रताळी, पाव किलो फ्लॉवर, पाव किलो गोराडू (कोनफळ), एक वाटी वालाचे ओले दाणे, पाव किलो जरा लहान आकाराचे बटाटे, कोवळ्या मेथीची एक जुडी, एक वाटी कणीक, अर्धी वाटी चण्याच्या डाळीचे पीठ, लाल तिखट, मीठ, धन्या-जिऱ्याची पूड, साखर, ओवा, हिंग, हळद, गोडा मसाला, तेल, लिंबू.

**कृती :** सर्व भाज्या स्वच्छ धुऊन घ्याव्यात. मेथी निवडून, बारीक चिरून घ्यावी. त्यात कणीक, चण्याचे पीठ, चवीप्रमाणे (अंदाजाने) तिखट व मीठ, धन्या-जिऱ्याची पूड, चवीपुरती साखर, हिंग, थोडी हळद, असे सर्व जिन्नस घालून व जरा जास्त तेलाचे मोहन घालून, एकत्र मिसळावे व चांगले कालवून त्याचे लहान लहान मुटके करावेत व ते तेलात तळून काढावेत. पापडी निवडून घ्यावी व त्याला पाव चमचा सोडा व दोन चमचे तेल लावून ठेवावे. प्रत्येक केळ्याचे सालासकट तीन-तीन तुकडे करावेत. रताळ्याचे मोठे मोठे तुकडे करावेत. सुगरणाच्या मोठ्या फोडी कराव्यात. गोराडूच्याही मोठ्या फोडी कराव्यात. फ्लॉवर चिरून मोठे मोठे तुकडे करावेत. भरल्या वांग्याकरिता चिरतात, तशी वांगी व बटाटे चिरावेत. तिखट, मीठ, धन्या-जिऱ्याची पूड, दोन चमचे डाळीचे पीठ, थोडा गोडा मसाला, थोडा गूळ अगर साखर, थोडा लिंबाचा रस हे जिन्नस एकत्र करावेत. तेल तापवून, त्यात थोडा हिंग घालून, ते तेल वरील एकत्र केलेल्या मसाल्याच्या जिनसांवर घालावे व तो मसाला बटाट्यांत व वांग्यांत भरावा. नंतर चुलीवर पातेले ठेवून, त्यात थोडे तेल घालून, ओवा घालावा व पुन्हा जरा जास्त तेल घालावे व लगेच त्यात पापडीच्या शेंगा आणि वालाचे दाणे पसरून घालावेत. असल्यास ओल्या तुरीचे दाणे घालावेत. एक वाफ आल्यावर अंदाजाने तिखट, मीठ व साखर

घालावी. नंतर त्यावर वांगी, सुरण, बटाटे, गोराडू, रताळी व सर्वांत वर फ्लॉवर व केळी घालावीत. नंतर झाकण ठेवून मंद शिजवावे. एक वाफ आल्यावर वरील तयार करून घेतलेले मुटके घालावेत व मंद विस्तवावर भाजी पूर्ण शिजवून घ्यावी.

ही भाजी चवीला फारच रुचकर लागते. गरम गरमच खाण्यास जास्त चांगली लागते.

गुजरातमध्ये, विशेषत: खेडेगावांत, ही भाजी उकडहंडीप्रमाणे माठ जमिनीत पुरून व त्यात वरील भाज्या घालून व माठाचे तोंड बंद करून व त्यावर जाळ लावून शिजवितात. अशी शिजविलेली भाजी जास्त चांगली लागते.

## ४. डाळ ढोकळी

**साहित्य :** दोन वाट्या तुरीची डाळ, चार वाट्या कणीक, एक वाटी चण्याच्या डाळीचे पीठ, चार-पाच ओल्या मिरच्या, आले, मीठ, लाल तिखट, गरम मसाला, हळद, चिंच, ओवा, धने, जिरे, गूळ, ओले खोबरे, कढीलिंब, कोथिंबीर, फोडणीचे साहित्य, गोडे तेल.

**कृती :** तुरीची डाळ चांगली मऊ शिजवून घ्यावी. नंतर रवीने अगर पळीने चांगली घोटून घ्यावी. नंतर त्यात आपल्याला हवे असेल तेवढे पाणी घालून ओल्या मिरच्या (उभ्या चिरून), आल्याचे बारीक तुकडे, चवीप्रमाणे मीठ व लाल तिखट, चिंचेचे कोळलेले पाणी, गूळ (चवीप्रमाणे) व थोडी हळद घालावी. तसेच धन्या-जिऱ्याची पूड व थोडा गरम मसाला घालावा व चांगली उकळी आणावी. नंतर मेथी, मोहोरी, हिंग, कढीलिंब व सुक्या मिरच्या घालून फोडणी करावी व ती आमटीला द्यावी. नंतर कोथिंबीर व ओले खोबरे घालून उकळी आणावी.

कणीक व चण्याचे पीठ एकत्र करून, त्यात पिठाचा मुटका होईल, इतके तेलाचे मोहन घालावे. नंतर त्यात ओवा (वाटून), मीठ, लाल तिखट व हळद व पाणी घालून पीठ घट्ट भिजवावे. पीठ चांगले मळून त्याच्या पोळ्या लाटाव्यात व त्याचे शंकरपाळ्याच्या आकाराचे अगर लांबट चौकोनी तुकडे कापून, ते वरील तयार केलेल्या उकळत्या आमटीत सोडावेत. नंतर आमटीला थंड पाण्याचा हबका मारून व वर झाकण ठेवून ती मंद विस्तवावर थोडा वेळ ठेवावी, नंतर झाकण काढून आमटी पुन्हा चांगली शिजवावी.

**टीप :** १. ही डाळ-ढोकळी गरम गरम अशी डिशमध्ये घालून जेवणात अगर नुसतीच खावयास देतात. वर तूप घालावे.

२. वरील डाळ-ढोकळीत वांगी, टोमॅटो, फ्लॉवर, फरसबी वगैरे भाज्यांचे

तुकडे किंवा मटाराचे दाणे घालतात. ते घालावयाचे झाल्यास आमटी शिजताना घालावेत.

## ५. चुंदा

**साहित्य :** खोबरी जातीच्या कैऱ्या, हळद, मीठ, लाल तिखट, साखर अगर गूळ, जिरे.

**कृती :** कैऱ्यांची साल पूर्णपणे काढून त्या स्टेनलेस् स्टीलच्या अगर पितळेच्या जाड किसणीने किसाव्यात. किसाला मीठ व हळद लावून एक ते दोन तास ठेवावे. त्याला पाणी सुटते. नंतर तो कीस हातात झेलून जेवढे निघेल, तेवढेच पाणी काढावे. त्यानंतर एक वाटी किसाला दोन वाट्या साखर अथवा गूळ या प्रमाणात घेऊन ती साखर अथवा गूळ त्या किसात घालावा. आपल्याला कमी अगर जास्त गोड हवे असेल, त्याप्रमाणे कमी अगर जास्त साखर अथवा गूळ घालावा. नंतर एका उत्तम कल्हईच्या अगर शक्यतो स्टेनलेस् स्टीलच्या पातेल्यात तो कीस घालून, पातेल्याचे तोंड फडक्याने घट्ट बांधून, ते पातेले चांगल्या उन्हात आठ दिवस ठेवावे. रोज सकाळी एकदा ते मिश्रण हलवावे. आठ दिवस झाल्यावर एक वाटी किसाला दोन चमचे लाल तिखट व जरा जाडसर कुटलेले जिरे एक चमचा या प्रमाणात घालावे. पुन्हा दोन दिवस ते पातेले फडके बांधून ठेवावे. नंतर बरणीत तो चुंदा भरावा. हे लोणचे वर्षभर टिकते. हे लोणचे एप्रिल महिन्यात करावे, कारण त्या वेळी कैऱ्या तितक्याशा आंबट नसतात व ऊनही कडक असते. साखरेऐवजी गूळ घातला, तरी चालतो, पण साखरेमुळे रंग चांगला येतो.

चुंदा हा एक लोणच्याचाच प्रकार आहे. हे लोणचे दिसावयास तर चांगले दिसतेच, पण फार चविष्ट व लज्जतदार लागते.

या चुंद्यात हळद न घातल्यास हा चुंदा उपवासालाही चालेल.

**टीप :** वरील कृतीत जे किसाचे पाणी निघालेले असते, ते एका काचेच्या बरणीत भरून ठेवून, त्यात आणखी थोडे मीठ घालावे व त्या पाण्यात माईनमुळे, ओल्या मिरच्या (सबंध), बारीक काकड्या, आल्याचे तुकडे, ओल्या मिरीचे लोंगर, ओली बडीशेप, गोवारीच्या शेंगा अथवा खारकांचे तुकडे यांपैकी काही अगर वाटल्यास सर्वही घालून बुडवून ठेवावे. चांगले मुरल्यानंतर आतील भाज्या अथवा जिन्नस मधूनमधून खावयास घ्यावेत. फार रुचकर लागतात. हे एक प्रकारचे लोणचेच असून पुष्कळ दिवस टिकते. रंगही चांगला येतो.

## ६. गुजराती गोटे

**साहित्य :** दोन वाट्या चण्याचे जाडसर पीठ, अर्धी वाटी

बारीक रवा, मेथीची एक जुडी, दोन चमचे धने, एक चमचा जिरे, एक चमचा अर्धवट कुटलेले धने, एक चमचा मिरे, चिमूटभर पापडखार, अर्धा चमचा साखर, तिखट, मीठ, दोन चमचे आंबट ताक, तेल.

**कृती :** चण्याचे पीठ व रवा एकत्र मिसळून, त्यात चवीप्रमाणे तिखट, मीठ, साखर, ताक, पापडखार, धने व जिरे भाजून त्यांची पूड, अर्धवट कुटलेले धने, अर्धवट कुटलेले मिरे, मोहनाकरिता तीन चमचे कडकडीत तेल असे साहित्य घालावे. मेथीची भाजी चिरून घालावी व पाणी घालून पीठ भिजवावे. नेहमीच्या भज्याच्या पिठापेक्षा जरा घट्ट भिजवावे. नंतर तेल तापवून त्यात वरील पिठाचे हाताने गोल गोळे करून, टाकून गोटे तयार करावेत.

**टीप :** बडोद्याकडे पाण्याऐवजी दुधात पीठ भिजवितात. त्याप्रमाणेही पीठ भिजवावे. दुधामुळे गोटे जरा जास्त हलके व हरवाळ होतात.

## ७. चण्याच्या डाळीचा ढोकळा

**साहित्य :** एक वाटी चण्याच्या डाळीचे पीठ, पाव वाटी ताक, चार-पाच हिरव्या मिरच्या, लसणीच्या पाच-सहा पाकळ्या, एक बोटभर आल्याचा तुकडा, तेल, अर्धा चमचा सोडा अथवा फ्रूट सॉल्ट, मीठ, चवीपुरती साखर, खोवलेले खोबरे, कोथिंबीर, फोडणीचे साहित्य.

**कृती :** रात्री डाळीच्या पिठामध्ये पाव वाटी ताक, पाव चमचा हळद व पाऊण वाटी पाणी घालून, पीठ भिजवून ठेवावे. दुसऱ्या दिवशी सकाळी ढोकळा करावयाच्या वेळी आले, लसूण व मिरच्या वाटून त्या पिठात घालाव्या. तसेच चवीपुरते मीठ, साखर व चार चमचे तेल त्यात घालावे. मोदकपात्रात पाणी उकळावयास ठेवावे. एक थाळी घेऊन तिला तेलाचा हात लावून ठेवावा. वरील तयार केलेल्या पिठात सोडा अगर फ्रूट सॉल्ट घालून ते चांगले फेसून घ्यावे, म्हणजे ते फुगून वर येईल. लगेच ते पीठ थाळीत ओतून ती थाळी पाणी उकळत असलेल्या मोदकपात्रात ठेवावी व लगेच वर झाकण घालावे. ढोकळा तयार होण्यास अंदाजे दहा-पंधरा मिनिटे लागतील. तयार झाल्यावर काढून घेऊन त्यावर खोबरे, कोथिंबीर व फोडणी घालावी व गार झाल्यावर तुकडे पाडावेत. फोडणीत हळद घालू नये. जास्त प्रमाणावर ढोकळा करावयाचा असेल, तर सगळ्या पिठात एकदम सोडा अगर फ्रूट सॉल्ट घालून ठेवू नये. एका वेळी एका थाळीत जेवढे पीठ घालावयाचे असेल, तेवढ्या पिठातच सोडा अगर फ्रूट सॉल्ट घालावे.

## ८. मुगाच्या डाळीचा ढोकळा

**साहित्य :** एक वाटी मुगाची डाळ, एक बोटभर आल्याचा तुकडा, लसणीच्या पाच-सहा पाकळ्या, पाच-सहा ओल्या मिरच्या, चवीपुरते मीठ व साखर, अर्धा चमचा सोडा अथवा फ्रूट सॉल्ट, तेल, लिंबू, ओले खोबरे, कोथिंबीर, फोडणीचे साहित्य.

**कृती :** मुगाची डाळ सकाळी भिजत घालावी. दुपारी जरा जाडसर वाटावी. आले, लसूण, मिरच्या, मीठ व साखर हे सर्व एकत्र वाटून त्यात लिंबू पिळावे. सारखे करून तो वाटलेला गोळा वाटलेल्या डाळीमध्ये घालावा. त्यात एक चमचा तेल व दोन चमचे पाणी घालून ते सर्व फेसावे व नंतर त्यात सोडा अगर फ्रूट सॉल्ट घालून हाताने पुन्हा चांगले फेसावे. बाकी सर्व कृती चण्याच्या डाळीच्या ढोकळ्याप्रमाणेच करावी.

## ९. मिश्र डाळीचा ढोकळा

**साहित्य :** दोन वाट्या तांदूळ, पाव वाटी चण्याची डाळ व पाव वाटी तुरीची डाळ, बाकी सर्व साहित्य चण्याच्या डाळीच्या ढोकळ्याप्रमाणे.

**कृती :** चण्याची डाळ, तुरीची डाळ व तांदूळ जाडसर दळून घ्यावे. रात्री अर्धी वाटी ताक आणि पाणी घालून त्यात वरील पीठ भिजवून ठेवावे. सकाळी त्या भिजवलेल्या पिठात चण्याच्या डाळीच्या ढोकळ्यातील साहित्याप्रमाणे सर्व साहित्य घालून, त्या ढोकळ्याप्रमाणेच सर्व कृती करावी.

## १०. आंबट ढोकळा

**साहित्य :** दोन वाट्या तांदळाचे जाड पीठ, पाव वाटी चण्याची डाळ, पाच-सहा ओल्या मिरच्या, आले, अर्धी वाटी ताक, दहा-बारा मिरे, चवीपुरते मीठ, तेल, एक चमचा सोडा.

**कृती :** ताकात दोन वाट्या पाणी घालून, त्यात तांदळाचे पीठ व चण्याची डाळ रात्री भिजत घालावी. सकाळी त्यात चवीपुरते मीठ व अर्धवट कुटून मिरे घालावे. मिरच्या आणि आले वाटून घालावे व सोडा घालून सर्व एकत्र चांगले कालवावे. लगेच थाळीला तेलाचा हात लावून त्यावर वरील तयार केलेल्या पिठाचा पाव इंचाचा थर घालावा व त्यावर लाल रंगाचे थोडेसे तिखट सगळीकडे शिंपडावे. नंतर चण्याच्या डाळीच्या ढोकळ्याप्रमाणे शिजवून घेऊन तुकडे कापावेत. हा ढोकळा कच्चे तेल व लसणीचे तिखट याबरोबर खावयास देण्याची पद्धत आहे.

## ११. खमण ढोकळा

**साहित्य :** दोन वाट्या तांदूळ, एक वाटी चण्याची डाळ, एक वाटी उडदाची डाळ, एक चमचा सोडा अगर पापडखार, दहा-पंधरा ओल्या मिरच्या, कोथिंबीर, ताक, मीठ.

**कृती :** तांदूळ, उडदाची डाळ आणि चण्याची डाळ जाडसर दळून घ्यावी. ढोकळा करण्यापूर्वी सात-आठ तास आधी हे दळलेले पीठ ताकात भिजत घालावे. ढोकळा करण्याच्या वेळी त्या पिठात सोडा अगर पापडखार, मीठ आणि मिरच्या वाटून व कोथिंबीर बारीक चिरून घालावी. चुलीवर मोदकपात्र ठेवावे. चार वाट्या घेऊन, त्यात वरील तयार केलेले पीठ दोन-दोन चमचे घालावे व त्या वाट्या मोदकपात्रात ठेवून वाफ येऊ द्यावी. साधारण दहा मिनिटांनी ढोकळा तयार होईल. तयार झाल्यावर बाहेर काढून त्यावर मोहरी व तेल यांची फोडणी द्यावी. ह्या ढोकळ्याबरोबरच एखादी चटणी अगर चिंचेचे सार द्यावे.

## १२. रस-ढोकळा

**ढोकळ्याचे साहित्य :** एक वाटी चण्याची डाळ, चार मिरच्या, बोटभर लांब आले, चार-सहा लसूण-पाकळ्या, मीठ, सोडा किंवा पापडखार.

**रसाचे साहित्य :** एक वाटी खोवलेले खोबरे, पाच-सहा ओल्या मिरच्या, दोन चमचे भाजलेल्या दाण्यांचे किंवा तिळाचे कूट, तीन अमसुले, चार चमचे साखर.

**फोडणीचे साहित्य :** चार चमचे तेल, अर्धा चमचा मोहरी, पाव चमचा हिंग, कोथिंबीर.

**कृती :** रात्री डाळ धुऊन पाण्यात भिजत घालावी. सकाळी पाणी काढून टाकावे व डाळ बारीक वाटावी. वाटलेली डाळ चार ते सहा तास भिजत ठेवून द्यावी. मिरची, लसूण व आले वाटून घ्यावे, वाटलेल्या डाळीत आले, मिरची, लसूण, चवीप्रमाणे मीठ, साखर व पाव चमचा हळद घालून, सर्व मिश्रण एकसारखे कालवावे. अर्धा चमचा सोडा थोड्या पाण्यात विरघळवून घेऊन, तो डाळीच्या पिठात घालून, ते एकसारखे कालवावे. थाळ्याला तेलाचा हात पुसून, त्यात चण्याच्या पिठाचे मिश्रण पसरून घालावे व वाफेवर उकडून घ्यावे. कुकरमध्ये पाणी घालून, त्यावर थोड्या उंचीवर थाळा ठेवून, दहा-बारा मिनिटे वाफवावे. वाफवून झाल्यावर वड्या पाडून ठेवाव्या.

**रसाची कृती :** खोबरे, मिरच्या, तिळाचे किंवा दाण्याचे कूट एकत्र वाटून

घ्यावे. फोडणी करून त्यात चार ते पाच वाट्या पाणी घालून उकळी आणावी. वाटून ठेवलेले खोबरे-मिरचीचे मिश्रण त्यात घालावे.

खावयास देतेवेळी गरम रसात ढोकळ्याच्या वड्या घालाव्या. मिरचीऐवजी लाल तिखट घातल्यास रसाला लाल रंग येतो व चांगला दिसतो.

## १३. मुठिया

**साहित्य :** एक वाटी गव्हाचे पीठ, एक वाटी ज्वारीचे पीठ अगर चण्याचे पीठ, दोन वाट्या चिरलेली मेथी, ओल्या मिरच्या, आले, लाल तिखट, मीठ, साखर, धन्या-जिऱ्याची पूड, तेल.

**कृती :** गव्हाचे व चण्याचे अगर ज्वारीचे पीठ एकत्र करावे. त्यात चिरलेली मेथी धुऊन घालावी. ओल्या मिरच्या (अंदाजे) व आले वाटून घालावे. थोडे लाल तिखट घालावे. चवीप्रमाणे मीठ व साखर घालावी. धने व जिरे भाजून, त्यांची पूड करून घालावी. नंतर त्यात तेलाचे बरेच मोहन घालून व लागल्यास पाणी घालून, पीठ चांगले मळावे. पीठ मळल्यावर त्याचे मुटके अगर रुळासारखे लांब गोळे करून त्यांना वाफ द्यावी. नंतर सुरीने त्या मुटक्यांचे अगर गोळ्यांचे गोल काप कापावेत. कढईत फोडणी करावी व त्यात वरील काप फोडणीस टाकून चांगले परतावेत. गरम गरमच खावयास द्यावेत.

**टीप :** मेथीप्रमाणेच दूधभोपळ्याचा कीस अगर कोबीचा कीस घालूनही मुठिया करतात.

## १४. भाजीचा मुठिया

**साहित्य :** पाऊण किलो चण्याच्या डाळीचे पीठ, कोबी पाव किलो, दुधी भोपळा पाव किलो, गाजरे पाव किलो, ओल्या मिरच्या, कोथिंबीर, मीठ, ओले खोबरे, तीळ, मोहरी, मेथी, हिंग, जिरे, हळद, धने, लिंबू, साखर.

**कृती :** भाज्या धुऊन घेऊन किसाव्यात. चण्याच्या पिठात किसलेल्या भाज्या घालाव्यात. तसेच, ओल्या मिरच्या वाटून, कोथिंबीर, धन्या-जिऱ्याची पूड, हळद, साखर व मीठ हे सर्व जिन्नस अंदाजाने व चवीपुरते घालावेत. लिंबाचा रस पिळावा व जरूर लागल्यास थोडे पाणी घालून पीठ भिजवावे आणि थोडे तेल घालून पीठ चांगले मळावे. नंतर पिठाचे लहान लहान मुटके करून, मोदकपात्रात ठेवून, उकडून घ्यावेत. थंड झाल्यावर त्यांचे जाड काप कापावेत. हिंग, मोहरी व मेथीची फोडणी करून ती त्या कापांवर घालावी. काप वर-खाली करून फोडणी सगळीकडे

लागेल, असे करावे. नंतर यावर कोथिंबीर व खोबरे पसरावे.

**टीप :** वर दिलेल्या भाज्यांपैकी एखादी कमी असली, तरी चालेल.

## १५. मेथीचा ठेपला

**साहित्य :** एक जुडी मेथीची कोवळी भाजी, तीन वाट्या कणीक, एक वाटी चण्याच्या डाळीचे पीठ, ओल्या मिरच्या, लसूण, मीठ, चवीला साखर, तेल, हळद.

**कृती :** मेथीची भाजी धुऊन, चिरून घ्यावी. त्यात कणीक, डाळीचे पीठ, मिरच्या व लसूण वाटून, हळद, चवीप्रमाणे मीठ, साखर व तेल घालावे व पोळ्यांच्या कणकेप्रमाणे पीठ भिजवावे. नंतर त्याची लिंबाएवढी गोळी घेऊन पातळ लाटावे व तव्यावर तेल टाकून दोन्ही बाजूंनी पोळीप्रमाणे भाजावे. ठेपला फुगत नाही. हे ठेपले दहा-पंधरा दिवस टिकतात. प्रवासात बरोबर नेण्यास उपयोगी आहेत. खावयास खमंग लागतात.

## १६. खाकरा

**साहित्य :** मटकीचे पीठ, तिखट, मीठ, हिंग, जिरे, कोथिंबीर.

**कृती :** मटक्या रात्री भिजत घालाव्यात. सकाळी उपसून वाळत टाकाव्यात. नंतर दळून पीठ करावे. नंतर त्यात चवीप्रमाणे तिखट, मीठ, हिंग, जिरे (वाटून) आणि कोथिंबीर (चिरून) घालावी. आवडत असल्यास लसूण अगर मिळाल्यास लसणीच्या ओल्या पाती वाटून घालाव्यात व पीठ घट्ट भिजवावे. नंतर त्या पिठाच्या बारीक गोळ्या करून अगदी पातळ पोळ्या लाटाव्यात. जाड तवा घेऊन त्यावर पोळ्या फडक्याने दाबून दाबून तांबूस रंगावर येईपर्यंत मंद विस्तवावर भाजाव्यात.

खाकरा खाण्यास कुरकुरीत लागतो. तसेच तो खूप दिवस टिकत असल्यामुळे प्रवासात नेण्यास फार उपयोगी आहे.

**टीप :** मटकीच्या पिठाप्रमाणे कणकेचाही खाकरा करतात. बाकीचे सर्व साहित्य वरीलप्रमाणेच. तसेच तिखट, मीठ, हिंग, जिरे व कोथिंबीर न घालता चवीपुरती नुसती साखर घालून कणकेचा गोड खाकराही करतात.

## १७. मिसळीचा चिवडा (डाळमोठ)

**साहित्य :** एक किलो बटाटे, एक वाटी मूग, एक वाटी मसुरा, एक वाटी चण्याची डाळ, एक वाटी शेंगदाणे, दहा-पंधरा ओल्या

मिरच्या, फोडणीचे साहित्य, दोन चमचे जिरे, तळण्याकरिता तूप अगर तेल, पादेलोण.

**कृती :** चिवडा करण्यापूर्वी मूग, मसुरा व चण्याची डाळ ही धान्ये आधी आठ तास वेगवेगळी भिजत टाकावीत. भिजविताना त्या प्रत्येकात चिमटीभर सोडा घालावा. भिजून झाल्यावर ती धान्ये उपसून, फडक्यावर पसरून ठेवावीत. बटाटे धुऊन, सोलून त्यांचा जाडसर कीस करावा. तो कीस पाण्यात धुऊन फडक्यावर पसरावा. नंतर कढईत तळण्याकरिता तूप अगर तेल गरम करत ठेवावे. चांगले तापल्यावर प्रथम बटाट्याचा कीस तळून घ्यावा. नंतर शेंगदाणे, मूग, मसुरा व चण्याची डाळ ही तळून घ्यावीत. तळताना तूप अगर तेल भरपूर तापलेले असावे. मग तुपाची फोडणी करून त्यात ओल्या मिरच्या ठेचून, हिंग व जिरे (पूड करून) घालून, त्यावर वरील तळून घेतलेले सर्व जिन्नस घालावेत व चवीप्रमाणे मीठ व साखर घालून झाऱ्याने चांगले हलवून मिसळावे. नंतर पातेले खाली उतरवून ठेवावे. हा चिवडा दिसायला सुंदर आणि चवीलाही चांगला रुचकर लागतो. खावयास देताना बरोबर लिंबाची फोड द्यावी.

**टीप :** आवडत असल्यास पादेलोणही घालावे. घालावयाचे असल्यास मीठ व साखर यांच्याबरोबरच घालावे. पादेलोणाचा एक निराळाच असा चांगला स्वाद लागतो.

## १८. दूध-पाक

**साहित्य :** चार लिटर दूध, पाऊण वाटी तांदूळ, दीड वाटी साखर, दहा-बारा वेलदोडे, अर्धे जायफळ, बदाम, केशर, चारोळी.

**कृती :** तांदूळ स्वच्छ धुऊन, दुधात घालून, दूध आटवत ठेवावे व ते सारखे हलवत राहावे. दूध आटवून निम्मे करावे. नंतर खाली उतरवून थोडे गार झाल्यावर त्यात साखर, वेलचीची पूड, बदामाचे काप व जायफळ उकळून घालावे. हवे असल्यास थोडे केशर घालावे. वर चारोळी पसरावी.

## १९. मुंगोटे

**साहित्य :** एक वाटी मुगाची डाळ, तीन हिरव्या मिरच्या, बारा मध्यम आकाराचे बटाटे, एक वाटी खोवलेले खोबरे, धने-जिरे पूड प्रत्येकी अर्धा चमचा, एक चमचा आल्याचा कीस, सहा लसूण-पाकळ्या, कोथिंबीर, पुदिना, मीठ व तेल.

**कृती :** बिनसालाची मुगाची डाळ दोन तास भिजत घालावी. नंतर डाळ, दोन

मिरच्या, धने-जिरे-पूड, आले व लसूण एकत्र वाटावे. खोबरे, कोथिंबीर, पुदिना, दोन मिरच्या व चवीप्रमाणे मीठ एकत्र करून चटणी वाटावी. बटाटे उकडून साले काढावी व बटाट्याचा मळून गोळा करावा. बटाट्याचा छोटा गोळा घेऊन त्याचा उंडा बनवावा. उंड्यात चटणी घालून उंडा बंद करावा. या उंड्याला बाहेरून वाटलेल्या डाळीचे मिश्रण थापून लावावे. असे उंडे करून, तळून काढावेत व सॉसबरोबर खाण्यास द्यावेत.

◆

# भाग १० काही मद्रासी पदार्थ

## १. मद्रासी चटणी

**साहित्य :** अर्धी वाटी चण्याची डाळ, अर्धी वाटी उडदाची डाळ, दहा-बारा सुक्या मिरच्या, मीठ, कढीलिंब, साखर चवीपुरती, दही अगर लिंबू, फोडणीचे साहित्य, तेल पुरेसे.

**कृती :** चण्याची डाळ व उडदाची डाळ तेलावर खमंग भाजून घ्यावी व पाणी घालून पाट्यावर भरडसर वाटावी. मिरच्या तेलावर परतून वाटाव्यात. सर्व वाटून झाल्यावर त्यात मीठ, साखर व दही अगर लिंबू घालावे व मग जिरे, हिंग व कढीलिंब ह्यांची तेलावरील (अथवा तुपावरील) फोडणी करून त्यास द्यावी. ही चटणी जरा पातळसरच करावी. इडली, डोसा, वडे वगैरे मद्रासी पदार्थांबरोबर ही चटणी देतात.

## २. मुळगा पुडी (मिरची पुडी)

**साहित्य :** एक वाटी चण्याची डाळ अथवा एक वाटी डाळे, एक वाटी सुक्या मिरच्या (डेख काढून), कढीलिंब, मीठ, हिंग, पाव वाटी तीळ.

**कृती :** हे सर्व जिन्नस तांबूस भाजून, जाडसर कुटावेत व ही चटणीपूड बरणीत भरून ठेवावी.

ही चटणी तेलात पातळसर कालवून इडली, वडे व डोसा यांच्याबरोबर देतात. इडली, डोसा वगैरे पदार्थांवर घालण्यासाठी ही कोरडी चटणी प्रवासातही बरोबर नेता येते.

सामोसा डोसा

भाग १०

# काही मद्रासी पदार्थ

इडली

मेदूवडा

उत्तप

**टीप :** ही चटणी जास्त तिखट पाहिजे असल्यास एक वाटीपेक्षा जास्त सुक्या मिरच्या आपल्या आवडीप्रमाणे घ्याव्यात.

## ३. रसम्

**रसम्चा मसाला :**

**साहित्य :** एक वाटी धने, अर्धी वाटी तुरीची डाळ, पाव वाटी जिरे, पाव वाटी मिरे, चार हळकुंडे, सुपारीएवढा हिंग.

हे सर्व जिन्नस किंचित गरम करून, कुटून, मसाला तयार करून ठेवावा.

**रसम् तयार करण्याची कृती :** अर्धा लिटर पाणी घेऊन, त्यात दोन चमचे रसम्चा वरील मसाला, चवीपुरते मीठ व कढीलिंबाची पाने घालून पाणी उकळावे. नंतर लिंबाएवढी चिंच कोळून ते पाणी घालावे. तसेच तीन-चार टोमॅटो उकडून घेऊन व कुस्करून घेऊन त्यांचा रस गाळून घेऊन घालावा. उकळल्यावर त्यात कोथिंबीर घालावी.

**टीप :** चिंचेच्या कोळाऐवजी एका लिंबाचा रस घातला, तरी चालेल. मात्र तो रसम् उकळल्यानंतर खाली उतरवून मग घालावा.

## ४. मद्रासी सांबार

**सांबाऱ्याचा मसाला :**

**साहित्य :** एक वाटी धने, एक वाटी सुक्या मिरच्या (डेख काढलेल्या), दोन चमचे चण्याची डाळ, दोन चमचे तुरीची डाळ, एक चमचा मिरे, तीन मोठी हळकुंडे, अर्धा चमचा मेथी, सुंठीचा लहानसा तुकडा.

हे सर्व जिन्नस किंचित गरम करून कुटावेत व मिसळून, मसाला तयार करून, बरणीत भरून ठेवावा.

**सांबार तयार करण्याची कृती :**

**साहित्य :** एक वाटी तुरीची डाळ, बटाटा, भेंडी, कोहळा, वांगी, कारली वगैरे भाज्यांपैकी जी भाजी पाहिजे असेल, तिच्या फोडी, लिंबाएवढी चिंच, मीठ, कढीलिंब, फोडणीचे साहित्य.

**कृती :** तुरीची डाळ शिजवून घ्यावी. चिंच कोळून घ्यावी. त्या चिंचेच्या पाण्यात भाजी शिजविण्यास लागेल, तेवढे पाणी घालून त्यात भाजीच्या फोडी, मीठ, कढीलिंब व तयार केलेला सांबाऱ्याचा अर्धी वाटी मसाला घालून शिजवावे.

नंतर त्यात जरूर तेवढे पाणी घालून त्यात शिजविलेली तुरीची डाळ घालावी व शिजल्यावर फोडणी तयार करून ती वरून घालावी.

**टीप :** या सांबारात गूळ घालत नाहीत. आपल्याला पाहिजे असल्यास थोडासा घालावा.

## ५. मद्रासी उपमा

**साहित्य :** दोन वाट्या तांदळाचा रवा, दोन चमचे चण्याची डाळ, एक चमचा उडदाची डाळ, अर्धी वाटी आंबट ताक, मीठ, मोहरी, सुक्या अगर ओल्या मिरच्या, आले, कढीलिंब, तेल, काजू, खोबरे (ओले).

**कृती :** रवा तुपावर जरा भाजून घ्यावा. फोडणी करून, त्यात दोन्ही डाळी तांबूस होईपर्यंत परताव्यात. नंतर त्यात मोहरी, कढीलिंब, आले बारीक चिरून, मिरच्यांचे तुकडे, ताक, चवीप्रमाणे मीठ घालून व तीन वाट्या पाणी घालून उकळण्यास ठेवावे. उकळी येण्याच्या बेताला त्यात रवा हळूहळू ढवळत-ढवळत घालावा. चांगली वाफ येऊ द्यावी. नंतर काजू अगर शेंगदाणे घालावेत. पाहिजे असल्यास खोबरे घालावे.

# डोसा

(डोशाबरोबर खोबऱ्याची, उडदाच्या डाळीची, चण्याच्या डाळीची वगैरे प्रकारच्या चटण्या खावयास देतात. या चटण्यांची माहिती मागे भाग २ मध्ये 'चटण्या' या विभागात दिलेली आहे. पृष्ठे ६२ ते ६८ पाहावी.)

## ६. पेपर डोसा

**साहित्य :** एक वाटी उडदाची डाळ, दोन वाट्या तांदूळ, अर्धी वाटी चण्याचे पीठ, अर्धी वाटी दूध, चवीपुरते मीठ, बटाट्याच्या भाजीचे साहित्य व एक कांदा.

**कृती :** डाळ व तांदूळ वेगवेगळे भिजत घालावेत. दहा-बारा तासांनंतर डाळ व तांदूळ रगडा किंवा मिक्सरवर वेगवेगळे वाटावेत. वाटताना त्यात दुधामध्ये चण्याचे पीठ कालवून घालावे व कांदा चिरून वाटण्याचे वेळी घालावा. वाटलेले पदार्थ एकत्र करून दहा-बारा तास ठेवून द्यावेत, नंतर डोसा तयार करावयाच्या वेळी उथळ (सपाट) तवा घेऊन तापत ठेवावा. वाटलेल्या पिठात चवीपुरते मीठ घालावे.

तापत ठेवलेल्या तव्याला मिठाचे पाणी लावावे व थोडे पीठ तव्यावर घालून लगेच त्यावर वाटी फिरवावी व झाकण ठेवावे. तव्यावर पीठ घालताना प्रत्येक वेळी प्रथम मिठाचे पाणी लावावे. डोसा तयार झाल्यावर त्यावर एक चमचा तूप अगर लोणी घालावे. तसेच बटाट्याची भाजी घालावी व तव्यावरच डोशाची पोकळ गुंडाळी करून तो काढून घ्यावा. डोसा तव्यावर परतू नये. हा डोसा कागदाप्रमाणे पातळ होतो.

आवडत नसल्यास डोशावर भाजी घातली नाही, तरी चालते. डोसा खावयास देताना बरोबर चटणी द्यावी.

**टीप :** उकड्या तांदळाचा डोसा जास्त चांगला होतो.

## ७. रवा डोसा

**साहित्य :** एक वाटी रवा, एक वाटी तांदळाचे पीठ, अर्धी वाटी दही, मीठ, चार-पाच ओल्या मिरच्या, कोथिंबीर, कढीलिंब, आले, तेल, ओल्या खोबऱ्याचे तुकडे, काजूचे तुकडे.

**कृती :** डोसा करण्यापूर्वी दोन तास आधी रवा व तांदळाचे पीठ, त्यात दही घालून, एकत्र भिजवून ठेवावे. डोसा तयार करण्याच्या वेळी त्या पिठात चवीपुरते मीठ, मिरच्यांचे, खोबऱ्याचे, आल्याचे व काजूचे तुकडे घालावेत. तसेच थोडा चिरलेला कढीलिंब व कोथिंबीर घालावी. थोडी फोडणी करून घालावी व सर्व एकत्र कालवून पीठ सारखे करावे. बिडाचा तवा तापत ठेवून, त्यावर चमचाभर तेल घालून, त्यावर तयार केलेले पीठ सारखे पळीभर घालावे व पातळ पसरून त्यावर झाकण ठेवावे. डोसा तयार झाल्यावर काढून घ्यावा व चटणीबरोबर खावयास द्यावा.

तांदूळ भिजवून, वाटून घेतल्यास डोसा जास्त चांगला होतो.

## ८. मुगाच्या डाळीचा डोसा

**साहित्य :** दोन वाट्या मुगाची डाळ, चार-पाच ओल्या मिरच्या, आले, हवी असल्यास लसूण, मीठ, पाव चमचा हळद.

**कृती :** डोसा करण्यापूर्वी चार-पाच तास आधी मुगाची डाळ भिजत घालावी. भिजल्यानंतर ती रगड्यात वाटून घ्यावी. डाळ वाटून होत आल्यावर त्यातच मिरच्या, मीठ, आले व आवडत असल्यास लसूण घालून सर्व पूर्णपणे वाटून घ्यावे. डोसा करण्याच्या वेळी पिठात थोडी हळद टाकावी. वर रवा डोसा करण्याची कृती दिली आहे, त्याप्रमाणे डोसा तयार करावा. पीठ तयार करून घेतल्यावर लगेच डोसा करावयास पाहिजे, असे नाही. पीठ तसेच सात-आठ तास राहू शकते.

## ९. चण्याच्या डाळीचा डोसा

मुगाच्या डाळीप्रमाणेच चण्याच्या डाळीचेही डोसे होतात. मुगाच्याऐवजी चण्याची डाळ घ्यावी. बाकीचे साहित्य व कृती मुगाच्या डाळीच्या डोशाप्रमाणेच.

## १०. उत्तप्पा

**साहित्य :** चार वाट्या तांदूळ, एक वाटी उडदाची डाळ, एक चमचा मेथ्या, मीठ.

**कृती :** रात्री तांदूळ, उडदाची डाळ व मेथ्या हे वेगवेगळे भिजत घालावे. दुसऱ्या दिवशी सकाळी तांदूळ उपसून व कुटून, पीठ चाळणीने चाळून घ्यावे. उडदाची डाळ व मेथ्या उपसून बारीक वाटावे व हा वाटलेला गोळा व दोन-तीन चमचे मीठ तांदळाच्या पिठात घालून व पुरेसे पाणी घालून पीठ कालवून, दहा-बारा तास ठेवून द्यावे. उत्तप्पा करावयाच्या वेळी पीठ पातळसर कालवून घ्यावे. नंतर तवा तापत ठेवून, तो तापल्यावर त्याच्यावर तेल अगर तूप सोडून, त्यावर तयार केलेल्या पिठाची जाडसर धिरडी घालावीत.

उत्तप्पा खावयास देताना बरोबर ओल्या डाळीची अगर इतर दुसरी कोणतीही पातळ चटणी द्यावी.

## ११. इडली

**साहित्य :** एक वाटी उडदाची डाळ, दोन वाट्या तांदळाचा रवा, चवीपुरते मीठ.

**कृती :** उडदाची डाळ सकाळी भिजत घालून, रात्री ती रगड्यात (अगर मिक्सरमध्ये) बारीक वाटावी. वाटून झाल्यावर त्यात तांदळाचा रवा घालावा व चांगले कालवून रात्रभर ठेवून द्यावे व दुसऱ्या दिवशी सकाळी इडली करावी. इडली करावयाच्या वेळी त्या पिठात चवीपुरते मीठ टाकून, ते पीठ चांगले फेसावे. पीठ भज्याच्या पिठाइतके पातळ असावे. नंतर इडलीपात्र घेऊन, त्यातील ताटलीवर फडके घालून त्यावर पळीपळी पीठ घालावे अगर वाट्यांमध्ये पीठ घालून, साध्या कुकरमध्ये वाट्या ठेवून, इडली उकडून घ्यावी. मात्र इडलीपात्रात केलेली इडली जास्त हलकी होते. इडली तयार होण्यास साधारणपणे पंधरा मिनिटे लागतात. ही इडली चटणी अगर सांबार याबरोबर खावयास द्यावी.

**टीप :** (१) उकड्या तांदळाची इडली जास्त चांगली होते. (२) मद्रासी लोकांमध्ये तांदळाचा रवा घेण्याऐवजी तांदूळच भिजत घालतात व जाडसर वाटून घेतात. अर्थात तांदूळ भिजत घालून, वाटून घेण्यापेक्षा तांदळाचा रवा घेणे सोपे व

कमी श्रमाचे होते. पण तांदूळ भिजवून वाटून घेतलेल्या पिठाची इडली जास्त चांगली होते. (३) तांदळाच्या रव्याऐवजी गव्हाच्या रव्याचीही इडली होते. ती करावयाची झाल्यास दोन वाट्या गव्हाचा रवा फडक्यात सैलसर बांधून, ते फडके कुकरमध्ये ठेवून, कोरडीच– म्हणजे त्या रव्यात पाणी न घालता– वाफ देऊन घ्यावी व तांदळाच्या रव्याऐवजी हा वाफ दिलेला रवा घालावा. बाकी सर्व कृती वरीलप्रमाणेच.

## १२. चिडे

**साहित्य :** चार वाट्या तांदूळ, अर्धी वाटी उडदाची डाळ, नारळाची अर्धी वाटी, लहान लिंबाएवढे लोणी, मीठ, हिंग, तळण्यासाठी खोबऱ्याचे तेल, ते नसल्यास गोडे तेल.

**कृती :** तांदूळ चार तास भिजत घालावेत. नंतर कुटून, पीठ बारीक चाळणीने चाळून घ्यावे. उडदाची डाळ अगदी लाल भाजून, बारीक दळावी. नंतर तांदळाचे पीठ व उडदाचे पीठ मिसळून, त्यात ओले खोबरे वाटून घालावे, लोणी घालावे व चवीप्रमाणे मीठ व हिंग घालून व पुरेसे पाणी घालून पीठ भिजवावे. भिजविलेल्या पिठाच्या बोराएवढ्या गोळ्या कराव्या व अर्धा तास पसरून ठेवाव्यात. नंतर त्या खोबरेल तेलात तळाव्यात. खोबरेल तेल नसेल, तर गोड्या तेलात तळाव्यात.

## १३. मुरकू

**साहित्य :** चार वाट्या तांदूळ, अर्धी वाटी उडदाची डाळ, नारळाची अर्धी वाटी, मीठ, हिंग, खोबऱ्याचे तेल किंवा ते नसल्यास गोडेतेल.

**कृती :** तांदूळ चार तास भिजत घालून, नंतर कुटावेत व बारीक चाळणीने पीठ चाळून घ्यावे. उडदाची डाळ अगदी लाल भाजून बारीक दळावी. नंतर दोन्ही पिठे मिसळून, त्यात नारळाचे दूध घालावे व चवीप्रमाणे मीठ व हिंग घालून व पुरेसे पाणी घालून पीठ भिजवावे. या पिठाचा गोळा हाताच्या चार बोटांत धरून व बोटे दाबून हाताने पीळ घालत-घालत कागदावर गोल वेटोळी घालावीत अगर ते न जमल्यास चकलीपात्रातून त्या पिठाच्या चकल्या कागदावर घालाव्यात. थोडा वेळ सुकल्यावर खोबऱ्याचे तेल व ते नसल्यास गोडे तेल तापत ठेवून, त्यात वरील वेटोळी अगर चकल्या तळाव्यात.

## १४. पायसम्

**साहित्य :** अर्धा लिटर दूध किंवा अर्धा लिटर नारळाचे दूध, एक वाटी तांदूळ, अर्धी वाटी मुगाची डाळ, पाव वाटी चण्याची डाळ, दीड ते दोन वाट्या गूळ, वेलदोडे, काजू, बेदाणे.

**कृती :** मुगाची डाळ थोडी भाजावी. चण्याची डाळ तांबूस होईपर्यंत भाजून घ्यावी. नंतर तांदूळ, चण्याची डाळ व मुगाची डाळ हे सर्व एकत्र मऊ शिजवून घ्यावे. नंतर चांगले घोटावे व दूध घालून शिजवावे. नंतर गूळ चिरून घालावा. तसेच काजू व बेदाणे (दोन्ही तुपावर परतून) घालावे व वेलदोड्यांची पूडही घालावी. पायसम् हा खिरीचाच प्रकार आहे व खिरीसारखे पातळ करावे.

**टीप :** १. मद्रासी लोक पायसम्मध्ये गूळच घालतात. आपण गुळाऐवजी साखर घालण्यास हरकत नाही. नुसत्या साबुदाण्याचेही पायसम् करतात. साबुदाणा प्रथम भाजून घेऊन शिजवावा. नंतर त्यात साधे दूध अगर नारळाचे दूध घालून शिजवावे. नंतर गूळ चिरून घेऊन अगर आपल्याला पाहिजे असल्यास साखर घालावी. तसेच काजू व बेदाणे (तुपावर परतून) घालावे व वेलदोड्यांची पूडही घालावी.

## १५. तेरटी पाल

**साहित्य :** एक लिटर दूध, एक वाटी मलईचे दही, गूळ, वेलदोड्यांची पूड.

**कृती :** सायीसकट दुधाला विरजण लावलेले गोड दही घ्यावे. दूध तापत ठेवून, ते अर्धा लिटर होईल, इतके बासुंदीप्रमाणे आटवावे. नंतर त्यात वरील मलईचे दही घालावे. आटवलेले दूध नासल्यासारखे होईल. तसे नासलेले दूध तसेच आटवत ठेवावे. पाणी आटत आल्यावर गूळ (चिरून घेऊन) घालावा व पाण्याचा अंश पूर्ण निघून जाईपर्यंत पुन्हा आटवावे. नंतर त्यात वेलदोड्यांची पूड घालावी. हा पदार्थ वाटीमध्ये तसाच खावयास देतात अगर लाडवासारखा गोल वळूनही देतात.

**टीप :** मद्रासी लोक तेरटी पालमध्ये गूळच घालतात. आपण साखर घालण्यासही हरकत नाही. वेलदोड्यांच्या पुडीऐवजी जायफळाची पूडही घालण्यास हरकत नाही.

## १६. शक्रे पोंगल

**साहित्य :** दोन वाट्या तांदूळ, अर्धी वाटी मुगाची डाळ,

पाव वाटी चण्याची डाळ, दीड वाटी गूळ, एक नारळ, किंचित मीठ, वेलदोडे.

**कृती :** मुगाची डाळ थोडीशी भाजून व चण्याची डाळ तांबूस होईपर्यंत भाजून घ्यावी. नंतर तांदूळ व दोन्ही डाळी पाणी घालून शिजवाव्यात व शिजल्यावर जरा घोटून घ्याव्यात. खोबरे जरा वाटून घेऊन त्यात घालावे व गूळ, वेलदोड्यांची पूड व किंचित मीठ घालून पुन्हा शिजवावे व मऊ भाताइतपत करावे. शिजताना थोडे तूप सोडावे.

**टीप :** मद्रासी लोक वरील पदार्थात गूळच घालतात. गुळाऐवजी आपण साखर घातली, तरी चालेल.

## १७. उडीद पुरी

**साहित्य :** एक वाटी उडीद-डाळ, पाऊण वाटी मैदा, तीन वाट्या रवा, एक चमचा कालुंजी, मीठ व एक वाटी तूप.

**कृती :** उडदाची डाळ चार तास भिजत घालून, भरड वाटावी. वाटलेली डाळ, रवा, मैदा, कालुंजी, दोन चमचे तुपाचे मोहन व चवीप्रमाणे मीठ घालून हे सारे पदार्थ एकत्र मिसळावे व जरुरीप्रमाणे पाणी घालून एकजीव मळावे. तासभर थांबून, पुऱ्या लाटून तळाव्या.

## १८. तुवेल (चटणीचा एक प्रकार)

**साहित्य :** एक जुडी पुदिना, पाव वाटी खोवलेले खोबरे, एक चमचा उडीद-डाळ, चार सुक्या मिरच्या, एक चमचा आल्याचा कीस, चिंचेची सहा बुटके, अर्धा चमचा मोहरी, हिंग व तेल.

**कृती :** कढईत तीन चमचे तेल घालून, त्यावर क्रमाने प्रथम मोहरी, नंतर उडीद-डाळ व शेवटी मिरच्या परतून वेगवेगळ्या काढाव्या. उडीद-डाळ बदामी रंगावर परतावी. नंतर चिंच, आले व पुदिना क्रमाने निरनिराळे परतावे. पुदिन्याचा ओलेपणा जाईल, इतका परतावा. शेवटी हिंगाची पूड तेलावर टाकून लगेच बाहेर काढावी. कढईत राहिलेले तेल काढून, ओले खोबरे गरम परतून घ्यावे.

डाळ व मोहरी सोडून बाकीचे सर्व पदार्थ चवीप्रमाणे मीठ घालून, पाट्यावर बारीक वाटावेत. नंतर डाळ व मोहरी जाडसर वाटावी. सर्व पदार्थ एकसारखे मिसळावेत. चटणी जास्त तिखट वाटली, तर आणखी एक चमचा तेलावर परतून, वाटून घालावी.

## १९. आप्पलम

**साहित्य :** उडदाचे व तांदळाचे पीठ प्रत्येकी एक वाटी, मेथीची पूड एक चमचा, खाण्याचा सोडा पाव चमचा, सुंठ-पूड अर्धा चमचा, मोहरी-पूड अर्धा चमचा, दोन-तीन हिरव्या मिरच्या, कोथिंबीर, खोबऱ्याचे तेल, मीठ.

**कृती :** प्रथम उडदाचे पीठ पाणी घालून सरबरीत भिजवावे. हे चांगले घोटून घ्यावे. त्यात नंतर तांदळाचे पीठ घालून घोटावे. जरुरीप्रमाणे पाणी घालून, पिठाचे मिश्रण धिरडी घालण्यास योग्य इतके जाडसर ठेवावे. मेथी-पूड, सुंठ-पूड, मोहरी-पूड व सोडा घालून घोटावे व आठ तास झाकून ठेवावे. कोथिंबीर व मिरची बारीक चिरून पिठात घालावी. साखर व मीठ घालून, पीठ सारखे करून, तव्याला खोबऱ्याचे तेल लावून धिरडे घालावे. दोन्ही बाजूंनी खरपूस भाजावे.

नेहमीच्या डोशापेक्षा ही धिरडी निराळ्या चवीची लागतात.

♦

भाग ११

# काही बंगाली पदार्थ

रसमलई

लवंगलतिका

# भाग ११ काही बंगाली पदार्थ

## १. रसगुल्ले

**साहित्य :** एक लिटर गाईचे दूध, दोन चमचे मैदा अगर आरारूट, एक वाटी साखर, डाळीएवढा सोडा.

**कृती :** एक वाटीभर दूध घेऊन, त्याला उकळी आल्यावर त्यात लिंबू पिळावे, म्हणजे दूध फाटेल. दूध फाटल्यावर जे पाणी निघेल, ते एका बाटलीत भरून, घट्ट बूच लावून ठेवावे. ते सात-आठ दिवस राहते.

एक लिटर दूध उकळण्यास ठेवावे. उकळी आल्यावर त्यात वरील तयार करून ठेवलेले पाणी घालून दूध नासवावे. नंतर नासलेले दूध फडक्यावर ओतून, फडके बांधून, त्याच्यावर वजन ठेवावे. सर्व पाणी निघून गेल्यावर पनीर तयार होते. तयार झालेले पनीर घेऊन ते चांगले मळावे. नंतर त्यात मैदा व सोडा घालून पुन्हा खूप मळावे. एक वाटी साखरेत सहा वाट्या पाणी घालून कच्चा पाक तयार करावा. वरीलप्रमाणे मळून घेतलेल्या पनीरच्या मोठ्या गोळ्यातून हलक्या हाताने सुपारीएवढ्या लहान गोळ्या कराव्या व त्या पाक उकळत असताना उकळत्या पाकात टाकाव्यात. चांगले उकळू द्यावे. मधूनमधून वर पाण्याचा हबका मारावा. म्हणजे पाक घट्ट होणार नाही. भांड्यात पाणी घेऊन, रसगुल्ला त्यात टाकून बघावा. एकदम तळाला गेला, तर तयार झाला, म्हणून समजावे. नाहीतर रसगुल्ला पाकात अधिक उकळू द्यावा.

## २. संत्राभोग

**साहित्य :** दोन दिवसांचे शिळे रसगुल्ले, केशर अगर केशरी रंग, संत्र्याचा इसेन्स.

**कृती :** रसगुल्ल्याच्या पाकात केशर अगर केशरी रंग घालावा. नंतर पाकात

रसगुल्ले घालून, पाक उकळून, एक-तारी होऊ द्यावा. भांडे नंतर खाली उतरवून पाक गार झाल्यावर त्यात संत्र्याचा इसेन्स घालावा.

## ३. रसमलई

**साहित्य :** एक लिटर दूध, अर्धी वाटी साखर, एक चमचा कॉर्नफ्लोअर, बदाम, बेदाणे, पिस्ते, तयार करून घेतलेले रसगुल्ले, साय.

**कृती :** दूध आटवून पाऊण लिटर करावे. दाटपणाकरिता एक चमचा कॉर्नफ्लोअर दुधाला लावावे. नंतर त्यात साखर, बदामाचे काप, पिस्त्याचे काप, बेदाणे आणि तयार करून ठेवलेले रसगुल्ले सोडावेत. एक उकळी आल्यावर खाली उतरवून घ्यावे. गार झाल्यावर डिशमध्ये रसगुल्ल्यांसकट दूध घालून त्यावर साय घालावी व आवडत असल्यास त्यावर गुलाबपाणी शिंपडून खावयास द्यावे. रसमलाई जितकी थंड असेल, तितकी खावयास चांगली लागते. शक्य असल्यास रेफ्रिजरेटरमध्ये ठेवावी.

## ४. बहुरंगी खीर

**साहित्य :** एक लिटर दूध, अर्धी वाटी बारीक रवा, दोन चमचे मैदा, पाव वाटी खवा, दीड वाटी साखर, पाव वाटी ओले खोबरे, बेदाणे, बदाम, खाण्याचे निरनिराळे रंग.

**कृती :** रव्यात थोडे तूप घालून रवा व मैदा भाजावा. गरम असतानाच त्यात पाऊण वाटी साखर, खोवलेले खोबरे व खवा घालून अगदी मंद विस्तवावर गोळा होईपर्यंत परतावे. खाली उतरवून, जितके रंग घालावयाचे असतील, तितके शिजविलेल्या गोळ्याचे भाग करून, त्या प्रत्येकात तो तो रंग घालावा. सर्व भाग वेगवेगळे चांगले मळून घ्यावेत. नंतर तुपाचा हात लावून प्रत्येक रंगाच्या गोळ्याच्या चण्याएवढ्या बारीक बारीक गोळ्या तयार करून, त्या हाताने घट्ट वळून ठेवाव्यात. गोळ्या सैल झाल्यास त्या दुधात घातल्यावर फुटण्याचा संभव आहे.

दूध आटवून ते पाऊण लिटर करावे. त्याला थोडे कॉर्नफ्लोअर लावून दाटपणा आणावा. नंतर राहिलेली साखर, बेदाणे, बदामाचे काप व वरील निरनिराळ्या रंगांच्या गोळ्या उकळत्या दुधात घालून उकळी आणावी व खाली उतरवून ठेवावे.

## ५. रसकदम

**साहित्य :** रसगुल्ले, खवा, पनीर, साखर, इसेन्स, केशर अगर

केशरी रंग.

**कृती :** रसगुल्ले करण्याची कृती मागे दिली आहे. रसगुल्ले तयार करून एका थाळीत ठेवावेत. पनीर घेऊन ते कढईत चांगले भाजावे. नंतर साखर (जितके गोड पाहिजे असेल, त्या मानाने), खवा, रोझ (गुलाब) अगर जस्मिन अगर आवडणारा इसेन्स, केशराची पूड अगर केशरी रंग घालून, सर्व जिन्नस चांगले मिसळून घ्यावेत. नंतर थाळीतील एक एक रसगुल्ला घेऊन त्याला सर्व बाजूंनी वरील तयार केलेले मिश्रण लावावे. नंतर एका ताटात भाजून घेतलेले पनीर घेऊन, त्यात रसगुल्ला घोळून घ्यावा. याप्रमाणे सर्व रसगुल्ले मिश्रण लावून व पनीरमध्ये घोळून घ्यावेत.

**टीप :** खवा कोरडा असल्यास त्यात दूध घालून रसगुल्ल्याला लावण्याइतपत ओला करावा.

## ६. खीरमोहन

**साहित्य :** पनीर एक किलो, खवा एक किलो, मैदा पाव किलो, सोडा, बेदाणे, वेलदोडे, तूप.

**कृती :** पनीर तयार करण्याची कृती मागे रसगुल्ले या पदार्थात (पृष्ठ २९३) व सामान्य माहिती (भाग १, पृष्ठ ७) यात दिली आहेच. त्याप्रमाणे पनीर तयार करून घ्यावे. एक किलो पनीर घेऊन, त्यात खवा, मैदा व थोडासा सोडा घालून, एकत्र मिसळून खूप मळावे. या मळलेल्या गोळ्याचे लांबट-गोल आकाराचे लहान लहान गोळे करून घ्यावेत व या गोळ्यांमध्ये बेदाणे घालावेत. हे गोळे मंद विस्तवावर तुपात लाल रंगावर तळावेत. साखरेचा कच्चा पाक तयार करून घेऊन त्यात तळलेले गोळे (खीरमोहन) कढईतून काढून घालावे व पाच ते दहा मिनिटे पाकात ठेवल्यावर बाहेर काढून घ्यावेत. नंतर पाक पुन्हा विस्तवावर ठेवून जरा पक्का करावा व त्यात हे खीरमोहन घालावेत.

## ७. संदेश

**साहित्य :** एक किलो पनीर, दोन वाट्या साखर, केशर अगर केशरी रंग, बेदाणे, पिस्ते, बदाम, वेलदोडे.

**कृती :** कढईत पनीर व साखर मिसळून कोरडे होईपर्यंत परतावे. नंतर वेलदोड्यांची पूड व केशर अगर केशरी रंग घालून पनीर कोरडे होताच कढई खाली उतरवावी व पनीर गरम असतानाच त्याचे गोळे करून पाहिजे तो आकार द्यावा. वरून बेदाणे, बदाम आणि पिस्ते यांचे काप घालावेत.

## ८. पनीरची खीर

**साहित्य :** पनीर, साखर, बेदाणे, पिस्ते, बदाम, केशर अगर केशरी रंग, मैदा.

**कृती :** पनीरमध्ये थोडा मैदा मिसळून पनीर चांगले दाबून ठेवावे. अर्ध्या तासानंतर पनीर काढून त्याचे लहान लहान तुकडे कापावेत. एका पातेल्यात दूध व साखर घालून आटवावयास ठेवावे. दूध आटत आल्यावर त्यात बेदाणे, पिस्ते आणि बदाम यांचे काप व केशर अगर केशरी रंग घालावा. दूध जरा घट्ट होताच त्यात पनीरचे कापलेले तुकडे घालावेत व दूध पुन्हा चांगले उकळू द्यावे. बासुंदीसारखे घट्ट होताच खाली उतरवून घ्यावे व वेलदोड्यांची पूड घालावी.

## ९. चमचम

**साहित्य :** एक किलो पनीर, एक सपाट वाटी मैदा अगर आरारूट अगर शिंगाड्याचे पीठ, चिमटीभर सोडा, केशर अगर केशरी रंग.

**कृती :** मागे (भाग १, पृष्ठ ७) दिल्याप्रमाणे पनीर तयार करून घ्यावे. एक किलो पनीर घेऊन त्यात एक सपाट वाटी मैदा (अगर आरारूट अगर शिंगाड्याचे पीठ) व चिमटीभर सोडा घालावा व पाहिजे असल्यास केशर (पूड करून) अगर केशरी रंग घालून, पनीर हलक्या हाताने लवकर मळून घ्यावे. नंतर त्यांचे लांबट आकाराचे गोळे करावेत. साखरेचा कच्चा पाक तयार करावा व पाक उकळत असतानाच त्यात बारीक गोळे सोडावेत व खूप आच आणावी. पाक घट्ट (पक्का) होऊ नये, म्हणून मधून मधून पाण्याचा हबका मारावा. चमचम दहा मिनिटे उकळल्यावर एका भांड्यात पाणी घेऊन, त्यात एक चमचम टाकून पाहावा. तो एकदम खाली गेल्यास चमचम शिजून तयार झाले, असे समजावे. पण पाण्यात तरंगल्यास चमचम पाकात आणखी उकळू द्यावेत व पूर्ण शिजल्यावर पातेले खाली उतरवावे.

## १०. लवंगलतिका

**साहित्य :** दोन वाट्या मैदा, अर्धी वाटी तूप, चिमटीभर मीठ, दहा-पंधरा लवंगा, नारळाची अर्धी वाटी, चारोळी, साखर, केशर अगर (खाण्याचा) केशरी रंग.

**कृती :** मैद्यात तूप व एक चिमटीभर सोडा घालून, मैदा गरम पाण्यात घट्ट भिजवून घ्यावा. नारळ खोवून व खोबऱ्याच्या निम्मी साखर घेऊन, खोबरे व साखर

एकत्र करून, शिजवून, सारण तयार करून घ्यावे. त्यात चारोळी घालावी. साखरेचा दोन-तारीपेक्षा जरा जास्त घट्ट पाक करून घ्यावा व त्यात केशर अगर केशरी रंग घालावा. नंतर मैदा मळून त्याच्या पुरीएवढ्या पापड्या लाटाव्यात. पापडीच्या मध्यावर अर्धा चमचा सारण घालून प्रथम पापडीच्या समोरासमोरच्या दोन बाजू सारणावर दुमडाव्या व नंतर दुसऱ्या दोन बाजू एकमेकांवर न येता एकमेकांना चिकटतील, अशा रीतीने दुमडाव्या. त्या दुमडलेल्या प्रत्येक बाजूवर एक एक अशा दोन लवंगा टोचाव्यात. याप्रमाणे बाकीच्या पापड्या कराव्यात व मंद विस्तवावर तळून साखरेच्या गरम पाकात सोडाव्यात.

**टीप :** वरील सारणात खवाही घालतात. अर्धी वाटी खवा घेऊन, तो भाजून, वरील सारणात घालावा.

♦

# भाग १२ काही पंजाबी पदार्थ

## १. छोले

**साहित्य :** अर्धा किलो काबुली चणे, चार बटाटे, चार टोमॅटो, अर्धा चमचा जिरे, एक इंच आल्याचा तुकडा, दालचिनीचे तीन तुकडे, दहा-बारा मिरे, मसाल्याची वेलची, एक लसणीचा गड्डा, सोडा अर्धा चमचा, सुक्या लाल मिरच्या, तूप एक वाटी.

**कृती :** रात्री पाण्यात सोडा घालून, त्यात काबुली चणे भिजत घालावेत. दुसऱ्या दिवशी सकाळी बटाटे उकडून, सोलून त्यांच्या फोडी कराव्यात. मिरे, दालचिनी, जिरे, मसाल्याची वेलची यांची पूड करून ती पूड व आले, लसूण, मिरच्या असे सर्व साहित्य बेताचे पाणी घालून वाटून घ्यावे. हा वाटलेला गोळा तुपावर खमंग परतावा. आदल्या रात्री भिजत घातलेले चणे त्याच– म्हणजे चणे भिजत घातलेल्या– पाण्यात मऊ होईपर्यंत शिजवून घ्यावेत व त्यात वरील वाटलेला गोळा व बटाट्याच्या फोडी घालाव्यात. टोमॅटोच्या फोडी करून घालाव्यात. नंतर पुन्हा चांगले शिजवावे. टोमॅटो न घातल्यास अनारदाणे घालावेत. छोल्यात गूळ घालू नये.

## २. पनीरची भाजी

**साहित्य :** दूध, मैदा अगर डाळीचे पीठ, ओल्या मिरच्या अगर लाल तिखट, मीठ, कांदा, लसूण, आले, धने, जिरे, लिंबू, साखर, तेल.

**कृती :** पनीर तयार करण्याची कृती यापूर्वी रसगुल्ले (बंगाली पदार्थ) करण्याच्या कृतीत अगर भाग १ मध्ये (पृष्ठ ७) दिली आहे. त्याप्रमाणे प्रथम पनीर तयार करून घ्यावे. पनीर तयार करून घेतल्यावर त्यात मैदा अगर डाळीचे पीठ

भाग
१२

# काही पंजाबी पदार्थ

इमृती

पालक पनीर

घालून, सारखे करून, एका फडक्यावर अर्धा इंच जाडीचे पसरावे. त्यावर दुसरे एक फडके घालावे व त्यावर पाट ठेवावा. अंदाजे अर्ध्या तासाने त्यातील सर्व पाणी निघून जाईल. नंतर त्या पनीरच्या चौकोनी वड्या कापून, त्या तेलात अगर तुपात तांबूस तळून घ्याव्यात. नंतर फोडणी करून घ्यावी. कांदा, लसूण, ओल्या मिरच्या, धने व जिरे– सर्व एकत्र वाटून, फोडणीत घालून, थोडे परतावे व दोन वाट्या पाणी त्यात घालून, चवीप्रमाणे मीठ व साखर घालावी. थोडे लिंबू पिळावे व त्यानंतर त्यात पनीरचे तुकडे घालून चांगले उकळावे.

## ३. मटार-पनीर

**साहित्य :** वरील पनीरच्या भाजीप्रमाणेच सर्व साहित्य. शिवाय एक वाटी मटाराचे दाणे व दोन मोठे लाल टोमॅटो.

**कृती :** मटार-पनीरची कृती बहुतेक सर्व वरील पनीरच्या भाजीप्रमाणेच आहे. पनीरच्या भाजीप्रमाणे फोडणी करून, त्यात दिलेला इतर मसाला घालून व परतून नंतर त्यात वाफवून घेतलेले मटाराचे दाणे घालावेत. लिंबू पिळण्याऐवजी टोमॅटो चिरून घालावेत व नंतर पनीरचे तुकडे घालून चांगले उकळावे. पनीरच्या तुकड्यांपेक्षा मटाराचे दाणे जास्त प्रमाणात घालावेत.

**टीप :** याप्रमाणेच मटाराच्या दाण्यांऐवजी फ्लॉवर अगर बटाटे घालून फ्लॉवर-पनीर व आलू-पनीर करावे.

## ४. पालक-पनीर

**साहित्य :** वरील पनीरच्या भाजीप्रमाणेच. शिवाय पालकाची भाजी.

**कृती :** पालकाची भाजी स्वच्छ धुऊन, अगदी बारीक चिरून, शिजवून घ्यावी. नंतर ती मिक्सरमध्ये अगर रवीने घुसळून, पाला दिसणार नाही, इतकी एकजीव करून घ्यावी. पाट्यावर वाटल्याइतपत बारीक व्हावी. नंतर पनीरच्या भाजीप्रमाणेच फोडणी करून, त्यात दिलेला इतर मसाला घालून, पालकाची वरीलप्रमाणे तयार केलेली भाजी त्यात घालावी व पनीरचे तुकडे घालून, चांगले उकळावे. पातळ वाटल्यास थोडे चण्याचे पीठ लावावे.

## ५. गाजराची कांजी

**साहित्य :** एक किलो गाजरे, एक वाटी मोहरीची डाळ, दोन चमचे हळद, चवीप्रमाणे मीठ.

**कृती :** गाजरे स्वच्छ धुऊन, ती तासून घ्यावीत व त्याच्या साधारण तीन इंच लांब व अर्धा इंच रुंदीच्या फोडी कराव्यात. एक मध्यम आकाराचा माठ घेऊन, तो स्वच्छ धुऊन, कोरडा करून घ्यावा. मोहरीची डाळ, हळद व मीठ हे सर्व मिसळून घेऊन गाजराच्या फोडींना लावावे व त्या फोडी माठात टाकून वर कढत पाणी घालावे. माठाचे तोंड फडक्याने बांधून माठ एका घडवंचीवर ठेवावा. रोज एकदा रवीने हलवावे. तीन दिवसांनंतर पेय तयार होते. हे पेय 'ॲपिटायझर'सारखे (क्षुधावर्धक, पृ. २३५ पाहा) होते व जेवणाच्या वेळी व विशेषत: थंडीच्या दिवसांत ते पिण्यास देण्याची पंजाबमध्ये पद्धत आहे. हे पेय तीन-चार दिवस टिकते. खाली राहिलेल्या फोडी लोणच्याप्रमाणेही उपयोगात आणता येतात.

या पेयाचा रंग सुंदर दिसतो.

## ६. फाफडा

**साहित्य :** दोन वाट्या चण्याचे बारीक पीठ, दोन चमचे ओवा, एक चमचा जिरे, हळद, पाऊण चमचा तिखट, मीठ, हिंग, एक कप दूध.

**कृती :** चण्याच्या पिठात थोडे मोहन घालावे व ओवा, जिरे, हळद, हिंग, तिखट व चवीप्रमाणे मीठ हे जिन्नस घालून चांगले मिसळावे. त्यात दूध घालून पीठ भिजवावे व दोन तास ठेवून द्यावे. नंतर ते चांगले मळावे व पातळ पापडासारखे लाटून तेलात तळावे.

## ७. इमृती (तोड्याची जिलबी)

**साहित्य :** एक वाटी उडदाची डाळ, आरारूट अगर मैदा, दोन वाट्या साखर, केशर अगर खाण्याचा केशरी रंग, तळण्याकरिता तूप.

**कृती :** जिलबी करण्यापूर्वी दोन ते अडीच तास उडदाची डाळ पाण्यात भिजत घालावी. नंतर ती बारीक वाटून श्रीखंड गाळण्याच्या यंत्राने गाळून घ्यावी. एक वाटी उडदाच्या डाळीस चार चमचे आरारूट अगर मैदा या प्रमाणात आरारूट अगर मैदा घालून ते पीठ चांगले कालवावे. साखरेचा एक-तारीपेक्षा थोडा जास्त घट्ट पाक करून घ्यावा. नंतर जिलबी करण्याकरिता तयार केलेल्या फडक्यात (पृष्ठ ११७ पाहा) वरील पीठ घालून तापलेल्या तुपावर प्रथम बांगडीएवढा गोल पाडून घ्यावा व त्या गोलाच्या कडेवर बारीक बारीक गोल पाडावेत. इमृती तळून झाल्यावर पाकात सोडावी. इमृती दिसायला तोड्यासारखी व म्हणून फार आकर्षक दिसते.

सजावटीसाठीही चांगली.

वरील साहित्याच्या अठरा ते वीस इमृत्या होतील.

## ८. कुरकुरीत भेंडी

**साहित्य :** पाव किलो भेंडी, दोन चमचे लाल तिखट, धने-जिरे पूड प्रत्येकी अर्धा चमचा, पाव चमचा दालचिनी पूड, आमचूर, शेंदेलोण व पादेलोण प्रत्येकी अर्धा चमचा, मीठ व तेल.

**कृती :** भेंड्या शक्यतो कोवळ्या घ्याव्या. त्या मिठाच्या पाण्याने धुऊन व पुसून कोरड्या कराव्या. भेंड्याचे देठ व शेंडे कापून टाकावे. सर्व भेंड्या तेलातून तळाव्या. भेंड्यांना लालसर रंग आल्यावर त्या तेलातून बाहेर काढाव्या. सर्व मसाल्याच्या पुड्या एकत्र करून, तो मसाला भेंड्यांवर भुरभुरावा व भेंड्या त्यात घोळवाव्या. आपल्या आवडीप्रमाणे मीठ लावावे व खाण्यास द्याव्या.

## ९. तंदुरी पनीर कबाब

**साहित्य :** एक वाटी पनीर, एक वाटी दही, एक टोमॅटो, एक भोपळी मिरची, दोन लहान कांदे, आठ लसूण-पाकळ्या, एक मोठा कांदा, तीन हिरव्या मिरच्या, एक चमचा आल्याचा कीस, पाव चमचा लाल तिखट, अर्धा चमचा गरम मसाला, टूथ पिक्स किंवा हिरकाड्या.

**कृती :** दीड लिटर दुधाचे पनीर करावे किंवा तयार पनीर घेऊन ते फडक्यामध्ये ठेवून त्यावर वजन ठेवावे. थोड्या वेळाने पनीरचे चिंचोक्यापेक्षा थोड्या मोठ्या आकाराचे चौकोनी तुकडे कापावे. लसूण, आले, मिरच्या व मोठा कांदा एकत्र वाटून मसाला तयार करावा. वाटलेला मसाला, गरम मसाला, लाल तिखट व मीठ एकत्र करून, त्यावर चार चमचे पाणी घालून मिसळावे व त्यात पनीरचे तुकडे बुडवून ठेवावे. पनीर-मसाला असलेले भांडे दोन तास मुरण्यास ठेवावे. नंतर हे भांडे आठ तास फ्रिजमध्ये मुरण्यास ठेवावे. लहान कांद्याचे उभे काप करावे. भोपळी मिरची व टोमॅटोचे लहान तुकडे करावे. हे तुकडे व कांद्याचे काप शक्यतो पनीरच्या आकाराचे असावेत. या भाज्यांच्या तुकड्यांना थोडे तिखट-मीठ लावावे. काडी किंवा टूथ-पिक घेऊन या काडीत कांदा, मिरची, टोमॅटो व पनीरचा तुकडा, पुन्हा टोमॅटो, मिरची, कांद्याचा तुकडा खोचावा. अशा सर्व काड्या तयार करून, ओव्हनमध्ये भाजण्यास ठेवाव्या. भाजायचे नसेल, तर पनीरचे तुकडे तुपावर तळून घेऊन, मधे पनीर व खाली-वर भाज्यांचे तुकडे खोचून, सॉसबरोबर खाण्यास द्यावे.

◆

# भाग १३ सुगरिणीची करामत

## जेवणाची पद्धत : टेबल डेकोरेशन – सजावट

'जातीच्या सुंदरांना काहीही शोभते' हे खरेच. पण मूळच्या सौंदर्याबरोबरच चांगल्या वस्त्रप्रावरणांची, अलंकारांची जोड मिळाली, तर सौंदर्यात अधिक भर पडते. किंबहुना त्यामुळे मूळच्या सौंदर्याला अधिक उठाव येतो, हेही तितकेच खरे. गवयाची तयारी उत्तम, आवाज गोड, पण शास्त्रशुद्ध गाण्याबरोबरच जर ढंगाच्या अंगाने गाणे म्हटले, तर गाणे अधिक रंगतदार होते; तसेच स्वयंपाकाच्या बाबतीतही आहे. पाकसिद्धी उत्तम साधली आहे; निरनिराळे पदार्थ, रस, रंग व रूप या दृष्टीने उत्तम झाले आहेत; पण ते देण्याच्या व वाढण्याच्या पद्धतीतही कलात्मकता दाखविली, तर आगळी शोभा येतेव प्रसन्नता वाढते. मधुर श्रीखंड एखाद्या पानाच्या द्रोणामधून दिल्यास चव तीच लागेल; पण तेच श्रीखंड एखाद्या सुबक डिशमधून अगर चांदीच्या वाटीतून दिल्यास खाणाऱ्याला अधिक प्रसन्न वाटेल व दिसायलाही चांगले दिसेल. पाकशास्त्राला सजावटीच्या कलेची जोड मिळाली, तर सौंदर्यात भर पडते व आकर्षकपणा वाढतो. ही सजावट जेवणाच्या निरनिराळ्या पद्धतीप्रमाणे निनिराळ्या प्रकारची होऊ शकेल.

आपली भारतीय जेवणाची पद्धत व परदेशातील पद्धत यांत फरक आहे. आपल्याकडे पूर्वापार चालत आलेली पद्धत, म्हणजे पाटावर बसून जेवावयाची. परदेशांमध्ये जेवण टेबलावर असते. आता अलीकडच्या काळात आपल्याकडेसुद्धा जेवणाच्या टेबलावर (डायनिंग टेबल) जेवण्याची पद्धत रूढ होऊ लागली आहे व आता पुष्कळ कुटुंबांत असे जेवणाचे टेबल असते. डायनिंग टेबल असल्यास सजावट करणे जास्त सोयीचे होते व सजावट करण्यास जास्त वाव मिळतो.

प्रथम टेबलावरील सजावटीचा विचार करू.

भाग
१३

कांद्याची फुले

# सुगरिणीची करामत

सॅलड

श्रीखंडाच्या बाहुल्यांची पंगत

टोमॅटोचे कमळ आणि परड्या

सजावट हा कलेचाच भाग आहे. ज्याच्यात जितपत कलेचे अंग असेल, त्या मानाने निरनिराळ्या कल्पना घेऊन, तो निरनिराळ्या प्रकारची सजावट करू शकेल. म्हणून सजावट हा व्यक्तिगत कल्पनाविलासाचा प्रश्न आहे. तथापि, वानगीदाखल काही कल्पना पुढे दिल्या आहेत.

## १. फुलांची सजावट

टेबलावर फुलांच्या पात्रात (फ्लॉवरपॉट अगर फ्लॉवरव्हास) निरनिराळ्या पानांची व फुलांची कलात्मक रचना करावी. तसेच, टेबलावर पानाभोवती पानाफुलांची कमानीमांडणी करावी.

## २. कच्च्या भाज्यांची व फळांची सजावट

या सजावटीकरिता साहित्य म्हणजे मटाराचे दाणे, लाल टोमॅटो, निरनिराळ्या रंगाची गाजरे, सॅलड, मुळा, बीट, फ्लॉवर, कोथिंबीर, काकडी, कांदा वगैरे भाज्या, मोड आलेली कडधान्ये व निरनिराळी फळे. काही सजावटीचे प्रकार खाली दिले आहेत.

**(१) सॅलडची सजावट :** मुळा, काकडी व गाजर (विशेषकरून पिवळया रंगाचे गाजर) यांची पन्हळीसारखी साले काढून चकत्या कराव्यात. त्या चकत्या यंत्रांच्या चाकाच्या दात्याप्रमाणे दिसतील. चकती एकावर एक थोडीशी येईल, अशा रीतीने सर्व चकत्या डिशमध्ये सभोवती रांगेने लावाव्यात व मध्ये गाजराचा किंवा मुळ्याचा कीस पसरावा व त्याच्या मध्यावर पुन्हा थोड्याश्या चकत्या लावाव्यात.

**(२) टोमॅटोचा पक्षी :** एक मोठा लाल टोमॅटो घ्यावा. कच्च्या बीटच्या चकतीस चोचीचा आकार द्यावा. काकडीचा अगर मुळ्याचा एक पातळ आडवा काप घ्यावा व तो मध्ये कापून दोन भाग करावेत. टोमॅटोला वरील बाजूस चार खाचा पाडाव्यात. एकात चोच लावावी. बाजूच्या दोन खाचांत काकडीचे अगर मुळ्याचे काप पंखांप्रमाणे बसवावेत. पाठीमागच्या खाचेत सॅलडची अथवा सॅलड न मिळाल्यास त्या प्रकारची दुसरी कोणतीही नाजूक पाने बसवून शेपटीसारखे करावे. चोचीच्या वर डोळ्याच्या ठिकाणी भेंडीचे दाणे अगर काळे मिरे बसवून डोळे करता येतील. हा पक्षी डिशमध्ये मध्यावर ठेवून, बाजूने वेगवेगळ्या भाज्यांच्या चकत्या, कडधान्ये वगैरे कलात्मक रीतीने मांडून सजावट करता येईल.

**(३) कांद्याचे कमळ :** एक चांगला पांढरा कांदा उभा चिरून त्याच्या कमळासारख्या पाकळ्या कराव्यात. हे कमळ डिशमध्ये ठेवून बाजूने पाने व भाज्यांचे काप लावावेत. पाहिजे तर पाकळ्यांना खाण्याचा रंग लावावा. याप्रमाणेच

सलगमच्या गुलाबाच्या पाकळ्यांसारख्या पाकळ्या कापाव्यात. हवा तर गुलाबी अगर तांबडा रंग द्यावा. गुलाबाच्या फुलाप्रमाणे दिसते. याप्रमाणे टोमॅटोचेही कमळ करावे.

**(४) बीटची सजावट :** बीटच्या जाड चकत्या काढून, त्या उकडून डिशच्या मध्यावर एकावर एक (म्हणजे साधारण मूळ बीट होता, त्याप्रमाणेच) ठेवून त्यावर घट्ट दही ओतावे व त्यावर मीठ, साखर व मिरीची पूड शिंपडावी. शिवाय मधून वाफवलेले मटाराचे दाणे अगर गाजराच्या चकत्या लावाव्यात. वरती लहान टोमॅटो ठेवून, त्यात कोथिंबीरीचा शेंडा खोवावा. वरीलप्रमाणे बाजूने भाज्या लावाव्या.

अशा डेकोरेशन केलेल्या भाज्या आकर्षक दिसल्यामुळे टेबल-सजावट तर चांगली होतेच, शिवाय मुले विशेष आवडीने खातात.

## (५) फरसबीच्या शेंगा

**साहित्य :** मैदा, तूप, हिरवा रंग, मीठ, ओव्याची पूड.

**कृती :** एक वाटी मैदा घेऊन, त्यात चार चमचे तूप, अर्धा चमचा ओव्याची पूड, हिरवा रंग व चवीला किंचित मीठ घालून मैदा पाण्यात भिजवावा व चांगला मळून घ्यावा. त्याच्या नेहमीच्या पुरीपेक्षा जाडसर व जरा मोठ्या आकाराच्या पुऱ्या लाटाव्यात. त्या पुरीच्या, फरसबीची शेंग असते, तेवढ्या रुंदीच्या पट्ट्या कापाव्यात. पट्टीची दोन्ही टोके जरा चिमटून घ्यावीत. नंतर त्या पट्ट्या दाबून दाबून तुपात तळाव्यात. जेवणाच्या टेबलावर सजावटीसाठी ह्या बनविलेल्या शेंगा चांगल्या दिसतात. फरसबीप्रमाणेच दिसतात. एका डिशमध्ये घालून ठेवाव्यात. रंग घालावयाचा, तो फरसबीला फिकट हिरवा असतो, तितका येईल, इतपत घालावा.

## (६) सुंदर फ्लॉवर

**साहित्य :** एक गोल फ्लॉवरचा गड्डा, अर्धी वाटी मटाराचे दाणे, दोन मोठे लाल टोमॅटो, तिखट, मीठ, साखर, कोथिंबीर, ओले खोबरे.

**कृती :** सबंध फ्लॉवरचा एक गड्डा एका मोठ्या भांड्यात पाणी घालून व त्यात चवीस मीठ व किंचित हळद घालून, मऊ शिजवून घ्यावा. टोमॅटो शिजवून घ्यावेत. मटार वाफवून घ्यावेत. मटारास वाफ देताना किंचित सोडा घालावा. टोमॅटोचा रस गाळून घ्यावा. त्या रसात चवीप्रमाणे मीठ व लाल तिखट, साखर व आवडत असल्यास मिरीची पूड घालावी. वाफवलेला फ्लॉवर एका मोठ्या डिशमध्ये काढावा. टोमॅटोचा रस पातळ वाटल्यास त्याला थोडे कॉर्नफ्लोअर लावून

शिजवून घ्यावे व तो रस वरील फ्लॉवरच्या गड्ड्यावर मधूनमधून फ्लॉवर दिसेल, अशा रीतीने घालावा. मधूनमधून मटाराचे दाणे लावून, वर कोथिंबीर पसरावी. वर ओले खोबरे घालावे. डिश जेवणाच्या टेबलावर ठेवावी. सजावटीच्या दृष्टीने ही सजविलेली फ्लॉवरची डिश आकर्षक दिसेल. जेवणाच्या वेळी या फ्लॉवरचे तुकडे कापून घ्यावेत.

**टीप :** फ्लॉवर शिजवताना हळद घातली नाही, तरी चालेल. फ्लॉवरचा सफेद रंगही चांगला दिसेल. या फ्लॉवरवर फरसबीचे बारीक तुकडे अगर गाजराचे बारीक तुकडे अगर काप, अथवा बटाट्याचे बारीक तुकडे, यापैकी जे आवडत असतील, ते तुकडे अथवा सर्वच प्रकारचे तुकडे घालण्यास हरकत नाही. घालावयाचे झाल्यास, वाफवून मग घालावेत.

**(७) खूबसूरत खरबूज :** खरबूज घेऊन, ते मध्यावर करवतीच्या दात्याप्रमाणे नागमोडी आकाराचे कापून दोन तुकडे करावेत. नंतर त्यातील गर काढून घेऊन गराचे चौकोनी तुकडे करावेत व त्यांना थोडे मीठ, साखर व मिरपूड लावून हे तुकडे पुन्हा खरबुजाच्या अर्ध्या भागात भरून, तो भाग डिशच्या मध्यावर ठेवावा व त्याच्याभोवती बारीक फळे लावावीत अगर भाज्यांचा बारीक चिरलेला पाला घालावा.

**(८) आकर्षक अननस :** अननस घेऊन डेख तसेच ठेवावे व डेखापर्यंत साल व डोळे पूर्णपणे काढून अननसाच्या डोळ्यांच्या रेषेत तिरक्या खाचा पाडाव्यात. अननसाच्या चकत्या कापून, त्या चकत्या पुन्हा होत्या तशाच क्रमाने एकावर एक (पहिल्यासरखा अननस दिसेल, अशा रीतीने) ठेवाव्यात व वर डेख ठेवावे. हा अननस डिशच्या मध्यावर ठेवून, त्याच्याभोवती लहान लहान टोमॅटो अगर सफरचंदाच्या अगर संत्र्या-मुसुंब्याच्या फोडी डिझाईन करून लावाव्यात. जेवताना अननसाच्या व इतर फोडी प्रत्येकाने काढून खावयास घ्याव्यात.

## (९) कलिंगडाच्या परडीत फ्रूटसॅलड

**साहित्य :** एक मध्यम आकाराचे कलिंगड, निरनिराळ्या प्रकारची (संत्री, मोसंबी, सफरचंद प्रत्येकी दोन, अननसाच्या दोन चकत्या, दोन तीन केळी) फळे, दोन लिंबांचा रस, एक चमचा व्हिनिगर, अर्धी वाटी मध किंवा साखरेचा पाक, दोन चमचे बारीक चिरलेला पुदिना, चिमूटभर सुंठ-पूड.

**कृती :** प्रथम परडी करण्यासाठी कलिंगडाच्या डेखाच्या बाजूने डेखाच्या दोन्ही

बाजूस दोन समांतर चिरा, दोन्ही चिरांमध्ये दोन इंच अंतर राहील, अशा बेताने कलिंगडाच्या मध्यापर्यंत सुरीने पाडाव्या. नंतर मध्यावर दोन्ही बाजूंनी उभ्या चिरांपर्यंत आडवे कापावे. दोन्ही बाजूंचे आडवे काप काढून घ्यावे, म्हणजे खाली परडी व वर दांडी तयार होईल. यानंतर खालच्या परडीतील गर काढून घ्यावा.

घेतलेल्या फळांच्या फोडी करून, त्यांवर निम्मा लिंबाचा रस घालून, सर्व फोडींत मिसळावा. मध किंवा साखरेचा पाक, राहिलेला लिंबाचा रस, व्हिनिगर, पुदिना व सुंठपूड एकत्र करून रवीने चांगले घुसळावे व हे मिश्रण बाटलीत भरून ठेवावे. या मिश्रणास ड्रेसिंग असे म्हणतात.

कलिंगडाच्या परडीत फळांचे तुकडे व कलिंगडाच्या गराचे काढलेले तुकडे किंवा गोळे घालावेत. खावयास देताना परडीतील फळांचे फोडींवर तयार केलेले ड्रेसिंग शिंपडून घालावे व डिशमध्ये द्यावे. आवडीप्रमाणे डिशमध्ये अधिक ड्रेसिंग शिंपडावे.

## ३. इतर खाद्यपदार्थांची सजावट

एखादा पाहुणा आल्यावर त्याला फराळाचे द्यावयाचे असल्यास, अगर एखादी पार्टी द्यावयाची असल्यास, अगर इतर प्रसंगी जे खावयास द्यावयाचे असेल, त्याची डिशमध्ये कलात्मक मांडणी करता आल्यास करावी. उदाहरणार्थ, निरनिराळ्या वड्या, लाडू, करंज्या अनरसे, चकल्या वगैरे पदार्थ डिशमध्ये ठेवताना नुसतेच रचून ठेवू नयेत. ते पद्धतशीर रीतीने अगर कलात्मक रचना करून मांडावेत.

## ४. मनुष्याकृती व देखावे

प्रत्यक्ष खाण्यास घेता येतील अशा, किंवा जी खावयाचीच आहेत, अशा फळांची, भाज्यांची अथवा खाद्यपदार्थांची सजावट वरीलप्रमाणे झाली.

याशिवाय केवळ शोभेकरिताही म्हणून सजावट करता येईल. भाज्या अगर फळे वापरून काही मनुष्याकृती व देखावेही करता येतील. वानगीदाखल काही कल्पना पुढे दिल्या आहेत :

(१) पोटाच्या ठिकाणी लांबट बटाटा अगर गाजर अगर मुळा, पायाच्या ठिकाणी मुळा अगर गाजर, हाताला गाजर अगर घेवड्याची पोकळ शेंग, तोंडाला कांदा अगर सलगम, डोक्याला भाजीचा कोरलेला तुकडा असे वापरून एखादा माणूस अगर विदूषक, अगर फुगेवाला अगर शेतकरी अगर बाई, मुलगा, मुलगी अगर इतरही वैशिष्ट्यपूर्ण व्यक्ती अशा निरनिराळ्या मनुष्याकृती बनविता येतील. एखादी विदेशी बाईही करता येईल, आणि ते जरा सोपेही जाते. उदाहरणार्थ, खाली अर्धा नवलकोलचा गड्डा पालथा घालून, त्यावर लाल मोठ्या गाजराचा तुकडा पोट

म्हणून, त्यावर कांदा अगर बटाटा तोंड म्हणून व हाताला बारीक गाजर असे सर्व लावून तोंडावर नाक, डोळे रंगवावे. हातात पंख्यासारखे काही द्यावे. नवलकोलावर कोबीचे पान पसरून घालावे, म्हणजे झग्यासारखे दिसेल. गळ्यात मटाराच्या दाण्यांची माळ करून घालावी. याप्रमाणे विदेशी पद्धतीची बाई अगर बाहुली करावी. साधारणपणे एखादे चित्र अथवा आकृती पुढे ठेवून, त्याला साजेशा भाज्या निवडून प्रतिकृती करता येईल.

(२) याप्रमाणे एखादा देखावाही करता येईल. विहिरीकरता सुरणाचे कडे, वांगे कापून, गर काढून, दुमडून मोट, सुरणाची अगर इतर भाज्यांची झोपडी, झोपडीच्या तोंडाशी बाई, विहिरीपाशी एखादा माळी– याप्रमाणे करून व भाजीची पाने कातरून, कोबी अगर फ्लॉवरचे गड्डे अगर दुसरी कोणतीही भाजी मध्ये लावून मळ्याचा देखावा करता येईल.

(३) एखादा वाकड्या आकाराचा दुधभोपळा घेऊन, तो वरच्या बाजूने कापून, पोकळ करून बोटीसारखा आकार देता येईल. कापतानाच मध्ये पट्ट्या राखून बाके करता येतील. एका बाजूला शेवग्याची शेंग अगर दुसरे काही उभे करून व त्याला केळीचे अगर कोबीचे पान लावून शीड करता येईल.

## ५. नॅपकीन

परदेशात जेवणाच्या टेबलावर रुमालाच्या (नॅपकिन) घड्या ठेवण्याची पद्धत आहे. घड्या घालण्यापूर्वी नॅपकिन पांढरे शुभ्र धुऊन, त्याला स्टार्च (कांजी) लावावा लागतो, म्हणजे घडी तशीच राहते. निरनिराळ्या प्रकारच्या घड्या घालता येतात. अशा घड्या घालून टेबलावर, अगर ग्लासमध्ये, अगर भांड्यात खोचून ठेवल्यास टेबलावरील सजावटीमध्ये अधिक भर पडते.

## ६. भारतीय पद्धत

जेवणाची पूर्वापार चालत आलेली भारतीय पद्धतही सोयिस्कर व तितकीच आकर्षक आहे. किंबहुना अशी सजविलेली पंगत पाहून प्रसन्न वाटते व डोळ्यांनाही सुखावह वाटते. लाल रंगीत पाट असावेत. बसायला एक पाट, पानाखाली एक पाट व असल्यास मागे टेकावयालाही एक पाट. पुढील पाटावर केळीचे हिरवेगार पान, त्या पानावर हवे तर ताट, पानाभोवती रांगोळी, मधूनमधून सोंगट्या ठेवून उदबत्त्या लावलेल्या, जे जे पदार्थ केलेले असतील, तो प्रत्येक पदार्थ थोडा थोडा; पण व्यवस्थित व टापटिपीने वाढल्यावर भरगच्च दिसणारे पान अगर ताट यांमुळे अशा पंगतीला आगळीच शोभा येते. अशी मांडणी जास्त उठावदार व भारदस्तही वाटते, सर्व व्यक्ती सर्वांना दिसत असल्यामुळे जेवण जास्त खेळीमेळीच्या वातावरणात

होते. यातच सजावटीची भर म्हणून पानाभोवती निरनिराळ्या प्रकारच्या रांगोळ्या काढाव्यात, कमानी काढाव्यात, रांगोळ्यांवर निरनिराळ्या रंगांचा शिडकाव करावा व फुले घालून काही काही अंतरावर फुलदाण्या ठेवाव्यात. वाटल्यास पंगतीच्या एका बाजूस मध्यावर टेबल मांडून, त्याच्यावर वर दिलेल्या भाज्या व फळांची सजावट करून, नजरेत येईल, अशा रीतीने ठेवावी. तसेच प्रत्येक पानाजवळ नॅपकीनची आकर्षक घडी (वर लिहिल्याप्रमाणे) ठेवावी. मधूनमधून वाळ्याच्या पंख्याने वारा घालावा. अशा शीतल वाऱ्याच्या सुवासात, उदबत्त्यांच्या घमघमाटात व अधिक खेळीमेळीच्या वातावरणामुळे भारतीय पद्धतीची मांडणी अधिक शोभादायक व प्रसन्न वाटते.

## ७. लहान मुलांसाठी

लहान मुलांच्या वाढदिवसाकरिता अगर अन्य काही विशेष प्रसंगी मुलामुलींना एकत्र बोलावतात. अशा वेळी खाद्यपदार्थांबरोबरच जर थोडी निराळ्या तऱ्हेची सजावट केली, तर मुलांना फार आवडेल. त्यांची करमणूकही होईल. खाद्यपदार्थांच्या काही आकृत्या बनविल्या, तर मुलांना गंमत वाटेल. काही कल्पना पुढे दिल्या आहेत :

### (१) श्रीखंडाचे पशु-पक्षी

एक वाटी चक्क्यात दोन वाट्या साखर घालून श्रीखंडाच्या वडीकरता आपण शिजवतो, त्यापेक्षा थोडे कमी शिजवावे. त्या गोळ्यात आवडीप्रमाणे रंग घालून निरनिराळ्या रंगांचे गोळे करावेत. या गोळ्यांमधून पशु-पक्ष्यांची डोकी व शरीराचे इतर भाग हाताने आकार देऊन करावेत. त्याला लवंगांचे अगर बदामाच्या कापांचे पाय लावावेत. पिस्त्याचे अगर बदामाचे पंख लावावेत. वेलदोड्यांच्या दाण्यांचे डोळे लावावेत.

(२) तळाला मोठा केकचा लांबट तुकडा ठेवून, त्यावर एक केकचा रोल आडवा ठेवून, त्याला वर रेल्वे-इंजिनाच्या चिमणीप्रमाणे केकचे तुकडे लावून व खाली केकचीच चाके करून लावल्यास आगगाडीचे इंजिन होईल.

(३) साल काढून काकडीची अर्धी फाक करावी. त्या फाकीवर अगर पिकलेल्या आंब्याच्या फाकीवर बिस्किट अगर बीटचा अगर खरबुजाच्या गराचा त्रिकोणी तुकडा शिडासारखा बसविल्यास जहाज तयार होईल.

(४) शिजविलेल्या बटाट्याच्या गोळ्यात साखर अगर तिखट, मीठ, जिऱ्याची पूड असा मसाला घालून, लहान लहान गोळे करून, त्याला बदक, ससा, कोंबडा असे निरनिराळे आकार देऊन व डोळ्याच्या ठिकाणी चेरीचा लहान तुकडा, चोचीला बीटचा तुकडा असे लावून व अंगावर जरूर तर खाण्याच्या रंगाची छटा देऊन, असे

प्राणी डिशमधून ठेवावेत व भोवती मटाराचे दाणे लावावेत.

(५) इडली केलेली असल्यास इडली अगर नानकटाई डिशमध्ये ठेवून, त्यावर ब्रशने हलक्या हाताने खाण्याच्या रंगाने डोळे, कान, नाक, तोंड काढावे.

(६) केकची झोपडीही करता येईल. डिशमध्ये खाली दोन मोठी बिस्किटे घालून, त्यावर केकचा लांबट चौकोनी तुकडा ठेवून, दुसरा एक छपराच्या आकाराचा केकचा तुकहा कापून, तो वर ठेवावा. छपराच्या दोन्ही बाजूंनी बिस्किटे लावावीत. खिडक्यांच्या व दाराच्या ठिकाणी रंगाने रेषा काढाव्यात. ब्रेड किंवा केकचे त्रिकोणी तुकडे कापून, शेजारी शेजारी चिकटून ठेवल्यासही छप्पर होईल.

(७) रेफ्रिजरेटरमध्ये बर्फ तयार होतो. त्याकरिता बर्फाचे चौकोनी तुकडे बसतील, अशा तऱ्हेचे कप्पे असलेले हे (Tray) मिळतात. असा ट्रे घेऊन त्यातील कप्पे पाण्याने अर्धे भरून, तो ट्रे रेफ्रिजरेटरमध्ये ठेवावा. बर्फ झाल्यावर प्रत्येक कप्प्यात चेरी अगर चेरीचे काप, लाल रंगाचे डाळिंबाचे दाणे किंवा इतर काही पाहिजे त्या फळांचे तुकडे घालावेत व ट्रे पाण्याने भरून रेफ्रिजरेटरमध्ये पुन्हा ठेवावा. पूर्ण बर्फ झाला, की बर्फाचे तुकडे कापून डिशमध्ये ठेवावेत. मध्येच असलेल्या रंगीत फळांच्या तुकड्यांमुळे असे बर्फाचे खडे मुलांना मोठे गमतीदार वाटतील.

## ८. विशेष हस्तकौशल्याच्या काही कृती

विशेष हस्तकौशल्याच्या काही कृती खाली दिल्या आहेत. असेही पदार्थ करून ठेवल्यास मुलांना पाहायला आणि खाताना गंमत वाटेल. हे पदार्थ मोठ्या माणसांच्या पार्टीच्या वेळीही टेबलावर डिशमध्ये मांडून ठेवण्यास हरकत नाही. त्यामुळे सजावटीत भर पडेल.

### (१) लिची

**साहित्य :** अर्धा किलो बटाटे, तीन वाट्या पिठीसाखर, पाव किलो खवा, खाण्याचा गुलाबी रंग, इसेन्स, गुलाबी अगर ऑरेंज रंगाची साखर अथवा जेली पावडर.

**कृती :** बटाटे उकडून सोलावेत व वाटावेत. नंतर बटाट्याचा वाटलेला गोळा, खवा, पिठीसाखर एकत्र करून मिश्रण सारखे करावे. चुलीवर ठेवून व शिजवून घट्ट करावे. नंतर त्यात गुलाबी अगर पिवळा (अगर इतर आवडेल, तो) रंग व इसेन्स घालून शिजविलेला गोळा सारखा करून, त्याचे सुपारीएवढे गोल अगर लांबट गोल करून, ते गुलाबी अगर ऑरेंज रंगाच्या साखरेत अगर जेली पावडरमध्ये घोळावेत. रंगीत साखर अगर जेली पावडर बाजारात न मिळाल्यास गुलाबी अगर ऑरेंज रंगाचे पाणी साखरेला लावून ती साखर वाळवून घ्यावी.

या तयार केलेल्या गोळ्यांना दोन-दोन पाने लावावीत व गोळे पानांसकट मोठ्या डिशमध्ये कलापूर्णपणे मांडावेत. फळांप्रमाणेच वाटेल. पाने लावावयाची, ती गोळ्यांना शोभतील, अशा आकाराची झाडाची खरी पाने अगर हिरव्या कागदाची पाने कापून लावावीत, अगर वर दिल्याप्रमाणे बटाट्याचा गोळा शिजून झाल्यावर, त्यातील थोडा घेऊन, त्यात हिरवा रंग घालून, नंतर तो पातळसा लाटून, त्याची पाने कापून लावावीत.

## (२) बटाट्याची परडी

**साहित्य :** बटाटे, तूप.

**कृती :** साल काढून बटाटे किसावेत. नंतर तो कीस पाण्यात घालून धुऊन काढावा व त्यात चवीपुरते थोडेसे मीठ घालून मिसळावे. नंतर एक तारेचे गाळणे घेऊन त्यात किसाचा पाव इंचाचा थर सर्व बाजूंनी घालावा व हाताने तो थोडा दाबावा व नंतर तळणीमध्ये तूप तापत ठेवून, त्या तापलेल्या तुपात ते गाळणे बुडवून धरावे, म्हणजे आतील कीस तळून निघेल त्यानंतर गाळणे काढून पालथे करावे. गोल आकाराची किसाची जाळीदार परडी तयार होईल. ह्या परडीत तिखट-मिठाचा अगर गोडाचा कोरडा पदार्थ भरून, अशा परड्या मोठ्या डिशमध्ये नीट मांडून ठेवाव्यात व नंतर खावयास द्याव्यात. वरील पदार्थांऐवजी हवे तर या परड्यांत द्राक्षे, चेरी वगैरे बारीक फळे अगर सुकी फळे रचून ठेवावीत. या परड्या आकर्षक दिसतील व नावीन्यपूर्ण वाटतील.

ह्याप्रमाणेच रताळ्याच्या किसाचीही परडी होते.

## (३) चिक्कीची वाटी

**साहित्य :** एक वाटी गूळ अगर साखर, अर्धी वाटी लिक्विड ग्लूकोज, चार वाट्या चुरमुरे अगर राजगिऱ्याच्या लाह्या.

**कृती :** गुळाचा अगर साखरेचा पाणी न घालता पाक करावयास ठेवावा. साखर अगर गूळ विरघळल्यावर त्यात ग्लूकोज घालून एक कढ आणावा व त्यात चुरमुरे अगर राजगिऱ्याच्या लाह्या घालून मिसळावे. नंतर एक नेहमीच्या आकाराची वाटी घ्यावी व तसेच वाटीच्या व्यासापेक्षा लहान व्यासाचे एक फुलपात्र घ्यावे. वाटीला आतून तुपाचा हात लावून, वरील तयार केलेले पाकाचे मिश्रण गरम असतानाच वाटीला आतील बाजूने सगळीकडे लागेल, असे घालावे व त्यावर फुलपात्र दाबावे. नंतर फुलपात्र काढून घेऊन चिक्कीची तयार झालेली वाटी बाहेर काढून घ्यावी. डिशमध्ये या वाट्या ठेवून, त्या वाट्यांत बिस्किटे, चेरीची फळे

अगर इतर सुकामेवा वगैरे घालावा. नाविन्यपूर्ण वाटेल व दिसायलाही सुंदर दिसेल. आतील पदार्थ खाऊन झाल्यावर अगर त्या पदार्थांबरोबर चिक्कीची वाटीही खाता येईल. डेकोरेशनसाठी या चिक्कीच्या वाट्यांचा उपयोग करता येईल.

## (४) मैद्याचा कोन

**साहित्य :** एक वाटी मैदा, मीठ, तूप.

**कृती :** मैद्यात थोडेसे मीठ टाकून व एक चमचा तुपाचे मोहन घालून, मैदा पाण्यात भिजवावा. नंतर त्याची पोळी लाटून, पोळीच्या लांब पट्ट्या कापून घ्याव्या. चिलमीच्या आकाराची वर निमुळती होत गेलेली एखादी वस्तू असल्यास पाहावे. शक्यतो लाकडाचा अगर पत्र्याचा अशा आकाराचा साचाच करून घेतलेला बरा. अशा साच्यावर मैद्याची पट्टी वर-वर तिरकी गुंडाळत जावी. नंतर पट्टी गुंडाळलेला साचा तुपात सोडावा व तळून झाल्यावर बाहेर काढून, साच्यावरून कोन बाजूला काढून घ्यावा.

ह्या कोनामध्ये तिखट-मिठाचा पदार्थ अगर भाजी अगर शिरा, वगैरे पदार्थ अगर जॅम, जेली, आईस्क्रीम वगैरे घालून खावयास द्यावे. मुलांच्या वाढदिवसप्रसंगी असे कोन करून, त्यांत वरीलप्रमाणे एखादा पदार्थ घालून दिल्यास मुलांना आवडेल व मौज वाटेल. तसेच टेबल डेकोरेशन (सजावट) करण्यासही हे कोन उपयोगी पडतील.

## (५) साखरेच्या टोपल्या

साखरेत पाणी न घालता पाक करावा व पाक करताना त्यात थोडे लिक्विड ग्लूकोज घालावे. एखाद्या वाटीच्या अगर पाणी पिण्याच्या भांड्याच्या बुडावर भिजविलेल्या मैद्याचे पीठ हाताने सारखे लावावे. त्यावर तेल अगर तूप चपचपीत लावून, त्यावर साखरेच्या पाकाची तार, टोपलीची वीण असते, त्याप्रमाणे, उभी व आडवी पाडावी. तार लगेच सुकेल. सुकल्यावर टोपली भांड्यापासून हळूच सोडवून घ्यावी.

ह्या टोपलीत निरनिराळी लहान लहान फळे, अगर निरनिराळ्या फळांचे तुकडे, अगर सुकामेवा घालावा व टोपल्या डिशमध्ये मांडाव्यात. सजावटीच्या दृष्टीने या टोपल्या चांगल्या दिसतील.

## (६) मोहनवाटी

**साहित्य :** मैदा, तूप, मीठ, गुलकंद अथवा ओल्या नारळाच्या

करंजीचे सारण, किंवा खव्याचे सारण, किंवा केशरी रंगाचा शिरा, किंवा जॅम, किंवा दुधी हलवा, किंवा सुका मेवा.

**कृती :** मैद्यात चवीपुरते मीठ व तुपाचे मोहन घालून, मैदा दुधात घट्ट भिजवावा व मळून घ्यावा. नंतर त्याच्या लहान लहान पुऱ्या लाटाव्यात. केक करण्याकरिता लहान गोल वाटीसारखी भांडी असतात, त्यांपैकी भांडे घेऊन, त्यात वरील पुरी ठेवून, ती त्या भांड्यात आतून सर्व बाजूंनी दाबावी. वाटीच्या काठापर्यंत सर्व बाजूंनी येईल, एवढी पुरी असावी. नंतर त्या मैद्याच्या पोकळ वाटीत वर 'साहित्या'त दिल्यापैकी कोणतेही सारण भरावे. नंतर वरील मैद्याचीच पातळ पोळी लाटावी व त्या पोळीच्या साधारण एकअष्टमांश इंच रुंदीच्या (साधारण गोवारीची शेंग असते, त्या रुंदीच्या) पट्ट्या कापाव्यात. त्यांपैकी एक पट्टी घेऊन भांड्यातील पापडीच्या दोन्ही बाजूंना थोडसे पाणी लावून, ती दोन्ही बाजूंना चिकटवून बसवावी व बाकीची जादा टोके कापून टाकावी, याप्रमाणे वाटीवर अंतरा-अंतराने पट्ट्या उभ्या व आडव्या (जाळी बनेल, अशा रीतीने) बसवाव्या. नंतर ते भांडे ओव्हनमध्ये, अगर बिस्किटपात्रात, अगर खाली-वर निखारे ठेवून भाजून घ्यावे व नंतर भांड्यातून वाटी बाहेर काढावी. याप्रमाणे बाकीच्या वाट्या तयार करून घ्याव्यात. नंतर त्या वाट्या डिशमध्ये सुबक रीतीने मांडाव्यात. पाहिजे तर भोवती चेरी लावावी. हे एक चांगले डेकोरेशन दिसेल. नंतर खावयास द्याव्यात. वाटीत सारण घालावयाचे, ते शक्यतो रंगीत असावे.

## ९. रुखवत व शोभेच्या मांडणीकरिता

वर दिलेल्या हस्तकौशल्याच्या कृती, तसेच, या विभागात इतर सजावटीच्या कृती लग्नमुंजीच्या प्रसंगीही रुखवताकरिता अगर शोभेकरिता मांडता येतील.

◆

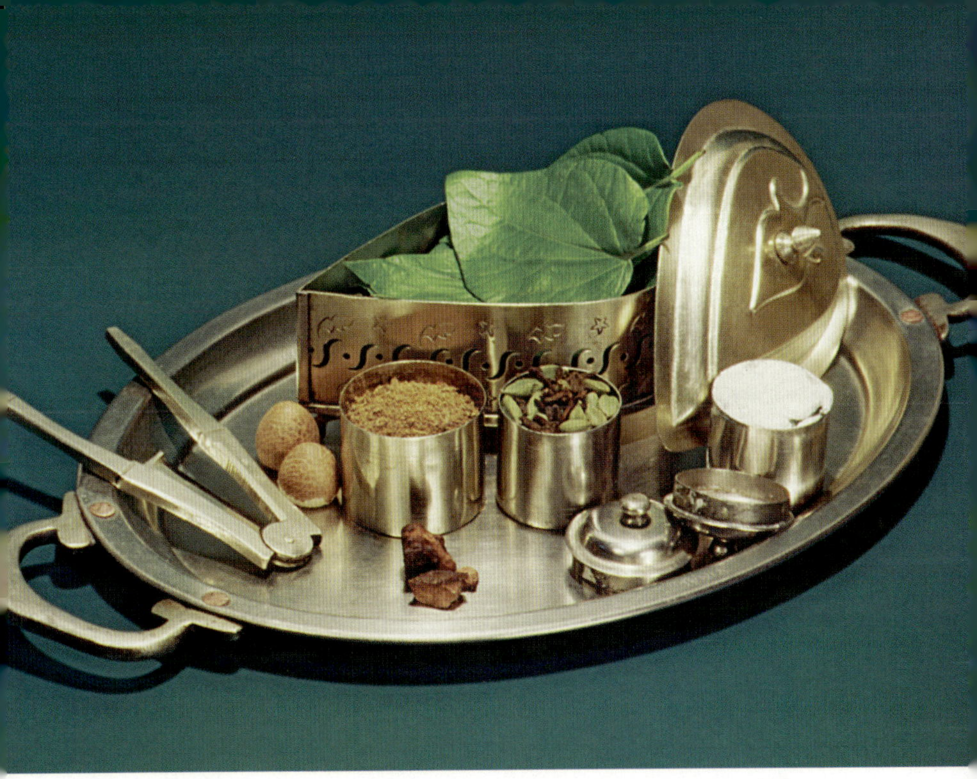

भाग १४

# मुखशुद्धी व पानसुपारी

गोविंद विडा, वर्खाचा विडा, तुऱ्याचा विडा, पानपट्टी, मद्रासी विडा

फुलपाखराचा विडा, कुलूप विडा, होडीचा विडा

झुंबराचा विडा

भाग १४

# मुखशुद्धी व पानसुपारी

सुग्रास जेवण झाल्यावर पानसुपारी ही ओघाने आलीच. गोडधोड पदार्थांच्या पोटभर जेवणानंतर विडा देण्याची व खाण्याची आपल्याकडे पद्धत आहे. तसेच, रोजच्या जेवणानंतर काहीतरी तोंडात टाकून त्याचे चर्वण करण्याचीही पद्धत आहे. त्याला मुखशुद्धी म्हणतात. तांबूल (विडा) सेवनाने चर्वण होऊन लाळ सुटते, त्यामुळे व विड्यातील जिनसांच्या औषधियुक्त गुणांमुळे पचनाला मदत होते. म्हणून पाकशास्त्राच्या अनुषंगाने विड्याबद्दलही थोडी माहिती देणे अप्रस्तुत होणार नाही.

जेवणानंतर मुखशुद्धी म्हणून शेंगदाणे, फुटाणे, साधी सुपारी, अगर मसाल्याची सुपारी, आवळ्याची सुपारी खाण्याची पद्धत आहे. याप्रमाणेच भाजलेली बडीशेप, धन्याची डाळ, बदाम, भोपळ्याच्या अगर कलिंगडाच्या अगर काकडीच्या भाजलेल्या बिया अगर या सर्वांचे मिश्रण हेही जिन्नस मुखशुद्धीकरिता देता येतील. आवळ्याची सुपारी व मसाल्याची सुपारी करण्याचे प्रकार खाली दिले आहेत.

## १. आवळ्याची सुपारी

चांगले बिनरेषेचे आवळे घेऊन ते किसावेत. थोड्याशा दह्यामध्ये चवीप्रमाणे मीठ व जिऱ्याची पूड घालून, ते दही किसाला लावावे व कीस उन्हात वाळत ठेवावा. चांगल्या कडक उन्हात ठेवल्यास कीस काळा पडत नाही. या सुपारीत हिंगही घालतात व त्याचा स्वादही चांगला येतो. उपवासाकरिता पाहिजे असल्यास हिंग घालू नये.

## २. मसाल्याची सुपारी : प्रकार १

**साहित्य :** भरडी सुपारी १२५ ग्रॅम, चिकणी सुपारी ५० ग्रॅम,

सुके खोबरे पाव गोटा, लवंगा ५ ग्रॅम, बडीशेप १० ग्रॅम, जायफळ १ नग, वेलदोडे १५ नग, साखर व मीठ थोडेसे चवीला, बिब्बा (ऐच्छिक) एक.

**कृती :** भरडी सुपारी रात्री पाण्यात घालावी (सुपारीचा तुरटपणा जाण्याकरिता). सकाळी पाण्यातून काढून उन्हात वाळत टाकावी. वाळल्यावर तव्यावर अगर ओव्हनमध्ये चांगली भाजून घ्यावी. चिकणी सुपारी व बडीशेप भाजून घ्यावी. नंतर दोन्ही सुपाऱ्या कुटून घ्याव्या. त्यात बडीशेप कुटून, जायफळाची पूड करून, लवंगा कुटून, खोबरे किसून व वेलदोडे सोलून त्यांचे दाणे घालावे. हवा असल्यास एक बिब्बा कुटून घालावा. चवीला साखर व मीठ घालावे व एकत्र मिसळावे. साखर नाही घातली, तरी चालेल.

## ३. मसाल्याची सुपारी : प्रकार २

**साहित्य :** चिकणी सुपारी (बारीक) १०० भाग, खोबऱ्याचा कीस ५ भाग, वेलदोडे २ भाग, दालचिनी २ भाग, जायफळ २ भाग, ज्येष्ठमध १० भाग, जायपत्री २ भाग, लवंगा २ भाग, केशर (ऐच्छिक) थोडेसे.

खोबऱ्याचा कीस केशराच्या पाण्याने (किंवा खाण्याचा केशरी रंग घालून) रंगवावा. इतर जिन्नस शक्य तितके बारीक कुटावेत व जिन्नस एकत्र मिसळावेत.

## ४. मसाल्याची सुपारी : प्रकार ३

**साहित्य :** सुपारी, ज्येष्ठमध, लवंगा, खसखस, वेलदोडे, जायफळ, जायपत्री, खोबऱ्याचा कीस, केशर व कस्तुरी (ही दोन्ही ऐच्छिक), चवीकरिता थोडी साखर व थोडे मीठ.

सर्व जिन्नस कुटून एकत्र करावेत. मसाल्याच्या जिनसाचे प्रमाण साधारण वरील 'प्रकार २' प्रमाणे घ्यावे.

विड्यात साध्या काताऐवजी कातगोळ्या मिळतात, त्याही घालाव्यात. सुगंधी कातगोळ्या घातल्यास विडा जास्त खुमासदार लागतो. सुगंधी कातगोळ्या तयार करण्याची कृती खाली दिली आहे.

## ५. सुवासिक कातगोळ्या

दहा तोळे कात, दीड तोळा लवंग, दोन तोळे वेलदोडे, दोन तोळे जायपत्री, चार मासे केशर (ऐच्छिक), तीन मासे दालचिनी या जिनसांचे वस्त्रगाळ चूर्ण करून

मिसळावे व दूध घालून गोळा तयार करावा. तो केवड्याच्या कणसांच्या पानावर थापून, त्यावर केवड्याची सर्व पाने एकावर एक अशी घालून, फडक्याने घट्ट बांधून ठेवावीत, पाच-सहा दिवस ठेवावे. नंतर चिकटलेला लगदा काढून त्याच्या मुगाएवढ्या बारीक गोळ्या कराव्यात. गोळ्या करताना बोटांना केवड्याचे अत्तर लावावो. गोळ्या सावलीत वाळवाव्यात.

## ६. तांबूल विलास

तांबूल म्हणजे विडा. साधा विडा पुष्कळ लोक रोज खातात. त्यात साधारणपणे सुपारी व कात एवढेच जिन्नस असतात. पण मेजवानीच्या किंवा सणासुदीच्या दिवशी सुग्रास व जड जेवण झाल्यावर विडा देतात अगर करतात. त्यात साध्या विड्यापेक्षा जरा जास्त मसाल्याचे जिन्नस असतात. साध्या विड्यातच मसाल्याची सुपारी अगर खोबरे, वेलदोडा, कंकोळ, जायफळ वगैरे मसाल्याचे साहित्य घातल्यास मसाल्याचा विडा तयार होईल.

## ७. त्रयोदशगुणी विडा

एला लवंग कर्पूर कस्तुरी केसरादिभि:
जातीफलदलै: पूगै: लागल्यूषण नागर:
चूर्णै: खदिरसारश्च युक्ता कर्पूरवीटिका

आपल्याकडे त्रयोदशगुणी विडा म्हणून जुन्या काळपासून प्रसिद्ध आहे. त्यात घालावयाचा मसाला पुढीलप्रमाणे आहे.

सुपारी, पांढरा कात, लवंगा, जायफळ, केशर, खोबरे, कापूर, कंकोळ, जायपत्री, वेलदोडा, बदाम, कस्तुरी, चुना.

किंवा वरील जिनसांपैकी बदाम व कंकोळ यांच्याऐवजी पिंपळी व सुंठ घालावी. खेरीज बाकीचे सर्व जिन्नस घालावेत.

# विड्याचे प्रकार

विड्याला निरनिराळे आकार दिल्यास विडे अधिक आकर्षक दिसतील. वानगीदाखल काही प्रकार खाली दिले आहेत.

**गोविंद विडा :** चार पाने घ्यावीत. चुना लावावा. प्रथम दोन पालथ्या पानांचा द्रोणवजा त्रिकोणी आकार करून, त्यात विड्याचे साहित्य भरावे व त्याच्या चारही बाजू दुमडून पिरॅमिडसारखा आकार करावा. तो दुसऱ्या दोन पालथ्या पानांवर ठेवून,

प्रथम लांबीच्या बाजूने पाने दुमडून, त्यावर दुसऱ्या दोन बाजू दुमडाव्यात व मध्यावर लवंग टोचावी.

**मद्रासी विडा :** याला मद्रासी पाने अगर दुसरी कोवळी पाने घ्यावीत. दोन पाने घ्यावीत. दोन्ही पानांना चुना लावावा. एक पान पालथे करून त्यावर सुपारी, कात, वेलदोडा व इतर साहित्य घालावयाचे असेल, ते घालावे व नंतर ते पान लांबीच्या बाजूने दोन्हींकडून थोडेसे दुमडावे व त्याची वळकटी करावी. दुसरे पान पालथे धरून लांबीच्या बाजूने दोन्हींकडून थोडेसे दुमडावे व त्यावर वरीलप्रमाणे करून घेतलेली गोल वळकटी ठेवून, दुसऱ्या पानासह पुन्हा वळकटी करावी व कडेला लवंग टोचावी. नंतर वळकटी उभी धरून, त्यावर ओले खोबरे घालावे. हवे तर खोबरे गुलाबी अगर केशरी रंगवून घालावे. हे विडे तबकात उभे करून ठेवावेत.

**खणाची पट्टी :** दोन पाने घेऊन चुना लावावा. एक पान घेऊन त्याच्या पालथ्या बाजूवर वरीलप्रमाणे साहित्य घालावे व ते पान दुसऱ्या पालथ्या पानावर ठेवून, खणासारखी घडी घालावी व शेवटच्या घडीवर लवंग टोचावी.

**पुडीचा विडा :** दोन पाने घ्यावीत व चुना लावावा. एक पान घेऊन, त्याच्या पालथ्या बाजूवर वरीलप्रमाणेच साहित्य घालावे. दुसरे पान पालथे करून उभे ठेवावे व त्याच्यावर पहिले पान मसाल्यासकट आडवे धरून उभ्या पानाच्या खालील बाजूवर आडवे ठेवावे. कागदाच्या पुडीप्रमाणे खालची बाजू दोन्ही पानांसकट प्रथम दुमडून, नंतर दोन्हीकडील बाजू त्यावर दुमडाव्यात व नंतर वरची बाजू दुमडून ती घडीच्या पोटात घालावी.

याप्रमाणे इतर निरनिराळ्या कलात्मक आकाराचे विडे करता येतात.

विडे तबकात आकर्षक रीतीने मांडून ठेवतात. विडे टोचून ठेवण्याकरिता अलीकडे स्टँडही निघाला आहे. त्याला गोफासारख्या बारीक साखळ्या असतात व त्यांना विडे टोचून ठेवतात.

◆

# भाग १५ प्रापंचिक सूचना

गृहकृत्यांत व विशेषतः स्वयंपाकाच्या अनुषंगाने पुष्कळ वेळा किरकोळ अडचणी उत्पन्न होतात. त्यांचे निराकरण कसे करावयाचे, ते समजत नाही. निदान त्या त्या वेळी तरी सुचत नाही. तसेच, काही गोष्टी अशा असतात, की दिसताना त्या क्षुल्लक दिसतात; पण त्यांचा उपयोग चांगला होतो, मात्र तो कसा करून घ्यावयाचा, ते माहीत नसते. काही गोष्टी विशिष्ट पद्धतीने केल्यास कृती सुलभ व सोपी होते व काटकसरही होते. काही गोष्टी माहीत असण्याची शक्यता असते; पण आयत्या वेळी आठवत नाहीत, म्हणून लिखित स्वरूपात त्या ठेवल्या असल्यास उपयोग होतो. काही वस्तू टाकाऊ म्हणून आपण बाजूला काढतो अगर फेकूनही देतो. पण अशा वस्तू चांगल्या उपयोगी पडण्यासारख्या असतात. 'साध्याही विषयात आशय कधी मोठा किती आढळे' असे कविवर्य केशवसुतांनी म्हटलेच आहे. अशा काही गोष्टींची माहिती व त्याबाबत व्यावहारिक सूचना या भागात दिल्या आहेत. त्या गृहिणींना– विशेषतः नवीन पिढीतील मुलींना व नवविवाहित तरुणींना– उपयुक्त होतील, अशी अपेक्षा आहे.

१. भाजीपाला शिळा झाला असल्यास, पाण्यात लिंबाचा रस घालून, त्यात तो भाजीपाला एक तासभर बुडवून ठेवावा. भाजी ताजी व टवटवीत दिसू लागते.

२. टोमॅटो, मुळा, बीट अगर गाजर शिळे होऊन मऊ झाले असल्यास मिठाच्या पाण्यात रात्रभर बुडवून ठेवावे, म्हणजे पुन्हा टवटवीत होतील.

३. सॅलड अगर लेट्यूस यांची पाने मऊ होऊन चिवट झाल्यास पाण्यात थोडी बोरीक पावडर टाकून, त्यात ती पाने बुडवून ठेवावीत, म्हणजे पाने ताज्या पानांसारखी खुटखुटीत होतील.

उपयोगात आणण्याच्या वेळी ती पाने चांगली धुऊन घ्यावीत.

४. ब्रेडचे तुकडे (स्लाइस) शिळे व कडक झाले असल्यास मोदकपात्रातील अगर कुकरमधील वाफेमध्ये धरावेत व वर येत असलेल्या वाफेवरून दोन-चार वेळा फिरवून घेऊन थंड करत ठेवावेत. पुन्हा नरम व ताज्यासारखे होतात.

५. ओल्या मिरच्या, कढीलिंब, लिंबे व कोथिंबीर चांगली व ताजी राहण्यासाठी प्लॅस्टिकच्या पिशवीत तोंड बांधून अगर घट्ट झाकणाच्या प्लॅस्टिकच्या पेटीत ठेवावी. कोथिंबीर ठेवण्यापूर्वी मुळाकडील बाजू कापून टाकावी.

६. भाताला कढ आल्यावर त्यात थोडासा लिंबाचा रस टाकावा. भात पांढरा स्वच्छ होतो.

७. भात शिजत असताना दोन-तीन चमचे तूप घालावे. त्यामुळे भात मोकळा होतो.

८. बटाटे शिजवताना त्यात थोडा लिंबाचा रस टाकावा. त्यामुळे बटाटे शुभ्र होतात.

९. कुकर लावताना त्यात तळाला लिंबाची फोड अगर साल ठेवावी. त्यामुळे कुकर स्वच्छ राहतो.

१०. भिजलेले वाटाणे अगर हरबरे शिजत नसल्यास त्यात नारळाची करवंटी फोडून त्याचा तुकडा टाकावा. अगर शिजविताना पाण्यात प्रथम थोडे खोबरेल तेल घालावे. शिजण्यास मदत होते.

११. कडधान्ये शिजविताना चुक्याची दोन-चार पाने त्यात टाकावीत, म्हणजे कडधान्ये चांगली शिजतात.

१२. तेल तापविताना त्यात चिंचेचे बुटूक टाकावे, म्हणजे तेल फसफसून वर येत नाही.

१३. सफरचंदाच्या फोडी कापल्यावर थोड्या वेळाने रापतात अगर काळ्या पडतात. तशा रापू नयेत, म्हणून फोडी कापल्यावर त्यांना लगेच लिंबू लावावे.

१४. दह्याला चांगले विरजण लावण्याकरिता व दही होण्याकरिता शक्य असल्यास दही मातीच्या भांड्यात विरजावे.

१५. दही घट्ट होण्याकरिता दुधाला विरजण लावताना आतून थोडीशी तुरटी फिरवावी.

१६. कोशिंबिरीला दही घालावयाचे, ते आधी फडक्यावर घालून ठेवावे. त्यातले पाणी निघून गेल्यावर ते दही कोशिंबिरीत घालावे, म्हणजे कोशिंबिरीला पाणी सुटत नाही व त्यामुळे कोशिंबीर शिल्लक राहिली, तरी नंतर फसफसत नाही.

१७. ताक करण्याच्या आधी ताकाचे भांडे व रवी गरम पाण्यात बुडवून घ्यावी. म्हणजे लोणी रवीला अगर भांड्याला चिकटून राहत नाही. लोणी काढताना हात गरम पाण्यात धुऊन घ्यावा. अगर साबण लावून हात पाण्याने धुऊन घ्यावा.

१८. लोणी निघाल्यावर ते भांड्यात घालून, पाण्यात थोडे मीठ घालून, ते पाणी लोण्यावर घालावे व रोज पाणी बदलावे, म्हणजे लोण्याला वास न येता लोणी बरेच दिवस टिकते.

१९. लोणी कढविताना, विशेषत: बाजारचे लोणी कढविताना, त्यात विड्याची पाने टाकावीत. म्हणजे जर लोण्याला थोडासा वास येत असेल, तर तो जाईल.

२०. लोणी कढविताना मिठाचा दाणा टाकावा, म्हणजे तुपाला कणी पडण्यास मदत होते.

२१. चहाचा चोथा तव्यावर टाकावा, म्हणजे तवा स्वच्छ निघतो.

२२. धान्याला कीड लागू नये, म्हणून त्यात राख घालून मिसळावी, किंवा कडूलिंबाचा वाळलेला पाला, अगर खडेमीठ, अगर बोरीक पावडर घालावी. अथवा एरंडेल लावून ठेवावे. कीड लागू नये, म्हणून पाऱ्याच्या गोळ्याही घालतात. अशा गोळ्या हल्ली बाजारात तयारही विकत मिळतात.

२३. कांदा चिरताना पाण्याचे भांडे जवळ घेऊन, कांदा चिरल्यावर लगेच पाण्यात टाकावा, म्हणजे डोळ्यातून पाणी येत नाही.

२४. लसूण सोलायची, ती तेलाचा हात लावून चोळावी, म्हणजे साले लगेच निघतात.

२५. हिंगाचा वास टिकविण्यासाठी हिंग तुरीच्या डाळीत घालून ठेवावा.

२६. नारळ (फोडलेला) शिल्लक राहिल्यास पाण्यात थोडे मीठ घालून त्यात तो ठेवावा. नारळ पाण्याखाली राहील, इतके पाणी भांड्यात घालावे.

२७. ताक गोड असेल, तरी काही वेळानंतर आंबट होते. ताकात बरेच पाणी घालून ठेवावे. ताक वाढण्याच्या वेळी वरचे पाणी ओतून टाकावे. ताक आंबट होत नाही.

२८. स्टेनलेस स्टीलच्या पातेल्यात दूध तापवावयाचे झाल्यास शक्यतो जाड बुडाचे पातेले घ्यावे व दूध तापत ठेवण्यापूर्वी त्या पातेल्यात प्रथम थोडे पाणी घालून नंतर त्यात दूध घालावे, म्हणजे दूध खाली लागत नाही.

२९. लोणच्याला काही दिवसांनंतर बुरशी येते. ती येऊ नये, म्हणून बरणी स्वच्छ धुऊन, नीट पुसून, अगदी कोरडी करावी व तिला आतील बाजूने तिळाचे गरम तेल सगळीकडे लावावे व मग लोणचे भरावे. शक्यतो चिनी मातीच्या बरणीत लोणचे भरावे व बरणी कोरड्या व थंड जागेत ठेवावी. लोणचे जास्त दिवस टिकते.

३०. शेंगदाणे भाजण्यापूर्वी दाण्याला पाण्याचा हात लावून मग भाजावेत. दाणे खमंग व चांगले भाजून होतात. तसेच, दाणे चाळणीत घालून दाण्यांवर उकळते पाणी ओतावे व पाणी निथळल्यावर भाजावेत. असे भाजलेले दाणे हलके व खमंग होतात. दाणे नुसते भाजण्यापेक्षा वाळून भाजावेत. लवकर भाजून होतात व सगळीकडून सारखे भाजले जातात.

३१. भेंड्याची भाजी झाकण ठेवून शिजवू नये. म्हणजे भाजी चिकट होत नाही. मात्र ही भाजी कुकरमध्ये शिजवावयाची झाल्यास ती डब्यात घालून, त्याला घट्ट झाकण लावून त्यात ठेवावी. म्हणजे तार येत नाही.

३२. करवंदाला चीक असतो, तो जाण्याकरिता पाण्यात थोडे मीठ घालून, त्यात करवंदे बुडवून ठेवावीत. चीक सुटून करवंदे स्वच्छ होतात.

३३. तिळाची अगर कोरट्याची चटणी करताना त्यात आपण कढीलिंबाचा पाला घालतो. त्याऐवजी आवडत असेल, तर पुदिन्याचा पाला तेलावर परतून घालावा. पुदिन्याचा स्वाद चांगला लागतो.

३४. पुदिन्याचा पाला वाळवून बारीक पूड करून ठेवावी. दहीवडा वगैरे पदार्थांवर अगर दह्यातील कोशिंबिरीवरही पुदिन्याची पूड टाकावी. हिरव्या रंगामुळे पदार्थ खुलून दिसतो व स्वादही चांगला येतो.

३५. कढीलिंब एकदम बराच आणल्यास शिल्लक राहिलेला कढीलिंब सुकतो व टाकून द्यावा लागतो. अशा कढीलिंबाची पाने तेलात तळून, डब्यात भरून ठेवावीत. त्यांचा हिरवा रंग तसाच राहतो. ती बरेच दिवस टिकतात व केव्हाही उपयोगात येतात.

३६. तांबड्या भोपळ्याच्या अगर दुधी भोपळ्याच्या अगर केळ्याच्या साली आपण टाकून देतो. त्याऐवजी त्या चिरून त्यात वालाची डाळ घालून भाजी करावी. चांगली होते.

३७. रवा किंवा वऱ्याचे तांदूळ काही दिवस तसेच राहिल्यास त्यात कीड व जळमटे होतात. रवा व वऱ्याचे तांदूळ भाजून, गार झाल्यावर बरणीत भरून, घट्ट झाकण लावून ठेवावे, म्हणजे सहसा कीड लागत नाही.

३८. पाक केल्यानंतर साखरेचे पुन्हा कण बनू नयेत, म्हणून पाकात थोडे लिंबू पिळावे.

३९. कोणत्याही प्रकारच्या वड्या करताना, वड्यांचा गोळा चिक्कीवर जातो, असे वाटल्यास, खाली उतरवून त्यात पिठीसाखर मिसळावी. चांगल्या वड्या होतात.

४०. झुरळे अन्नाची नासाडी करतात. झुरळे जाण्याकरिता बोरिक पावडर, कणीक व गूळ एकत्र करून दुधात भिजवून गोळ्या कराव्यात. दुभत्याच्या कपाटात, अन्न ठेवण्याच्या जागी, कपाटाखाली, कोपऱ्यात व झुरळे येण्याच्या जागा असतील, त्या ठिकाणी या गोळ्या ठेवाव्यात. मात्र घरात लहान मुले असल्यास या गोळ्या जपूनच वापराव्यात. मिठाईच्या गोळ्या समजून मुले या गोळ्या खाण्याची शक्यता असते.

४१. कडधान्याला मोड आणण्याची रीत अशी : कडधान्ये रात्री पाण्यात भिजत घालून ठेवावीत. दुसऱ्या दिवशी सकाळी धान्ये उपसून, फडक्यात घालून, फडके घट्ट बांधावे व त्यावर पाटा अगर खलबत्ता यासारखे वजन ठेवून द्यावे. तिसऱ्या दिवशी सकाळी चांगले मोड येतील. जलद मोड यावयास पाहिजे असल्यास, धान्य उपसल्यावर त्यावर थोडे गरम पाणी घालावे व निथळल्यावर फडक्यात बांधावे. मसुरा व वाल यांना मोड येण्यास इतर धान्यांपेक्षा जास्त वेळ लागतो.

मुंबईसारख्या ज्या ठिकाणी हवेत आर्द्रता असते, अशा ठिकाणी इतर ठिकाणांपेक्षा मोड लवकर येतात.

भाजून घेतलेल्या धान्याची उसळ व मोड आणलेल्या धान्याची उसळ यांची चव निरनिराळी लागते. मोड आणलेल्या उसळीत जीवनसत्त्वे भरपूर असतात व म्हणनू ती पौष्टिक असते.

४२. कच्चे पोहे बाजारातून आणल्यावर ते चाळल्यावर कण्या निघतात. त्या कण्यांत पोह्यांची नाके असतात. कण्यांना पाण्याचा हात लावून दहा मिनिटे ठेवून द्यावे. नंतर पाखडल्यानंतर त्यांतील नाके निघून जातात.

४३. पापड किंवा मोदकाच्या अगर करंज्याच्या पापड्या पोळपाटावर लाटण्याऐवजी प्लॅस्टिकच्या कागदावर लाटल्यास पापड किंवा पापड्या लाटणे सोपे जाते व त्या खाली चिकटत नाहीत.

४४. चीकवड्या, गव्हाच्या कुरड्या अथवा बटाट्याचा कीस वाळवण्यासाठी कापडावर घालण्याऐवजी प्लॅस्टिकच्या कागदावर घातल्यास हे जिन्नस वाळल्यावर चटकन निघून येतात.

४५. भात, भाजी अथवा उसळ बुडाला लागल्यास भांड्याच्या खाली थोडे पाणी घालून, त्यावर ते भांडे थोडा वेळ ठेवावे, म्हणजे बुडाला लागलेला जिन्नस चटकन सुटून येतो.

४६. साखरपाऱ्याच्या वड्या अथवा नानकटाई भाजून झाल्यावर थाळीच्या खाली थोडे पाणी घालून त्यावर ती ठेवावी, म्हणजे वड्या अगर नानकटाई चटकन निघून येते.

४७. खोबऱ्याच्या, श्रीखंडाच्या अगर दुसऱ्या कसल्याही वड्या ताटात अगर थाळीत थापल्यास, वड्या तयार झाल्यावर त्या काढावयाच्या वेळी ताट अगर थाळी ऊन करावी अगर वाफेवर ठेवावी, म्हणजे वड्या खालून चांगल्या सुटतात.

४८. कॉफी केल्यावर उकळून वर आली, म्हणजे त्यावर पाण्याचा हबका मारून झाकण ठेवावे, म्हणजे कॉफीची पूड खाली बसते व कॉफी गाळण्याची जरुरी भासत नाही.

४९. लोणी कढवून झाल्यावर व तूप गाळून घेतल्यावर भांड्याची बेरी अगर खरवड निघण्यासाठी त्या भांड्यात थोडे पाणी

घालून, त्यात थोडे मीठ अगर सोडा घालून, भांडे उकळत ठेवावे. थोड्या वेळात बेरी अथवा खरवड सुटून निघते.

५०. लिंबामधील जास्तीत जास्त रस निघून येण्यासाठी लिंबू प्रथम पाण्यात थोडा वेळ धरावे व त्याचप्रमाणे हाताने चोळून थोडे मऊ करून घ्यावे.

५१. भाजलेल्या शेंगदाण्यांची साले चटकन, सोप्या रीतीने निघण्यासाठी दाणे एका कापडाच्या पिशवीत घालून पिशवी बेताने आपटावी. साले लवकर सुटतात.

५२. तवा शेगडीवरून उतरल्यावर त्याला ताक अगर लिंबू अगर चिंच लावून ठेवावी, म्हणजे तवा स्वच्छ निघतो.

५३. लोखंडाचा तवा अगर कढई घासून झाल्यावर ती स्वच्छ पुसून, त्याला तेलाचा हात लावून ठेवल्यास गंज चढणार नाही.

५४. साबुदाण्याचे पीठ करावयाचे असल्यास त्याला प्रथम थोडे पाणी लावावे (साधारणपणे एक वाटी साबुदाण्याला पाव वाटी पाणी घ्यावे) व नंतर साबूदाणा भाजून दळावा, म्हणजे पीठ बारीक व मऊसर होईल.

५५. अनरसे तळून झाल्यावर ते पोह्यांवर टाकावेत, म्हणजे त्यातील तूप पोह्यांत उतरते व ह्या पोह्यांचा चिवडा केल्यास चिवड्याकरिता तूप फार घालावे लागत नाही. अनरसेही कमी तुपकट लागतात.

५६. शिजविलेला बटाटा पाट्यावर वाटल्यास गोळा चिकट होतो. गोळा चिकट व्हावयास नको असल्यास बटाटा उकडून झाल्यावर गरम असतानाच, बटाटा मॅश करावयाचे यंत्र मिळते, त्यातून दाबून काढल्यास अगर शेंगदाण्याची पूड करावयाच्या यंत्रातून काढल्यास शेवेसारखा भुगा पडतो.

५७. बटाट्याचा कीस करण्यासाठी बटाटे आदल्या दिवशी रात्री उकडावेत. थोडे गार झाल्यावर त्यांची साले काढून, सोललेले बटाटे फ्रीजमध्ये ठेवून द्यावेत, म्हणजे सकाळपर्यंत बटाटे थंड झाल्यामुळे कडक होतात व कीस चांगला सुलभ रीतीने पडतो. बटाट्याचा गोळा होत नाही.

♦

# भाग १६ स्वयंपाकाचा अंदाज

या पुस्तकात जे पदार्थ अगर पाककृती दिल्या आहेत, त्यांना लागणाऱ्या साहित्याचे प्रमाण त्या त्या पदार्थांमध्ये अगर कृतींमध्ये दिलेले आहेच. तथापि, लग्न-मुंजीसारख्या कार्याच्या प्रसंगी, अगर इतर मोठ्या मेजवानीच्या प्रसंगी मोठ्या प्रमाणावर स्वयंपाक करावयाचा असेल, तर त्याला एकंदर शिधा व साहित्य किती लागेल, याचा अंदाज असणेही जरुरीचे पडते. त्यामुळे खर्चाचाही अंदाज येतो. अशा स्वयंपाकाला जरी बाई अगर आचारी बोलावला असला, तरी आपल्या स्वतःलाही हा अंदाज असणे जरुरीचे आहे. त्यामुळे त्यांनी मागितलेला शिधा व साहित्य योग्य प्रमाणात आहे, की नाही, याची स्वतःलाही कल्पना येते व आधी तयारीही करून ठेवता येते. या दृष्टीने असा स्वयंपाकाचा अंदाज येथे देणे अप्रस्तुत होणार नाही. जेवणाच्या शंभर पानांकरिता शिधा, भाजीपाला व इतर साहित्य किती लागेल, याचा अंदाज खाली दिला आहे. तसेच, शंभर पानांकरिता काही पक्वान्नांना लागणाऱ्या साहित्याचा अंदाजही दिला आहे. शंभर पानांचा अंदाज देणे वजन-मापाच्या दृष्टीने जास्त सोयीचे असल्यामुळे तसा अंदाज दिला आहे. त्यावरून कमी म्हणजे पंचवीस अगर पन्नास अगर त्याहून कमी अगर जास्त पानांचाही हिशेबाने अंदाज बांधता येईल.

जेवणाकरिता साधारणपणे पुढील पदार्थ करावयाचे, असे धरून शंभर पानांचा अंदाज दिला आहे. पदार्थ– साधा भात, वरण, मसालेभात, अळूची भाजी, बटाट्याची व इतर एक अशा दोन भाज्या, खीर, चटणी, लिंबू, एक दह्यातील व एक साधी अशा दोन कोशिंबिरी, पंचामृत, पापड-पापड्या, भजी, मठ्ठा आणि याशिवाय एखादे पक्वान्न.

## शिधा, भाज्या वगैरे

### धान्य, पीठ, गूळ वगैरे

| | | |
|---|---|---|
| १. | तांदूळ | १० किलो (साध्या भाताकरिता ६ किलो व मसालेभाताकरिता ४ किलो |
| २. | तूर डाळ | २ किलो (वरणाकरिता) |
| ३. | चणा डाळ | १/२ किलो (पुरण, नैवेद्याकरिता) |
| ४. | चणा डाळ | १/२ किलो (अळूच्या भाजीकरिता) |
| ५. | चण्याच्या डाळीचे पीठ | ३ किलो (भज्यांकरिता) |
| ६. | गूळ | १/२ किलो (पुरणाकरिता) |
| ७. | गूळ | ३ किलो (भाज्या, अळूची भाजी, लोणचे वगैरेंकरिता) |
| ८. | शेंगदाणे | १ किलो. |

### भाज्या, मिरच्या वगैरे

| | | |
|---|---|---|
| १. | बटाटे | १० किलो |
| २. | कोबी | ८ किलो |
| ३. | गवार व भोपळा | ४ किलो व २ किलो (अनुक्रमे) |
| ४. | वांगी अगर इतर दुसरी कोणतीही भाजी | ६ किलो |
| ५. | अळू | २० जुड्या |
| ६. | चुका | ४ जुड्या |
| ७. | मुळे | ४ नग |
| ८. | कोथिंबीर | ४ जुड्या (मोठ्या) |
| ९. | कढीलिंब | १ जुडी |
| १०. | घोसावळी (भज्यांकरिता) | १ किलो |
| ११. | तोंडली अगर फ्लॉवर अगर कोबी अगर डबलबी अगर दोडके अगर वांगी (मसालेभाताकरिता) | २ किलो |
| १२. | काकडी व टोमॅटो (मिश्र कोशिंबिरीकरिता) | ३ किलो प्रत्येकी |
| १३. | मिरच्या | २ किलो |
| १४. | पचडीकरिता — | |
| | काकडी | ४ किलो |
| | टोमॅटो | २ किलो |
| | गाजर | १ किलो |
| १५. | लिंबे | २ डझन |
| १६. | नारळ (चटणी व भाजीकरिता) | ५ मोठे |
| १७. | आले | ५० ग्रॅम |

| | |
|---|---|
| १८. केळीची पाने | १२५ नग |

**हळद, तिखट, मसाल्याचे जिन्नस वगैरे**

| | |
|---|---|
| १. हळद-पूड | २०० ग्रॅम |
| २. तिखट-पूड | २५० ग्रॅम |
| ३. हिंग | ५० ग्रॅम |
| ४. खडे मीठ | १ किलो |
| ५. बारीक मीठ | १ किलो |
| ६. काळा मसाला | १/४ किलो |
| ७. चिंच | ३/४ किलो |
| ८. तीळ | २५० ग्रॅम |
| ९. जिरे | ५० ग्रॅम |
| १०. शहाजिरे | ५० ग्रॅम |
| ११. दालचिनी | २५ ग्रॅम |
| १२. मेथी | २५ ग्रॅम |
| १३. लवंगा | २५ ग्रॅम |
| १४. मोहरी | १२५ ग्रॅम |
| १५. धने | १५० ग्रॅम |
| १६. काजू | ३०० ग्रॅम |

**गव्हले, पापड वगैरे**

| | |
|---|---|
| १. गव्हले | दीड वाटी |
| २. पापड | ५० नग |
| ३. पापडी | ५० नग |
| ४. कुरडया | ५० नग |

**तेल, तूप, दही**

| | |
|---|---|
| १. गोडेतेल | ५ किलो (भजी, पापड, पापडी वगैरे तळण्याकरिता व फोडणीकरिता वगैरे) |
| २. तूप | १ किलो (वाढण्याकरिता) |
| ३. दही | १० लिटर दुधाचे (कोशिंबीर, मठ्ठा वगैरेंकरिता) |

**पंगतीकरिता इतर किरकोळ साहित्य**

| | |
|---|---|
| १. रांगोळी | १ किलो |

| | |
|---|---|
| २. गुलाल | ५० ग्रॅम |
| ३. उदबत्ती पुडा | १ नग |
| ४. गंधाचे रवे (गंध लावण्याकरिता) | ४ नग |
| ५. टॉवेल (हात-पाय पुसण्याकरिता) | २ नग |
| ६. साबण-वड्या (हात धुण्याकरिता) | २ नग |

**जळण**

| | |
|---|---|
| लाकडे किंवा कोळसे | ३ मण |

**पानसुपारी (विड्याचे) साहित्य**

| | |
|---|---|
| १. विड्याची पाने | ४०० नग |
| २. सबंध सुपारी | २५ नग |
| किंवा मसाल्याची सुपारी | १/४ किलो |
| ३. बडीशेप | १२५ ग्रॅम |
| ४. लवंगा | २५ ग्रॅम |
| ५. कात अगर कातगोळ्या | ५० ग्रॅम |
| ६. वेलदोडे | २५ ग्रॅम |
| ७. खोबरे (ओले) | १ नारळ |
| अगर सुके खोबरे | १ वाटी |

शिवाय चुना, जर्दा, सिगारेट वगैरे

## पक्वान्ने

**पुरणपोळी** (३ पायलीचे पुरण लागेल)

| | |
|---|---|
| १. चण्याची डाळ | १२ किलो |
| २. गूळ अगर साखर | १२ किलो |
| ३. तेल | २ किलो |
| ४. चांगल्या गव्हाची कणीक | ५ किलो |
| ५. तांदळाची पिठी | ४ किलो |
| ६. वेलदोडे | १०० ग्रॅम |
| अगर जायफळे | ५ ते ६ नग |
| ७. तूप (पोळीवर वाढण्याकरिता) | ३ किलो |

**जिलबी** (२.५ पायलीची लागेल)

| | |
|---|---|
| १. रवा | ४ किलो वजनी |

२. मैदा ४ किलो वजनी
३. आंबट दही १ किलो वजनी
४. साखर १२ किलो
५. तूप अगर डालडा ५ किलो
६. केशर अथवा खाण्याचा केशरी रंग ३ ग्रॅम

**मोतीचुराचे लाडू** (२.५ पायलीचे लागतील)
१. चण्याची डाळ (याचे दळून घेतलेले पीठ) ८ किलो
२. तूप ८ किलो
३. साखर १२ किलो
४. केशर (अगर खाण्याचा केशरी रंग, लागेल तसा) ४ ग्रॅम
५. वेलदोडे ५० ग्रॅम
६. बदाम १२५ ग्रॅम
७. बेदाणे २५० ग्रॅम

**श्रीखंड-पुरी**
१. चक्का १५ किलो
अगर चांगले दूध (चक्क्याकरिता) ५० लिटर
२. साखर १५ किलो
३. केशर (अगर खाण्याचा केशरी रंग, लागेल तसा) ४ ग्रॅम
५. चारोळी १०० ग्रॅम
पुऱ्यांकरिता : ६ किलो कणीक व २ किलो तूप अगर डालडा (तळण्याकरिता).

**बासुंदी-पुरी**
१. चांगले दूध १०० लिटर
२. साखर ६ किलो
३. केशर (अगर खाण्याचा केशरी रंग, लागेल तसा) ३ ग्रॅम
४. वेलदोडे २५ ग्रॅम
अगर जायफळे ६ नग
५. चारोळी व बदाम लागेल त्या प्रमाणात

पुऱ्यांकरिता : ६ किलो कणीक व २ किलो तूप अगर डालडा (तळण्याकरिता). तयार बासुंदी विकत आणावयाची झाल्यास २५ लिटर बासुंदी लागेल.

## शंभर माणसांकरिता चहा-कॉफीचे प्रमाण

**चहा**

| | |
|---|---|
| १. दूध | ४ लिटर |
| २. साखर | २ किलो |
| ३. चहा | २५० ग्रॅम |

**कॉफी**

| | |
|---|---|
| १. दूध | ५ लिटर |
| २. साखर | २ किलो |
| ३. कॉफी-पूड | २५० ग्रॅम |
| ४. जायफळे | २ नग |

◆

# भाग १७ वजन-मापे

या पुस्तकात गृहिणींना साहित्य मोजून अगर मापून घेताना जास्त सोपे जावे व सोयिस्कर व्हावे, म्हणून वाटीच्या व चमच्याच्या प्रमाणात साहित्याची प्रमाणे दिली आहेत. ग्रॅम, औंस, तोळा, छटाक, किलो शेर वगैरे पारिभाषिक मापे अथवा वजने यांचे प्रमाण दिले, तर प्रत्येक जिन्नस वजन करून तोलून घेणे कठीण जाते. त्यापेक्षा वाटीच्या व चमच्याच्या प्रमाणात साहित्य मोजून घेणे सुटसुटीत होईल, म्हणून मुद्दाम वाटीच्या व चमच्याच्या हिशेबात शक्यतो सर्व साहित्यांची प्रमाणे या पुस्तकात दिली आहेत. तथापि, काही ठिकाणी व विशेषत: ब्रेड, केक, जॅम वगैरे पदार्थांच्या बाबतीत अनिवार्यपणे प्रचलित परिमाणात म्हणजे ग्रॅम, किलो वगैरे वजने दिली आहेत. कारण त्यातील बरेचसे साहित्य काटेकोर वजन-मापात घ्यावे लागते. वाटी व चमचा या प्रमाणाबरोबरच ग्रॅम, औंस, तोळा, किलो वगैरे प्रमाणित परिमाणांची माहिती असावी व या सर्वांचे एकमेकांशी तुलनात्मक प्रमाण दिल्यास गृहिणींना उपयुक्त होईल, म्हणून काही निवडक व वेचक मापे व त्यांचे एकमेकांशी संबंध खाली दिले आहेत.

**वाटीचे प्रमाण म्हणजे मध्यम आकाराची नेहमीच्या जेवणातील आमटीची वाटी व चमचा म्हणजे चहाचा चमचा, असे या पुस्तकात गृहीत धरले आहे.**

**घन पदार्थ**

| | | |
|---|---|---|
| एक वाटी भरून | | = एक कप भरून |
| एक वाटी भरून | साखर | = १७० ग्रॅम |
| एक वाटी भरून | पीठ | = १०० ग्रॅम |
| एक वाटी भरून | तांदूळ | = १५० ग्रॅम |
| एक वाटी भरून | चण्याची डाळ | = १५० ग्रॅम |

| | |
|---|---|
| एक वाटी भरून लोणी | = १५० ग्रॅम |
| एक छटाक | = ५ तोळे = २ औंस |
| एक औंस | = अडीच तोळे = १/२ छटाक (अंदाजे २९ ग्रॅम) |
| एक किलो | = १००० ग्रॅम |
| एक पौंड | = ४५४ ग्रॅम |
| एक पौंड लोणी | = २ कप |
| एक पौंड मैदा अगर आटा | = ४ कप |
| एक पौंड साखर | = २ कप |
| एक पौंड तांदूळ | = २ कप |
| अर्धा औंस मैदा अगर आटा | = १ सपाट टेबलस्पून = ३ सपाट चहाचे चमचे |
| अर्धा औंस लोणी | = १ टेबल स्पून |
| एक औंस मैदा अगर आटा | = सहा चमचे चहाचे भरून |
| एक औंस साखर | = चार चहाचे चमचे भरून |

**द्रव पदार्थ**

| | |
|---|---|
| एक वाटी भरून | = एक कप भरून |
| एक चहाचा चमचा (टी स्पून) | = ६० थेंब |
| एक डेझर्ट स्पून भरून | = दोन चहाचे चमचे भरून |
| एक टेबल स्पून भरून | = तीन चहाचे चमचे भरून |
| एक डेझर्ट स्पून भरून | = १/२ द्रव औंस |
| आठ चहाचे चमचे | = एक औंस |
| एक नेहमीच्या आकाराचा चहाचा कप | = चार औंस |
| दोन चहाचे कप | = अर्धा पिंट |
| १.२५ पौंड (२० औंस) | = एक पिंट |
| १.७५ पिंट | = एक लिटर |
| १.२५ पिंट | = एक जिल |

## परिशिष्ट १

### या ग्रंथात समाविष्ट झालेल्या

### प दा र्थां ची सू ची

(या सूचीमध्ये पदार्थांच्या पुढील आकडे पृष्ठसंख्येचे आहेत.)

## खाद्यपदार्थ : साहित्य व कृती

### अ

## क

❖❖❖

स्वयंपाकघरातील
नवा मित्र

# मायक्रोवेव्ह ओव्हन

राजश्री नवरे

मायक्रोवेव्ह ओव्हनमध्ये नवनवीन चविष्ट पदार्थ कसे बनवावे याच्या उपयुक्त 'टिप्स'... गृहिणींसाठी आणि पुरुषांसाठीही...

मायक्रोवेव्ह ओव्हन!

आजच्या युगातील गृहिणींचा खास दोस्त!

या दोस्ताच्या मदतीनं झटपट, स्वादिष्ट पदार्थ

बनवण्यासाठी वैशिष्ट्यपूर्ण मार्गदर्शन.

सूप्स, चटण्या, कोशिंबिरी, सॅलेडस् ,

नाश्त्याचे प्रकार, विविध पेये,

गोड पदार्थ, मांसाहारी पदार्थांच्या व्हरायटीज्

आणि बरेच काही. . .